VĂN HỌC MỚI

TẠP CHÍ VĂN HỌC NGHỆ THUẬT

PHÁT HÀNH MỖI THÁNG / 1 SỐ (1 NĂM 12 SỐ) Năm thứ VIII

Editor-in-Chief: HÀ NGUYÊN DU
Assistant Editor-in-Chief : NT LỆ THU
General Secretary : Lệ Thu & Vương Thư Sinh
Secretary & Manuscript Reader : Bạch Xuân Phẻ

Publishing Technology:
Phạm Hồng Thái & Ngã Phương Huyền
Thư từ, bài vở, ngân phiếu - xin gởi về:
(Văn Học Mới - New Literature Magazine

Tòa Soạn
(Newsroom)
To: HA NGUYEN
10291 Arundel Ave.
Westminster, CA 92683 - 5821

vanhocmoi4@gmail.com
ntlthu1016@gmail.com
hanguyendu@gmail.com

https://tapchivanhocmoi.com
https://vanhocmoi.com

ĐẠI DIỆN PHÁT HÀNH
Canada: **Phan Ni Tấn** <phannitan@yahoo.ca>
Canada : **Hoàng Xuân Sơn** <hoangxuanson@hotmail.com>
Minnesota: **Kimchi Hoang** < hkimchi2006@gmail.com>
Georgia: **Đức Phổ**<dducpho@gmail.com>
Massachusetts: **Lâm Chương** <lamchuong495@gmail.com>
Louisiana: **NgT Hồng Hải**<nhattannguyen575@yahoo.com>
Houston: **Nguyễn Minh Triết**<lntt_2000@yahoo.com>
San Jose: **Phạm Hồng Thái**<thaihpham@gmail.com>
Paris:**Trang Thanh Truc<trangthanhtrucparis@yahoo.fr>**
VN: NT Lệ Thu<ntlethu1016@gmail.com>
Germany **Trần Văn Tích**

Số ghi danh Quốc Hội Hoa kỳ: ISSN 2690 - 4276

TRONG SỐ NÀY

HÀ NGUYÊN DU • NGUYỄN VĂN SÂM • NGUYỄN VY KHANH • NGUYỄN KIẾN THIẾT • HOÀNG XUÂN SƠN • KIẾN HOA • VŨ KHẮC TẾ • VƯƠNG THỊ MAI • NGUYỄN TRỌNG DŨNG • THIỆN KIẾN • NGUYỄN VĂN NỞ • PHẠM THỊ THANH LAN • TRỊNH Y THƯ • ĐỨC PHỔ • VŨ HOÀNG THƯ • HUỲNH LI ÊU NGẠN • LÊ HỮU MINH TOÁN • TUỆ TRUNG • NGUYỄN ĐÌNH TỪ LAM • ĐOÀN TAM KỲ • VIÊN DUNG • SA CHI LỆ • QUẢNG XUÂN • NGUYỄN THỊ KHÁNH MINH • LƯU NGUYỄN TỪ THỨC • KHẾ IÊM • NGƯỜI SÔNG HẬU • LÃNG THANH • HỒ XOA • HỨA HIẾU • NGUYỄN AN BÌNH • NGUYỄN HỒNG LINH • TÔN NỮ MỸ HẠNH • NGUYỄN ĐẠI DUẪN • LÂM BĂNG PHƯƠNG •

mục lục

VĂN HỌC MỚI SỐ 47

LỜI TÒA SOẠN

VĂN HỌC MỚI
SỐ 47 / THÁNG 12 / 2025

GIỚI THIỆU SỐ ĐẶC BIỆT
Vinh Danh 60 Năm Đóng Góp Cho Văn Học Việt Nam của Nhà giáo – Nhà biên khảo Nguyễn Kiến Thiết

Trong hành trình hơn *sáu thập niên* '1965 - 2025', nhà giáo – nhà văn, nhà biên khảo Nguyễn Kiến Thiết (bút hiệu Trúc Lan) đã dành trọn đời mình cho *"nghiệp chữ, đạo thầy và tình văn"*.

Tôi có thể gọi đó là một đời *"Sáu Thập Niên Giữ Lửa Văn Học Việt" — một ánh đuốc không chỉ soi cho chính ông, mà còn soi cho bao thế hệ người viết và người đọc Việt Nam trong và ngoài nước.*

Từ ghế giảng đường *Đại học Văn Khoa Sài Gòn những năm 1960 đến Montréal* hôm nay. Ông là một trong số rất hiếm hoi những trí thức Việt Nam *có khả năng nối liền sợi chỉ vàng của học thuật miền Nam trước 1975 với dòng văn học Việt tự do hải ngoại kéo dài đến nay, ' từ sinh thời đến hiện đại '.*

Di sản ấy — trong thời đại nhiễu nhương, khi giá trị dễ phai và ngôn ngữ dễ mờ — ***nên thật đáng kính hơn bao giờ hết.***

Tác phẩm ***"Những Mảnh Vụn Văn Học"***, do ***Văn Học Mới*** xuất bản trong tháng 9 năm nay - 2025 . ***Là kết tinh học thuật của một hành trình dài - sáu mươi năm.*** *"Gồm hàng trăm trang biên khảo, hồi ký, chân dung văn học, tư liệu dân gian, cùng thơ văn xướng họa.* Đây không chỉ là quyển sách, mà là một bản trường thiên ghi lại cả một khoảng lịch sử văn hóa Việt Nam qua ' kiến văn thấu thị ' của một nhà biên khảo liêm chính.

Tòa soạn trân trọng dành trọn Số 47 này, làm SỐ ĐẶC BIỆT VINH DANH ' Văn Thi Sĩ ' - Giáo sư - Nhà biên khảo NGUYỄN KIẾN THIẾT — ***như một lời tri ân đối với thế hệ tiên phong của Văn Học Việt Tự Do ;*** *và cũng là món quà gởi đến thế hệ trẻ, những người đang tiếp nối dòng Nam Học — dòng chảy nghiên cứu giàu tính nhân bản, trí thức cẩn trọng và tinh thần liêm khiết học thuật.*

Trong số báo này, chúng tôi có đăng kèm theo bài **NHẬN ĐỊNH – VINH DANH:** ***"Nguyễn Kiến Thiết – Sáu Thập Niên Lặng Lẽ Gìn Giữ Linh Hồn Văn Học Nam Bộ".***

Giữa nửa thế kỷ Văn Học Hải Ngoại, thật khó tìm được người nào âm thầm mà bền bỉ như GS Nguyễn Kiến Thiết. Ông thuộc về lớp '*người gìn hồn - giữ lửa* ' - *những học giả Văn Khoa Sài Gòn, những người đã mang theo ký ức tri thức vượt qua biến động lịch sử để gìn giữ tiếng Việt, giữ đạo học, giữ cả tâm hồn văn hóa của dân tộc.*

Giáo sư Nguyễn Kiến Thiết sinh tại huyện Trà Ôn, tỉnh Vĩnh Long. *Ông tốt nghiệp Đại học Văn Khoa Sài Gòn, đỗ Cử nhân, Cao học, và là Nghiên cứu sinh Tiến sĩ Văn chương Việt Nam.*

Dưới sự hướng dẫn của GS Thanh Lãng, ông đệ trình thành công luận án ***"Tánh Cách Đặc Thù Của Ca Dao Miền Nam"*** - một trong những công trình mở đầu cho hướng nghiên cứu Nam học trong nguồn tri thức Việt.

Với tư cách người làm báo và *cũng là người sáng tác vài loại hình nghệ thuật, tôi xin nghiêng mình trước hành trình sáu mươi năm ấy của nhà biên khảo. nguyên là giáo sư Nguyễn Kiến Thiết ...* ***Một đời Ông giữ chữ bằng ĐẠO giữ nghề bằng NGHĨA, và giữ học thuật bằng sự trong sáng của TÂM.***

*** Thưa quý thân hữu và quý bạn đọc.**

- Số báo này phát hành đúng vào ***mùa Lễ Tạ Ơn, nên toàn BBT / Văn Học Mới*** **- chúng tôi kính chúc quí vị vui trọn vẹn với mùa lễ trong tinh thần lạc quan về sức khỏe, trong niềm tin về tương lai . Mong hưởng được Phước Lành và Ân Sũng từ Ơn** ***Trên***

Trân trọng

BBT / Tạp chí Văn Học Mới

HÀ NGUYÊN DU

Nguyễn Kiến Thiết – Sáu Thập Niên Lặng Lẽ Gìn Giữ Linh Hồn Văn Học Nam Bộ

I. Dẫn nhập – Từ ngọn đuốc thầy trò đến dòng chảy học thuật Việt Nam

Với hơn nửa thế kỷ *Văn Học Hải Ngoại*, ít ai lặng lẽ mà bền bỉ như Giáo sư *Nguyễn Kiến Thiết*. Ông không ồn ào, không tranh luận, không khoe học vị, mà để chữ nghĩa ***tự tỏa sáng qua nghiệp viết và đời sống.***

Ông thuộc về thế hệ "**người gìn hồn - giữ lửa**" – những Nhà giáo của Văn Khoa Sài Gòn, những học giả đã mang theo ký ức tri thức vào ***dòng chảy di dân,*** để tiếng Việt không chết theo nhận thức của thế hệ sau.

Với Ông, Viết là phụng sự, và Tri thức là hành đạo.

II. Một hành trình học thuật sáu thập niên

Sinh tại Huyện Trà Ôn, Tỉnh Vĩnh Long, Giáo sư *Nguyễn Kiến Thiết* tốt nghiệp Đại học Văn Khoa Sài Gòn, *đỗ Cử nhân, Cao học và làm nghiên cứu sinh Tiến sĩ Văn chương Việt Nam (1966 –1974).*

Dưới sự hướng dẫn của GS Thanh Lãng, *ông đệ trình thành công luận án Cao Học Văn Chương* ***"Tánh Cách Đặc Thù Của Ca Dao Miền Nam"*** – một trong những công trình mở đầu cho hướng nghiên cứu **Nam Học** nghiêm túc.

Từ năm 1974, *Giáo sư Nguyễn Kiến Thiết* giảng dạy tại Đại học Cần Thơ, rồi tiếp tục sự nghiệp tại Montréal, góp phần hình thành *cộng đồng Việt có học thuật hẳn hòi.*

Hơn ba mươi năm sau, ông vẫn giữ cùng tinh thần ấy:
viết như thở, dạy như sống.

III. "Những Mảnh Vụn Văn Học" – Bức mosaic đời chữ
Tác phẩm gồm 350 trang, chia làm hai phần:

Phần I: 31 bài biên khảo – hồi ký – phê bình.
Phần II: Phụ lục – thư văn hữu, thơ Trúc Lan, các bài xướng - họa, nhận định.

Mỗi bài viết là một dấu ấn khắc họa ký ức văn chương:

Chân dung các thầy như Thanh Lãng, Nguyễn Khắc Hoạch, Nguyễn Văn Trung, Đông Hồ..v..v.., hồi ức về Đạo Văn, Hò miền Nam, Thú chơi Câu Đối, và phân tích các giá trị văn hóa dân gian Nam Bộ.

Ở Nguyễn Kiến Thiết, biên khảo không chỉ là phân tích, mà là một *hình thức tri ân và phục nguyên ký ức học thuật.*

Văn phong của ông giản dị mà chính xác, mềm mại mà nghiêm cẩn, kết hợp nhuần nhị giữa lý tính và cảm tính — ***"Hồn Nam Học giữa khung học thuật"*.**

IV. Giá trị nhân bản và tư tưởng – Ngọn lửa Nam ọc không tắt.

Nhà biên khảo Nguyễn Kiến Thiết kế thừa phương pháp ***"chú giải và tư liệu"*** của Văn Khoa Sài Gòn, nhưng *vượt lên bằng nhân tính và lòng hiếu đạo trí thức.*

Nếu Thanh Lãng viết để cứu lương tâm thế hệ, thì **Nguyễn Kiến Thiết viết để giữ linh hồn văn hóa Việt.**

Ông trung thành với nguyên tắc:
"Viết là dạy, và dạy là truyền nhân cách."
Trong bài Từ Dạ Cổ Hoài Lang đến Vọng cổ, ông ***khẳng định:***
"Dân ca là bản trường ca của người dân – nơi tiếng nói, nước mắt, và tâm hồn Nam Kỳ hòa thành ngôn ngữ nghệ thuật
Chính bằng chất giọng ấy – vừa học giả, vừa văn thi nhân
Ông biến những mảnh vụn thành một di sản văn hóa.

V. Truyền lửa cho thế hệ kế thừa Văn Học Mới

Khi Văn Học Mới vinh danh Gs Nguyễn Kiến Thiết, ***đó không chỉ là tri ân một học giả, một văn thi nhân, một nhà biên khảo mà còn là ...' cầu nối tinh thần giữa hai thế hệ '.***

Bên cạnh ông là những cây bút trẻ, đang học từ ông tinh thần *"liêm chính, trung hậu, nhân văn và khai phóng"*.

Ông là bóng mát của một truyền thống học thuật nhân bản, mà ***Văn Học Mới nguyện gìn giữ.***

VI. Kết: Một đóa hoa dại bên đường chữ nghĩa

Giáo sư, nhà văn, nhà thơ, nhà biên khảo Nguyễn Kiến Thiết từng viết:
"Ngạt ngào hoa dại mọc bên đường
Tuy không khoe sắc vẫn đưa hương."

Đời ông, như đóa hoa dại ấy — giản dị mà thơm, khiêm nhường mà sáng.

Trong cơn biến thiên của thời cuộc, ông đã để lại một di sản chữ nghĩa liêm chính, sáng trong và đầy nhân cách.

HÀ NGUYÊN DU
Nov 13 / 2025
4h25 PM /CA

NGUYỄN VĂN SÂM

Bài thơ mừng Số mới Văn Học Mới đặc biệt về người bạn đồng song của tôi. Lâu nay số nào VHM cũng có bài của Nguyễn Kiến Thiết, bài nào cũng ***xuất sắc*** *nói lên những điểm mới hoặc là đính chánh - dầu là rất nhỏ - trong văn học sử VN.*

Xin có bài thơ ***vinh danh con người thầm lặng*** *với văn học hơn cả chục năm sau khi vượt thoát khỏi móng vuốt của phe thắng trận (NVS).*

Bài Thơ Về Nguyễn Kiến Thiết

Ngày xưa anh nổi tiếng khắp miền
Vì yêu văn chương bình dân, viết về đề tài ca dao Miền Nam
Tạp chí Nghiên Cứu Văn học dưới tay anh điều khiển
Bút nghiên lòng, thương nhớ đất phương Nam.
Cha Thanh Lãng nhìn xa, thấu đáo
Thấy tài hoa ẩn khuất trong anh
Trao tay sứ mạng, dặn dò chân thành:
"Hãy nối nhịp cầu văn hóa sáng ngời."
Đường trước mặt bao la, rộng mở
Nay, Nguyễn Kiến Thiết giữ mãi lòng son
Dẫu tháng năm dâu bể vẫn còn
Con đường anh vạch ngày xưa thắm mãi giữa lòng người.
Nơi xứ mới, Canada
Và trên các tạp chí Văn Học Mới, Ngôn Ngữ của California.

NGUYỄN VĂN SÂM

(bài thơ viết vội cho số Đặc biệt về Nguyễn Kiến Thiết, ngày 16 tháng 11, năm 2025)

NGUYỄN VĂN SÂM

NỢ VĂN CHƯƠNG

Nguyễn Kiến Thiết là sinh viên Tiến Sĩ từ năm 1974, là nhân vật quan trọng của *Tập San Văn Học*, của Tạp chí *Nghiên Cứu Văn Học,* tờ báo mà LM Thanh Lãng, thầy tôi, đỡ đầu và coi như cơ quan phát huy những nghiên cứu văn học của sinh viên Trường Đại Học Văn Khoa Sài Gòn ở thập niên 70, cũng như của đông đảo độc giả miền Nam.

Anh hoạt động hăng say trong các cơ quan báo chí của những hội đoàn ở nơi anh ở từ khi ra ngoại quốc 1989 đến giờ. Và tôi tin rằng từ nay anh sẽ viết nhiều hơn nữa về những kỷ niệm đời anh – *"Mảng hồi ức thuở học trò từ lớp Vỡ lòng cho đến khi lên Đại học, lúc đã làm thầy cũng như về những vấn đề mình tâm đắc"*.

Cuốn *Những Trang Văn Đời Tôi* là tập hợp những bài viết của Nguyễn Kiến Thiết về nhiều vấn đề, từ những kỷ niệm với người cha tài hoa từng là thầy giáo, một người soạn tuồng cải lương, một người diễn viên, tới hai người thầy để nhiều ấn tượng trong đời anh là nhà thơ Đông Hồ và LM Thanh Lãng. Với ai anh cũng nhắc bằng những lời tôn kính, biết ơn, thân thiết. Anh viết về những người bạn, những người sống chung quanh anh - mà người ngoài không thể nào biết được, như chuyện cậu Hai câu được con cá cả 2 tạ, sau nầy mợ Hai bỗng nhiên ngã ra chết; chuyện chú Tư nọ câu được con cá da láng đen, nặng tới 3 tạ, sau nầy anh té dừa trở thành bán thân bất toại… Tôi, và chắc người đọc ở thành phố, thích đọc những chuyện như vậy như ngày xưa Sơn Nam được đón nhận nồng nhiệt cuốn *Vọc Nước Giỡn Trăng*.

Xin trích một đoạn Nguyễn Kiến Thiết nói về Đông Hồ, tôi nghĩ là anh đã cung cấp cho người đời hình ảnh cụ thể về người thi sĩ lừng danh gốc đất Hà Tiên, mà không phải ai cũng biết:

Năm 1964, Thầy được mời dạy tại ĐHVKSG. Ngoài sự tao nhã, Thầy còn tỏ ra nghiêm khắc trong cách đặt câu, dùng chữ, hun đúc cho đám môn sinh tình-yêu-tiếng-Việt, yêu cái quốc hồn quốc túy như thầy đã từng chịu ảnh hưởng thi hào Ấn Độ R.Tagore: "Có yêu tiếng mẹ đẻ thì chúng ta mới vỡ trí khôn ra". Nhà giáo Đông Hồ đến giảng đường ĐHVKSG có dáng dấp một nhà thơ, một văn nhân nên lớp học lúc nào cũng chan hòa ý thơ, là "nguồn thơ bất tận", "ý thơ tuôn trào". Tôi học được nơi thầy Đông Hồ tấm gương tự học không ngừng, cách đặt câu dùng chữ, viết đúng chánh tả và tình-yêu-tiếng-Việt.

Anh nói về Thú Chơi Sách, Thú Mua Sách, về cuộc đời vươn lên từ một người ở tỉnh lẻ, việc học khó khăn, bắt đầu bằng những bước cố gắng tuyệt cùng để trở thành sinh viên Tiến Sĩ ban Việt Văn năm 1974, và con đường trở thành giảng viên ở Đại Học Văn Khoa và Sư Phạm Cần Thơ, một Đại Học có thể là một trong những cái nôi văn hóa của nước Việt Nam Cộng Hòa trước đại hồng thủy 1975 coi như đã được định.

Nguyễn Kiến Thiết là người tình cảm, anh nhớ ơn những người đã gián tiếp, trực tiếp tạo nên con người anh như hiện tại, lòng chơn thành phát xuất ra bằng những lời từ tận đáy lòng:

Bây giờ trong tôi còn đọng lại những thứ đáng nhớ, đáng trân trọng là công ơn cha mẹ cao như núi, rộng tợ sông, là ơn thầy nghĩa bạn. Rồi nghĩa cử của những người thân sơ đã mở rộng vòng tay như người lái đò lặng lẽ đưa khách qua sông để tôi tiếp bước con đường đi học mà không hề đòi hỏi một sự đền đáp nào. Thấm nhuần truyền thống đạo lý "Uống nước nhớ nguồn", "Ăn trái nhớ kẻ trồng cây", tôi luôn canh cánh bên lòng bởi ơn sâu nghĩa nặng của cha mẹ, của thầy học, của một số người thân và bạn hữu. Bây giờ dẫu muốn đền đáp cũng chưa trọn vẹn và biết lấy lượng nào đong! Giờ đây tôi chỉ biết thắp nén hương lòng để tưởng nhớ đến song thân, đến thầy học, đến các vị ân nhân đã về miền tiên cảnh.

Điểm đặc biệt là anh viết về nghề thầy giáo, tại sao người ta vào nghề nầy nhiều… Với vốn ca dao nhiều năm sưu tầm, tìm hiểu - vốn là đề tài Cao Học của anh - quyển sách *Những Trang Văn Đời Tôi* thỉnh thoảng được anh điểm xuyết bằng vài ba câu ca dao ngộ nghĩnh, hoặc đã xưa cũ, hoặc vừa mới sáng tác sau nầy, khiến việc đọc trở nên vô cùng thích thú. Chẳng hạn câu chê người học trường Sư Phạm thời Pháp thuộc:

Dưa leo chấm với cá kèo

Chuột chạy cùng sào mới học Nọt-man.

Và người học Sư Phạm lúc đó biện hộ cho mình, gián tiếp chê lại những kẻ học Trường Thông Ngôn, Hậu Bổ để sau nầy làm thầy thông, thầy ký:

Dưa leo chấm cá thòi lòi
Con em nhà nòi, mới học Nọt-man.

Chắc bạn đọc cũng như tôi, cảm thấy vui vui khi đọc bài *Vè Thịt Chó* mà Nguyễn Kiến Thiết sưu tầm được. Bài nầy cũng như bài *Vè Uống Rượu* do Trương Vĩnh Ký giới thiệu lần đầu tiên, vừa có tính chất tả thực vừa mang khôi hài tính để cảnh tỉnh đối tượng mà tác giả hướng về: Những người ăn thịt chó, những thần men:

Nghe vẻ nghe ve / Nghe vè thịt chó
Đứa nào chịu khó / Bắc nước, cạo lông
Đứa nào ở không / Đi mua đồ nấu
(Ớt, đường, tương, đậu / Bột nghệ, củ hành...)
Đứa nào xấu xấu / Xắt sả nạo dừa
Đứa nào không ưa / Thì đi chỗ khác...
Một ly nhâm nhi tình bạn / Hai ly trút cạn nỗi sầu
Ba ly mũi chảy tới râu / Bốn ly ngồi đâu gục đó
Năm ly **cho chó ăn chè** */ Sáu ly ai nói nấy nghe*
Bảy ly làm xe lội nước / Tám ly vợ rước về nhà
Chín ly đi đời nhà ma...

Ta đọc cuốn sách mỏng của Nguyễn Kiến Thiết để cảm nhận một tâm hồn trong sáng, thuần hậu, biết nhớ ơn người, nhớ ơn đời, biết thưởng thức và ghi nhận các hoạt cảnh đồng quê Việt Nam, cũng như thích thú vì mình nhơn đó được biết thêm hay nhớ lại những câu ca dao, bài vè, một loại văn chương đặc biệt thuần Việt...

Nguyễn Văn Sâm
- Victorville, CA, April 2021

NGUYỄN VY KHANH

NGUYỄN KIẾN THIẾT "SỐNG VÀ VIẾT" CHO VĂN HỌC VÀ MIỀN NAM

Nguyễn Kiến Thiết (1945, Vĩnh Long -), bút hiệu Trúc Lan, Tuấn Trung, cựu giáo chức trung và đại học trước 1975 và là thuyền nhân định cư tại Montréal - Canada từ năm 1989. Năm 1972, ông đã đệ trình *Tánh Cách Đặc Thù Của Ca Dao Miền Nam* - luận án Cao Học Văn Chương Việt Nam tại Đại học Văn Khoa Sài Gòn. Nhiều năm sau ông đã xuất bản tập *Nguyễn Đăng Gia Phả* (cùng bào đệ Nguyễn Trọng Dũng; NXB Thuận Hóa-Huế, 2021) cùng năm với tập bút ký *Những Trang Văn Đời Tôi* (Văn Học Mới, 2021), và gần đây là tác phẩm *Những Mảnh Vụn Văn Học* (Văn Học Mới, 2025). Trong *Văn-Học Việt-Nam 50 Năm Hải-Ngoại* (Tổng quan; Toronto: Nguyễn Publishing, 2025), chúng tôi đã xếp tác giả Nguyễn Kiến Thiết trong số những nhà biên khảo và bút ký văn học.

Những Trang Văn Đời Tôi là tác phẩm đầu tiên xuất bản tại hải ngoại và là tác phẩm thứ ba đã xuất bản của nhà giáo. Tập sách gồm 25 bài viết và hồi ức về các sinh hoạt văn hoá và báo chí từ trước 1975 ở quê nhà cho đến gần đây ở Canada. Một số thơ của Trúc Lan - bút hiệu khác của tác giả, tô điểm thêm "những trang văn". Đây là một loại "sống và viết", được tác giả cho biết trong Lời Tựa: "*Quyển sách nầy được ra đời trong cảnh chợ chiều của sách vở, trong cảnh đời chiều của tác giả. Mảng ký ức "ôn cố" nầy được tái hiện nhằm tìm người* đồng điệu đồng cảm *mà ít ra cũng có một số độc giả thấy bóng dáng mình thấp thoáng đâu đó. Do yêu cầu của hồi ức, người viết bắt buộc phải đề cập đến "Cái tôi đáng ghét" cũng như sử dụng* ngôn ngữ / phương ngữ đặc sệt Nam Kỳ Lục tỉnh *để thể hiện tình yêu quê hương xứ sở*"...

"*Nội dung tập sách nầy nhằm ghi lại mảng hồi ức thuở học trò từ lớp Vỡ lòng cho đến khi lên Đại học, lúc đã làm thầy cũng như về những vấn đề mình tâm đắc. Trong số những vấn đề tôi tâm đắc nhứt phải kể đến là những kỷ niệm không thể nào quên và lòng biết ơn sâu xa đối với cha mẹ (Ba Tôi, Má Tôi), cũng như thầy học ở trường làng (Tết Thầy) và ở Đại học (thi sĩ Đông Hồ, Giáo Sư Thanh Lãng). Tiếp theo là những hồi ức về Kỷ niệm buồn vui nghề báo, những kỷ niệm đáng nhớ trong đời về một số văn thi hữu và bè bạn tâm giao (…) Rồi một số hồi ức về Thú mua sách, Thú đọc sách, vài mẩu chuyện dân gian Nam Kỳ Lục tỉnh, từ Dạ cổ hoài lang đến Vọng cổ, một vở cải lương, những kỷ niệm đong đầy 20 năm thành lập Hội Giáo chức, …".*

Đó là những hồi ức "*của một thời quá khứ mà người viết cố gắng tái hiện lại bởi trí nhớ còm cõi đã bị bào mòn theo năm tháng. Người viết muốn thể hiện tình yêu quê hương - một thứ tình yêu ruột thịt, thiêng liêng cao cả. (…) Đây là chuyện có thật, người thật việc thật, kể cả nhân danh địa danh. Qua các chuyện kể có thật nầy, người viết muốn cung cấp phần nào cho văn giới những Tư liệu quý hiếm đã chìm sâu vào quên lãng. Đối với tôi, ký ức thường là vị ngọt, nhưng đôi khi là liều thuốc đắng. Nhưng nếu không có ký ức, không có hoài niệm thì làm sao kích thích sự sáng tạo. Và cuộc đời sẽ vô vị biết bao!*" (tr. 17, 15-16).

Với *Những Trang Văn Đời Tôi*, Nguyễn Kiến Thiết đã đưa người đọc trở về quê nhà, với người thân trong gia đình ông, người Mẹ, người Cha làm thầy giáo và soạn tuồng cải lương, những người bạn thời thơ ấu, thời đi học, … Lên thành phố, cuộc sống sinh viên, vui có mà cũng phải bươn chải, cố gắng, rồi nghề báo, thêm Thú Chơi Sách, Thú Mua Sách, … Thân hữu ở ngoài nước được nói đến như Lê Quang Xuân, Nguyễn Trung Hiếu, Cả Ngố Họ Trịnh, Lê Quốc, v.v. Những hồi-ức thực sự lôi cuốn người đọc nhưng nếu tác giả diễn bày, xếp đặt chúng theo thứ tự chuỗi thời gian dù không nhất thiết liên tục thì độc giả theo dõi dễ dàng hơn và tác giả cũng tránh được việc phải lặp lại nhiều lần các chi tiết hoặc câu chuyện.

Năm 2025, ông xuất bản tập ***Những Mảnh Vụn Văn Học***. Tiếp nối *Những Trang Văn Đời Tôi* nhưng khác hơn, như ông đã cho biết ở đầu tập: "*Phần trọng tâm của cuốn sách, như* *tên gọi của nó, là* góp nhặt, sưu tầm *và* giới thiệu, *phổ biến một số bài viết, "những mảnh vụn văn học" của chính mình cũng như của một vài tác giả khác, về một số vấn đề văn hóa, văn học mà người viết lấy làm tâm đắc. Đây cũng là những "văn bản" cũng như hồi ức của một số tác giả về một số đề tài ít người biết, hoặc đã biết nhưng chưa tường tận hay bị hiểu sai lệch, đã thôi thúc chúng tôi phải giới thiệu; đôi khi cần phải bổ sung, đính chánh những sơ sót trong khả năng, kiến thức hạn hẹp của mình*". Ông cho biết thêm "*Mục đích của chúng tôi là cung cấp một số tư liệu cho những ai hằng lưu tâm đến văn hóa, văn học – đặc biệt cho các nhà viết văn học sử*".

Về mảng văn học Miền Nam Lục-tỉnh, NKT đi sâu vào kho tàng "*văn chương bình dân, ngoài ca dao tục ngữ ba miền đất nước, người viết còn bổ sung ca dao Nam Kỳ Lục Tỉnh*" mà ông đã– "*sưu tầm được "Lời ăn tiếng nói của dân gian" trong những chuyến đi "điền dã" ở các tỉnh miền Tây*", những bộ môn dân ca, "Hò miền Nam", "Câu hát huê tình ở Nam Kỳ", "Câu hát huê tình đối đáp ở Nam Kỳ", "Dạ cổ hoài lang", "Từ Dạ cổ hoài lang đến Vọng cổ", "Thú chơi Xướng-Họa", "Thú chơi Câu Đối", một số ca dao, đồng dao, tục ngữ, v.v.

Phần chúng tôi từ những năm 1994, cũng đã chuyên tâm nghiên cứu về văn học chữ quốc ngữ thời đầu ở Nam-kỳ lục-tỉnh và một số tác giả tiêu biểu cũng như báo chí, … và sau đó đã có nhiều luận án và nghiên cứu về mảng này ở trong nước – một điều mừng cho văn học sử. Nay với *Những Mảnh Vụn Văn Học*, nhiều thể loại và góc cạnh văn học miền Nam khác được NKT, người trong cuộc, "góp nhặt, sưu tầm và giới thiệu" trong từng chi tiết và nguồn cơn cũng như thẳng thắn khi cần như NKT cho biết "*hễ "trung ngôn" thường hay "nghịch nhĩ", dễ gây ngộ nhận, bất đồng, nhưng chúng tôi vẫn muốn nói, vẫn phải nói, nói thẳng nói thật để tìm ra chân lý*". Chúng tôi đã rất thích thú khi được đọc "những mảnh vụn văn học" bình dân và bác học, bổ sung kiến thức về những thể loại cũng như thực tại chúng tôi không biết đến hoặc chưa từng được kinh qua.

Chúng tôi đã đọc và nói chung hoan nghênh công sức

biên luận của tác giả Nguyễn Kiến Thiết. Với tư cách độc giả, tôi tin tuyển tập hữu ích và sẽ gây thích thú với một số đề tài cũng như tác giả, nhân vật được đề cập - trong số có đề tài vốn ít được quan tâm của độc giả và học giới. Tuyển tập của NKT có những cố gắng, tuy không dễ dàng, đã vượt những trở ngại chủ quan đó.

Tuy vậy, vốn méo mó "nghề nghiệp" nghiên cứu văn-học chúng tôi nhận thấy có những giai đoạn và những vấn đề nhạy bén vẫn chưa được chú tâm và cập nhật. Chúng tôi có những mong mỏi ở NKT công bình hơn, đa dạng hơn cách trình bày hoặc phê phán. Những biên khảo trong nước chẳng hạn về văn-học Miền Nam hay Nam-kỳ Lục-tỉnh dù muốn định vị và đánh giá lại những nền văn-học này, tuy vậy vẫn thấy mây mù của một số định kiến, "nghị quyết". Từ 1994, tôi vẫn theo dõi những nghiên cứu về tiếng Việt, về Hồ Biểu Chánh, Trương Vĩnh Ký, *Gia Định Báo*,… và nhận thấy có nhiều thay đổi, cập nhật quan điểm, nhưng vài thiên kiến, nhìn nhận vẫn như cũ.

Hai giáo sư được ông kính mến nhất là thi sĩ Đông Hồ và Lm. Thanh Lãng. Ông viết về nhà giáo Đông Hồ: *"Đông Hồ là một nhà giáo yêu nghề, một người thầy tuyệt vời. Thầy là tấm gương sáng cho môn đệ noi theo: từ sự cẩn trọng trong cách ăn mặc đến sự mềm mỏng, lịch thiệp trong giao tiếp với bạn bè, đồng nghiệp, văn thi hữu… Ngoài sự tao nhã dễ thấy, đôi khi Thầy còn tỏ ra nghiêm khắc trong cách đặt câu, dùng chữ, hun đúc cho đám môn sinh tình-yêu-tiếng-Việt, yêu cái quốc hồn quốc túy như thầy đã từng chịu ảnh hưởng thi hào Ấn Độ, R.Tagore: "Có yêu tiếng mẹ đẻ thì chúng ta mới vỡ trí khôn ra" (…) Nhà giáo Đông Hồ đến giảng đường ĐHVKSG còn có "dáng dấp một nhà thơ, một văn nhân nên lớp học lúc nào cũng chan hòa ý thơ, là nguồn thơ bất tận, ý thơ tuôn trào!"* (*NTVĐT*, tr. 80, 81, 82,…)

Giáo sư Thanh Lãng được ông viết bốn bài trong *Những Mảnh Vụn Văn Học*: "Giáo Sư Thanh Lãng - Thầy Tôi", "Vụ án "Đạo văn" của LM Thanh Lãng", "Thanh Lãng - nhà văn hoá bị quên lãng", "Về cái chết của LM Thanh Lãng". GS Nguyễn Văn Trung cũng được ông ghi lại những dòng trân trọng cùng bài phát biểu tại Lễ tang ("Vĩnh biệt Giáo sư Nguyễn Văn Trung"). Khi nghiên cứu về văn học Công-giáo và nhìn lại sự nghiệp của Lm. Thanh Lãng qua các công trình biên khảo, phê bình và văn-học sử, và của GS Nguyễn Văn Trung, chúng tôi cũng đã dự cảm những ám ảnh, khó khăn và khúc mắc của thân phận người Công-giáo làm văn học và văn hóa, và đã nghiệm thấy ở trường hợp hai vị.

Các khuôn mặt văn hóa khác được nói đến gồm GS Nguyễn Khắc Hoạch (tức nhà thơ Trần Hồng Châu), tác giả Nguyễn Bá Thế ("Nhà sưu khảo Nhất Tâm Nguyễn Bá Thế", "Nguyễn Bá Thế - Nhà văn hóa bị bỏ quên"), Trần Văn Khê, Tăng Hưng, Nguyễn Văn Sâm ("NVS, Người đầu tiên giới thiệu và chú giải truyện thơ *U Tình Lục*"), Nguyễn Vy Khanh (với "*Văn Học Quốc Ngữ Thời Đầu & Miền Nam Lục Tỉnh*"),...

Về phần Nguyễn Kiến Thiết có các chương "Chuyện "In lậu sách" của Nguyễn Kiến Thiết", "Mùa Xuân tôi giảng thơ văn Nguyễn Đình Chiểu", ...

Chương "Kỷ niệm buồn vui nghề báo" qua đó, người đọc được biết Nguyễn Kiến Thiết từng là Chủ bút ***Tập San Văn Học*** (Nhóm Văn Học Việt Nam ĐHVKSG) xuất bản những năm 1967-1974**. Đặc biệt, ông** còn là "Tổng thơ ký toà soạn" của ***Nghiên Cứu Văn Học*** là một nguyệt san nghiên cứu và phê bình văn học, xuất bản vào ngày 15 mỗi tháng, thiên về phần nghiên cứu hơn là phê bình. Tập san do linh mục Thanh Lãng chủ trương và làm chủ nhiệm, Thế Nguyên là thư ký toà soạn và số đầu tiên ra tháng 11-1967 đến số 10 (tháng 11-1968) thì ngưng. *Bộ mới* tục bản vào tháng 3-1971, Nguyễn Kiến Thiết thay Thế Nguyên làm Tổng thơ ký toà soạn; thêm phần sáng-tác, đánh số lại từ đầu, thay đổi mẫu bìa, lúc này là tạp chí nghiên cứu, phê bình, sáng tác, sinh hoạt văn học. Linh-mục Thanh Lãng vẫn làm chủ-nhiệm nhưng ban biên-tập ngoài Nguyễn Đăng Thục, Nguyên Sa, Toan Ánh, Phạm Việt Tuyền, Bình Nguyên Lộc, Thái Bạch, Sơn Nam,... phần còn lại là sinh viên đã tốt nghiệp ban Việt Văn và Việt Hán như Vũ Văn Kính, Huỳnh Minh Đức, Phạm Văn Song, Vũ Đức Sao Biển,...; và sau số 16 (15-6-1972) thì đình bản hẳn. Với tư cách Tổng thơ ký toà soạn, NKT ngoài việc viết còn vận động người viết bài và chủ động những cuộc phỏng vấn. Chẳng hạn các buổi nói chuyện của các nhà văn như Nhật Tiến, Tam Lang và Nguyễn Thị Hoàng. Riêng Nguyễn Kiến Thiết đã đăng trên NCVH hai phần của luận án: Những Nét Đặc Thù Về Thể Văn và Thể Ca trong Ca Dao Miền Nam (b.m. số 7, 9-1971) và Câu Hát Huê Tình (b.m. số 8, 10-1971).

Nơi xứ người Gia-nã-đại, chị NKT và bà nhà tôi một thời làm việc cùng một hãng điện tử, hai chúng tôi thì quen biết nhau sau và trở nên thân thiện khi cùng sinh hoạt trong Gia đình cựu giáo chức Việt Nam ở Québec và sau này cộng tác với một số tạp chí văn học ở Bắc Mỹ. Với một số quan tâm về văn học và miền Nam lục-tỉnh, chúng tôi đã hơn một lần trao đổi và đồng thuận về một số quan điểm, cách nhìn. Và vui hơn nữa có anh đi cùng đường nghiên cứu văn học và đặc biệt phần Miền Nam Lục-tỉnh.

Gấp tuyển tập lại, phải công bình nói rằng những mong muốn học thuật chúng tôi vừa nói thật ra là những vấn đề tự-thân hoặc là những khó khăn của tình cảnh chung và lớn hơn. Riêng nghiên cứu *Những Mảnh Vụn Văn Học* của Nguyễn Kiến Thiết mà độc giả đang có trong tay là một công trình đáng trân quý và nên được phổ biến ở hải-ngoại cũng như trong nước. Ước gì các học giả và những nhà nghiên cứu quan tâm lên tiếng. Chúc nhà Việt học và Nam-kỳ học Nguyễn Kiến Thiết vững tiến trên đường học thuật.

Nguyễn Vy Khanh
- Toronto, 7-11-2025

NGUYỄN VY KHANH
GIỚI THIỆU TẬP SÁCH *NHỮNG MẢNH VỤN VĂN HỌC CỦA NGUYỄN KIẾN THIẾT*

*Nhận được lời mời giới thiệu **Những Mảnh Vụn Văn Học**, công trình văn-học mới của anh Nguyễn Kiến Thiết (NKT), trong lúc đang bị "cơn sốt" 50 năm văn-học hải-ngoại, hôm nay mới trễ tràng có đôi dòng ghi nhận gửi anh.*

Tuyển tập Những Mảnh Vụn Văn Học được xem là tiếp nối tập Những Trang Văn Đời Tôi mà NKT gọi là "mảng hồi ức thuở học trò từ lớp Vỡ lòng cho đến khi lên Đại học, lúc đã làm thầy cũng như về những vấn đề mình tâm đắc". Tiếp nối nhưng khác hơn, như NKT đã cho biết ở đầu tập: "Phần trọng tâm của cuốn sách, như tên gọi của nó, là góp nhặt, sưu tầm và giới thiệu, phổ biến một số bài viết, "những mảnh vụn văn học" của chính mình cũng như của một vài tác giả khác, về một số vấn đề văn hóa, văn học mà người viết lấy làm tâm đắc. Đây cũng là những "văn bản" cũng như hồi ức của một số tác giả về một số đề tài ít người biết, hoặc đã biết nhưng chưa tường tận hay bị hiểu sai lệch, đã thôi thúc chúng tôi phải giới thiệu; đôi khi cần phải bổ sung, đính chánh những sơ sót trong khả năng, kiến thức hạn hẹp của mình". Ông cho biết thêm "Mục đích của chúng tôi là cung cấp một số tư liệu cho những ai hằng lưu tâm đến văn hóa, văn học – đặc biệt cho các nhà viết văn học sử".

Chúng tôi đã đọc và nói chung hoan nghênh công sức biên luận của tác giả NKT. Với tư cách độc giả, tôi tin tuyển tập hữu ích và sẽ gây thích thú với một số đề tài cũng như tác giả, nhân vật được đề cập - trong số có đề tài vốn ít được quan tâm của độc giả và học giới.

Tuy vậy, vốn méo mó "nghề nghiệp" nghiên cứu văn-học chúng tôi nhận thấy có những giai đoạn và những vấn đề nhạy bén vẫn chưa được chú tâm và cập nhật. Chúng tôi có những mong mỏi ở NKT công bình hơn, đa dạng hơn cách trình bày hoặc phê phán. Những biên khảo trong nước chẳng hạn về văn-học miền Nam hay Nam-kỳ lục-tỉnh dù muốn định vị và đánh giá lại những nền văn-học này, tuy vậy vẫn thấy mây mù của một số định kiến, "nghị quyết". Từ 1994, tôi vẫn theo dõi những nghiên cứu về Hồ Biểu Chánh, Trương Vĩnh Ký, Gia Định Báo,... và nhận thấy có nhiều thay đổi, cập nhật quan điểm, nhưng vài thiên kiến, nhìn nhận vẫn như cũ.

Mặt khác, trong nghiên cứu về Văn-Học Việt Nam 50 Năm Hải-Ngoại, chúng tôi có nhận xét rằng có nhiều biên khảo, tiểu luận mang tính bút ký và cả hồi ký hơn là nghiên cứu khoa học. Tuyển tập của NKT có những cố gắng, tuy không dễ dàng, vượt những trở ngại chủ quan đó. Xin phép góp ý về hai bài: "Nguyễn Văn Sâm - Người đầu tiên giới thiệu và chú giải truyện thơ U Tình Lục": ông là người đầu tiên chú giải thì đúng, nhưng giới thiệu, phân tích nội dung và hình thức thì đã có những Nguyễn Khuê (Chân Dung Hồ Biểu Chánh, 1974) và Bùi Đức Tịnh (Những Bước Đầu của Báo Chí, Tiểu Thuyết và Thơ Mới, 2-1975),... đi trước từ nhiều thập niên. Bài sau, "Về Vụ án "Đạo văn" của LM Thanh Lãng và chuyện "In lậu sách"" thì vì chưa hề có phán quyết của Tòa cao hơn, thì bản án ngày 22-9-1972 của Tòa Sơ Thẩm Sài-Gòn theo thông lệ phải được xem là bản án chính.

Gấp tuyển tập lại, phải công bình nói rằng những mong muốn học thuật chúng tôi vừa nói thật ra là những vấn đề tự-thân hoặc là những khó khăn của tình cảnh chung và lớn hơn. Riêng nghiên cứu Những Mảnh Vụn Văn Học của Nguyễn Kiến Thiết mà độc giả đang có trong tay là một công trình đáng trân quý và nên được phổ biến ở hải-ngoại cũng như trong nước. Ước gì các học giả và những nhà nghiên cứu quan tâm lên tiếng.

Chúc nhà Việt học và Nam-kỳ học Nguyễn Kiến Thiết vững tiến trên đường học thuật.

3-7-2025

Nguyễn Vy Khanh

NGUYỄN KIẾN THIẾT
ĐÔI LỜI MINH XÁC CÙNG NHÀ PHÊ BÌNH VĂN HỌC NGUYỄN VY KHANH

***Lời người viết:** *Theo lẽ thường, khi nhận định, phê bình một tác phẩm, ai nấy đều có xu hướng "khen hết lời" và "kiệm tiếng chê". Nghĩa là họ "mặc áo thụng vái nhau" vì đọc chưa kỹ hoặc sợ mất lòng nhau. Đôi khi sự thẳng thắn góp ý của người phê bình (theo yêu cầu của tác giả), dầu rằng với tinh thần xây dựng, khách quan vẫn bị phản tác dụng! Đối với tôi, nếu ai phát hiện được những sai sót trong tác phẩm của mình "với tinh thần xây dựng, khách quan", tôi sẽ vô cùng biết ơn và trân quý tấm lòng của họ. Đặc biệt đối với những góp ý "có lý có tình", những phản hồi tích cực "nói có sách mách có chứng", tôi sẽ thành tâm lắng nghe để học hỏi và sửa chữa. Nói khác đi sẽ "tâm phục khẩu phục" khi nhận ra chân lý.*

Người viết may mắn được hai đồng môn Văn Khoa Sài Gòn đã lần lượt nhận viết Lời giới thiệu sách của mình: một là nhà văn, nhà Nam Kỳ học Nguyễn Văn Sâm đã giới thiệu quyển *Những Trang Văn Đời Tôi;* hai là nhà phê bình văn học Nguyễn Vy Khanh qua tác phẩm *Những Mảnh Vụn Văn Học.* Trong bài nầy, chúng tôi muốn **minh xác với nhà phê bình Nguyễn Vy Khanh** qua việc giới thiệu tập sách *Những Mảnh Vụn Văn Học* do nhà Văn Học Mới Hoa Kỳ ấn hành tháng IX.2025.

Giới thiệu một tác phẩm là công việc đòi hỏi nhiều thời gian và công sức để *đọc* và *viết* – đặc biệt đối với một tác phẩm biên khảo văn học. Phải là người có kiến thức bao la, có căn bản học thuật, với luận điểm vững chắc – nhứt là có **tư duy phê phán** nhạy bén, công bằng. Từ đó, nhà phê bình sẽ phân tích ưu điểm và nhược điểm (nếu có) của tác phẩm với luận cứ chắc nịch để xác định *giá trị đúng mức* và gợi ý hoặc khuyến nghị cho độc giả về việc đọc cuốn sách nầy. Nguyễn Vy Khanh đã hội đủ những yếu tố dẫn trên của một nhà phê bình văn học có tầm cỡ mà tên tuổi của ông đã rực sáng trên văn đàn hải ngoại từ hơn ba thập niên nay. Trong quá khứ đã có nhà phê bình mặc áo thụng vái nhau *sát đất*; có người kết hợp khen/chê có chừng mực với tinh thần xây dựng; cũng có người vạch lá tìm sâu chỉ trích nặng nề vô căn cứ gây mất hòa khí, làm vẩn đục không khí văn hóa. Thật ra nhà phê bình có quyền và đôi khi phải lên tiếng mạnh mẽ, nêu bật cái đúng cái sai để bảo vệ luận điểm của mình. Người viết vì quá "trung ngôn" đôi khi đã góp ý thẳng thắn một số tác giả nên dễ gây hiểu lầm, ngộ nhận và "nghịch nhĩ".

Về trường hợp cuốn *Những Mảnh Vụn Văn Học*, trước hết nhà phê bình Nguyễn Vy Khanh đã nêu ra những *ưu điểm*: "*Chúng tôi đã đọc và nói chung* ***hoan nghênh công sức biên luận*** *của tác giả NKT. Với tư cách độc giả, tôi tin tuyển tập hữu ích và sẽ gây thích thú với một số đề tài cũng như tác giả, nhân vật được đề cập - trong số có đề tài vốn ít được quan tâm của độc giả và học giới"*. Ông cũng không quên xác định *giá trị quyển sách* và gợi ý độc giả tìm đọc: *"Riêng nghiên cứu Những Mảnh Vụn Văn Học của Nguyễn Kiến Thiết mà độc giả đang có trong tay là một* ***công trình đáng trân quý*** *và nên được phổ biến ở hải-ngoại cũng như trong nước. Ước gì các học giả và những nhà nghiên cứu quan tâm lên tiếng"*.

Tuy nhiên, một viên ngọc dầu quý giá đến đâu cũng không tránh khỏi tì vết; một tác phẩm giá trị vẫn còn một số hạn chế nhứt định. Do vậy, Nguyễn Vy Khanh đã góp ý về hai bài: "*Nguyễn Văn Sâm - Người đầu tiên giới thiệu và chú giải truyện thơ U Tình Lục". Bài sau, "Về Vụ án "Đạo văn" của LM Thanh Lãng và chuyện "In lậu sách"*... Chúng tôi muốn lên tiếng với nhà phê bình Nguyễn Vy Khanh về hai bài dẫn trên.

-Về bài 1, Nguyễn Vy Khanh viết: "*Ông* [Nguyễn Văn Sâm] *là người đầu tiên chú giải thì đúng, nhưng giới thiệu, phân tích nội dung và hình thức thì đã có những Nguyễn Khuê (Chân Dung Hồ Biểu Chánh, 1974) và Bùi Đức Tịnh (Những Bước Đầu của Báo Chí, Tiểu Thuyết và Thơ Mới, 2-1975),... đi trước từ nhiều thập niên"*. Từ góp ý của Nguyễn Vy Khanh, tôi muốn chỉnh sửa đoạn văn nầy như sau: "***Nguyễn Văn Sâm – người đầu tiên giới thiệu và chú giải truyện thơ U Tình Lục rất công phu, phân tích đầy đủ nội dung, hình thức và in thành sách***

hẳn hoi với tựa đề mới Kể Chuyện Tình Buồn/Hồ Biểu Chánh. Trong tập sách dầy 228 trang nầy, ông chép đầy đủ 1790 câu thơ "thượng lục hạ bát" cộng với 761 chú giải chứng tỏ sự cần cù mẫn cán và kiến thức uyên bác của nhà Nam Kỳ học".

Tôi cũng muốn xác định, **trước** cả hai ông Nguyễn Khuê và Bùi Đức Tịnh, từ **năm 1971 đã có** Phạm Việt Tuyền giới thiệu cũng như phân tích nội dung, hình thức truyện thơ *U Tình Lục* rồi. Bài khảo cứu của Phạm Việt Tuyền dài 28 trang tựa đề "***Đọc truyện diễn ca U Tình Lục***" đăng trên *Nghiên Cứu Văn Học* số 2, tháng 4/1971 (tr.85-112). Nhưng phần "giới thiệu" của ba ông Phạm – Nguyễn – Bùi chỉ là một chương ngắn trong các tập sách hoặc một bài báo. Cả ba ông đều **chưa in thành một quyển sách vài trăm trang cũng như không chép đầy đủ 1790 câu thơ lục bát.**

-Về bài 2, tôi tán đồng nhận định của Nguyễn Vy Khanh: "***Vì chưa hề có phán quyết của Tòa cao hơn, thì bản án ngày*** *22-9-1972 của Tòa Sơ Thẩm Sài-Gòn theo thông lệ phải được xem là bản án chính*". **Tưởng cần phải nói thêm "bản án ngày 22-9-1972", Tòa Sơ** Thẩm Sài Gòn (Tòa dưới) đã xử hai ông "đạo văn" phải đền LM Thanh Lãng "*1 đồng bạc danh dự*". Nhưng hai ông "đạo chích" có chịu đền hay không, và có "chống án lên tòa trên" hay không, xin để "hạ hồi phân giải". Nghe nói về sau LM Thanh Lãng vô cùng chán nản, phần vì không đủ tiền trả luật sư nên đành bỏ cuộc! Nhìn chung, qua vụ án "đạo văn" nầy, các ông "đạo văn" Nguyễn Tấn Long – Phan Canh đã thắng lớn về *lợi* và *dan*h. Với hệ thống phát hành sách quy mô trên toàn quốc của nhà xuất bản Sống Mới, các ông "đạo chích" đã chia nhau một số tiền khá lớn bởi sách bán chạy như tôm tươi. Sách đạo văn của họ "*được bày ở thư viện Quốc Gia, tên* [của họ] *được ghi vào niên giám văn nghệ sĩ Việt Nam"* (1). Mặt khác các đấng văn hóa nầy còn được xếp vào hàng ngũ "nhà viết văn học sử", cùng một chiếu với LM Thanh Lãng trong một Luận án Tiến sĩ (2). Trường hợp nầy giống như bộ ***Từ Điển Nhân Vật Lịch Sử Việt Nam*** do một mình ông Nguyễn Bá Thế dày công biên soạn ròng rã suốt 20 năm được "nhà văn hóa" Nguyễn Q. Thắng - Giảng viên Đại học Cần Thơ, có công trong việc "chạy lo giấy phép, lo vốn in, v.v..." để xuất bản. Oái oăm thay đồng tác giả theo thứ tự là Nguyễn Q. Thắng - Nguyễn Bá Thế (Ông Thắng đứng trước ông Thế, có nghĩa ông Thắng là người biên soạn chánh).

Tóm, chúng tôi xin dẫn nhận định của nhà phê bình Nguyễn Hưng Quốc để kết thúc bài viết: "*Có thể nói mục tiêu lớn nhất của phê bình không phải là bảo vệ cái trật tự hiện có. Một điều mà nhà phê bình cần làm hơn chính là tranh đấu cho một trật tự mới, cái trật tự vừa mới chớm, chưa được nhiều người thấy và chưa được ủng hộ. Làm công việc đó, nhà phê bình có thể ít nhiều gây ra sự bất an. Nhưng đó không phải là điều đáng lo lắng. Không có bất an thì sẽ không có sáng tạo*" (Nhiệm vụ của nhà phê bình).

"Một lời cũng đã tiếng rằng tương tri". Xin chân thành cám ơn và trân quý tấm lòng của nhà phê bình văn học Nguyễn Vy Khanh rất nhiều.

Nguyễn Kiến Thiết – Montréal, IX.2025

Chú thích:

(1)Thanh Lãng: *Phê bình Văn học thế hệ 1932*. Phong trào Văn Hóa Sài Gòn xuất bản, 1972 (Chương mở đầu: Tại sao xuất bản).

(2)Trần Thị Mỹ Hiền: "*Kiều Thanh Quế trong đời sống nghiên cứu, lý luận, phê bình văn học Việt Nam nửa đầu thế kỷ XX*". Luận án Tiến sĩ Lý luận Văn học, Trường Đại học Khoa học Xã hội và Nhân văn, TP Hồ Chí Minh, 2023. Luận án nầy đã xếp Nguyễn Tấn Long – Phan Canh là "nhà viết văn học sử" với tác phẩm "đạo văn": *Khuynh hướng thi ca tiền chiến – Một biến cố văn học thế hệ 1932-1945*.

HOÀNG XUÂN SƠN
TẶNG NGUYỄN KIẾN THIẾT

*Từ nên yểu điệu trúc lan**
Lời thơ tiếng nhạc vào hàng tôn nghiêm
Nhớ xưa văn vẻ một miền
Bảng đen phấn trắng niềm vương vấn tràn
Gặp đời cũ. mùa. sang trang
Vẫn là tiết tháo của tràng nhân thân
Tặng nhau một phút ân cần
Mai sau trường hải còn ngân mộng đầu

h o à n g x u â n s ơ n
Laval. Quebec. Canada
[ngày lễ Tạ Ơn 2025]

***Trúc Lan**, bút danh của nhà giáo, nhà văn Nguyễn Kiến Thiết; đồng môn Văn Khoa Sài Gòn.

KIẾN HOA
GỞI VĂN THI SĨ, GIÁO SƯ NGUYỄN KIẾN THIẾT

(Trích Kiến Hoa: Bách Linh Nhất Hữu. Tủ Sách Phương Đông, Hoa Kỳ xb. 2022, tr.114).

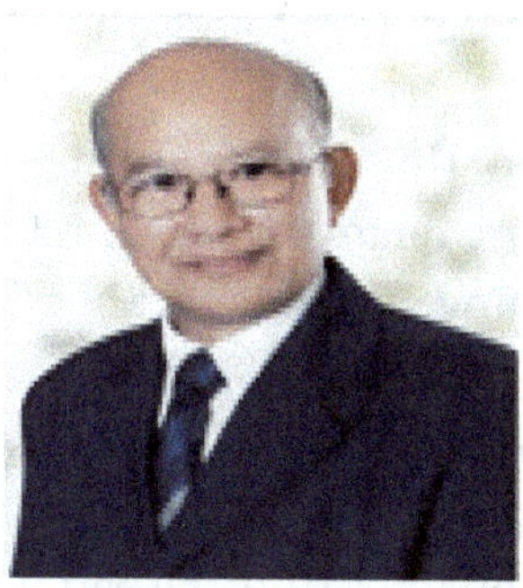

(Gởi văn thi sĩ, giáo sư Nguyễn Kiến Thiết)

Chung ban cùng lớp bạn đồng môn
Sở học văn khoa phủ trọn hồn
Nguyễn nặng tâm văn đăng nghiệp giáo
Kiến tròn vai báo đáo thi ngôn
Thiết lo vận nước buồn luân lạc
Thân dạt xứ người tủi nước non
"Nghiên cứu" phẩm bình "văn học" mới
Cõi lòng thanh thới ấm gia môn.

*** Kiến Hoa VTĐ**

VŨ KHẮC TẾ

NGUYỄN KIẾN THIẾT – NGƯỜI GIỮ NGỌN LỬA TRI THỨC NAM BỘ

(Bài viết cho số đặc biệt "Tri ân Nhà văn, nhà biên khảo Nguyễn Kiến Thiết" – Tạp chí Văn học Mới, số 47)

1. Từ một miền quê lửa đạn đến tấm lòng son với văn chương

Nhà biên khảo Nguyễn Kiến Thiết sinh ra trong một gia đình nông nghiệp tại xã Thuận Thới, quận Trà Ôn, tỉnh Cần Thơ (nay thuộc Vĩnh Long), giữa những năm tháng khốc liệt của chiến tranh Đông Dương.

Tuổi thơ ông gắn liền với cảnh tản cư, đói nghèo, khói lửa và nỗi gian truân của người dân quê.

Thế nhưng, từ trong gian khổ, một tình yêu sâu nặng với đất đai, sông nước và con người Nam Bộ đã được hun đúc.

Chính tình yêu ấy trở thành cội nguồn cảm hứng suốt đời của ông – một học giả, một người viết, một người con của vùng đất trù phú mà bao phen dâu bể.

Từ chiếc cầu khỉ, giàn mướp, cánh đồng lúa vàng đến dòng sông hiền hòa của tuổi thơ, tất cả đã trở thành chất liệu sống động trong văn nghiệp của Nguyễn Kiến Thiết: vừa dân dã, vừa uyên áo, vừa là ký ức vừa là minh triết.

2. Học giả – người gieo chữ giữa phù sa văn hóa

Nguyễn Kiến Thiết từng theo học tại Đại học Văn khoa Sài Gòn, và được biết đến qua luận án "Tánh cách đặc thù của ca dao miền Nam" – một công trình nghiên cứu có giá trị tiên phong trong việc lý giải đặc điểm ngôn ngữ, thi pháp và tâm lý dân gian vùng Nam Bộ.

Trước năm 1975, ông giảng dạy tại Đại học Cần Thơ, nơi ông truyền cảm hứng cho bao thế hệ sinh viên yêu văn hóa dân gian.

Không chỉ là nhà giáo, ông còn là người biên khảo tận tụy,

viết nhiều bài nghiên cứu, khảo cứu, phê bình và tùy bút đăng trên các tạp chí trong và ngoài nước: Nghiên Cứu Văn Học, Nam Kỳ Lục Tỉnh, Người Việt, Sài Gòn Nhỏ, Tống Phước Hiệp, Văn Học Mới…

Với ông, biên khảo không chỉ là nghiên cứu, mà là một hành động lưu giữ bản sắc, một cách gìn giữ linh hồn của quê hương bằng con chữ.

Ngòi bút ông thấm đẫm hơi thở đời sống, nơi mỗi dòng chữ là một giọt phù sa của văn hóa miền sông nước.

3. Văn chương – ký ức và nhân bản

Nguyễn Kiến Thiết thường kể lại những câu chuyện tưởng như nhỏ bé: giăng câu, bắt cá, làm bánh xèo, bông điên điển, cây bần, giọng hò, tiếng gọi của sông Hậu...

Nhưng trong những trang viết ấy, hiện lên một không gian văn hóa rộng lớn – nơi con người sống chan hòa với thiên nhiên, nơi lao động và yêu thương hòa vào nhau trong những giá trị nhân bản vĩnh hằng.

Văn của ông đậm đặc giọng Nam Bộ, tự nhiên mà tinh tế, dân dã mà sâu lắng, gợi nhớ đến phong vị của Sơn Nam, Bình Nguyên Lộc, Vương Hồng Sển, nhưng vẫn mang nét riêng biệt: trầm tĩnh, thủy chung và đậm chất học giả.

Ở đó, ký ức không chỉ là hoài niệm, mà còn là nguồn sống cho văn chương – nơi quá khứ được hồi sinh bằng ngôn ngữ, và ngôn ngữ được thiêng hóa bởi lòng yêu thương.

4. Người nghệ sĩ của tri thức

Trong hành trình văn học Việt Nam đương đại, Nguyễn Kiến Thiết là một trong những gương mặt hiếm hoi kết hợp nhuần nhuyễn giữa tri thức bác học và tâm hồn bình dị.

Ông không chạy theo thời cuộc, không phô trương học thuật, mà âm thầm vun bồi những giá trị bền vững:

Giữ hồn dân tộc qua ngôn ngữ bình dân.

Khôi phục ký ức văn hóa đang dần phai nhạt.

Tôn vinh nhân cách con người miền Nam – hiền hòa, trọng nghĩa, thủy chung.

Tác phẩm của ông là minh chứng cho một đạo sống văn chương: sống chậm, nghĩ sâu, viết thật, và viết như một hìnhthức tri ân quê hương.

Vì thế, Nguyễn Kiến Thiết không chỉ là nhà biên khảo, mà là người nghệ sĩ của tri thức, người thắp sáng những giá trị thầm lặng của dân gian bằng ánh sáng trí tuệ và lòng nhân hậu.

5. Lời tri ân

Hôm nay, khi nhìn lại hành trình hơn nửa thế kỷ cống hiến, chúng ta hiểu rằng Nguyễn Kiến Thiết đã để lại cho đời một di sản quý báu – di sản của ký ức, của tình người, và của tinh thần học thuật chân chính.

Ông không xây lâu đài chữ nghĩa trên mây, mà gieo hạt trên đất phù sa, để tri thức nảy mầm trong lòng người đọc.

Nếu Sơn Nam là "ông già Nam Bộ" của đất rừng phương Nam, thì Nguyễn Kiến Thiết là người giữ ngọn lửa tri thức của miền sông nước – âm thầm, bền bỉ, không phô trương nhưng sáng mãi.

Xin cúi đầu trước một đời chữ nghĩa khiêm cung mà rực rỡ.

Ngọn đèn học thuật mà ông thắp lên sẽ còn soi sáng lâu dài cho những thế hệ yêu văn chương, yêu quê hương và tin vào sức mạnh của tri thức Việt Nam.

VŨ KHẮC TẾ

VƯƠNG THỊ MAI (Phu nhân của tác giả)
MỘT VÀI CẢM NGHĨ

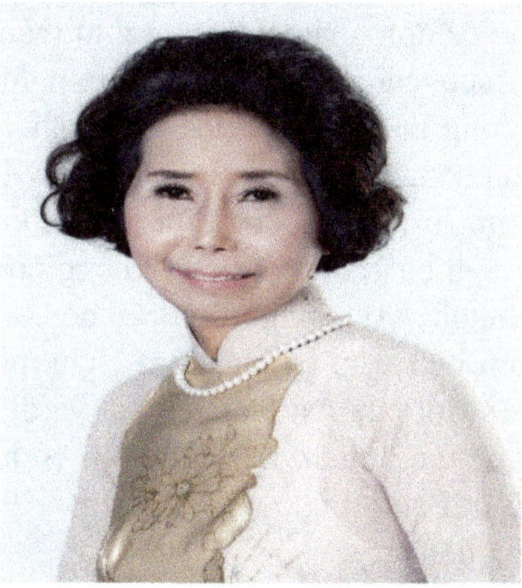

Được tin báo *Văn Học Mới* ra số chủ đề về Anh nên Em mạnh dạn viết lên một vài cảm nghĩ của mình. Đời em vô cùng may mắn và hạnh phúc vì có được người chồng mà em hằng mơ ước. Như em thường nói: "*Em chỉ mong cưới được người chồng có gốc gác miền quê, không giàu có nhưng có chút đỉnh học thức, có ý chí tiến thủ, tự lập. Nhứt là biết hiếu đễ và biết yêu thương vợ con, chăm lo xây dựng hạnh phúc gia đình...*". Trời không phụ người con gái hiếu hạnh như em với ước mơ thật nhỏ bé, khiêm nhường. Em tuy không đẹp sắc sảo, nhưng mặn mà có duyên nên cũng có nhiều chàng trai có địa vị, danh vọng ngấp nghé. Nhưng họ đều "rớt đài". Mặc dầu họ xuất thân từ gia đình khá giả, có địa vị cao, nhưng thiếu một điều kiện "gốc gác miền quê" để mỗi lần về quê chồng, em tha hồ trèo cây hái trái. Thế là chúng ta nên duyên chồng vợ do sự tác hợp của cha mẹ đôi bên – đặc biệt do sự bắc cầu "bật đèn xanh" của Má em và Bác Ba của anh. Đám cưới của vợ chồng mình được tổ chức tại một nhà hàng ở Sài Gòn trong bầu khí ấm cúng, thân tình với đông đủ bà con hai họ...

Sau khi lập gia đình, chúng ta có mái ấm riêng để dựng xây hạnh phúc. Mỗi lần về quê chồng, em được mọi người đón tiếp niềm nở không xởi lởi môi mép. Em hoà nhập vào gia đình anh một cách tự nhiên, không một chút gượng ép như đứa con ruột thịt. Gia đình anh là một gia đình nhà nông nhân hậu, thiệt thà, chân chất, chuộng đạo lý. Từ Ba Má đến các em của anh đều mở rộng vòng tay yêu thương để đón nhận cô dâu mới từ thành phố về nên cái gì cũng chưa quen, cái gì cũng lạ lẫm. Em nghĩ mình thật là may mắn và vô cùng hạnh phúc được "làm dâu" trong gia đình họ Nguyễn. Nếu không nói tới bà Ngoại và mấy Dì bên chồng là một thiếu sót lớn. Bởi lẽ họ cũng thương yêu em như con cháu ruột thịt. Hình ảnh bà Ngoại đôi mắt không còn thấy ánh sáng mà mỗi khi nghe ghe vợ chồng mình cặp bến là bà đã lần dò ra bến sông để đón tiếp. Hai bà cháu ôm nhau mà tuôn trào lệ cảm vì hạnh phúc. Mỗi lần qua thăm Ngoại và dì Hai ở bên cồn là em được đi ghe thoả thích. Lại được dịp vô rẫy hái dưa, vô vườn leo cây bẻ trái ăn tại chỗ cho đã thèm. Kỷ niệm ngọt ngào ấy làm sao em quên được.

Anh thương yêu, vợ chồng chúng ta đã chung sống suốt 53 năm qua, đã trải qua bao nhiêu vui -buồn, sướng-khổ, nhưng vợ chồng mình vẫn thương yêu bền chặt như thuở ban đầu. Tháng Tư năm ấy «sóng gió» có nổi lên nhưng không thể nhấn chìm con thuyền tình vững tay lèo lái. Rồi bão táp trên biển cả cũng không vùi dập con tàu vượt biển tìm tự do nơi vùng đất hứa. Vì tương lai của gia đình - nhứt là của các con mà chúng ta đã liều chết ra đi "tìm sự sống trong cái chết". Chúng ta đã ổn định cuộc sống nơi quê hương thứ hai, đất có lạnh mà tình vẫn nồng.

Em cám ơn Trời Phật đã đưa đẩy gia đình ta đến vùng «đất phước» cũng như ban cho em một người chồng mẫu mực, yêu vợ thương con vô bờ bến. Càng hạnh phúc hơn khi các con đã trưởng thành, có công ăn việc làm tương đối ổn định. Đặc biệt em lấy làm mãn nguyện vì có các con trai và con dâu hiếu thảo, kính yêu cha mẹ cũng như sáu đứa cháu Nội - sáu "cục cưng" ngoan ngoãn thông minh...

Chúng ta đã nguyện quy y Tâm Bảo cùng nắm tay nhau đi suốt cuộc đời.

Nam Mô Bổn Sư Thích Ca Mâu Ni Phật.

Vương Thị Mai - tháng 11 năm 2025.

NGUYỄN TRỌNG DŨNG
CẢM TÁC VỀ BÀI THƠ "MẸ HIỀN TÔI" CỦA TRÚC LAN

Vầng trán Mẹ hiền gợn vết nhăn
Lo to, lo nhỏ - Mẹ ân cần
Lo ăn, lo mặc, lo con học
Lo cả Cha hiền, lúc phế nhân.

Nhớ hồi con mới vừa lên tám
Khói lửa lan tràn khắp bốn phương
Lớn bé, trẻ già đều chạy loạn
Mẹ con mình cũng bỏ quê hương
Quê ngoại sống nhờ: Êm ấm quá!
Giồng cao, đất rộng: Mẹ trồng khoai
Mùa khô tỉa bắp, rồi gieo đậu
Tần tảo ngày đêm - Mẹ mệt nhoài!
Những lúc mơ màng trong giấc ngủ
Mẹ hiền rón rén đến giường con
Chăn êm, Mẹ đắp lên mình trẻ
Thao thức vì con - Mẹ mỏi mòn!

Tình nào cao quý hơn TÌNH MẸ?
Như biển bao la rộng ngất trời
Tất cả cũng vì con của Mẹ
Con yêu Mẹ lắm – MẸ HIỀN ơi!
Trúc Lan – Sài Gòn, mùa Vu Lan đầu tiên xa quê hương, 1962

Cây có cội, nước có nguồn, làm người ai cũng có tổ tiên cha mẹ. Nhưng với tôi, bất cứ thứ gì mà tôi biết được thấy được đều khiến tôi liên tưởng đến mẹ. Một cụ già ngoài phố, một cụ bà đi chợ với cháu con, hay đọc những câu ca dao qua sách vở, vân vân, đâu đó đều loáng thoáng hình bóng "Mẹ Hiền".

"Mẹ Hiền Tôi" là bài thơ chất chứa cả một kho lưu trữ về tình mẹ như "Có cha có mẹ mới có mình, ở sao cho xứng chữ tình làm con," hay "Nuôi con chẳng quản chi thân, bên ướt mẹ nằm bên ráo con lăn," hay "Biển Đông có lúc đầy vơi, chớ lòng cha mẹ suốt đời tràn dâng," hay "Ơn cha lành cao hơn non Thái, đức mẹ hiền sâu tợ biển khơi. Dù cho dâng cả một đời, cũng không trả được ơn người sinh ta," vân vân và vân vân.

… *"Quê ngoại sống nhờ: Êm ấm quá!"*!

Quê ngoại của anh em chúng tôi (**Nguyễn Kiến Thiết - Nguyễn Trọng Dũng**) ở vàm Tân Dinh, (xã An Phú Tân, huyện Cầu Kè - Trà Vinh), nơi đó có người "Mẹ Hiền" ngọt ngào thâm thúy như chuối ba hương, như xôi nếp một, như đường mía lau, là mặt đất, là quê hương, là bầu trời, là dòng suối tuôn chảy tình thương không ngừng nghỉ… Vậy Mẹ Hiền ấy là ai?

Theo phong tục cổ truyền của lối sống xưa nên năm 18-19 tuổi, mẹ đã bỏ lại sau lưng những nét trong sáng hồn nhiên của tuổi thanh xuân để lên "ghe" hoa về nhà chồng. Ngày ấy, tôi nghe ngoại nói khi ba đi hỏi cưới Mẹ thì mẹ chỉ biết cúi đầu vâng theo mệnh lệnh của ông bà ngoại. Mẹ không nói bằng lòng, cũng không phản đối. Mẹ chỉ im lặng vâng lời. Năm mười tám, mười chín tuổi… Cuộc sống cứ tất bật như thế với mẹ tôi. Ba tôi thì mải miết theo trào Việt Minh, lâu lâu mới về nhà một lần, mẹ thì thủ phận nuôi con. Năm mẹ hơn ba mươi tuổi, cái tuổi mà đám con gái thời bấy giờ chưa chịu lấy chồng, thì mẹ tôi đã ba, bốn mặt con. Mẹ ngày càng cơ cực vất vả hơn.

Còn vàm Tân Dinh - quê Ngoại, nằm ở hạ lưu sông Hậu, cách trung tâm thị trấn Trà Ôn khoảng 10 km. Phần phía hữu thuộc xã Tam Ngãi, huyện Cầu Kè. Phần phía tả thuộc xã Tích Thiện, huyện Trà Ôn, tỉnh Vĩnh Long.

Trong sách *Lịch Sử Khẩn Hoang Miền Nam* của Sơn Nam có đoạn: "*Vùng Trà Ôn yên ổn nhờ có Nguyễn Văn Tồn, một người hữu công, trong thời gian theo giúp Nguyễn Vương, khi thành công lên ngôi vua (1802) được Nguyễn Vương cho mang họ Việt Nam. Ông là người nắm được nhân tâm ở vùng này*". Năm 1807 Điều Bát Nguyễn Văn Tồn được triều đình Huế triệu về kinh đô báo cáo công việc trị an nơi trấn thủ Trà Ôn - Cầu Kè (Trà Vinh). Trong tư liệu di tích lịch sử văn hóa Lăng ông Thống Chế Điều

Bát Nguyễn Văn Tồn, có truyện kể về sự tích Vàm Tân Dinh, chuyện kể như sau:

Thuở xưa ở đây có hai vợ chồng tên là Dung, họ sống bằng nghề "hạ bạc". Dầu nghèo nhưng cuộc sống của họ rất nồng ấm. Vào khoảng năm 1818-1819 người chồng phải đi dân phu lên miệt Thất Sơn (Châu Đốc) đào kinh Vĩnh Tế, người vợ ở nhà sống đơn chiếc, quạnh hiu, nhờ sự đùm bọc của bà con chòm xóm. Vốn có nhan sắc nên nhiều trai tráng trong xóm hay lân la trêu chọc, trong đó có lão con trai bá hộ. Hắn là một tên háo sắc chuyên dùng tiền và quyền lực để chiếm đoạt gái đẹp. Nàng Dung vốn là gái đoan trang, một mực chung thủy với chồng, luôn lánh mặt chối từ yêu cầu của hắn. Sau thời gian đeo đuổi không được, con trai lão bá hộ bày kế cho người mạo nhận là người ở Thất Sơn về cho hay là chồng nàng đã chết do tai nạn trong việc đào kinh, nếu muốn tìm mộ chồng, ngày mai có ghe chở dân phu lên đó, cho nàng quá giang. Vì thương chồng, nàng Dung thu xếp hành trang chờ sáng hôm sau đi tìm chồng cho rõ thiệt hư. Trời chưa sáng thì nàng Dung đã nghe người gọi xuống bờ sông để lên đường.

Khi ghe ra đến giữa dòng sông thì con trai bá hộ từ trong xuất hiện và giở trò sàm sỡ. Nàng Dung một mực khước từ, van xin nhưng hắn vẫn không buông tha. Biết không thể thoát khỏi tay hắn, nàng Dung cố vùng vẫy chạy thoát được ra ngoài và nhảy xuống sông quyên sinh. Tháng sau, Tân - chồng của nàng Dung trở về biết rõ tự sự, anh đau buồn nhưng biết mình thế cô không thể nào trả thù được, nên uất ức và quá thương nhớ vợ. Vào một đêm mưa gió bão bùng, Tân chèo xuồng ra giữa dòng sông tự tìm cái chết cho tròn nghĩa phu thê.

Sự việc này thời gian sau lan truyền đến tận dinh cơ của ông Điều Bát Nguyễn Văn Tồn. Ông cho xét xử và đày con trai lão bá hộ đi làm dân phu ở Châu Đốc. Cảm phục tấm lòng chung thủy của chàng Tân và nàng Dung, dầu nghèo nhưng vẫn sống chết bên nhau, nên người dân sinh sống ở đây đã lấy tên đặt cho vàm sông nơi đây là: Vàm Tân Dung (đọc trại là Tân Dinh).

Ở vùng đất Tân Dinh huyền thoại, nếu lữ khách tứ phương trôi dạt về tận phương trời này, cũng đều ghi trong tâm thức nhiều dấu ấn nghĩa tình, với nơi vừa lưu trú. Sự hiền hòa và mến khách, phát sinh từ chân tâm mộc mạc trong lành của dân bản xứ, khiến người đi vẫn rơi rớt lại những cái ngoáy nhìn lưu luyến.

Quê ngoại sống nhờ: Êm ấm quá!
Giồng cao, đất rộng: Mẹ trồng khoai
Mùa khô tỉa bắp, rồi gieo đậu
Tần tảo ngày đêm - Mẹ mệt nhoài!
Trúc Lan - Mẹ Hiền Tôi

Tuổi thơ của chúng tôi sanh ra trong hoàn cảnh chiến tranh nghiệt ngã: Nhựt đảo chánh Đông Dương, chiến tranh Việt- Pháp, Thổ dậy "cáp duồn" (chặt đầu, xua đuổi, chiếm đất…) của tộc người Khmer trải khắp mọi chiến trường miền Nam. Xã An Phú Tân - Trà Vinh, quê Ngoại tôi, cũng không ngoại lệ, giao thông càng lúc càng hiểm trở, từ huyện này sang huyện khác kế cận, chỉ cách khoảng nhau chừng vài cây số, muốn di chuyển được nhanh chóng chỉ còn một phương cách là sử dụng ghe xuồng, tam bản "chèo", bởi đường bộ "gập ghình khó đi". Về phần anh tôi: Nguyễn Kiến Thiết, nghe mẹ kể lại, lúc sanh anh ra cũng là lúc mà cao trào kháng chiến chống Pháp lên đến cực điểm, nên Mẹ cũng phải bồng chống các các con về quê Ngoại, (vì không có cơm gạo để tản cư nơi khác). Cuộc sống đã cơ cực lại cơ cực hơn. Mẹ kể lại lúc sanh anh tôi (Nguyễn Kiến Thiết) thì chị Tư (sanh sau anh) đã chết lúc còn quá nhỏ nên Ngoại bảo Mẹ đôn thứ lên: anh Tư tôi thứ Năm đôn thứ Tư (Tư Quốc). Trong cảnh chạy giặc, ngày ngày Mẹ và Ngoại phải đi làm quần quật, tối đến lại phải bồng con cái còn nhỏ trên tay mà ru suốt đêm, vì sợ con nhỏ khóc thì lính Tây nghe được mà lùng xét và tàn sát hết cả xóm. Mẹ cứ ôm con như thế cho đến khi con ngủ thì mẹ cũng thiếp đi vì mỏi mệt.

Năm anh tôi 10 tuổi bắt đầu đi học lớp Vỡ lòng đến hết lớp Ba trong vòng 1 năm rưỡi tại gia do cha là thầy Nguyễn Văn

Ái (tức soạn giả Việt Ái) dạy; rồi mấy năm sau anh "nhảy lớp" để chánh thức theo học lớp Nhì, lớp Nhứt tại một trường làng lân cận- tức trường Tiểu học Hiếu Ân (Vũng Liêm), vốn người có duyên với thi cử, thi đâu đậu đó. Phương tiện để đến trường khi đó là con ngựa sắt cũ kỹ từ thời Ba tôi làm "thầy Biện" ở xã Tân Mỹ (Trà Ôn) sử dụng hàng ngày để đi làm, giờ đây là bạn đồng hành gắn bó với anh suốt thời gian đi học. Cái điệp khúc "cỡi chiếc-xe-đạp-đòn-dông-cà-tàng-trần-trụi-không-dè trên con đường đất đá gồ ghề giữa hai mùa mưa nắng" và "một giạ gạo 40 lít mỗi tháng gọi là phí trọ học" cứ được lặp đi lặp lại trên đôi vai gầy của ba, của mẹ. Một hôm còn tờ mờ sáng, xóm nhà ven sông quê tôi đã lui đèn, chan hòa gió lùa ướt đẫm giữa cơn mưa lất phất nhẹ hạt. Anh bỗng "hốt hoảng" nhận ra vóc dáng Mẹ mình đang hì hục xúc tép "nuôi cò" ở dưới xẻo từ rất sớm, khi trời "chưa đâm mây ngang"...

Sự hy sinh của mẹ chính là hình ảnh cánh cò mẹ mà người xưa hãy còn để lại trong những câu ca dao não nuột:

Con cò mà đi ăn đêm
Đậu phải cành mềm lộn cổ xuống ao
Ông ơi! Ông vớt tôi mau
Tôi có lòng nào ông hãy xáo măng
Có xáo thì xáo nước trong
Đừng xáo nước đục, đau lòng cò con.
Ôi xót xa làm sao ấy!
"Ví dầu cầu ván đóng đinh,
Cầu tre lắc lẻo gập ghình khó đi
Khó đi mẹ dắt con đi
Con đi trường học mẹ đi trường đời..."

Lời hát sao mà giống tâm trạng của chúng tôi và mẹ quá. Anh cố nén xúc động, nhưng nước mắt vẫn cứ tuôn trào. Mẹ ơi!...

Mỗi lần nghe mấy cô và mấy thím như thím Bảy, Chín, Mười... kể lại cuộc đời của mẹ, dù lúc đó con hãy con rất nhỏ nhưng con cảm thương cho Mẹ quá. Các thím kể có lúc vì mưu sinh, Ba lên Sài Gòn làm hãng giấy, rồi đến chị Tha bệnh, không đủ tiền thang thuốc, lại phải mất con. Rất nhiều lần con nghe mẹ nói nếu không có các con chắc mẹ cũng không thiết sống nữa mà làm gì. Hồi chị tư Tha chết chỉ vì thiếu tiền thang thuốc, mẹ vật vã khổ đau, mẹ muốn đi theo chị cho nhẹ gánh trần gian, nhưng khi nghe tiếng các con mơ màng trong giấc ngủ, mẹ giật mình quay về với thực tại khi nhớ đến trách nhiệm của mình với những đứa con còn lại. Từ đó con ít thấy nụ cười trên gương mặt khô cằn và đôi mắt thâm quầng của Mẹ nữa. Mẹ ơi… vì gia đình nghèo khó mà trường học của con đã không hanh thông như bao nhiêu đứa trẻ khác, thì trường đời của mẹ cũng lắm nhọc nhằn cơ cực và trớ trêu quá hở mẹ?

Một thời gian sau hãng xưởng của Ba làm trên Sài Gòn bị cháy, Ba quay trở về sống với mẹ con mình, và từ đó Mẹ bớt phần gánh nặng vì con, nhưng hoàn cảnh sinh hoạt của cuối thập niên 50 đầu thập niên 60 không còn dễ dàng như trước nữa. Mẹ còn nhớ không? Có lần Tết đến, con cằn nhằn với ba, "Ba ơi tại sao chưa bao giờ ba sắm cho con 2 bộ đồ vậy hở ba?" Lúc đó dù con hãy còn nhỏ, nhưng con còn nhớ rất rõ là ba đã quay mặt nhanh đi để che bớt nỗi xót xa, nhưng cũng không ngăn kịp hai dòng nước mắt lăn dài trên đôi má "hốc hác" của ba. Mẹ lại xoa đầu con và nói: "Con ơi! ba cũng muốn mua thật nhiều quần áo cho các con, chớ ba nào muốn nhìn các con của mẹ thiếu thốn như thế này, nhưng con coi đó, trong lúc ba thất nghiệp, Mẹ rán đi cấy công, gặt mướn mới lo được cái ăn cho tụi con, còn cái mặc mỗi lần sắm cho các con mỗi đứa một bộ thì con thấy nhà mình phải mua gần mười bộ rồi còn gì! Mẹ, ba xin lỗi con vì ba, mẹ đã không có khả năng đem lại đầy đủ cái ăn cái mặc cho các con". Tôi cảm thấy hối lỗi.

Lại có những đêm mẹ đi cấy mướn về quá muộn, nhưng mẹ vẫn tiếp tục chong đèn để vá lại quần áo rách của các con. Nhìn mẹ mà thấy cảm thương quá nên con nói với mẹ: "Thôi mẹ đi ngủ đi, khuya lắm rồi, tụi con có mặc đồ rách cũng không sao đâu, tụi con quen rồi mà." Mẹ liền nói: "Í, hổng được đâu con, mẹ vá thêm chút nữa là xong, đồ có rách mình cũng phải vá lại cho lành chớ con!"

Bây giờ xa quê, mất mẹ, tôi mới thấm thía với một bài kinh Phật:

"Đời người như một giấc mơ,
Trăm năm nào khác cuộc cờ đổi thay."

Mới hôm nào đây mà tất cả đã thành dĩ vãng. Ngày trước, khi còn đang tung tăng bơi lội trong vùng hạnh phúc chất ngất của thời thơ ấu, thì mình xem cái hạnh phúc ấy rất tầm thường, rất tự nhiên, không biết rằng mỗi ngày trôi qua, mỗi tháng mỗi năm trôi qua là tóc mẹ bạc dần, nó báo hiệu cho mình cái hạnh phúc ấy sắp sửa bay xa, thế nhưng mình vẫn thản nhiên tiếp tục tung tăng bên gối mẹ. Cho đến cái ngày long trời lở đất ập đến: ngày cả ba lẫn mẹ đều qui tiên, thì mình mới thấy mất cả bầu trời, mất cả ánh sáng, mất cả nơi nương tựa an toàn nhứt trên cõi đời này. Từ đây không còn ai trông ngóng mong chờ, không còn ai lo lắng hồi hộp theo dõi vận mạng của mình nữa! Từ đây có còn ai cố vấn bất vụ lợi cho quyền sống của mình nữa đâu! Ba mẹ quả thật là những kho tàng tinh thần vô giá mà không có bất cứ thứ gì có thể thay thế được.

Má ơi! Con đã về đây
Mà sao thân Má héo gầy xác xơ
Má đà lìa cõi trần nhơ
Bỏ đàn con cháu - thẫn thờ tiếc thương!

Trúc Lan - Cảm tác ngay giây phút đầu tiên khi từ Canada về nhìn thấy Mẹ hấp hối trên giường bịnh chiều 25/5/2013.

Con xin kính dâng lên hương hồn của mẹ với niềm thương kính vô biên.

Nguyễn Trọng Dũng - Vĩnh Long, tháng 11 năm 2025

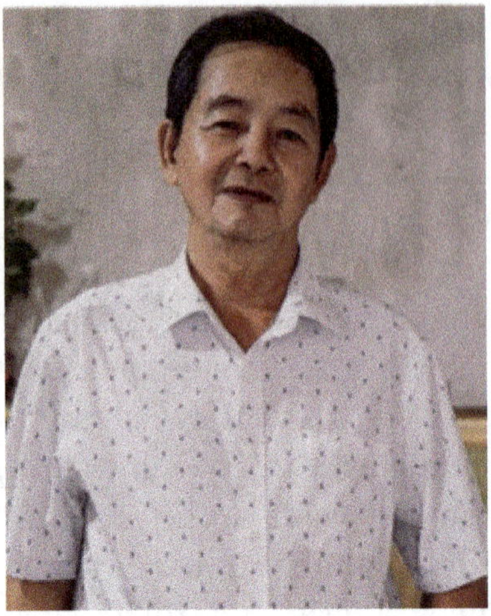

THIỆN KIẾN
VÀI CẢM NGHĨ VỤN

Có những loài hoa không trồng từ đất, mà tặng cho đời ngan ngát hương thơm (...). Tôi xin mạn phép trích câu văn nhân ngày 20/11 Lễ Hiến chương các nhà giáo hằng năm để mở đầu bài viết Một Vài Cảm Nghĩ về Thầy Nguyễn Kiến Thiết. Khi dạy ở ĐH Cần Thơ, khoa Ngữ Văn, Thầy giảng dạy nhiều chuyên đề trong đó có Ca dao miền Nam. Đây là chuyên đề Thầy tâm đắc nhứt vì nhiều lý do: ***một*** *là Trong những chuyến đi "điền dã" sưu tầm văn học dân gian Đồng bằng sông Cửu Long, thầy trò Đại học Cần Thơ đã sưu tầm được vô số ca dao, hò vè;* ***hai*** *là Thầy đã bỏ nhiều thời gian, công sức biên soạn Luận án Cao học Văn chương với đề tài "Tánh Cách Đặc Thù Của Ca Dao Miền Nam" (1972)... Thầy là nhà khoa học xã hội uyên bác, cùng hít thở với nhịp sống dân Nam Bộ qua: hát, hò, vè và các thế điệu dân ca. Nay nghe tin Thầy được tạp chí Văn Học Mới chọn ra mắt số chủ đề để vinh danh Thầy (số* ***47****, tháng 12/2025), lòng tôi rất trân trọng và chờ đợi được đón nhận. Xin chúc mừng Thầy.*

Thiện Kiên – Trà Ôn, 4 giờ sáng ngày 20/10/2025.

NGUYỄN VĂN NỞ
VÀI KỈ NIỆM VỀ THẦY NGUYỄN KIẾN THIẾT

Kể cũng lạ! Kí ức đầu tiên về Thầy khi tôi… chưa biết Thầy. Chỉ thấy Thầy thoáng qua trên đường vô Khu I, Đại học Cần Thơ. Ngày ấy lâu lắm rồi, chắc khoảng cuối năm 1981, thuở tôi còn là sinh viên năm thứ nhất. Tôi nhớ mang máng như thế. Buổi trưa ấy thưa người, con đường xưa hồi đó dù chưa tráng nhựa, nhưng sao thật đẹp, yên ả, nên thơ. Hai hàng cây xanh bên đường tán lá giao nhau, lao xao tiếng gió; còn mặt đường thì lưa thưa hoa nắng đung đưa. Tôi vào còn Thầy thong thả đạp xe ra. Tôi cúi đầu khẽ chào, Thầy nhẹ cười đáp lại. Thầy và tôi "thấy" nhau vì lúc đó chỉ có hai người! Tôi đi bên phải, Thầy đạp xe bên trái, sát lề vì tránh đá long chong! Chỉ thoáng qua như làn gió nhẹ. Chắc Thầy không để tâm. Còn tôi thì lại nhớ có lẽ vì cảnh và người. Hình như hôm đó cũng là lần đầu tôi qua Khu I. Thầy chưa dạy lớp tôi. Đa số thầy cô đầu thập niên 80 hơi gầy ốm, trông có phần khắc khổ. Còn Thầy thì ngược lại! Gương mặt, ánh mắt, nụ cười và cả phong thái của Thầy từ ngày đầu tiên tôi gặp trên đường, lúc học trên lớp cho đến nay, dù đã bôn ba, ngược xuôi bao dặm trường mà Thầy đến tuổi 80, tôi thấy vẫn thế! Có lẽ đúng như dân gian nói: *Tâm sinh tướng, tính sinh diện*! Thầy dạy lớp tôi môn Văn học Việt Nam cuối thế kỉ XIX. Tôi còn nhớ ánh mắt, nụ cười của Thầy lúc giảng đoạn Lục Vân Tiên cứu Kiều Nguyệt Nga và ngâm nga câu: "*Khoan khoan ngồi đó chớ ra, Nàng là phận gái ta là phận trai*" (Nguyễn Đình Chiểu). Nhớ câu Thầy hay nhắc nhở khi có bạn vào lớp trễ: "*Thói quen ban đầu chỉ là sợi tơ mong manh; nhưng dần dần nó sẽ trở thành dây thừng, dây xích*". Mà cũng chỉ nhớ có chừng ấy thôi…

Tốt nghiệp Đại học, tôi được giữ lại làm cán bộ giảng dạy (cách gọi giảng viên ngày ấy). Được cùng Khoa nhưng lại hiếm gặp vì Thầy nghỉ dạy để chuẩn bị đi định cư ở nước ngoài. Tình cờ, trong một buổi họp mặt ở nhà Thầy Huỳnh Văn Minh, dạy Hán Nôm, Thầy có đến dự. Nghe Thầy Minh nói, trong thời gian chờ này, Thầy có nghiên cứu tử vi, bói toán. Tôi hỏi Thầy về điều đó. Thầy bảo chỉ tìm hiểu cho vui thôi, chứ chưa "thực hành"! Lát sau, Thầy kêu tôi đưa tay xem thử để đoán vận mệnh! Nhìn chỉ tay tôi, Thầy thoáng nhíu mày rồi "phán": "Đến năm 31 tuổi (tuổi khai sinh là 30 - NVN) *em sẽ bệnh nặng hoặc gặp nạn lớn*". Chắc sợ tôi buồn, Thầy vội nói: "*Mà chưa chắc đúng. Dù có cũng tai qua nạn khỏi thôi*". Lúc ấy, tôi cũng gợn lo nhưng rồi cũng chẳng bận tâm lắm. Ấy thế mà điều đó đã xảy ra và cũng ứng với câu ông bà xưa nói "*31 bước qua, 33 bước lại*". Tôi không bệnh nặng mà lại gặp nạn lớn! Năm 1989, khi dạy, tôi dẫn một bài ca dao có sử dụng biện pháp tu từ so sánh. Xui rủi thế nào, năm sau, đề thi tốt nghiệp môn Ngôn ngữ lớp đó có biện pháp tu từ so sánh, và hai sinh viên đã nhớ và dẫn lại bài ca dao trên. Thời gian này, tôi lại đi Sài Gòn ôn luyện để thi tiếng Nga. Nếu ở nhà tham gia chấm, chắc chuyện không đến nỗi nào. Âu là tại số nó như thế! Khi chấm bài, có thầy "*phát hiện*" rồi "*phát tán*". Bài ca dao bị quy là có vấn đề tư tưởng. Sinh viên lớp tôi dạy được mời họp, còn tôi thì bị thẩm tra, hạch hỏi đủ điều! Tôi phải làm giải trình, bị triệu tập họp từ cấp Khoa đến cấp Trường và cuối cùng nhận quyết định cảnh cáo, đình chỉ giảng dạy một năm trời. Rồi kéo theo bao chuyện trên đời, nhất là việc không được du học. Số là tôi đang chuẩn bị đi Liên Xô theo diện thực tập sinh. Trường kí quyết định cử đi; Bộ cũng đã phê duyệt; thi đạt tiếng Nga; khám sức khỏe xong... Chỉ còn chờ nhận vé bay và nôn nao, náo nức đợi ngày cất cánh! Thế mà chuyện ấy mãi mãi trong hoài niệm… Chưa kịp đu càng máy bay đã "gãy cánh"! Một thầy cùng Khoa, có người thân đi du học cùng đợt đó, khi tiễn ra sân bay, về kể, nghe trưởng đoàn điểm danh còn đọc tên tôi!!! Không biết thực hư thế nào nhưng lúc ấy, nghe như … Có thể nói đó là thời gian u ám, đen tối nhất trong đời! Tôi tự nhủ, thôi cũng coi như là cái số nó vậy. Từ dạo đó, tôi "*nghỉ chơi*" với tiếng Nga ngã sang tiếng khác để "làm lại cuộc đời"! Rồi thời gian trôi… Một năm "*ngồi chơi xơi nước*" cũng thoáng qua thôi. Chợt nhớ câu chuyện "Tái ông thất mã"! Và tôi cũng nhớ đến Thầy. Thầy đã "tiên tri" rồi còn gì! Thầy chắc không biết về sự cố của tôi và cũng không nhớ gì về câu chuyện lúc trà dư tửu hậu năm nào. Tôi với Thầy có những kỉ niệm nho nhỏ như thế nhưng lại khắc sâu! Thời gian trước khi đi định cư, Thầy cũng ít giao tiếp với bạn bè, đồng nghiệp huống chi là môn sinh! Lúc ấy, tôi với Thầy vẫn "kính nhi viễn chi" lắm! Thầy đi bao giờ tôi không biết rồi cũng bặt tin. Nghe phong thanh Thầy cũng nhiều tâm tư, lắm nỗi niềm khi quyết định li hương! Tưởng mối duyên thầy – trò chỉ chừng ấy thôi!

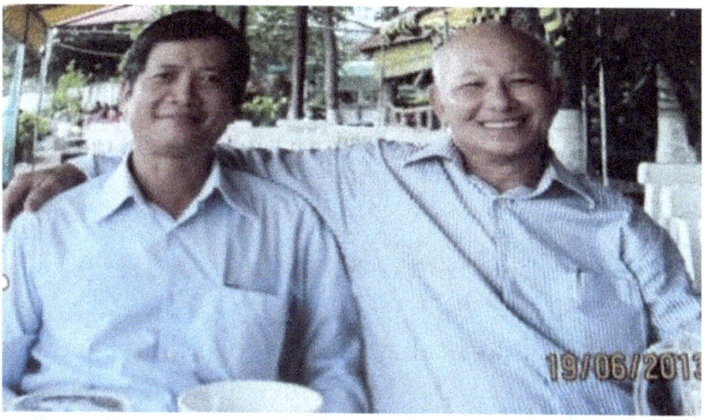

** Ảnh tác giả chụp chung với Thầy Nguyễn Kiến Thiết tại Cần Thơ ngày 19/6/2013*

Cuối năm 2009, Thầy về thăm quê, trở lại Cần Thơ tìm bạn bè, đồng nghiệp! Hơn 20 năm mới gặp lại Thầy! Tôi may mắn là môn sinh hiếm hoi có mặt, tháp tùng và nghe các "cụ" hàn huyên. Thật nhiều cảm xúc. Quý Thầy đều đã về hưu còn tôi cũng sắp bước sang tuổi "tri thiên mệnh"! Lúc vui, tôi có nhắc lại chuyện cũ, chuyện Thầy coi chỉ tay, chuyện bị kỉ luật… Thầy cười hiền! Thầy trò đều đã lắm đa đoan; chỉ khác là mỗi người một kiểu! Qua tâm sự, tôi được biết khi sang Canada, Thầy học nghề Điện tử và làm cho các hãng Philips, Prolex cho đến lúc nghỉ hưu. Tôi nghĩ, chuyện văn chương chữ nghĩa, thầy đã để gió cuốn bay theo cơn lốc cuộc đời, đã cuộn trôi mất tăm theo dòng sông Hậu mênh mông; hoặc đông cứng hay tan chảy cả rồi ở Canada lạnh giá! Sau lần gặp đó, thỉnh thoảng Thầy và tôi thư qua, tin lại. Dù không thường xuyên nhưng duyên chưa dứt. Mà tưởng cũng chỉ chừng ấy thôi!

Thế rồi thật bất ngờ! Đầu năm 2022, tôi nhận được quyển "***Những trang văn đời tôi***" - Nxb Văn Học Mới, 2021 (Thầy kí tặng ngày 31/12/2021).

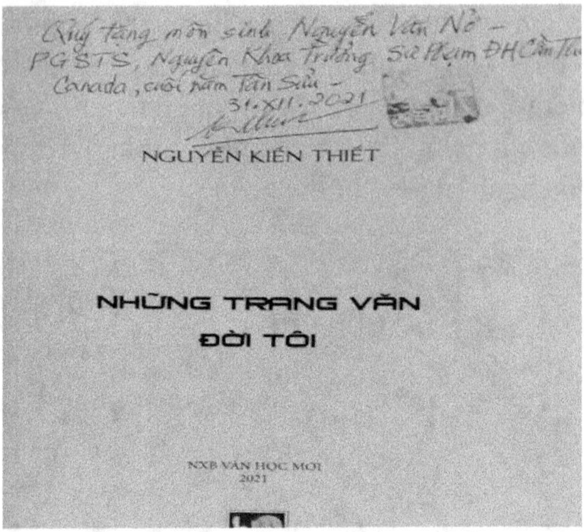

Không biết Thầy lựa hay nhà xuất bản chọn mà trang bìa là ảnh "*Sông nước Hậu Giang*" của nhiếp ảnh gia Lê Quang Xuân (Tôi biết vì thấy ghi chú bên trong quyển sách). Hình ảnh hàng dừa soi bóng gương sông, cùng con đò nằm yên bên bến vắng khiến người ngắm không khỏi nao lòng nhất là với những ai viễn xứ. Sông vẫn chảy mãi, sóng vẫn vỗ đôi bờ, hàng dừa chắc còn nghiêng bóng nhưng con đò giờ không biết trôi dạt về đâu vì bến bãi nhiều nơi chỉ còn trong hoài niệm. Vài năm trước, tôi có dịp về Kế Sách. (Đi theo đường bộ chứ không phải trên những chuyến tàu khách ngày nào). Tôi tìm đến xã Nhơn Mỹ, nơi lớp sinh viên Sư phạm Văn chúng tôi trải nghiệm 3 tuần để sưu tầm văn học dân gian năm 1982. Lúc đó, Thầy là Phó ban chỉ đạo công trình nghiên cứu "*Văn học dân gian Đồng bằng sông Cửu Long*" của Trường Đại học Cần Thơ. Còn Thầy Trưởng khoa Tào Văn Hón là Trưởng ban chỉ đạo. Hồi ấy, lớp chúng tôi đến Nhơn Mỹ chỉ bằng đường sông. Thời ấy, chắc chỉ có tàu thuyền là phương tiện đi lại duy nhất của người dân ở đấy. Tôi chạy xe máy loanh quanh, hỏi thăm về bến đò xưa ấy. Họ ngạc nhiên nhìn tôi! Có người còn nói: "*Ở đây đâu có bến đò. Giờ đi xe hết rồi!!!*". Chắc họ cho tôi lẩm cẩm vì đi tìm một nơi mãi chỉ còn trong kí ức. Chợt nhớ đến câu thơ của Tú Xương: "*Giật mình còn*

tưởng tiếng ai gọi đò"! Đọc lời tâm tình của Thầy ở trang bìa sau quyển sách: "*Tôi không hiểu từ bao giờ đã hun đúc được một thứ tình yêu quê hương sâu xa nồng thắm qua những hình ảnh quen thuộc và thân yêu nơi chôn nhau cắt rún: Từ cây cầu khỉ bắc qua sông lắc lẻo gập ghình đến dòng sông hiền hòa êm ả chở nặng phù sau tôm cá đầy sông, rồi cánh đồng bát ngát rực lúa chín vàng và vườn cây lành xum xuê trái ngọt. Tôi yêu quê hương tôi lắm. Tôi nhớ lời ru ngọt ngào như bầu sữa mẹ mà má tôi đã rót vào tai tôi những vần ca dao đầu tiên theo nhịp võng đưa…*", tôi mới "ngộ"! Thì ra Thầy vẫn đau đáu trong lòng một nỗi nhớ mênh mang, một niềm yêu tha thiết về cảnh vật, con người của miền quê sông nước. Chính vì thế con chữ, mà tôi tưởng đã ngủ yên, vẫn chảy đều trên…bàn phím. 26 bài viết cùng phần Phụ lục không chỉ là lời thủ thỉ tâm tình về nỗi nhớ quê hương, nhớ người thân thương, thầy cô, bạn bè mà còn là tiếng tơ lòng, vương vấn với nghề và nghiệp... Gần đây tôi được biết Thầy có đến 40 bài thơ, 15 tác phẩm văn xuôi và có tới gần 50 bài biên khảo! Chỉ chừng ấy thôi cũng nói đủ rồi!

Đầu năm 2024, tôi gởi tặng Thầy quyển "*Văn xuôi tự sự Quốc ngữ Nam Bộ cuối thế kỉ XIX đầu thế kỉ XX – Những góc nhìn*" (Nxb Hội Nhà văn - 2023) do bà xã (Huỳnh Thị Lan Phương) và tôi biên soạn. Chỉ nghĩ nó nằm trong tủ sách nhà Thầy cũng vui rồi. Tôi không mong Thầy sẽ đọc và nhất là đọc hết vì sách khá dày (462 trang). Vậy mà vài tháng sau, chính xác là ngày 09/4/2024, Thầy nhắn tin là đang viết vài cảm nghĩ về quyển sách; sẽ giới thiệu trên một tạp chí ở Mỹ và cũng đưa vào quyển sách của Thầy! Sau đó, Thầy gởi email kèm theo bài viết về quyển sách. Bài viết gần đến 07 trang! Thầy gởi chúng tôi xem có cần gì trao đổi. Thầy ngại chúng tôi chẳng vui khi đọc những lời góp ý nên nhắn tin rằng: "*Sách của các em là viên ngọc quý. Nếu cần phủi những hạt bụi nhỏ li ti. Thầy sẽ "chịu khó" làm*". Thật ngạc nhiên, khâm phục, xúc động và trân trọng vô cùng! Sách được Thầy đọc, lại "chịu khó" góp ý thì còn gì bằng! Vậy mà, trong bài đó, khi in, Thầy vẫn viết: "*…chúng tôi xin có đôi lời **góp ý** thật thà, thẳng thắn với nhị vị tác giả.* Đành rằng hễ "trung ngôn" thường gây "nghịch nhĩ", nhưng đây là việc *phải làm nên* *chúng tôi thành thật xin lỗi trước*". Những nhận định và góp ý của Thầy thật chi tiết, cụ thể và đều "*nói có sách, mách có chứng*", trên cơ sở tra cứu nhiều tài liệu đáng tin cậy, ví như:

- Để góp ý nên dùng từ "điền chủ"/ "chủ điền" thay cho "địa chủ", Thầy đã dẫn quyển *Đại Nam Quấc Âm Tự Vị* của Huình Tịnh Của và *Hán Việt Từ Điển Giản Yếu* của Đào Duy Anh;

- Thầy đã chỉ ra cụ thể mốc thời gian ra đời từ tác phẩm đầu tiên *Truyện Thầy Lazarô Phiền* đến quyển cuối cùng "***Chị Đào, chị Lý***" của Hồ Biểu Chánh (1957) để đề nghị nên đổi mốc thời gian của quyển sách là "***Cuối Thế Kỉ XIX Đầu Thế Kỉ XX***" thành "***Cuối Thế Kỉ XIX* Tiền Bán *Thế Kỉ XX***";

- Về một số sai sót khi trích dẫn, Thầy đã "phát hiện" và góp ý: "*Theo lẽ thường khi trích dẫn **phải** tôn trọng nguyên tác. Nghĩa là tên tác giả, tác phẩm, câu văn trích dẫn phải ghi đúng nguyên văn (kể cả gạch nối, chữ nghiêng và các chữ có thể hiểu sai chánh tả) – đặc biệt đối với tác phẩm biên khảo, phê bình văn học. Không nên tùy tiện **sửa** bất cứ chữ nào của nguyên tác*"…

Cũng có một vài bài viết về quyển sách của chúng tôi nhưng có thể nói, chỉ Thầy đọc kĩ như thế! Ví như sau khi bàn về tên gọi Nam Bộ/ Nam Kỳ, Thầy viết: "Nhóm Huỳnh Thị Lan Phương đã thận trọng khi viết: "*Nam Bộ được hiểu là Nam kì trước đó*" (tr.271). **Phải đọc kỹ mấy trăm trang sách mới thấy chi tiết nầy** (Tôi tô đậm - NVN). Thiết nghĩ câu nầy nên được đưa vào Lời Nói Đầu để người đọc dễ nhận biết." Thầy cũng chân tình góp ý cả "LỜI NÓI ĐẦU" của quyển sách: "*Việc mong muốn đón nhận sự "góp ý" của độc giả không thấy nhắc tới trong tập sách – điều mà đại đa số tác gia khác vẫn thường làm*". Thật chân tình, chí tình mà cũng rất nghiêm cẩn. Tôi học thêm nhiều điều nữa từ Thầy! Chắc chắn khi có điều kiện tái bản, chúng tôi sẽ có sửa chữa bổ sung, đặc biệt là từ những góp ý của Thầy. Trân trọng cảm ơn Thầy. Chúc Thầy Cô "lão giả an chi".

Thầy và tôi mới có chừng ấy kỉ niệm thôi!

Cần Thơ, những ngày tháng 11/2025

Môn sinh của Thầy!

Nguyễn Văn Nở

PHẠM THỊ THANH LAN
KÝ ỨC THỜI NIÊN THIẾU TÔI VIẾT VỀ "CẬU BA"

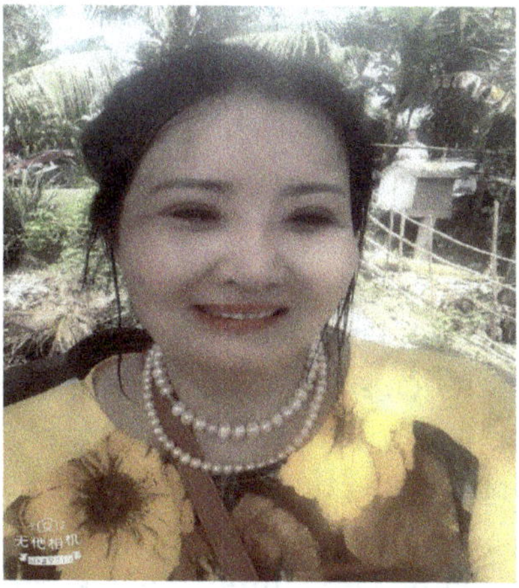

Thời niên thiếu đối với tôi là những năm tháng đầy chông chênh. Cơm áo đè nặng vai, việc học hành nhiều lúc tưởng dang dở vì hoàn cảnh gia đình thiếu thốn. Sau giờ học tôi phải phụ Má làm việc nhà, đi ruộng, trồng rẫy, trồng rau, kéo lưới, cắm câu để lo cho cuộc sống gia đình hàng ngày và kiếm tiền đi học. Tôi ham học vì được thừa hưởng truyền thống hiếu học của gia đình và lo cho tương lai sau này có cuộc sống ổn định và có một địa vị tương xứng trong xã hội.

Giữa những ngày tưởng như mịt mù ấy, **Cậu Ba** xuất hiện như một cột mốc đổi đời. Cậu Mợ không chỉ giúp tôi bữa cơm đủ đầy, tấm áo mới mỗi mùa học mà còn trao cho tôi điều quý nhất: **niềm tin rằng mình xứng đáng được bước tiếp**. Sự đỡ đầu của Cậu giống như bàn tay nắm lấy một đứa trẻ đang chơi vơi giữa dòng, kéo vào bến bờ an ổn để rồi từ đó, tôi có thể tự đi bằng đôi chân của mình.

Nhờ Cậu, tôi có cơ hội học hành đến nơi đến chốn, có công việc tử tế để xây dựng cuộc sống ổn định. Những chữ nghĩa tôi viết hôm nay, những điều tôi làm được cho đời, đều mang bóng dáng của **Câu Ba** người đã từng lặng lẽ đứng phía sau, nâng đỡ mà không hề đòi hỏi đáp đền.

Văn Học Nguyễn Kiến Thiết

Nhưng sự nâng đỡ ấy không chỉ đến từ tình thương của một người Cậu. Nó còn đến từ **nền tảng văn hóa – học thuật** mà Cậu đã dành cả đời để nuôi dưỡng. Tôi lớn lên trong một gia giáo có truyền thống văn học mộc mạc mà uyên thâm – cái chất văn hiền hòa của miền Tây, cái tinh thần trọng chữ của người xưa, và cái khí phách học trò nghèo biết vươn lên bằng trí tuệ.

Cậu Ba là người tiếp nối và làm rạng rỡ nền tảng đó.

Từ ruộng đồng, con sông, chợ quê, cho đến lời ru buổi chiều – tất cả đều trở thành tư liệu sống trong văn chương Cậu. Cậu không viết từ tháp ngà. Cậu viết từ đời sống thật, từ sự va chạm với gian lao của người lao động, từ nỗi vui buồn của những phận người bình dị. Văn Cậu vì thế vừa là văn học, vừa là nhân học – nơi chữ nghĩa và ký ức cùng làm chứng cho giá trị trường tồn của văn hóa dân tộc.

Trong từng trang viết, người đọc nhận ra ba giá trị cốt lõi mà Cậu nhất quán theo đuổi suốt sự nghiệp:

Tình yêu quê hương như cội nguồn của mọi sáng tạo.

Sự bảo tồn ký ức văn hóa như nghĩa vụ của người cầm bút.

Niềm tin vào con người – dù đời nhiều thử thách, họ vẫn lương thiện và nhân hậu.

Cậu Ba là nhà biên khảo tận tụy, dành gần như cả cuộc đời để khai mở và phục dựng các giá trị văn học miền Nam – vùng đất từng nhiều lần bị chiến tranh làm phai dấu chữ nghĩa. Bằng những công trình biên khảo và hồi ký dung dị nhưng thâm hậu, Cậu đã góp phần giữ lại ký ức tập thể của miền Tây Nam Bộ, nơi văn hóa dân gian đang dần bị lấp đi bởi nhịp sống hiện đại.

Văn phong của Cậu mộc mạc như tiếng kể trên chuyến đò chiều. Trong từng câu chữ, ta nghe tiếng cười hào sảng của dân quê, bắt gặp giọt mồ hôi trên ruộng nước, thấy lại những mảnh đời thật thà, chịu thương chịu khó. Cậu viết bằng ký ức, nhưng ký ức ấy không cũ; nó là mạch ngầm nuôi dưỡng ý thức văn hóa của nhiều thế hệ độc giả.

Cậu Ba là người thắp đèn.

Giữa dòng chảy im lặng của văn học Việt Nam hiện đại, Cậu chọn con đường âm thầm gìn giữ những gì đang mất dần, để mai này người sau còn biết mình đã đến từ đâu.

Sự hiếu học của Cậu – từ thuở còn cặm cụi bên chiếc đèn dầu, đến khi trở thành một học giả được giới nghiên cứu kính trọng – luôn là tấm gương sáng đối với tôi. Nhờ Cậu, tôi hiểu rằng tri thức có thể mở đường; chữ nghĩa có thể cứu người; và lòng yêu văn hóa quê hương có thể trở thành một sứ mệnh trọn đời.

Chính vì vậy, khi **Tạp chí Văn Học Mới Hoa Kỳ** chuẩn bị phát hành số đặc biệt với chủ đề **"Nguyễn Kiến Thiết"** vào ngày **1/12/2025**, tôi xem đó như một dịp thiêng liêng để gởi vào trang viết chút tri ân sâu nặng dành cho Cậu và Mợ. Bài viết này là cảm xúc chân thành từ trái tim, là lời cảm tạ muộn màng; cũng là cách tôi tiếp nối tinh thần nghĩa tình mà Cậu Mợ đã gieo cuộc sống này.

Tôi xin gửi đến số báo chuyên đề này một phần ký ức, một phần lòng biết ơn, như một lời hứa: **hãy sống tử tế, để sự giúp đỡ năm xưa không chỉ dừng lại ở mình, mà tiếp tục lan ra đời sau.**

Với tôi, Cậu Ba không chỉ là người đỡ đầu.
Cậu là người thắp sáng con đường tôi đi.
Và ánh sáng ấy, tôi nguyện giữ gìn, tiếp nối và lan tỏa.

Phạm Thị Thanh Lan - Cần Thơ ngày 15 tháng 11 năm 2025

TRÍCH LƯỢC MỘT VÀI MẢNH VỤN VĂN HỌC

(Gồm những nhận định, đánh giá về tập sách *Những Trang Văn Đời Tôi*)

Năm qua, Nguyễn Kiến Thiết tôi định trình làng cuốn sách "Những Mảnh Vụn Văn Học"(NMVVH), nhưng vì bao biến cố dồn dập xảy đến nên đành phải dời lại đến mùa Xuân năm nay mới thực hiện. Đây là phần ***Phụ Lục*** *được đưa vào nhằm làm phong phú quyển sách, giúp người đọc hiểu rõ hơn về nội dung tác phẩm. Phần Phụ Lục nầy chính là "những mảnh vụn văn học" gồm những nhận định của một số văn thi hữu sau khi đọc qua tác phẩm "Những Trang Văn Đời Tôi" (NTVĐT) do nhà Văn Học Mới, Hoa Kỳ ấn hành năm 2021. Nó còn là Lời cám ơn chân thành của tác giả gởi đến những người đồng điệu. Đặc biệt là những vần thơ do tác giả sáng tác và xướng-họa nhân các báo ra số chủ đề (Ngôn Ngữ, Văn Học Mới) cũng như Thư đi tin lại giữa tác giả và bằng hữu qua các trang mạng xã hội. Nếu nó vô tình làm vướng mắt một số bạn đọc là việc làm ngoài ý muốn của tác giả. Đáng lẽ Phần nầy được đưa vào quyển sách NTVĐT dự định tái bản (theo lời yêu cầu của một số bạn đọc), nhưng không thể thực hiện được vì nhiều nguyên nhân khách quan lẫn chủ quan.*

Người viết xin chân thành cám ơn tất cả các văn thi hữu đã chịu khó đọc bài và viết nhận xét, góp ý cũng như cho phép được trích đăng trong tập sách nầy. Đó là những ***tấm lòng****, những* ***cái tình*** *của tạp chí và nhà xuất bản Văn Học Mới, của tạp chí Ngôn Ngữ và của tất cả các bạn văn, bạn thơ - những người đồng điệu mà tôi hằng trân quý.*

Trên tinh thần đó, chúng tôi xin góp nhặt/trích lược "một vài mảnh vụn văn học" nho nhỏ sau đây để hầu bạn đọc.

- Thi ca nhạc sĩ **Hà Nguyên Du,** Chủ biên kiêm Giám Đốc nhà xuất bản *Văn Học Mới* (*VHM*) đã đăng quảng cáo miễn phí thường xuyên, liên tục trên rất nhiều số *VHM* sách *Những Trang Văn Đời Tôi* của tôi với nhận xét ngắn gọn, súc tích: "*Quyển sách* [*NTVĐT*] *rất giá trị về Văn Học của một tác giả có bằng*

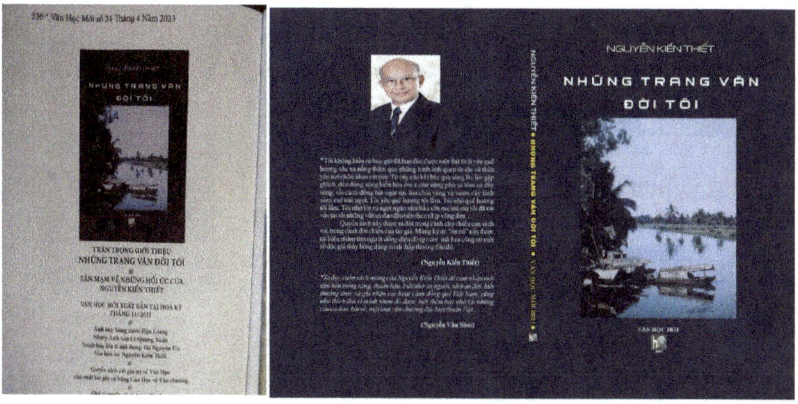

https://www.amazon.com/NHUNG-TRANG-VAN-DOI-TOI/dp/1794826610/ref=sr_1_33?keywords=VAN+HOC+MOI&qid=1637815352&sr=8-33

- Nhà văn, nhà Nam Kỳ học **Nguyễn Văn Sâm** đã viết Lời giới thiệu "Nợ Văn Chương" thật súc tích: "*Cuốn Những Trang Văn Đời Tôi là tập hợp những bài viết của Nguyễn Kiến Thiết về nhiều vấn đề, từ những kỷ niệm với người cha tài hoa từng là thầy giáo, một người soạn tuồng cải lương, một người diễn viên, tới hai người thầy để nhiều ấn tượng trong đời anh là nhà thơ Đông Hồ và LM Thanh Lãng. Với ai anh cũng nhắc bằng những lời tôn kính, biết ơn, thân thiết. Anh viết về những người bạn, những người sống chung quanh anh - mà người ngoài không thể nào biết được (...) Tôi, và chắc người đọc ở thành phố, thích đọc những chuyện như vậy như ngày xưa Sơn Nam được đón nhận nồng nhiệt cuốn Vọc Nước Giỡn Trăng (...) Anh nói về Thú Chơi Sách, Thú Mua Sách, về cuộc đời vươn lên từ một người ở tỉnh lẻ, việc học khó khăn, bắt đầu bằng những bước cố gắng tuyệt cùng để trở thành sinh viên Tiến Sĩ ban Việt Văn năm 1974, và con đường trở thành giảng viên ở Đại Học Văn Khoa và Sư Phạm Cần Thơ, một Đại Học có thể là một trong những cái nôi văn hóa của nước Việt Nam Cộng Hòa trước đại hồng thủy 1975 coi như đã được định.*

Nguyễn Kiến Thiết là người tình cảm, anh nhớ ơn những người đã gián tiếp, trực tiếp tạo nên con người anh như hiện tại, lòng chơn thành phát xuất ra bằng những lời từ tận đáy lòng (...) Ta đọc cuốn sách mỏng của Nguyễn Kiến Thiết để cảm nhận một tâm hồn trong sáng, thuần hậu, biết nhớ ơn người, nhớ ơn đời, biết thưởng thức và ghi nhận các hoạt cảnh đồng quê Việt Nam, cũng như thích thú vì mình nhơn đó được biết thêm hay nhớ lại những câu ca dao, bài vè, một loại văn chương đặc biệt thuần Việt".

- Nhà phê bình văn học Nguyễn Vy Khanh đã giới thiệu sách trong thời gian kỷ lục:"Tập sách gồm 25 bài viết và hồi ức của Nguyễn Kiến Thiết về các sinh hoạt văn hoá và báo chí từ trước 1975 ở quê nhà cho đến gần đây ở :

. Một số thơ của Trúc Lan - bút hiệu khác của tác giả, tô điểm thêm "những trang văn".

- Nhiếp ảnh gia quốc tế **Lê Quang Xuân,** một nhiếp ảnh gia có tầm cỡ mà ảnh của anh đã được in trên các bìa sách và tạp chí Việt ngữ tại hải ngoại cũng như đã đoạt được nhiều huy chương và bằng khen cao quý trong các cuộc Triển lãm Ảnh Quốc tế. Chính anh đã tặng tôi một số sách và nhiều tấm ảnh nghệ thuật tuyệt đẹp (kể cả Ảnh triển lãm) và cho phép tôi sử dụng trong tập sách NTVĐT. Tôi đã đặt tựa đề và cảm tác bằng đủ thể loại thơ (ký Trúc Lan) sau khi xem ảnh. Chẳng hạn ảnh ở Bìa 1 tựa đề là "Sông Nước Hậu Giang", tôi đã cảm tác bài thơ in ở trang 29.

Đặc biệt cuốn Ảnh nghệ thuật Việt Nam Quê Hương Tôi do nhà Nắng Mới phát hành tại Montréal năm 1993. Có thể nói Tập ảnh nghệ thuật dày hơn 160 trang bìa cứng, chữ mạ vàng in trên giấy quý gồm 70 ảnh màu về quê hương là đề tài gợi hứng cho các văn thi hữu trong việc sáng tác, phẩm bình. Sự tán thưởng nầy chứng tỏ mối giao tình giữa nhiếp ảnh gia và các văn thi hữu thật đậm sâu tình cảm, tràn ngập quý thương. Bao nhiêu bài văn, bao nhiêu vần thơ là bấy nhiêu cái tình giữa những người yêu văn nghệ. Họ đến với nhau bằng tình yêu nghệ thuật, mỗi người biểu đạt mỗi vẻ theo từng cung bậc của sợi đàn tâm đồng điệu. Mặc dầu trải qua mấy độ phong sương, bìa sách đã cong queo, giấy đã lùi xùi, nhưng tôi vô cùng trân quý. Nhiếp ảnh gia thứ dữ nầy đã viết lời đề tặng tôi: "Bản riêng tặng bạn hiền Nguyễn Kiến Thiết với những tình cảm rất chân thành và sự quý mến của Tác giả Lê Quang Xuân. 3/21" rồi ký tên, đóngdấu triện son cẩn thận. Riêng hai tấm ảnh khổ lớn "Hoa Phong Lan" và "Hoa Hoàng Hậu" đã từng triển lãm, tôi lộng kiếng cẩn thận và treo ở hai nơi bắt mắt nhứt tại phòng khách. Để đáp tạ phần nào món nợ tinh thần nầy, ngoài việc sáng tác trên 10 bài thơ gồm đủ mọi thể loại, tôi đã ngẫu hứng đề thơ sau khi xem ảnh "Hoa Hoàng Hậu" ở trang 58 vẫn còn bỏ ngõ vì chưa có thơ của thi sĩ nào:

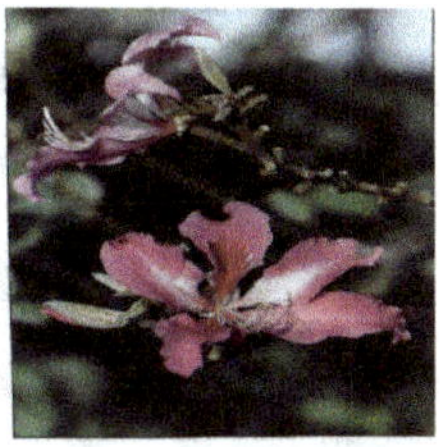

Hoa Hoàng Hậu

Nàng tên Hoa Hoàng Hậu
Thuần khiết và cao sang
Chính loài hoa vương giả
Lộng lẫy nét đài trang
Từng tràng hoa xòe cánh
Màu tím nhạt trinh trong
Phô nhị hoa tím thẫm
Tô điểm cuộc tình hồng

Trúc Lan

- Nhà văn **Lê Quốc**, Phó chủ tịch Văn Bút Việt Nam Hải Ngoại, vùng Ontario-Québec đã ca ngợi: "*Cám ơn anh đã không quên vài hàng về Lê Quốc trong bảng xếp hạng văn nhân tài tử Mộng Lệ An. Bài viết của anh rất " académique", xứng đáng với tên tuổi cũng như khoa bảng của anh (...). Anh viết mạnh lắm. Bút lực mạnh, văn phong rạt rào, ý tưởng phong phú. Cụ Vương nhà chơi đồ cổ cũng nhà văn "đồ cổ" nổi tiếng mà chỉ viết được "Thú đọc sách" và "Thú chơi sách". Riêng anh thì "Thú đọc sách", anh viết cũng không thua gì cụ Vương, nhưng khác một chút là văn phong anh "thời đại" hơn, bao quát hơn, dàn trải trên nhiều lãnh vực hơn*".

- Nhà thơ **Luân Hoán** – Chủ biên tạp chí *Ngôn Ngữ*,

nhận được tác phẩm này của anh Nguyễn Kiến Thiết. Thật vui nhận được quà cuối một năm đầy chất lượng văn chương (...) Tuy chưa đọc kỹ bài nào, nhưng đọc tên sách và một số tên bài, tôi nghĩ đây là những bài hồi ức giàu kỷ niệm của tác giả, cộng thêm những tạp ghi, những nhận định riêng của tác giả về một ít bạn văn của ông. Tôi gặp một số danh xưng quen biết như nhiếp ảnh gia Lê Quang Xuân, nhà văn Song Thao, nhà thơ Hoàng Xuân Sơn, nhà phê bình Nguyễn Vy Khanh, nhà văn Nguyễn Văm Sâm… được nhắc tới, điều này nói lên được thân quí ấm tình bạn văn của tác giả. Sách tôi được ông ký tặng ngày 25-12-2021 chắc cũng được nằm trong ưu ái này".

- Nhà văn, Phiếm chủ **Song Thao** đã "phiếm": *"Những Trang Văn Đời Tôi là tập hợp nhiều bài viết của anh Nguyễn Kiến Thiết về rất nhiều đề tài, từ tự sự đến nghiên cứu. Đặc biệt hầu như hầu hết bài viết đều nhắm vào miền Nam. Từ những sinh hoạt của người dân miền Nam như ngày tết, cải lương, vọng cổ đến những danh tài của đất mới này như thi sĩ Đông Hồ, nhà văn Sơn Nam (...) Nếu độc giả muốn biết về nếp sinh hoạt của người miền Nam ắt sẽ tìm được nhiều điều mới lạ trong cuốn sách này. Một trong những điều mới lạ là món thịt chó (...) Anh Nguyễn Kiến Thiết là sinh viên Đại Học Văn Khoa Sài Gòn từ năm 1966 tới 1975 và là sinh viên ruột của Linh Mục Thanh Lãng. Linh Mục là người Bắc ròng nhưng lại vô cùng yêu thích văn chương miền Nam. Anh Nguyễn Kiến Thiết đã hoàn tất luận án cao học với đề tài "Tính [Tánh] Cách Đặc Thù của Ca Dao Miền Nam". Sau khi lấy được bằng Cao Học, anh đã tiếp tục học Tiến Sĩ. Chỉ có vận nước đứt đoạn vào năm 1975 mới có thể làm anh dừng bước".*

- Nhà văn **Hồ Đình Nghiêm** đã biểu cảm: *"Tác giả Nguyễn Kiến Thiết đích thân mang tặng đứa con vừa làm giấy khai sanh "Những Trang Văn Đời Tôi". Tôi cảm động, tôi vui (có sự tình bất ngờ nào không xúi mình đón nhận chút sóng xô?). Cả hai chúng tôi tuy cùng định cư trong một thành phố, nhưng đây là lần đầu tôi đứng kề anh (2 thước theo quy định). Tôi sẽ nhìn thấy dung mạo rõ nét của nhà văn sau khi đọc xong cuốn sách có bề dày 256 trang. Và khi đó tôi sẽ nhẩn nha ghi lại những cảm nhận. Lướt qua phần tiểu sử in ở trang 7 cũng đủ nói lên phần nào tài ba của tác giả.*

Xin được cảm ơn nhà văn Nguyễn Kiến Thiết. Mừng vui vì anh đã vị tình "lặn lội đường dài" trong ngày giá lạnh để chia sẻ cùng tôi đốm lửa nhỏ mãi ấm, mãi thắp lung linh trong món quà văn chương...".

- Nhà văn **Võ Kỳ Điền** đã bày tỏ: "*Tôi vừa nhận được sách quí sáng nay. Mê quá, sẽ đọc thật kỹ những câu chuyện anh Kiến Thiết gởi gấm trên những trang sách. Rất thích bài tựa của Nguyễn Văn Sâm. Vui lắm khi biết được những công trình mà anh Kiến Thiết đảm nhận. Cám ơn nhiều và chúc thành đạt*".

- Nhà văn **Nguyễn Văn Lục** với đôi dòng cảm nghĩ: "*Cám ơn anh đã tặng sách NhữngTrang Văn Đời Tôi. Trình bày trang nhã và chăm chút từng lỗi chính tả thường dễ gặp phải.... Cái ấn tượng của tôi là anh bằng lòng về chính mình. Từ việc học hành cũng chật vật cho đến chỗ chót vót của bằng cấp. Bằng lòng về đám bạn bè, thăm hỏi từng người. Và nhất là bằng lòng về đời sống gia đình của anh, về vợ con*".

- Nhà biên khảo **Lạp Chúc Nguyễn Huy** đã nhận xét: "*Trong căn nhà Văn Học Thành Văn của văn hóa người Việt tỵ nạn mới nở một bông hoa mới là cuốn sách "Những Trang Văn Đời Tôi" của Nguyễn Kiến Thiết. Xin chúc mừng Hội Nhà Giáo và cảm phục sự hy sinh thời gian, tiền bạc của tác giả để phục vụ đời sống tinh thần của chính mình trước đã và sau đó là độc giả (...) Tôi đã đọc xong bài viết về Đông Hồ thì thật là tuyệt làm sáng tỏ nhiều thắc mắc của tôi. Cám ơn anh đã viết tặng cùng với một vết son trên sách*".

- Nhà báo **Đỗ Nghi**, cựu Chủ bút *Thời Báo* đả nhận định sắc sảo: "*Như đã hứa với anh là sẽ đọc thật kỹ "Những Trang Văn Đời Tôi" nên tôi đọc kỹ lắm, và kết quả là chỉ có được nhận xét sau đây:*

"Văn là người", thành ngữ được coi là một thứ cliché, vẫn có thể được áp dụng ở đây.

Anh viết quá kỹ. Kể chuyện mà như biên khảo. Anh viết quá hiền lành, kể cả những chỗ cần phải nổi nóng. Văn chương thể hiện tâm tính, chắc chắn anh phải là một người rất điềm đạm và đầy cân nhắc.

Đọc hết cả quyển sách với thói quen của một correcteur

(năm 17 tuổi, tôi khởi nghiệp bằng cái job này ở báo Tự Do của Thầy Phạm Việt Tuyền), chỉ thấy có ... **hai** *lỗi chính tả.*

Một ở trang 131: để đủ tiền **nua** *sách (dòng đầu) đúng ra là* **mua**, *và một ở trang 191: bỏ* **bã** *(dòng thứ hai từ dưới lên) đúng ra phải là "bỏ* **bả**", *dấu hỏi".*

-BS Trần Mộng Lâm, cựu Chủ bút báo *Quốc Gia* với những lời tâm huyết:

Anh Nguyễn Kiến Thiết thân mến,

Trong những ngày lễ Noel và năm mới DL, tôi đã đọc hết tác phẩm của anh. Việc đọc sánh này đã đem tới nhiều suy nghĩ cho tôi. Trước hết là cảm tưởng của tôi về con đường học vấn mà anh đã đi. Sao mà nó khó khăn và gai góc như vậy, không khác gì con đường "sạn đạo" đi vào Ba Thục thời Tam Quốc bên Tầu. Thú thực nếu không đọc cuốn sách của anh, tôi không tưởng tượng được là ở Việt Nam, ngay trước 75, cũng có những người trẻ tuổi bị cơm áo chắn ngang tương lai như vầy. Tôi luôn luôn ở các thành phố lớn như Hà Nội, Sài Gòn nên quả thực là không biết tình trạng này, vẫn tưởng ai muốn học thì học, dễ như ăn cơm sườn!!!

Dù sao chăng nữa, sau nhưng cố gắng vô bờ, anh đã đạt được mục đích, và trở thành một nhà khoa bảng.

Những trang sau của cuốn sách lại đem lại cho tôi một ngạc nhiên khác, đó là viết tiêng Việt, dù nghiên cứu, dù văn chương, không giản dị như tôi tưởng, phải học hỏi, phải trau dồi, phải được hướng dẫn bởi các người đi trước mới không phạm những khuyết điểm ấu trĩ. Thí dụ như viết sai chánh tả, viết sai ngữ vựng, v.v... Đối với những người như tôi, không học Văn Khoa, không học Sư Phạm, thì cứ viết tưới hột sen, nghĩ sao viết vậy, một bài ít khi quá 20 phút, nên viết tệ là phải, nhưng được cái khỏe re cái đầu.

Riêng anh thì khác. Sau khi mở được các cánh cửa Sư Pham, Văn Khoa, anh thênh thang trên con đường tráng nhựa, có khuôn vàng, thước bạc, có các ân sư chỉ dẫn, nên cuộc hành trình của anh vào văn hóa tiến đến mục tiêu chỉ còn là vấn đề thời gian, nếu không có việc đột biến xẩy ra. Âu cũng là số phận Văn phong của anh, dù anh không nhận, cũng mài mại văn phong ông Vương Hồng Sến, hay nói đúng hơn, anh ở giữa ông học giả họ Vương và ông vua phiếm Song Thao. Đó là cảm tưởng của người đọc, không phải để xếp loại (cataloguer) anh đâu.

Đọc xong, đóng cuốn sách lại, tôi suy nghĩ vẩn vơ:

-Con người này không thể có kẻ thù.

Anh hiền quá, anh nhân hậu quá, như phần lớn các bạn tôi, người của sông Tiền, sông Hậu. Không ngạc nhiên khi thấy Miền Nam rơi vào tay những kẻ tinh ranh, quỷ quyệt. Chúng ta không đủ thủ đoạn để chiến đấu ngang tay với bọn họ, tuy chúng ta vượt xa bọn họ trên những lãnh vực khác. Nhưng các chuyện đó phức tạp quá, xin hầu chuyện anh trong một dịp khác.

Tới đây, tôi chỉ muốn dùng chữ "bạn hiền" để tặng anh, người bạn tôi mới biết, và nhân dịp đầu năm này, chúc anh mọi điều may mắn.

- **Nguyễn Như Thành** - Chủ tịch CTNCT Khu Hội đã viết: "*Thật là Vinh Dự lớn cho tôi khi nhận được Tác phẩm: Những Trang Văn Đời Tôi. Tôi đã đọc, đã ngưỡng mộ. Ở vào tuổi 76 vẫn còn minh mẫn, cần cù viết lại những giai thoại Văn Chương của đời mình, với tình yêu Quê Hương thật sâu xa nồng thắm (...) Với tâm huyết này của Giáo Sư, Nhà Văn Nguyễn Kiến Thiết / Trúc Lan... Giòng Văn Chương VNCH/ Hải Ngoại còn Hy Vọng thêm Những Trang Văn khác*".

- Nhà văn, nhà báo **Nguyễn Trọng Dũng** (Việt Nam) với nhận xét "có cánh": "*Lúc 20giờ 13 phút, ngày 31/12/2021, tôi nhận được món quà cuối năm đầy chất lượng văn chương của anh Nguyễn Kiến Thiết: tác phẩm "Những Trang Văn Đời Tôi" do Văn Học Mới xuất bản năm 2021 tại Hoa Kỳ. Tuy chưa đọc nội dung, nhưng qua đọc bài "Giới thiệu sách mới nhận" của nhà thơ Luân Hoán tôi biết trong sách NTVĐT sẽ có những trang văn giàu ký ức và kỷ niệm về các bạn bạn văn mà NKT một thời gắn bó (...) Nay lại đọc được bài giới thiệu sách rất ngọt ngào...*".

- Nhà giáo **Trần Hữu Quyền**, nguyên Hội trưởng Hội Giáo chức Québec đã nhận định sắc sảo: "*Đọc NKT ta thích không chỉ những gì anh kể lại, mà thấy thú vị với cả câu văn, cách nói rặt Nam Bộ của anh. Anh góp nhặt, chắt chiu từng câu chữ dân gian bình dị mà lại có khả năng đánh thức cái tình tự quê* *hương đang ẩn náu đâu đó trong ta (...) Nhưng đọc NKT ta thấy một mảng đời ta trong đó. Hay ít ra là tôi thấy một phần nào về tôi của một thời trong đó. Vì người cha, người thầy, người bạn mà anh nhung nhớ cũng hao hao như người cha, người thầy, người bạn của tôi. Và cái anh nhà quê của NKT cũng chính là cái anh nhà quê mà tôi từng gặp và gần gũi khi có dịp đi về Miền Tây Nam Bộ. Thành thử những điều NKT nêu lên không chỉ là những vụn vặt cá nhân của riêng anh như kiểu "selfie" mà nó phản ánh hình bóng xã hội Miền Nam, nền văn hoá giáo dục Miền Nam thời ấy. Nghĩa là những cái anh NKT đề cập tới, nó cũng dính líu tới ta, những ai đã từng sống vào thời ấy, ở nơi ấy (...) Thành thử khi đọc bài Nghĩ về tuồng cải lương "Tẩy Hận" của soạn giả Việt Ái, tôi rất hiểu tâm trạng của tác giả, một người sinh trưởng từ sông nước, cây lúa và câu hát Nam Bộ. Bây giờ văn chương chữ nghĩa đã tiến xa lắm rồi. Từ khi tác phẩm của Marcel Proust xuất hiện thì văn chương đã hoàn toàn lột xác. Không còn cốt truyện, cũng chẳng còn đơn tuyến, thời gian chồng chéo, xen kẽ vào nhau, tâm lý nhân vật phức tạp, thậm chí cũng chẳng cần nhân vật chính.* ***Vừa là văn học mà cũng vừa là triết học.*** *Đâu đơn giản, "cải lương" như Tẩy Hận: đâu đấy rạch ròi, có nhân vật chính diện và nhân vật phản diện; có cái thiện và cái ác; có trước và có sau; và nhất là "****kết thúc "có hậu" được tóm gọn trong công thức: thiện thắng ác, chánh thắng tà, hiền nhân quân tử buổi đầu luôn bị hãm hại, về sau được hưởng vinh hoa phú quý; còn kẻ gian nịnh tham ác ban đầu thắng thế, cuối cùng cũng bị trừng phạt***"[NKT].

Nhưng đó không phải là những điều tác giả muốn nhấn mạnh. Bởi vì thiện và ác bây giờ "xập xí xập ngầu" khó phân biệt, thật giả, vàng thau lẫn lộn loạn xà ngầu. Cái mà tác giả khơi gợi qua câu chữ là tính cách, là sắc thái đặc trưng của người Nam Bộ. Đang mùa đông Montréal mà đọc Nguyễn Kiến Thiết cứ thấy lòng mình ấm lại. Chính những cái mộc mạc ấy nó làm nên con người mỗi chúng ta hôm nay".

- Nhà văn Phiếm **Cả Ngố Họ Trịnh**, nguyên Tổng Thư ký nhiều nhiệm kỳ của Hội Giáo chức Québec đã viết *chuyện nọ xọ chuyện kia: "Rất hoan hỉ được biết Thầy sắp ra sách. Hy vọng lúc ấy việc tụ họp không còn cấm đoán nữa, để Thầy làm một buổi ra* *mắt sách "hoành tráng" để đánh dấu sự ra đời của đứa con tinh thần mà tui nghe nói Thầy đã thai nghén ấp ủ từ lâu, và do đó, chắc hẳn là phải rất bác học, công phu, xứng tầm của một giáo sư đại học".*

- Nhà giáo **Nguyễn Trung Hiếu,** Tổng Thơ ký kỳ cựu Hội Giáo chức Québec đã nhận xét: *"Phải thành thật mà nói: "Sinh ra ta là Cha Mẹ, hiểu được ta chỉ có bạn hiền Nguyễn Kiến Thiết..." (Mượn câu nói của Nhuận Điền với Trần Minh trong vở cải lương Bên Cầu Dệt Lụa !)... Bức thư và bài viết của bạn đã làm tôi "nổi da gà, thẫn thờ và rung rẩy toàn thân" như đã uống phải một liều thuốc mạnh (?)... Thì ra trong hơn cả năm nay trong khi mọi người "chạy giặc Covid", bạn tôi đã âm thầm làm việc không ngơi nghỉ để viết sách, trong đó có bài về tôi và Cả Ngố - người cũng từng là bạn đồng hành với tôi suốt hàng chục năm trời trong "tòa soạn CGC" .*

-Cảm ơn những tình cảm bạn đã dành cho tôi và những tâm tư đã cùng nhau thảo luận.

-Bạn đã thật sự cho tôi giây phút được sống lại với những hình ảnh, những tình cảm, những say mê trong suốt cả một thời gian dài mà nay chỉ còn có trong ký ức và hoài niệm...

-Bài viết của bạn đã làm sống lại trong tôi những thước phim dĩ vãng đã qua trong đời mà chúng ta đã cùng nhau trân quí...

Dù sao trong cuộc sống lưu vong của ta hiện nay, thiết tưởng có được những người bạn quí như vậy cũng đã mãn nguyện lắm rồi vậy".

- Nhà giáo **Huỳnh Công Ân**, *thầy-Toán-thích-viết-ký-sự, đã viết: "Trẻ nghĩ về tương lai, già nhớ về quả khứ. Những hồi ức của anh Nguyễn Kiến Thiết cho thấy hoạt cảnh sinh động của miền Tây sông nước bằng lối hành văn rặt chất Nam Bộ khiến tôi rất ngưỡng mộ (...) Phần tôi, phần lớn cuộc đời sống ở thủ đô Sài Gòn nên những ký ức không phong phú và kỳ thú như của anh Nguyễn Kiến Thiết, nhưng đó cũng là những thước phim của cuộc đời hạnh phúc nhất của tôi ở miền Nam trước 1975. Vì vậy tôi mạn phép chia sẻ với quý Thầy Cô mong góp phần cho việc thư giãn trong những ngày Tết trên đất khách".*

- Nhà giáo **Trương Thị Khoa Nghi,** Cố vấn Hội Giáo chức

Québec đã tán dương: “*Tôi đã đọc hết cuốn tự truyện của anh. Nhờ cuốn truyện này mà tôi hiểu và gần gũi ông bạn giáo chức của tôi hơn. Tôi thấy nhà giáo Kiến Thiết này tuổi trẻ thật thông minh, hiếu học, cần cù và có chí tiến thủ. Thật là đáng quý. Đọc những đoản văn mượt mà, thấm đẫm tình quê, tôi thấy quê hương mình sao giàu đẹp và đáng yêu quá! Xuyên suốt tác phẩm tôi thấy biểu hiện rõ nét Tính cách hiền hòa, khiêm tốn, tôn sư, trọng bạn và biết ơn mọi người của nhà giáo Kiến Thiết, một đức tính mà đức Đạt Lai Lạt Ma cho là đáng quý nhất của con người*” (Vì bài viết không có dấu nên chúng tôi xin phép được bỏ dấu cho dễ đọc).

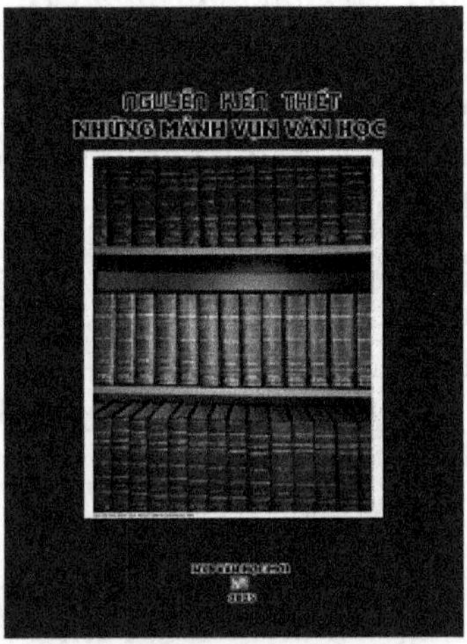

TRÂN TRỌNG GIỚI THIỆU

NHỮNG MẢNH VỤN VĂN HỌC

@

NGUYỄN KIẾN THIẾT

NXB / VĂN HỌC MỚI

THÁNG 9/2025

Sách dày 350 trang

Sửa bản in: Nguyễn Kiến Thiết

Trình bày bìa & nội dung: Hà Nguyên Du

@

Xin liên lạc: Nguyễn Kiến Thiết

Điện thoại: (514) 331-0398

Điện thư: nkttl@outlook.com

MINH TRIẾT – KIM VI và Arianne Ngọc Thư

Dạ thưa Ba,

Chúng con xin kính gửi Ba bài thơ của vợ chồng con và tranh vẽ của Arianne để được đóng góp vào bài báo mừng 60 năm văn chương của Ba. Thơ từ tấm lòng của chúng con, và chỉ được sáng tác trong vòng 2 buổi tối nên chắc chắn sẽ không hay như những nhà thơ, nhà văn mà Ba từng đánh giá; nhưng chúng con mong Ba sẽ thích. Riêng Arianne, chỉ là những nét vẽ trẻ thơ nhưng chứa đựng tình yêu thương to lớn dành cho ông bà. Mong Ba xem xong sẽ mỉm cười vui vẻ.

MỪNG BA TRƯỜNG THỌ TÁM MƯƠI

Mừng Ba trường thọ tám mươi
Thọ Trời ban phát cho người phước cao
Mừng Ba sức khỏe dồi dào
Tâm an tướng hảo sống đời với con

Mừng Ba được vợ hiền lương
Bao nhiêu năm vẫn chăm lo hết lòng
Vượt qua hết thảy bão giông
Bách niên giai lão song hành cùng nhau

Mừng Ba được bốn trai tài
Cùng dâu hiếu thảo một lòng kính Ba
Mừng Ba đông cháu vui nhà
Tiếng cười tiếng hát chan hòa muôn nơi

Trẻ thơ ríu rít không rời
Niềm vui tràn ngập nụ cười nở hoa
Mừng Ba xây được kho tàng
Văn chương sách báo để đời mai sau

Từng đêm thức suốt canh thâu
60 năm góp công nền văn chương
Biết bao tán thán xa gần
Ngợi khen tài đức một đời sắt son

Cảm ơn Ba đã yêu thương
Vợ hiền sớm tối tảo tần đắp xây
Xây nên tổ ấm đủ đầy
Xây nên ngày tháng thanh bình an vui
Yêu sao cả tấm chân tình
Tình cha ấm áp như vầng thái dương
Tín, nhân, lễ, nghĩa, hiền lương
Nhờ Ba chỉ dạy chúng con nên người
Đường đời đầy rẫy chông gai
Ba là ánh sáng soi đường con đi
Cảm ơn Ba đã cho đời
Một kho văn học thơ ca tuyệt vời
Ba ơi, Ba hãy luôn cười
Mấy mươi năm nữa cùng đàn con yêu
Mỗi ngày bước đến bên đời
Ngập tràn hạnh phúc cùng vợ hiền và cháu con.

Minh Triết và Kim Vi – Montréal, 15/11/2025

NÉT VẼ THƠ NGÂY CỦA CHÁU NỘI ARIANNE NGUYỄN NGỌC THƯ

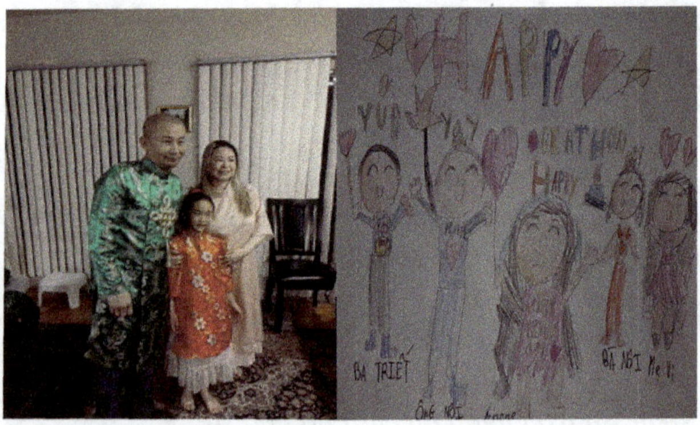

**Nét vẽ thơ ngây của cháu Nội Arianne Nguyễn Ngọc Thư*

TIẾT TRÍ - ĐỨC HẠNH

Gia đình chúng con Trí - Hạnh và Jimmy &James xin kính chúc ông Nội tròn 80 tuổi Vạn sự như ý, sống thật lâu và nhất là tràn đầy sức khỏe để còn vui chơi với con cháu. Mong là mỗi năm đều được đi chơi với Ba Mẹ (Ông Bà Nội) như năm nay. Không còn điều gì tuyệt vời hơn.

Rất cám ơn đấng sinh thành đã cho tụi con thế giới muôn màu nầy.
Merci beaucoup.

Trí – Hạnh và các con: Jimmy Trí Tuấn – James Trí Tú

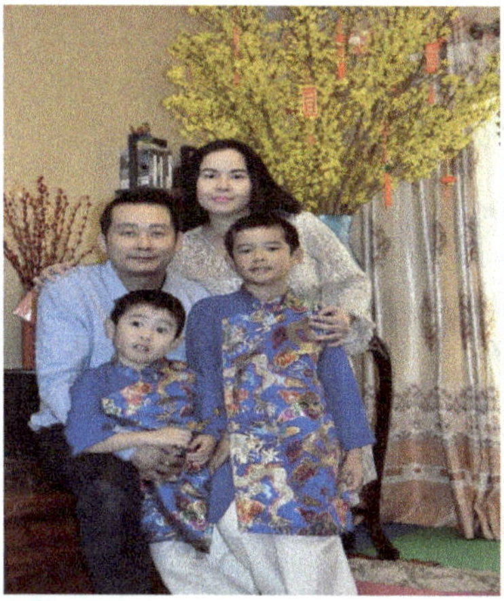
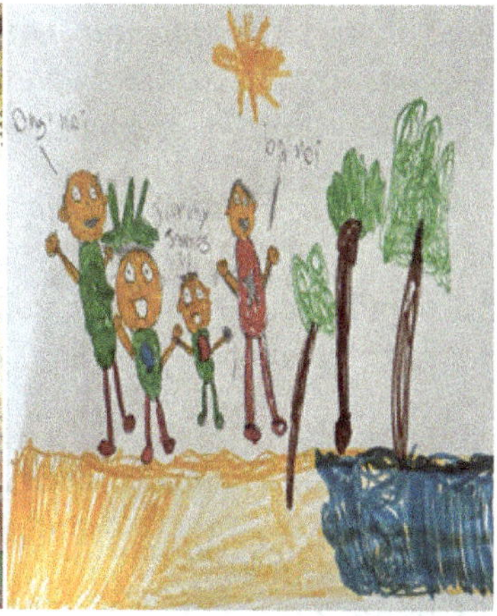

**Hình vẽ thơ ngây do cháu Nội Jimmy thực hiện (ngày 15/11/2025)*

NGUYỄN CHÁNH

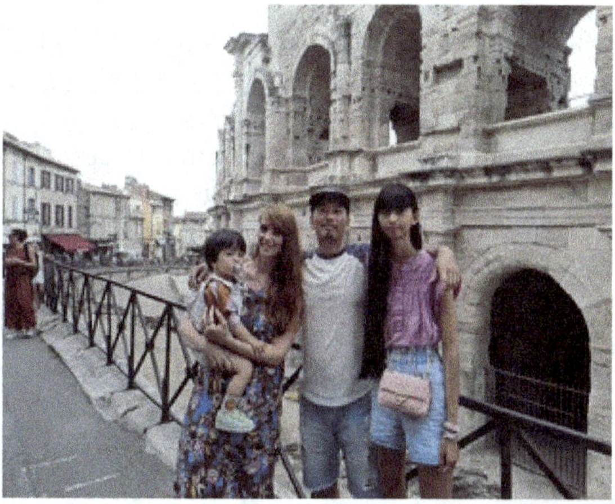

***Gia đình Chanh Nguyen – Elodie Rosa (hai con Claudia Lê và Elijah Nguyen)**

Bonjour mon cher Papa chéri, Je ne suis pas très habile en poème, mais j'aimerais quand même t'écrire de mes meilleurs mots et pensées à l'occasion de ton anniversaire. Maman et toi aviez sacrifié vos vies pour nous donner le meilleur futur possible et cela à porter fruit. Nous, tes enfants, sommes devenus grands, forts, travailleurs et toujours prêts au combat et défendre l'honneur de la famille. Tu as travaillé fort et dur toute ta vie, même en la recommençant au plus bas échelle dans un nouveau pays, et nous as donné un toit et tout de quoi nous nourrir. Maintenant, nous sommes devenus adultes et parents nous-mêmes et essayons d'élever nos enfants de la meilleure des manières, c'est-à-dire comme tu nous as éduqués.

Même éloigné, tu as toujours été là présent pour moi. Et même dans mes moments les plus difficiles, tu as été d'une grande écoute et support infini. Je te suis très reconnaissant et te dois la vie. Aujourd'hui pour tes ***80*** *bougies, je voulais te rendre un grand hommage et n'hésiterais pas à me sacrifier à mon tour aussi pour toi.*

Peut-être que je le dis rarement, mais je le pense tous les jours : je t'aime de tout mon cœur mon cher Papa

Best regards,

Chanh Nguyen

---------------------------------.

Xin chào người cha kính yêu của con,

Con không giỏi làm thơ lắm, nhưng con vẫn muốn viết cho Ba những lời hay ý đẹp nhất nhân ngày sinh nhật của Ba. Ba Mẹ đã hy sinh cả cuộc đời để mang đến cho chúng con một tương lai tốt đẹp nhất, và điều đó đã được đền đáp. Chúng con, những người con của cha mẹ, đã lớn lên, mạnh mẽ, chăm chỉ, và luôn sẵn sàng chiến đấu để bảo vệ danh dự gia đình. Cha mẹ đã làm việc chăm chỉ cả đời, thậm chí bắt đầu lại từ đáy xã hội ở một đất nước mới, và đã cho chúng con một mái nhà che mưa che nắng và mọi thứ chúng con cần để ăn. Giờ đây, chúng con đã trưởng thành và cũng đã làm cha mẹ, cố gắng nuôi dạy con cái theo cách tốt nhất có thể - như cách cha mẹ đã nuôi dạy chúng con.

Ngay cả khi ở xa, cha mẹ vẫn luôn ở bên cạnh con. Và ngay cả trong những khoảnh khắc khó khăn nhất, cha mẹ vẫn là người lắng nghe tuyệt vời và là nguồn động viên vô tận. Con vô cùng biết ơn cha mẹ và nợ cha mẹ cuộc đời này. Hôm nay, nhân dịp sinh nhật lần thứ **80** của Ba, con muốn bày tỏ lòng biết ơn sâu sắc và sẽ không ngần ngại hy sinh bản thân vì cha mẹ.

Có lẽ con hiếm khi nói ra điều này, nhưng con nghĩ đến điều này mỗi ngày : Con yêu Ba bằng cả trái tim mình, Ba yêu quý của con.

Best regards

Nguyễn Chánh (Chánh Trực)

MỪNG SINH NHỰT CHÁU NỘI ELIJAH

Cháu đã chào đời ở phương xa
Được gần cha mẹ, xa ông bà
Kết tinh hai dòng máu Tây - Việt
Lẽ thường thâu hết mọi tinh hoa
Sinh Nhựt trời Tây mùa Thu lạnh
Vắng vẻ - cô đơn vẫn ấm nồng
Nội chúc cháu yêu luôn mạnh giỏi
Họp mặt sum vầy thoả ước mong.
Trúc Lan - X.2025

ẢNH SÁCH "VIỆT NAM QUÊ HƯƠNG TÔI" của Nhiếp Ảnh Gia Lê Quang Xuân

Với lời đề tặng: "*Bản riêng tặng bạn hiền Nguyễn Kiến Thiết với những tình cảm rất chân thành và sự quý mến của tác giả Lê Quang Xuân 3/21*" cùng chữ ký và triện son của tác giả.

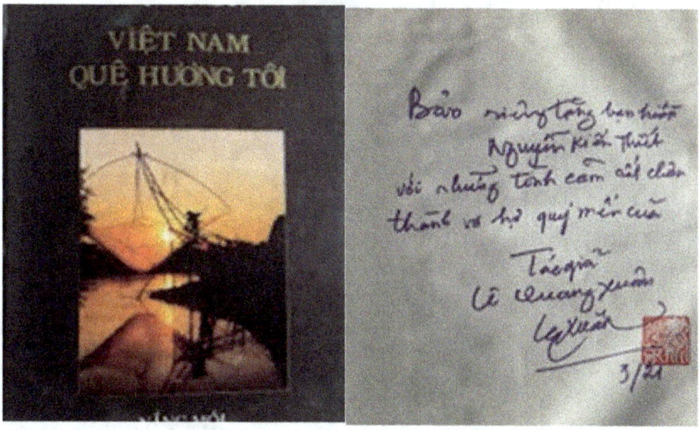

NHÀ TÔI Photo by Lê Quang Xuân
Với lời đề tặng: "*Tặng bạn hiền Nhà thơ Trúc Lan*" *Montréal* 2 0-7-22

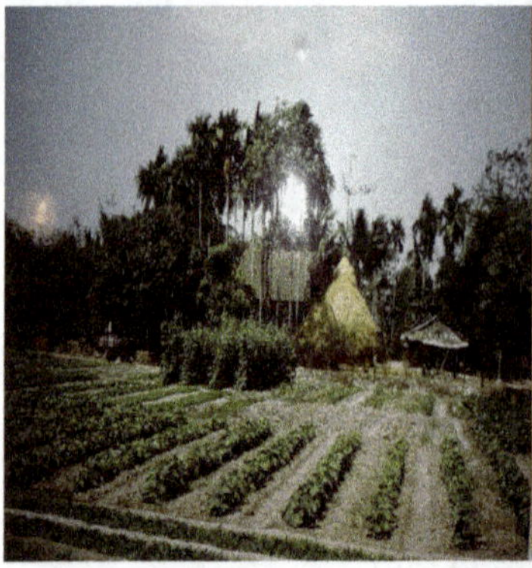

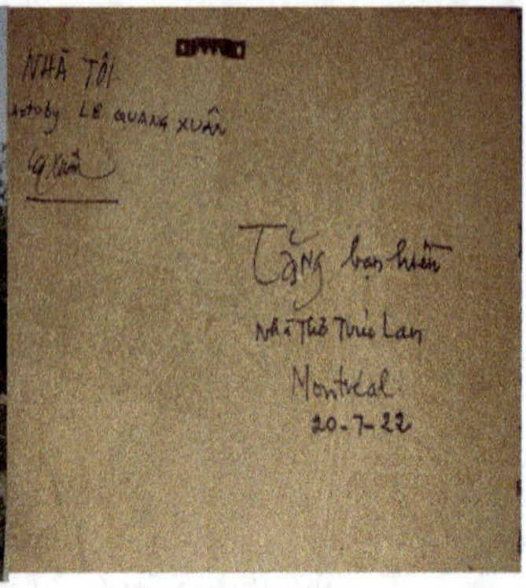

NGUYỄN ĐĂNG GIA PHẢ
Đồng Chủ biên: Nguyễn Trọng Dũng – Nguyễn Kiến Thiết
Nhà xuất bản Thuận Hóa - Huế 2021

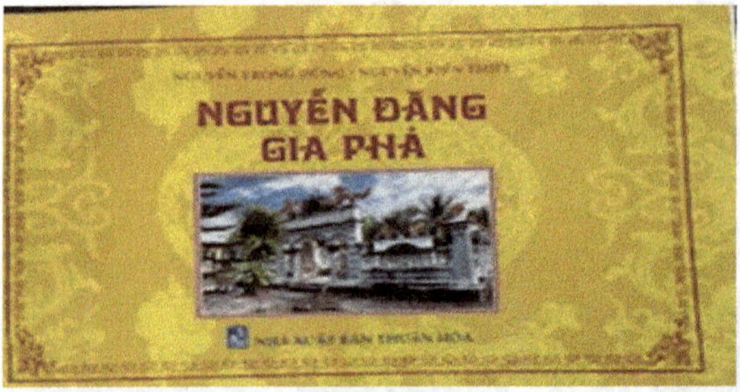

TUỔI THƠ
Thơ: Trúc Lan Nhạc:
Hoàng Anh Lương

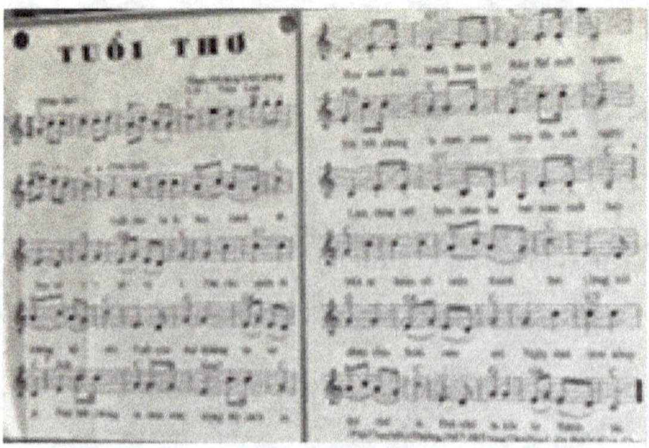

VIỆT NAM QUÊ HƯƠNG MẾN YÊU

Thơ: Trúc Lan

Nhạc: Hoàng Anh Lương

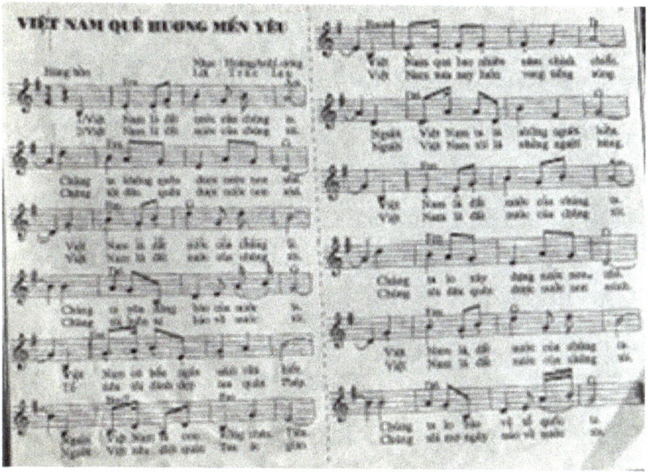

THƯ-ẢNH TĂNG HƯNG

Thư-ảnh gia Tăng Hưng đã múa bút hai câu thơ của thiền sư Mãn Giác:
Mạc vị Xuân tàn hoa lạc tận
Đình tiền tạc dạ nhất chi mai
để "Thân tặng Anh Chị Kiến Thiết Đầu Xuân Nhâm Dần 2022 – Tác giả Tăng Hưn

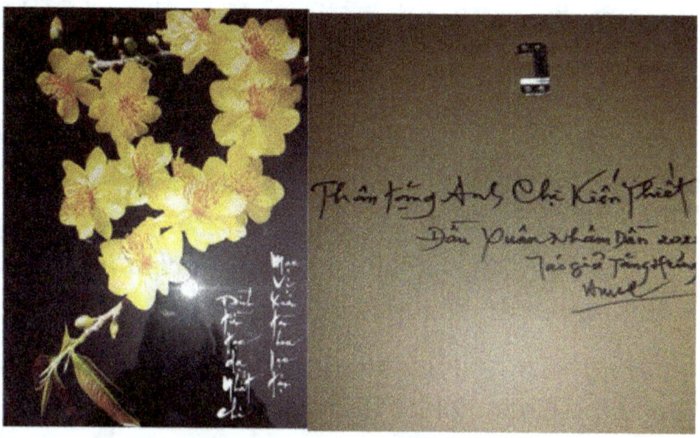

**Thư-ảnh do thư-pháp gia Tăng Hưng tặng tác giả nhân Tết Nhâm Dần 2022.*

PHẦN II. NHÀ GIÁO NHÀ VĂN, NHÀ BIÊN KHẢO NGUYỄN KIẾN THIẾT

VÀI NÉT VỀ TIỂU SỬ

Nguyễn Kiến Thiết (bút hiệu Trúc Lan, Tuấn Trung)

- Sanh năm 1945 tại làng Thuận Thới, huyện Trà Ôn, tỉnh Cần Thơ (nay thuộc tỉnh Vĩnh Long, Việt Nam);

- Tốt nghiệp Sư Phạm Sài Gòn 1967, Cử Nhân Văn Chương 1969, Cao Học Văn Chương Việt Nam 1972, năm thứ Nhứt Tiến Sĩ Văn Chương Việt Nam 1974;

-Chủ bút *Tập San Văn Học,* Đại học Văn Khoa Sài Gòn 1967-1974;

- Tổng Thơ ký Tòa soạn Tạp chí *Nghiên Cứu Văn Học* 1971-1972;

- Giảng dạy tại Viện Đại học Cần Thơ và Viện Đại học Hòa Hảo (An Giang) từ 1974. Phó ban chỉ đạo công trình nghiên cứu "*Văn Hóa Dân Gian Đồng Bằng Sông Cửu Long*" Đại học Cần Thơ. Đã đã đưa nhiều đợt sinh viên đi "điền dã", sưu tầm văn chương bình dân ở nông thôn các tỉnh Vĩnh Long, Trà Vinh, Cần Thơ, Bến Tre, Đồng Tháp, An Giang, Kiên Giang, Cà Mau, v.v...

- Định cư ở Montréal, Canada tháng 3, 1989;

- Tốt nghiệp trường Chuyên nghiệp Điện tử ở Canada, làm việc tại các hãng Điện tử (Philips, Prolex Canada) cho đến khi về hưu năm 2008;

- Giảng dạy một số chuyên đề về *Văn chương Việt Nam* cho lớp Quê Hương Mến Yêu Montréal, 1993-1994;

- Thuyết trình về *Ca dao miền Nam* tại Trung Tâm Văn Hóa Giáo Dục Hồng Đức, Montréal 2001;

- Thuyết trình về *Thú chơi Câu Đối* tại Đại hội Giáo chức Québec 2017;

- Trưởng Ban Giám Khảo *Cuộc thi Câu Đối* do Hội Giáo chức Québec phát động năm 2017 (các Phó Ban: Trương Thị Khoa Nghi, Lộc Bắc);

- Thành viên Ban Giám Khảo "*Giải Thơ Văn Học Mới 2024*";

- Cố vấn Hội Giáo chức Québec hơn 30 năm nay.

Tác phẩm đã xuất bản:

- ***Tánh Cách Đặc Thù Của Ca Dao Miền Nam,*** Luận án Cao học Văn Chương Việt Nam, Đại học Văn Khoa Sài Gòn, 1972;
- ***Nguyễn Đăng Gia Phả*** (Đồng chủ biên với Nguyễn Trọng Dũng), nhà xuất bản Thuận Hóa-Huế 2021;
- ***Những Trang Văn Đời Tôi,*** nhà xuất bản Văn Học Mới Hoa Kỳ, 2021;

Sách sắp xuất bản:
- ***Tập truyện / hồi ức Nguyễn Kiến Thiết;***
- ***Thơ Trúc Lan "Những sợi Tơ Lòng".***

Đã cộng tác với các Tạp chí, Đặc san ở Việt Nam:

Nghiên Cứu Văn Học, Văn Nghệ, và tại hải ngoại: *Nắng Mới, Thời Báo, Đồng Nai-Cửu Long, Ngôn Ngữ, Văn Học Mới, Tân Văn, Sài Gòn Nhỏ, Nghệ Thuật, Quốc Gia, Hội Giáo Chức Québec, SaiGon Times,* v.v...

CÁC BÀI VIẾT CỦA NGUYỄN KIẾN THIẾT
CÂU ĐỐI TẾT BÍNH NGỌ 2026:

MỪNG ANH NGỌ ĐẾN, RA SỨC LÁNH XA PHƯỜNG ĐẦU TRÂU MẶT NGỰA
TIỄN CHÚ TỴ ĐI, QUYẾT TÂM PHÊ PHÁN LŨ KHẨU PHẬT TÂM XÀ.

NGUYỄN KIẾN THIẾT

MỘT THOÁNG HOÀI NIỆM VỀ THUỞ HỌC TRÒ

.Lời tác giả: *Đây là bài viết nhằm tái hiện một thời dĩ vãng đã qua để cập đến người thật việc thật gần như 100%, kể cả nhân danh, địa danh và các sự kiện liên quan. Do nội dung và yêu cầu của đề tài cũng như nhằm thuật lại những kỷ niệm có liên quan mật thiết với mình, người viết bắt buộc phải lặp đi lặp lại nhiều lần "Cái tôi…đáng ghét"! Rất mong được bạn đọc lượng thứ* và bổ khuyết những sai lầm, sơ sót. *Xin đa tạ.*

Trong đời người, ai cũng có nhiều kỷ niệm. Có kỷ niệm không nên nhớ để vui sống, có kỷ niệm không còn nhớ vì không quan trọng, có kỷ niệm đáng quên vì nó nặng lòng, và những kỷ niệm không thể nào quên vì nó thân thiết gần gũi; nó cho ta những hương vị của cuộc đời. Nhân dịp Tết Quý Mão 2023 về nơi đất khách, ngồi nhấp tách trà thơm, ôn lại những kỷ niệm một thời dĩ vãng mờ phai, trong tôi bỗng khơi gợi lại chút hoài niệm về thuở học trò.

Các bạn hãy cho tôi được kể về những kỷ niệm không thể nào quên về thuở học trò "không giống ai" của một cậu bé nhà quê như tôi. Nếu phải "liệt kê" đầy đủ các hồi ức về thời đi học từ lớp Vỡ lòng cho đến khi lên Đại học với bao nỗi gian truân, chắc phải viết thành một cuốn sách đọc…mệt nghỉ; nên tôi chỉ điểm qua những hồi ức có sức tác động mạnh mẽ và vẫn còn hằn sâu trong tâm khảm.

***Thời thơ ấu gian khổ - Học vỡ lòng**:

Tôi sanh ra đời bởi một vì sao tương đối xấu trong gia đình nông nghiệp ở xã Thuận Thới (Trà Ôn) và lớn lên trong hoàn cảnh chiến tranh nghiệt ngã: Nhựt đảo chánh Đông Dương, chiến tranh Việt-Pháp, Thổ dậy "cáp duồn" (*Nhớ xưa giặc giã liên miên – Mẹ ôm con trốn Thổ Miên dưới hầm*); rồi phải tản cư nương nhờ bên Ngoại ở xã An Phú Tân (Cầu Kè) sống trong cảnh lầm than, khốn khổ trăm chiều (*Nhớ hồi con mới vừa lên tám / Khói lửa lan tràn khắp bốn phương / Lớn bé trẻ già đều chạy loạn / Mẹ con mình cũng bỏ quê hương*- Trúc Lan)! Tôi không có tuổi thơ tươi đẹp. Tuổi thơ của tôi có lúc bình dị, có lúc dữ dội, ồn ào, có khi là một trời giông bão. Thời thơ ấu tôi không được cắp sách đến trường một cách đường hoàng như chúng bạn đồng trang lứa, đặc biệt là ở các đô thị. Thật ra tôi cũng có vài kỷ niệm đẹp, nhưng quá ngắn ngủi thời thơ trẻ. Sanh ra trong một gia đình nông nghiệp trung lưu ở một tỉnh lẻ vùng sông Hậu, tôi lớn lên bên ruộng lúa vườn cam, hít thở không khí trong lành nơi thôn dã, tắm gội trong sông nước ngọt ngào dưới mưa chiều nắng sớm, chung sống với dân quê quanh năm suốt tháng. Trong thời thơ ấu, vô tình năm ba câu hát đưa em mộc mạc cùng những điệu hát dân gian tình nghĩa đã ăn sâu vào tiềm thức trẻ thơ qua tiếng ru dịu dàng, trầm ấm của bà mẹ quê theo nhịp võng đưa. Do vậy, tôi có nhiều kỷ niệm vui buồn nơi thôn ấp và nhiều mối liên hệ mật thiết với đồng quê miền Nam nước Việt. Ngần ấy thứ là những sợi dây vô hình ràng buộc tôi với quê hương. Tôi yêu quê hương tôi lắm. Tôi nhớ quê hương tôi lắm. Tôi nhớ lời ru ngọt ngào như bầu sữa mẹ mà má tôi đã rót vào tai tôi những vần ca dao đầu tiên theo nhịp võng đưa. Tôi cũng yêu cái đời lam lũ của ba tôi, của má tôi, của chị và các em tôi cũng như của bất cứ người dân quê nào sống trên mảnh đất quê hương thân yêu nầy.

Trong các bài báo trước kia như Tết Thầy… và Ba tôi, tôi có nhắc đến người thầy giáo làng có công dạy tôi những bài học vỡ lòng về các chữ cái, cách ráp vần Quốc ngữ, bảng cửu chương hóc búa, rồi cao nhứt là các bài Học thuộc lòng "Công cha như núi Thái sơn". Người thầy giáo làng đó chính là Ba tôi. Sau hiệp định Genève (20/07/1954), cũng như bao gia đình khác, gia đình tôi được hồi cư để tạo dựng lại cuộc đời mới tại quê nhà. Vì muốn tránh cảnh con em trong làng bị mù chữ, theo đề nghị thiết yếu của dân làng, với mớ vốn liếng chữ quốc ngữ, Ba tôi đã mở trường dạy học. Con em trong làng theo học khá đông, trong đó có chú tôi, chị tôi cùng mấy đứa em họ và tôi. Với cái tuổi lên 10 đã lớn chồng ngồng, tôi mới bắt đầu đi học lớp Vỡ lòng "tại gia" từ đó. Kể ra hơi muộn màng. Nhưng tôi lấy làm sung sướng vì được cắp sách đi học. Tôi luôn tự nhủ mình phải cố gắng học thật giỏi để không mang tiếng là con thầy giáo. Sau hơn một năm trì chí học tập, tôi đã đọc thông viết thạo sách/ chữ Quốc ngữ và giải được một số bài toán đố lớp Ba chương trình học thời bấy giờ.

Có thể nói, ngoài việc giảng dạy chữ nghĩa kiến thức, Ba tôi còn là người thầy đầu tiên dạy tôi những lễ nghi của con nhà giáo (Đi thưa về trình, Tiên học lễ hậu học văn), hun đúc trong tôi niềm say mê học tập và "Tình nghĩa giáo khoa thư". Ấn tượng mạnh về bộ sách Quốc Văn Giáo Khoa Thư luôn nhắc nhở đến tôi như một hoài niệm về thời thơ ấu. Với những bài học giản dị, dễ nhớ và rất đáng nhớ, bộ sách ấy là kim chỉ nam cho thế hệ chúng tôi noi theo trong cách xử sự ở đời!

Trong thời gian nầy, nhờ sự ân cần dạy dỗ của Ba tôi – mà cũng là thầy tôi, cùng những kỷ niệm buồn vui tuổi học trò đã làm phong phú đầu óc non nớt và làm nẩy nở biết bao tình cảm trong sáng nơi tôi, có thể nói "như mấy cánh hoa tươi mỉm cười giữa bầu trời quang đãng". Một trong số những kỷ niệm còn đọng lại trong tôi nhiều nhứt là lúc háo hức đi chúc Tết thầy ở quê nhà, như tôi đã kể trong một bài báo. Còn kỷ niệm khó quên khác là lúc tôi bị kêu lên bảng giải không nổi bài Toán đố mà Ba tôi đã ra đề hôm trước khiến tôi bị một "trận đòn thước bảng" nên thân. Nguyên do là vì chiều hôm trước, tôi mê đá bóng với bọn trẻ trong xóm, đến tối mịt mới về nhà rồi lăn đùng ngủ say như chết, quên cả việc giải bài toán. Do một cái duyên đưa đến, lớp học ngày càng đông, học trò gồm nhiều trình độ khác nhau nên Ba tôi "giao" cho tôi dạy vỡ lòng mấy đứa nhỏ. Thế là tôi trở thành "Hương sư" bất đắc dĩ từ năm 11 tuổi.

***Học Tiểu học**: Mấy năm sau đó tôi được "nhảy lớp" để chánh thức theo học lớp Nhì và lớp Nhứt tại một trường làng lân cận- tức trường Tiểu học Hiếu Ân (Vũng Liêm). Thầy dạy lớp Nhì của tôi là Nguyễn Văn Tiểng, còn thầy dạy lớp Nhứt là Nguyễn Văn Dậu (chắc thầy Dậu cầm tinh con Gà nên mới có cái tên cúng cơm theo một trong 12 con giáp nầy). Trường nầy cách nhà tôi hơn 9 cây số, nên người chú họ cùng học lớp Nhì và lớn hơn tôi ba tuổi (N.Văn Nù) phải chở tôi trên chiếc xe đạp đòn dông cà tàng để đến trường. Con ngựa sắt cũ kỹ từ thời Ba tôi làm "thầy Biện" ở xã Tân Mỹ (Trà Ôn) sử dụng hằng ngày để đi làm, giờ đây lại là bạn đồng hành gắn bó với chúng tôi suốt thời gian đi học. Từ nửa năm học về sau, nhờ vợ chồng người cô họ tốt bụng (N.Thị Nết) bảo bọc nơi ăn chốn ở để chúng tôi yên không bao giờ quên ơn. Năm lên lớp Nhứt, chú Tư Nù nghỉ học để đi lính. Tôi vẫn tiếp tục đi học, nhưng không còn ở nhà cô Ba Nết nữa. Hằng ngày tôi phải tự cỡi chiếc xe đạp đòn dông cà tàng trần trụi không dè từ nhà cha mẹ để đến trường. Mùa nắng đạp xe đi học rõ ràng là "tung trời xanh én nô đùa reo mừng". Nhưng mùa mưa, đối với một cậu bé 12 tuổi đạp xe trên con đường làng đất đá gồ ghề lầy lội là cả một cực hình! Có lúc bùn đất bám đầy xe không chạy được, tôi phải rán sức bình sanh cõng con ngựa sắt vượt qua vũng sình.

Những ngày cuối tuần cũng như hằng năm tới kỳ nghỉ hè, thay vì được cùng gia đình đi chơi đây đó như chúng bạn đồng trang lứa con nhà khá giả, tôi đã phụ giúp ba má tôi trong công việc đồng áng. Từ đó tôi đã làm quen với công việc nhà nông như nhổ cỏ, cấy lúa, gặt hái, xay lúa giã gạo và một số việc vặt vãnh như cắm câu, giăng lưới, soi ếch, đặt trúm đặt lờ, bắt lươn bắt cá. Hòa mình với cuộc sống cực nhọc của nhà nông, tôi mới thấy rõ giá trị của sức cần lao để đổi lấy miếng cơm manh áo: "*Có khó mới có miếng ăn; Không dưng ai dễ đem phần đến cho*".Từ đó, tôi càng thấy thương cha mẹ nhiều hơn. Tôi nguyện với lòng là sẽ cố gắng ăn học thành tài để báo đền công đức sanh thành dưỡng dục và làm rạng danh dòng họ.

***Học Trung học Đệ Nhứt cấp**: Lên trung học, vì trường tỉnh quá xa, chi phí ăn học tốn kém nhiều, nên tôi dự thi vào lớp Đệ Thất và theo học tại trường Trung học Bán công Tam Cần thuộc quận nhà Trà Ôn. Tam Cần là tên một tỉnh miền Nam có đời sống tương đối ngắn ngủi.Vị Hiệu trưởng khả kính của trường là thầy Nguyễn Hữu Tấn, tức ông Đốc Tấn. Trường nầy cách nhà tôi khoảng 20 cây số, nên tôi phải trọ học tại nhà một người cô (N.Thị Êm) ở xã Tân Mỹ, cách trường 7 cây số. Vì có mấy đứa em họ học hành kém cỏi, thỉnh thoảng tôi được trọng dụng để trở thành "gia sư" từ dạo ấy. Chi phí ăn ở nơi tôi trọ học là một giạ gạo 40 lít mỗi tháng suốt ba năm học từ Đệ Thất tới Đệ Ngũ. Tôi còn được giao "nhiệm vụ" chở đứa em họ bằng con ngựa sắt cũ kỹ đến trường trong hai năm học đầu tiên. Cái điệp khúc "cỡi chiếc-xe-đạp-đòn-dông-cà-tàng-trần-trụi-không-dè lặp lại. Nhưng lần nầy lại đèo thêm cái trọng lượng gần 40 ký-lô của đứa em họ. Con đường nầy thường bị "mấy người anh em bên kia" đắp mô, gài mìn để chặn đường tiến quân của binh sĩ Quốc gia. Có lần tôi chứng kiến một chiếc xe đò bị mìn nổ, năm ba hành khách bị thương vong, xương thịt rơi vãi, máu me linh láng. Tôi vừa đạp xe trờ tới, rất may chỉ bị thương nhẹ. Hú hồn! Trên đường đi học với biết bao gian khó hiểm nguy, nhưng tôi vẫn không sờn lòng nản chí. Năm lên lớp Đệ Tứ, tôi trọ học tại nhà vợ chồng người chị họ (L.Thị Xoa) ở Thị trấn Trà Ôn, chỉ cần đi bộ nửa cây số để đến trường. Chi phí ăn ở của tôi tại nhà chị Xoa lúc bấy giờ tương đối sòng phẳng: mỗi tháng ba má tôi hùn một thùng gạo 20 lít và 100$. Bấy giờ nhà anh chị chưa có điện nên phải thắp đèn dầu, mỗi tối phải tắt đèn sớm để tiết kiệm tiền mua dầu. Tôi cần thức khuya để học bài, phải nương nhờ ánh đèn điện ở hành lang nhà thờ Công giáo Trà Ôn kế bên. Tôi rất "có duyên" với chuyện học hành thi cử, được đứng tên trên Bảng Danh dự và được lãnh thưởng Nhứt Nhì liên tục từ lớp Nhì tới lớp Đệ Tứ. Tôi được miễn dự thi để lấy Văn bằng Tiểu học. Tôi thi đậu hạng nhì vào lớp Đệ Thất nên được miễn/giảm học phí. Không biết tại "xứ mù anh chột làm vua" hay sao mà môn Quốc văn và Pháp văn tôi luôn đứng Nhứt; còn Toán, Lý Hóa chỉ đứng nhì, ba. GS Quốc văn, thầy Võ Văn Uông và Nguyễn Quốc Cường đã phê trong sổ Học bạ của tôi: "*Rất giỏi. Lý luận đanh thép. Phải thành công!*". Còn GS Pháp văn, thầy Huỳnh Tấn Thới và Đinh Hoài Xuân đã có lời phê tương tợ, tôi không còn nhớ rõ nguyên văn. Đó là chưa kể bài Luận văn thi vào Đệ Thất của tôi được thầy dạy Quốc văn coi như bài mẫu và đọc cho cả lớp nghe! Cuối năm Đệ Thất, tôi được lãnh thưởng hạng Nhứt, được ông Đốc Tấn khen ngợi, tôi vô cùng sung sướng. Những năm học kế tiếp, từ Đệ Lục tới Đệ Tứ, tôi đều được lãnh phần thưởng hạng Nhứt, hạng Nhì nên không riêng gì tôi, cả ba má tôi cũng lấy làm vui sướng. Bốn năm sau, tôi cùng chúng bạn lớp Đệ Tứ qua Trà Vinh dự thi Trung học Đệ Nhứt Cấp. Trong sĩ số hơn 100 học sinh hai lớp Đệ Tứ toàn trường, tôi là một trong năm thí sinh trúng tuyển kỳ thi năm ấy (tỉ lệ là 5%). Hồi ức về thầy Nguyễn Hữu Tấn, tôi không làm sao nhớ hết vì đã trên 65 năm.

Thầy người tầm thước, nước da bánh mật, mặt chữ điền nghiêm nghị, nhưng toát lên vẻ hiền hòa, dễ gần gũi. Lúc lên bục giảng, Thầy thường mặc áo sơ-mi trắng ngắn tay bỏ ngoài quần trông thật giản dị. Nghe nói khoảng năm 1970, thầy làm Giám đốc Nha Nhân viên Bộ Giáo Dục, có nhiều quyền hành đối với giáo giới nhưng rất liêm khiết. Thầy cũng là thân phụ của chị N. Bạch Tuyết trong Hội Giáo chức Québec.

***Lên Sài Gòn tiếp tục việc học**: Thời bấy giờ, chiến tranh Quốc-Cộng ngày một leo thang. Quê tôi nằm trong vùng xôi đậu. Một số bạn cùng trường chia làm hai chiến tuyến: người ở bên nầy kẻ ở bên kia, hy sinh tánh mạng để bảo vệ màu cờ sắc áo trong cuộc chiến tranh huynh đệ tương tàn. Máu của những người anh em bên nầy bên kia đã đổ trên ruộng đồng, sông nước.

Được sự đồng ý và khích lệ của đấng sanh thành, tôi một mình một thân lên Sài Gòn tìm phương sanh kế hầu tiếp tục việc học. Với mảnh bằng Trung học Đệ Nhứt Cấp khiêm tốn, tôi dấn thân vào cuộc sống chen đua nơi phồn hoa đô hội nên phải vất vả và kiên nhẫn lắm mới tự bơi trong dòng đời còn lắm phong ba, cũng như trong biển học minh mông. Cũng nhờ sự tốt bụng của người anh cô cậu (H.Thành Phương) làm y tá ở bịnh viện Khánh Hội cưu mang, tôi mới yên tâm theo học các lớp trung học Đệ Nhị cấp. Tôi được anh chị miễn chi phí ăn ở, nhưng phải tiếp tục cái nghiệp "gia sư" mà đối tượng là mấy đứa cháu học dốt lại ham chơi. Vì nhà anh Phương ở Cư xá Đô Thành, đường Phan Thanh Giản chưa có đồng hồ nước, nên hằng đêm từ 12 giờ khuya tôi phải đến phông-tên nước công cộng dùng vòi cao su "câu" nước chảy đầy các lu và thùng "phuy" trong nhà. Trong thời gian chờ đợi, nhờ ánh đèn đường, tôi lấy sách vở ra học, giống như ngày xưa ông Mạc Đĩnh Chi học nhờ ánh đèn đom đóm mà sau nầy thi đậu Trạng nguyên. Hơn hai tiếng sau khi xong việc, tôi mới đi ngủ. Ba má tôi vô cùng ái ngại hoàn cảnh "ăn nhờ ở đậu" của tôi nên hằng tháng (có khi bị gián đoạn vì chiến cuộc) hùn một giạ gạo chở bằng xe đò từ dưới quê lên Sài Gòn. Cái điệp khúc "một-giạ-gạo-40-lít-mỗi-tháng" được lặp lại một năm nữa. Tội nghiệp ba má tôi đã vất vả làm nên hột lúa, xay giã ra gạo trắng, còn phải nhọc nhằn chở gạo nuôi con ăn học.

Ngoài sự hy sinh của cha mẹ, phải kể đến chị tôi và mấy đứa em tôi cũng góp phần công sức vào việc ăn học của tôi. So với chuyện thầy Tử Lộ đội gạo đường xa để nuôi cha mẹ từ thuở hàn vi và không ngừng theo đuổi việc học, tôi thấy thật xót xa đến nỗi phải tuôn trào lệ cảm! Tích thầy Tử Lộ nầy giống như chuyện một nhân vật chánh diện trong vở cải lương "Tẩy Hận"- tức "Tam Tạng Xuất Thế" do ba tôi (ký tên Việt Ái) biên soạn kiêm đạo diễn. Nhân vật chánh nầy tên Trần Quang Nhị (cha của Trần Huyền Trang- tức Đường Tam Tạng về sau) có xuất thân dân dã "*con nhà nghèo, cha mất sớm, hiếu học, phải gánh củi độ thân, thờ mẹ rất có hiếu*", nhờ trì chí học tập nên đi thi đậu Trạng nguyên.

Thỉnh thoảng ông Ngoại tôi thường đi bán hoa quả bằng tàu đò đã chở giùm vài giạ gạo đến vựa trái cây ở chợ Cầu Ông Lãnh, rồi kêu tôi đến nhận. Nghĩ thương ông Ngoại đã đùm bọc gia đình tôi lúc tản cư, bấy giờ tuy tuổi cao lại không tiếc công chở gạo cho cháu ăn học. Càng nghĩ càng thấy xốn xang mà nước mắt đầm đìa!

Những khi đường lộ bị mấy người anh em bên kia đắp mô gài mìn, xe đò phải quay trở về, đợi ngày sau đi chuyến khác. Có lần má tôi đi mượn gạo hàng xóm, bị họ từ chối và chửi xéo: "*Mấy người cho con ăn học, sao không* đong ***chữ*** mà ăn". Má tôi chỉ biết ngậm tủi nuốt buồn mà nước mắt tuôn dòng. Năm tôi theo học lớp Đệ Tam, GS Quốc văn Nguyễn Văn Cảnh chọn tôi thuyết trình về tác phẩm *Chinh Phụ Ngâm Khúc*. Tôi thuyết trình đề tài "Tâm hồn người chinh phụ trong Chinh Phụ Ngâm Khúc" trước cả lớp trên 30 học sinh. Được thầy khen khiến tôi nở mũi. Có anh bạn cùng lớp còn bảo tôi giống tài tử Elvis Presley. Tôi không biết ông Tây lạ hoắc nầy là ai nên chỉ cười trừ. Nghe ông bà tôi kể lại, tổ tiên tôi có người là một danh tướng của chúa Nguyễn, lập công lớn trong cuộc Nam tiến thời bấy giờ. Cụ tổ bảy đời của tôi (cụ Nguyễn Đăng Trung) là đại điền chủ sở hữu ruộng đất cò bay thẳng cánh, chó chạy cong đuôi, tôm cá đầy sông nên "làm chơi ăn thiệt"! Tới đời ông Nội tôi cũng còn sở hữu hàng trăm mẫu đất. Từ khi Việt Minh lên nắm chánh quyền, hầu hết ruộng đất bị tịch thâu. Một số ruộng đất còn lại đem chia cho con cháu,

Nhờ một duyên may, qua mục Tìm việc ở tờ nhựt báo, tôi được vị Hiệu trưởng một trường Tiểu học Gia Định thâu dụng làm thơ ký riêng để soạn sách giáo khoa Tiểu học. Mỗi tuần tôi làm việc 6 tiếng, chia làm 3 buổi. Nhờ "văn hay chữ tốt" cộng với bản tánh siêng năng cần cù, tôi được ông tín nhiệm và coi như anh em trong nhà. Cuối năm, sau khi ông duyệt lại bản thảo, sách được xuất bản. Tôi không biết ông nhận "lợi nhuận" của Sở Giáo Dục là bao nhiêu. Soạn giả chỉ một mình ông đứng tên - tức V. Cát Hanh. Kể ra ông có lợi, tôi cũng có lợi vì được làm công ăn lương. Hằng năm đến hè, tôi được ông giao phụ trách một lớp luyện thi vào Đệ Thất công lập.

***Học Sư Phạm và tự luyện thi Tú Tài II:** Mùa thi năm 1965, tôi đậu ngay Tú tài I ban B (Toán). Bấy giờ nhà ở số 80 Cư xá Đô Thành phải trả lại cho chánh phủ vì người anh họ xin thuyên chuyển về miền Tây. Tôi phải đến xin ở trọ nhà người bác dâu ở số TK8/34 đường Trần Hưng Đạo (Nancy), quận II Sài Gòn. Bác có người con trai (N.Ngọc Tuyền) học lớp Đệ Nhứt Pétrus Ký ban Toán. Sau khi có Tú tài I, anh đã thi đậu vào trường Sư Phạm Sài Gòn ở đường Thành Thái rất gần nhà. Anh khuyến khích tôi nên thi vô Sư Phạm vừa có lương (tức học bổng), vừa có tương lai để đỡ đần cho cha mẹ, cũng như nối nghiệp ba tôi. Sau **một tháng dùi** mài, tôi thi đậu và trở thành giáo sinh Sư Phạm Sài Gòn. Mộng ước thật bình thường của tôi giờ đây đã thành hiện thực. Ba má tôi cũng vui lây vì con mình đi đúng hướng. Nhờ cái "mác" giáo sinh Sư Phạm, tôi tìm việc "Kèm trẻ tại tư gia" không mấy khó. Tôi chỉ nhận một chỗ dạy kèm chương trình Tiểu học cho hai anh em N. Quốc Thắng và N. Quốc Thái ở đường Trương Minh Giảng Sài Gòn. Mỗi tuần tôi dạy 6 tiếng, chia làm 3 buổi (từ 7 giờ tới 9 giờ tối), thù lao là 600$/1 tháng. Với số tiền thù lao nầy cộng với học bổng Sư Phạm, tôi dư chút đỉnh tiền tiêu vặt sau khi đã đóng tiền cơm 500$ mỗi tháng. Từ đây tôi yên tâm học tập. Tôi gác bỏ mọi thứ tình cảm riêng tư, mặc dầu tôi cũng đa sầu đa cảm và biết "mơ theo trăng và vơ vẩn cùng mây". Kể ra tôi cũng có một thứ tình yêu lãng mạn của tuổi học trò vào năm Đệ Tứ, thể hiện trong các trang *Lưu bút ngày xanh*. Nhưng đó chỉ là cơn gió thoảng ban mai mơn man từng nụ hoa hàm tiếu chờ ánh bình minh ló dạng ở cuối chân trời.

Trở lại chuyện học năm thứ I khóa IV Sư Phạm. Tôi dồn mọi nỗ lực cho việc học, mong cho mau đến ngày thi lên lớp và ra trường để có cuộc sống bảo đảm. Tôi cũng tham gia tích cực các hoạt động của trường như Thể thao, Văn nghệ, Báo chí. Về Thể thao, tôi là cầu thủ trụ cột, vị trí hậu vệ của Đội bóng tròn (Đội trưởng P. Tấn Thời) và Đội bóng chuyền của trường dưới sự dìu dắt của thầy Trần Quang Minh. Về Văn nghệ, trong một lần du ngoạn Vũng Tàu, tôi có trình diễn một tiết mục hợp ca tân nhạc "Chúng mình ba đứa" và đơn ca vọng cổ "Đội gạo đường xa". Từ đó, mỗi lần gặp tôi, các giáo sinh cùng khóa thường gọi tôi là "Thầy Tử Lộ". Về Báo chí, tôi cũng có hai bài đăng trên Đặc San của trường: "Niềm đau đất mẹ" (thơ mới 8 chữ) và "Chúng tôi du ngoạn Vũng Tàu" (phóng sự). Chắc bạn Quang Vĩnh trong ban Báo chí cũng như các bạn N.Bá Lương, N.T.Thu Hà còn nhớ rõ.

Trong thời gian nầy, có hai bạn giáo sinh Sư Phạm cùng khóa đến xin ở trọ tại nhà bác tôi. Vốn đồng hội đồng thuyền, nên tôi dễ kết thân với các bạn ấy (Đ. Văn Bá, quê ở Vũng Tàu; và T. Văn Ký, quê ở Long Điền-Bà Rịa). Chúng tôi cũng có nhiều kỷ niệm đong đầy. Suốt hai năm học Sư Phạm (1965-1967), những ngày cuối tuần và các tháng nghỉ hè, hai bạn Bá-Ký đều chạy tuốt về quê nhà để phụ giúp cha mẹ trong việc trồng trọt, chăn nuôi. Riêng anh Bá vốn có sức khỏe vì là dân miền biển, có làm thêm nghề thợ hồ cũng dành dụm được ít tiền để ăn học. Sau nầy khi đã đi dạy, tôi có dịp dự đám cưới của hai bạn ấy. Đặc biệt, tôi còn được "tín nhiệm" làm rể phụ và đại diện đàng trai ngày đám cưới của đôi uyên ương Đào Văn Bá-Nguyễn Trung Tính. Hiện nay hai bạn già Bá-Tính có cuộc sống thoải mái tại Long Hải với nhà cao cửa rộng, vui thú điền viên. Còn bốn cô công chúa khả ái của anh chị đều "ăn nên làm ra", có con ra ngoại quốc du học. Trong thời gian học ở Sư Phạm, tôi có cái duyên quen biết và kết bạn với các giáo sinh khóa III và IV mà đa số là thành viên trong Hội Giáo chức Québec. Đó là những N.Bá Lương-N.T.Thu Hà, P.Trần Đức-N.T.Thu Hương, H.Văn Vân-T.Thị Tuyết v.v… Một trong những kỷ niệm không quên giữa anh Bá Lương và tôi là mỗi tối cuối tuần chúng tôi hẹn nhau đến quán vỉa hè đường

Nguyễn Tri Phương để ăn nghêu và uống một chai la-de Con Cọp (tốn chừng 20$) để hàn huyên tâm sự. Nhiều lần dưới trời mưa tầm tã, anh Lương và tôi dầm mưa chơi bóng chuyền ở sân trường Sư Phạm không biết mệt! Tình bạn giữa anh Lương và tôi ngày càng gắn bó. Chúng tôi coi nhau như anh em ruột thịt.

Rồi một cái duyên đưa đến. Nếu nói ra chắc ít người tin; nhưng tôi vẫn nói, vẫn kể vì đó là sự thật 100%. Số là anh Tuyển của tôi năm trước thi Tú tài II không đậu, nên năm sau anh thi lại quyết giựt lấy mảnh bằng. Anh rủ tôi cùng học thi Tú tài II cho vui. Anh có tương đối đủ sách giáo khoa lớp Đệ Nhứt ban B, trong đó có bộ sách Triết học tôi rất cần. Bấy giờ chỉ còn hai tháng nữa là tới kỳ thi lên lớp Đệ II niên Sư Phạm, và ba tháng nữa tới kỳ thi Tú tài II. Thú thiệt tôi chưa học lớp Đệ Nhứt ngày nào, làm sao "học gạo" trong ba tháng để dự thi (thí sinh tự do). Anh khuyên tôi nên chọn Ban C (Văn chương). Tôi đồng ý và cố gắng trau giồi, vừa học thi lên lớp Sư Phạm, vừa tự luyện thi Tú tài II. Tôi muốn nhấn mạnh là chưa hề học lớp Đệ I và không theo học bất cứ lớp luyện thi nào. Dĩ nhiên tôi vẫn tiếp tục làm gia sư. Nhờ cái vốn Tú tài I ban B và Pháp văn sẵn có, tôi chỉ "học gạo" môn Triết học và một số môn phụ là đủ.

Cái gì đến, phải đến và đã đến. Như tôi đã thưa, số tôi "có duyên" với chuyện học hành thi cử. Có thể nói là tôi thi đâu đậu đó! Năm ấy (1966), tôi được lên lớp năm thứ II Sư Phạm. Tôi cũng lập được một kỳ tích: Đậu Tú tài II ban Văn chương C. Thật không sao tả hết nỗi vui mừng của tôi, của Ba Má tôi và của những người thân yêu. Anh Tuyển của tôi cũng thi đậu Tú tài II ban B và hết lời ca ngợi "thành tích" đáng nể của tôi. Mỗi lần có dịp về thăm quê Nội, anh luôn kể thành tích học tập của tôi cho bà con từ làng trên tới xóm dưới nghe và nêu tấm gương sáng ấy cho con cháu họ noi theo.

***Học Cử Nhân tại Đại học Văn Khoa**: Thừa thắng xông lên, một mặt học ở Sư Phạm, mặt khác tôi cũng ghi danh theo học lớp Dự bị ban Văn Chương Việt Nam tại Đại học Văn Khoa Sài Gòn (ĐHVKSG). Tôi có người bạn đồng khóa đồng hành

Phạm, vừa Văn Khoa. Anh Đảm đã đậu Tú tài II trước khi thi vô Sư Phạm Sài Gòn. Anh có phước hơn tôi là ở chung với gia đình, cha là nhà giáo, anh là sĩ quan quân đội Việt Nam Cộng Hòa, còn em gái út vừa thi đậu Sư Phạm. Nhà của anh cũng ở Nancy gần nơi tôi trọ học, rất gần trường Sư Phạm. Hai chúng tôi thường trao đổi với nhau việc học tập, cùng mơ ước về một tương lai xán lạn. Cuối năm học, bốn chúng tôi (gồm Bá, Ký, Đảm và tôi) đều tốt nghiệp Sư Phạm Sài Gòn. Cùng năm ấy, anh Đảm và tôi đều thi đậu Dự bị Văn Khoa.

Thật ra ai nấy đều thừa hiểu rằng học Văn Khoa là phải "say mê văn chương như người tình" giống như học Sư Phạm là phải yêu nghề yêu trẻ; học Văn Khoa là luôn "sống với văn chương hay chữ nghĩa`", ra trường với tấm bằng Cử nhân chưa hẳn có việc làm ngay. Có người còn ví "Học Văn Khoa cho nó sang người" và rất khó… giàu! "Đã mang lấy nghiệp vào thân", chúng tôi chọn Văn Khoa như có nợ duyên từ muôn kiếp và sống chết với cái nghiệp dĩ đã mang. Như những cánh chim tung về muôn nơi, các cô cậu Cử sau khi tốt nghiệp thường chọn viết văn, làm báo, dạy học; một số rất ít tiếp tục học lên để lấy bằng Cao Học. Trước năm 1972, ĐHVKSG chưa mở Tiến Sĩ chuyên khoa, nên bằng Cao Học là học vị cao nhứt. Một sự thật phũ phàng là trong ba cái nhà nghèo "nhà văn - nhà báo - nhà giáo", tôi đại diện một trong ba cái nhà nghèo ấy vì "sanh bất phùng thời". Hèn chi, một nhà văn nổi tiếng – ông Nguyễn Vỹ, đã đau đớn thốt lên: "*Nhà văn An Nam khổ như chó*"!

Rồi bỗng nhiên cơn bão lịch sử và sóng gió cuộc đời ập đến hai chúng tôi. Riêng tôi phải hứng chịu nặng nề nhứt. Tôi muốn quên đi và thật sự đã quên vì nó nặng lòng! Như tôi đã kể, thời niên thiếu của tôi thường gặp cảnh khổ. Tôi vẫn tâm niệm câu châm ngôn đã học: "*Cảnh khổ là nấc thang cho bậc anh tài, là kho tàng cho người khôn khéo, nhưng là vực thẳm cho kẻ yếu hèn*". Tôi không coi cảnh khổ là "vực thẳm", mà trái lại coi nó là "nấc thang", là "kho tàng" để trui rèn ý chí.

Chắc Tử vi của tôi có cách "Cùng đồ mã", nên mỗi lần lâm vào bước đường cùng, tôi đều nhảy vọt như "cá vượt vũ môn" để vượt qua nghịch cảnh, "mã đáo thành công"! Những năm theo học tại ĐHVKSG, đối với tôi như ngựa đã thắng yên, như diều gặp gió tha hồ phi nước đại, thỏa sức bay cao, bay xa vươn tới chân trời mơ ước. Tôi đã đi dạy các lớp Đệ I cấp để tự túc tự lập. Tôi đã trở thành Giáo sư danh chánh ngôn thuận. Thời Việt Nam Cộng Hòa, thầy cô giáo giảng dạy từ lớp Đệ Thất đến lớp Đệ Nhứt (tức lớp 6 tới lớp 12 bây giờ) đều được gọi là Giáo sư, rất oai. Từ đó tôi dứt khoát xua tan nỗi ám ảnh bởi cái điệp khúc "mỗi-tháng-một-giạ-gạo-40-lít" và thấm thía chuyện "đong gạo đong chữ" nhiều hơn. Lúc bấy giờ, anh Tuyền của tôi đã đi dạy và làm Hiệu trưởng trường Tiểu học Đất Đỏ (Bà Rịa). Về sau anh được cải ngạch GS Đệ I cấp và thuyên chuyển về dạy tại trường Nguyễn Thái Học Sài Gòn, hình như cùng trường với anh T.Bá Tùng trong Hội Giáo Chức. Anh Đảm và tôi cùng chọn ban Cử Nhân Văn Chương tại ĐHVKSG. Tưởng cũng nên nhắc lại, muốn lấy bằng Cử Nhân Giáo Khoa Văn Chương Việt Nam (tức Cử Nhân Văn Chương), ngoài cái "ải" Dự bị, sinh viên bắt buộc phải thi đậu 4 chứng chỉ: Văn Chương Quốc Âm, Ngữ Học Việt Nam, Văn Chương Việt-Hán và Pháp Văn/Anh Văn Thực Hành. Nếu chỉ đậu 2 hoặc 3 chứng chỉ bắt buộc cộng với 1,2 chứng chỉ khác, chỉ được cấp bằng Cử Nhân Văn Khoa (Tự Do).

Sau khi vượt qua "ải" Dự bị, vì muốn hoàn tất sớm chương trình Cử nhân, nên năm học kế tiếp , chúng tôi ghi danh theo học hai chứng chỉ: Văn Chương Quốc Âm và Ngữ Học Việt Nam. Giống như các Chưởng môn thỉnh thoảng bế môn để "luyện công", tôi thường vào chùa Xá Lợi ở đường Bà Huyện Thanh Quan để dồn hết tâm lực "luyện chữ". Nơi đây thật thanh tịnh tôn nghiêm khác hẳn cái nóng bức trên căn gác mái tôn những trưa hè nơi tôi trọ học ở xóm lao động ồn ào. Mỗi lần trước khi luyện chữ, tôi đều đến đảnh lễ Phật và lâm râm khấn nguyện. Thú thật tôi cũng đa sầu đa cảm, con tim cũng rạo rực thao thức ở tuổi hoa niên; cho nên mỗi lần nhìn những tà "áo trắng điểm tô đời nữ sinh" Gia Long cạnh chùa, bất giác tôi mơ ngày nào đó sẽ chiếm được trái tim một bóng hồng "trong đám xuân xanh ấy". Thứ tình cảm lãng mạn thuần khiết tuổi học trò lúc đó như gió thoảng chiều hôm, cơn mưa buổi sớm rồi cũng chợt đến chợt đi. Nhưng chính nó đã điểm tô hương vị của cuộc đời! Tôi xin được nói lên lời cám ơn trân trọng đến sư đại diện hòa thượng trụ trì chùa Xá Lợi đã dành cho tôi một không gian yên tĩnh để "tu học" cũng như tạo cái duyên để tôi gần với đạo Phật, và trở thành Phật tử sau nầy.

Cuối năm cả hai chúng tôi đều thi đậu một lượt hai chứng chỉ ấy. Năm sau, vì muốn "chạy nước rút" tôi ghi danh rồi thi đậu hai chứng chỉ Văn Chương Việt-Hán và Việt Sử để được cấp bằng Cử Nhân Văn Khoa (1969). Năm kế tiếp, tôi "trả nợ" với chứng chỉ Pháp Văn Thực Hành để lấy bằng Cử Nhân Văn Chương. Còn anh Đảm thi đậu hai chứng chỉ Văn Chương Việt Hán và Văn Minh Việt Nam để lấy bằng Cử Nhân Văn Khoa. Theo quy định của ĐHVKSG, muốn được cấp bằng Cử Nhân (Giáo Khoa hay Tự Do), sinh viên phải đậu 5 chứng chỉ (kể cả chứng chỉ Dự bị), tổng cộng là 5 năm học. Đa số sinh viên gốc quân nhân, công chức và giáo chức thường phải mất 5 năm (có khi 6-7) năm mới lấy bằng Cử Nhân. Trường hợp hai ông Tướng Cao Văn Viên và Bùi Đình Đạm cũng không ngoại lệ (1). Riêng anh Đảm và tôi chỉ mất 3 năm để lấy bằng Cử Nhân với đầy đủ 5 chứng chỉ (năm I: Dự bị; năm II: hai chứng chỉ; năm III: hai chứng chỉ). Sở dĩ tôi nhắc nhiều đến anh Đảm vì hai chúng tôi đã hun đúc được một thứ tình cảm lớn qua những tháng năm dài theo học ở Sư Phạm và Văn Khoa. Anh Đảm coi tôi như anh em ruột thịt, sẵn sàng cho tôi mượn chiếc xe gắn máy Honda mới toanh vừa mua để tôi sử dụng mấy tháng. Anh còn cho tôi mượn một số tiền nhỏ để mua chiếc xe Honda khác. Tôi không dám so sánh tình bạn tri âm giữa Quản Trọng và Thúc Nha, mà chỉ nghĩ đến cái đồng tâm đồng đạo giữa Lục Vân Tiên và Vương Tử Trực: "Trên đời mấy bậc cố tri; Mấy trang đồng đạo mấy nghì đồng tâm" (Lục Vân Tiên).

***Một vài kỷ niệm đối với thầy học:** Đáng lẽ tôi dừng lại nơi đây vì đã qua cái thời học trò nhỏ và học trò vừa lớn; nhưng những hồi ức về thời học trò lớn lại cứ tuôn trào! Và nó cũng có nhiều điều thú vị để nói. Cũng như đa số sinh viên ban Cử Nhân Văn Chương ở ĐHVKSG, tôi có cái cơ duyên học tập dưới sự hướng dẫn của các giáo sư khoa bảng danh tiếng cũng như của các học giả uy tín. Tiêu biểu cho các trí thức khoa bảng tốt nghiệp ở các Đại học phương Tây phải kể đến GS Nguyễn Khắc Hoạch và GS Thanh Lãng. Còn các học giả, mặc dầu chưa tốt nghiệp Đại học, nhưng với nhiều công trình nghiên cứu đồ sộ, nghiêm cẩn, khoa học như các GS Nghiêm Toản, Bửu Cầm, Lê Ngọc Trụ, thi sĩ Đông Hồ…xứng đáng là những bậc thầy khả kính. Về sau, ngoại trừ thi sĩ Đông Hồ mất sớm (1969), cả ba vị học giả còn lại đều được phong hàm *Giáo Sư thực thụ*, chức danh cao nhứt bậc Đại học. Như cá gặp nước, như rồng gặp mây, qua bao tháng ngày *xôi kinh nấu sử*, tôi đã khám phá một chân trời mới, với đầy đủ sắc màu, muôn vàn tinh tú: đó là chân trời văn học, triết học với những khuynh hướng học thuật mớ mẻ, những phong cách độc đáo trong biên khảo, trước tác và dịch thuật. Từ ấy tôi nhận thức được cái vốn hiểu biết trước kia của mình chỉ là những giọt nước; còn những điều mình chưa biết là cả một đại dương!

Trong đời, tôi ít khi viết về thầy học cũ của mình mặc dầu thấm nhuần truyền thống Tôn Sư Trọng Đạo. Tuy vậy, tôi cũng có bài *Tết Thầy*…(đăng trên nhiều báo ở Canada và Hoa Kỳ) nói lên lòng biết ơn, sự kính trọng đối với thầy học của mình từ lớp Vỡ lòng ở quê nhà. Ngoài ra, tôi có nhiều kỷ niệm không quên và mang nặng nhiều "món nợ tinh thần" đối với các thầy ở ĐHVKSG. Tôi dự định sẽ viết nhiều hơn về các vị ân sư ấy. Nhưng lực bất tòng tâm, tôi chỉ viết được bài "*Từ Một Tấm Ảnh Cũ Nhớ Về Thầy* Đông *Hồ*" đăng trong Đặc San của Hội Giáo Chức năm 2013 nhân Kỷ niệm 20 năm thành lập. Vì số trang báo có hạn, nên tôi chỉ nhắc qua một vài kỷ niệm đối với một số thầy tiêu biểu ở ĐHVKSG mà thầy Đông Hồ có lần nhận xét: "*GS Thanh Lãng đã cho các bạn kiến thức bao la, GS Nguyễn Khắc Hoạch và GS Nghiêm Toản đã dạy các bạn những suy tư thâm trầm, trang nhã, riêng thầy* [tức Đông Hồ] *chỉ để làm công việc tô điểm mà thôi*" (tr.204-205).

Chúng tôi may mắn học chứng chỉ Văn Chương Quốc Âm với các Giáo sư nổi tiếng, như GS Nghiêm Toản (Trưởng ban Hán Văn), GS Thanh Lãng (Trưởng ban Việt Văn), và thi sĩ Đông Hồ. GS Nghiêm Toản (1907-1975) dáng người bệ vệ, luôn mặc bộ com-lê xám (chúng tôi gọi đùa là "bộ com-lê tứ thời"), đeo kiếng trắng gọng vàng, không râu ria, đi giày Tây, xách một chiếc cặp da to tướng, oai vệ. Thầy có giọng nói sang sảng, trong như chuông ngân, giảng bài cuốn hút học trò. Thỉnh thoảng Thầy đi bộ đến trường. Nhưng thường thì đi xe hơi cũ kỹ "deux chevaux" do con Thầy là Nghiêm Hồng lái. Chúng tôi gọi đó là "xe con cóc", "xe song mã". Tốt nghiệp Cao đẳng Sư Phạm Đông Dương Hà Nội (1930), Thầy về giảng dạy tại ĐHVKSG từ năm 1954. Thầy thường gọi đùa chúng tôi là "Tiên sinh", hoặc "ông Cử/bà Cử". Tôi học được rất nhiều ở Thầy bởi nhân cách cao đẹp, suốt đời tự học không ngừng, kể cả Hán học lẫn Tây học. Tánh Thầy rất nghiêm, ai cũng sợ mà vẫn yêu kính. Thầy chịu khó uốn nắn từng chữ từng câu cho chúng tôi đúng theo phương pháp Sư Phạm, đặc biệt là vấn đề chấm phết, từ ngữ Hán-Việt.

Về thầy Đông Hồ (1906-1969), vì đã nói tương đối đầy đủ trong bài báo đã dẫn, nên tôi chỉ lặp lại vài nét chánh yếu. Hình ảnh đầu tiên đập vào mắt tôi là một thầy Đông Hồ với "dáng gầy tuấn nhã nét văn nhân", mũi cao thanh tú. Mái tóc bạc không dài lắm cũng đủ bồng bềnh quấn hai bên vành tai. Thầy luôn có cái nhìn trìu mến, thân thương. Nụ cười hiền hậu, rất tươi. Giọng nói trong và ấm, ngâm vịnh thơ phú rất tuyệt! Mỗi lần lên bục giảng, Thầy vận Âu phục tươm tất: com-lê màu xám, áo sơ-mi trắng, thắt cà-vạt màu sậm, chân mang giày đen Gia Định. Giống như GS Nghiêm Toản, suốt đời Thầy tự học không ngừng. Thuở nhỏ Thầy học chữ Nho với người bác là Hữu Lân. Dù chỉ học xong Sơ học, Thầy tìm tòi tự học Quốc ngữ qua tạp chí Nam Phong, rồi viết văn, làm thơ đăng báo, trở thành "người có công với Quốc văn".

Năm 1964 Thầy được mời dạy tại ĐHVKSG. Ngoài sự tao nhã, Thầy còn tỏ ra nghiêm khắc trong cách đặt câu, dùng chữ, hun đúc cho đám môn sinh tình-yêu-tiếng-Việt, yêu cái quốc hồn quốc túy như thầy đã từng chịu ảnh hưởng thi hào Ấn Độ R.Tagore: *"Có yêu tiếng mẹ đẻ thì chúng ta mới vỡ trí khôn ra"*. Nhà giáo Đông Hồ đến giảng đường ĐHVK có dáng dấp một nhà thơ, một văn nhân nên lớp học lúc nào cũng chan hòa ý thơ, là "nguồn thơ bất tận", "ý thơ tuôn trào". Tôi học được ở thầy

Đông Hồ ở tấm gương tư học không ngừng, ở cách đặt câu dùng chữ, viết đúng chánh tả và tình-yêu-tiếng-Việt. Nguyễn Hiến Lê đã nhận xét chí lý: *"Nhiều người có thể thay Đông Hồ về Văn học Miền Nam, nhưng cái không khí của giáo sư Đông Hồ, của "thầy đồ" Đông Hồ thì không ai tạo nên nổi"* (Nxb. Văn Nghệ, Hoa Kỳ 1986).

Tôi còn có duyên may theo học chứng chỉ Văn Chương Việt-Hán với GS Bửu Cầm. Thầy không phải là một trí thức khoa bảng, mà là một học giả suốt đời tự học. Thuở nhỏ từ năm lên 10, Thầy chỉ học với gia đình và tự học nhiều hơn tại trường. Nói đến GS Bửu Cầm, ai cũng nghĩ ngay đến một học giả, giáo sư uyên bác và mẫu mực khả kính, một nhà giáo thanh bạch. Năm 1958, thầy được mời giảng tại ĐHVKSG. Thầy phụ trách nhiều môn học như Văn Chương Việt-Hán, Văn Chương Trung Hoa, Ngữ Học Việt Nam, Triết Học Đông Phương. Bước công danh của Thầy rộng thênh thang, như GS Diễn giảng (1969),Trưởng Ban Hán Văn (1970), rồi GS Thực thụ (1972) tại ĐHVKSG. Dầu vậy, thầy và gia đình sống giản dị trong một căn nhà thuê nhỏ hẹp, trong một ngõ hẽm nhỏ trên đường Đặng Dung ở vùng Tân Định, Quận I Sài Gòn. Thầy luôn đi bộ từ nhà đến trường và lúc trở về nhà cũng vậy. Bước lên bục giảng, thầy luôn vận áo sơ-mi trắng, thắt cà-vạt sậm, quần Tây cũng màu sậm. Tôi rất đồng ý với Nguyễn Khuê, người học trò ruột được thầy bảo trợ làm Luận án Cao Học và Tiến Sĩ, đã nhận xét về Thầy: *"Ngoài việc giảng dạy đúng giờ giấc và rất tận tâm, Thầy rất thương học trò. Thầy chỉ giảng dạy nghiêm túc và đòi hỏi sinh viên cũng phải học tập nghiêm túc. Thầy ít khi nói về vấn đề* gì *khác ngoài bài giảng"* (2). Năm ấy (1968), tôi được bầu làm Trưởng lớp trong buổi học với Thầy. Lúc đó có mặt anh L. Quang Đê, sau nầy tòng sự tại Trung Tâm Học Liệu, Bộ Quốc Gia Giáo Dục Sài Gòn. Trong phần phát biểu, tôi đã "nhập vai" một cách xuất thần, có lẽ xuất phát từ tình sư đệ thắm thiết, đại ý: *"Cũng như đối với các giáo sư-học giả như GS Nghiêm Toản, Giáo sư-thi sĩ Đông Hồ, tôi học được ở GS Bửu Cầm tấm gương không ngừng tự học, giảng dạy tận tâm nghiêm túc, đặc biệt là từ ngữ Hán-Việt. Chẳng hạn hai từ ngữ Hán-Việt: Vua chúa* **"băng"** hoặc "**thăng** hà" *(không phải* *"**băng** hà"), "**sử** dụng" (không phải "**xử** dụng"). Tôi nguyện sẽ noi theo gương sáng của Thầy"*. Lúc ấy cả lớp im phăng phắc. Không hiểu sao khóe mắt của Thầy ngấn lệ!

Sau cùng, tôi muốn kể về một người thầy mà tôi có nhiều "duyên nợ" từ lúc học chứng chỉ Văn Chương Quốc Âm, đến lúc soạn Cao Học và Tiến Sĩ Văn Chương, cũng như lúc phụ trách Tổng Thơ ký Tòa soạn Tạp chí *Nghiên Cứu Văn Học* do Giáo sư làm Chủ Nhiệm kiêm Chủ Bút. Đó là GS Thanh Lãng, tên khai sanh là Đinh Xuân Nguyên (1924-**1988**) (3), một Linh mục, một trí thức khoa bảng, nhà giáo dục, nhà nghiên cứu văn học nổi tiếng thời Việt Nam Cộng Hòa. Sau khi đậu Tiến Sĩ Văn Chương tại Đại học Fribourg, Thụy Sĩ (1957), Giáo sư về nước và giảng dạy tại Tiểu Chủng viện Tân Thanh (Bảo Lộc, Lâm Đồng); đồng thời giảng dạy tại Đại học Văn Khoa Huế, ĐHVKSG (1957-1975), có lúc làm Giáo sư thỉnh giảng tại Viện Đại học Hòa Hảo (An Giang).

Năm 1967, tôi theo học chứng chỉ Văn Chương Quốc Âm với GS Thanh Lãng. Hình ảnh đầu tiên đập vào mắt tôi là một Linh mục mặc áo Dòng màu đen (dĩ nhiên), mặt xương xương nghiêm nghị với cặp kiếng trắng, gọng màu xám nhạt, dáng người cao ráo. Thoạt nhìn ai cũng "ngán", nhứt là thi vấn đáp với Thầy, đa số chúng tôi đều "khớp"! Tôi đồng ý với một bạn văn đã viết về Thầy: "*Đó là một người cởi mở, dễ dàng trao đổi đối thoại (...). Hình ảnh sợi dây vàng mắc vào khuy áo, đầu sợi dây mắc vào túi áo ngực, hình như mắc vào đó là một cái đồng hồ vàng*" (Viên Linh. Nguồn: www.vanthoconggiao.net). Thầy lái chiếc xe hơi Peugeot màu xanh dương nhạt để đi dạy. Do tiếp cận với văn hóa phương Tây, với một "kiến thức bao la", Thầy giảng thao thao bất tuyệt về Văn hóa dân tộc, về Lịch sử phát triển chữ Quốc ngữ, về Phê bình văn học thế hệ 1932 v.v...khiến sinh viên chúng tôi ghi "cours" mệt nghỉ và bị "mê hoặc" đi vào con đường nghiên cứu!

Sau khi thi đậu chứng chỉ Văn Chương Quốc Âm, chúng tôi thành lập Nhóm Văn Học Việt Nam ĐHVKSG với sự gợi ý của GS Thanh Lãng. Tôi được anh em tín nhiệm bầu làm Phó Chủ Tịch, bạn Tấn Vinh là một Ủy viên của Nhóm. Ngoài việc tương thân tương trợ trong học tập, chúng tôi ra mắt được 6 số Nội San (in Ronéo) và 1 Đặc San (in Typo). Nội San do tôi làm Chủ Bút; Chủ Bút Đặc San do anh B.Đức Uyên, Tổng Thơ ký của Nhóm đảm trách. Ngoài mấy bài nòng cốt của một số Giáo Sư, hầu hết bài vở do sinh viên chúng tôi đảm trách. Tôi tập tễnh viết bài nghiên cứu văn học đầu tiên tựa đề "*Tư tưởng yếm thế của các nho thần đời Trần*". Bài nầy được GS Phạm Văn Diêu khen ngợi trước lớp Văn Chương Việt-Hán đàn em. Ngoài ra, trong Đặc San in Typo có một bài khảo cứu của thầy Đông Hồ tựa đề "*Vai trò a hoàn trong các truyện thơ nôm bình dân*". Tiếc rằng số Đặc San nầy đã bị thất lạc. Trong phần Tiểu sử của thi sĩ Đông Hồ, chưa ai nói về bài nầy. Bấy giờ không hiểu sao anh Đảm rút lui vào bóng tối, không muốn giao tiếp với ai, chỉ lặng lẽ học thi mà thôi. Nghe nói anh về giảng dạy tại trường Thiếu Sinh Quân Vũng Tàu. Chúng tôi đã mất liên lạc nhau từ tháng Tư đen 1975. Bù lại, tôi có duyên kết bạn với N.Tấn Vinh, cũng là bạn thân của anh Đảm, cùng học chung mấy chứng chỉ Cử nhân với chúng tôi. Chính bạn Vinh đã thay thế anh Đảm bởi cái tình tri âm và nhiều gắn bó với tôi sau nầy. Giữa Tấn Vinh và tôi cũng có nhiều kỷ niệm, lúc ở giảng đường Đại học, khi ở Thư viện và nhiều lúc trầm ngâm bên tách cà phê nghe nhạc Boléro, thả hồn theo mây khói…Một thời gian sau, anh Vinh thi đậu vào học tại Đại học Sư Phạm SG hệ cấp tốc 2 năm để trở thành GS Trung học Đệ I Cấp. Mấy năm sau, anh tốt nghiệp ĐHSP và Cử Nhân Văn Khoa rồi cải ngạch GS Đệ II Cấp, giảng dạy tại trường Trung học Tân Uyên (Biên Hòa) cho đến khi tan hàng. Sau 1975, anh Vinh cùng gia đình vượt biển tìm Tự do và định cư ở Na-Uy.

*__Tầm Sư bảo trợ Cao Học và Tiến Sĩ__: Như ai nấy đều biết, giáo dục Việt Nam Cộng Hòa đào tạo theo mô hình kim tự tháp, có nghĩa học sinh lớp dưới thấp thường rất đông và phình to ra; nhưng càng lên cao qua nhiều kỳ thi sàng lọc, nên càng teo nhỏ lại. Trái lại giáo dục Cộng sản được đào tạo theo mô hình "ống đu đủ", vào bao nhiêu lùa ra cho bằng hết để đạt "chỉ tiêu", có trường tỷ lệ học sinh thi đậu 100%!

Chẳng hạn tuyển sinh vào Đệ Thất công lập toàn quốc: đậu 62%; Tú tài I: đậu 15% - 30%; Tú tài II: đậu 30% - 45%. Tôi không có thống kê tổng số thí sinh thi đậu vào Đại học và ra trường là bao nhiêu, chắc là không nhiều lắm. Riêng tại ĐHVKSG, sinh viên được tự do ghi danh nhập học và tự chọn phân khoa thích hợp, miễn là có bằng Tú tài II. Nhưng số cô cậu Cử tốt nghiệp ra trường chỉ lác đác, bởi lẽ ngoài số sinh viên thuần túy, phần đông còn lại là công chức, quân nhân hoặc giáo chức không có nhiều thời gian đi học thường xuyên.

Tốt nghiệp Cử Nhân Giáo Khoa đã khó, đừng nói chi đến Cao Học. Thời bấy giờ ĐHVKSG chưa mở Tiến Sĩ chuyên khoa, nên đường vào Cao Học vô cùng gian nan vì đó là đỉnh điểm của mô hình kim tự tháp. Để được ghi danh Cao Học, sinh viên phải hội đủ hai điều kiện: cần và đủ. Điều kiện cần là phải đậu Cử Nhân Giáo Khoa chuyên ngành mình muốn ghi danh; nếu có Cử Nhân Văn Khoa trong đó 2 hoặc 3 chứng chỉ đậu hạng Bình Thứ thì cũng được chấp nhận. Điều **kiện đủ** là phải được một Giáo sư nhận bảo trợ. Đa số sinh viên "vướng" phải cái điều kiện đủ nầy. Một số cô cậu Cử than phiền rằng việc tìm thấy bảo trợ Cao Học càng khó hơn Tôn Tẫn vượt suối trèo đèo lên non tầm sư học đạo. Bởi lẽ bằng Cao Học (Diplôme d'études supérieures) bấy giờ *có lúc* được xếp tương đương với Tiến Sĩ Đệ tam cấp của các nước phương Tây (Giáo dục CS gọi là "Thạc Sĩ"). Trước năm 1975, có hai nghiên cứu sinh đã đậu Tiến Sĩ chuyên khoa (Doctorat) ban Địa Lý học đầu tiên và cũng là cuối cùng tại ĐHVKSG (4). Vậy mà từ năm 2020, giáo dục CS sẽ đào tạo trên 20 ngàn "Tiến Sĩ". Thật đáng sợ! Rồi đây, ở Việt Nam ta hễ cứ ra ngõ là có thể gặp "Tiến Sĩ"!

Sau khi đậu Cử Nhân, tôi có cơ duyên được GS Thanh Lãng nhận bảo trợ để soạn Cao Học Văn Chương Việt Nam với đề tài "TÁNH CÁCH ĐẶC THÙ CỦA CA DAO MIỀN NAM". Đề tài nầy do sự gợi ý và phối hợp giữa bạn hiền N.Tấn Vinh và tôi. Đây là đề tài còn mới mẻ, ít người khai thác một cách có hệ thống, và hợp với tình-yêu-say-sưa-văn-chương-bình-dân của Giáo Sư, nên tôi vượt qua "điều kiện đủ" nầy không quá khó. Hơn nữa Giáo Sư cũng đã biết sơ về tôi lúc "vác ngà ngoi" cho Nhóm Văn Học Việt Nam, có bài khảo cứu đầu tiên cho tờ Nội San của Nhóm. Đó là chưa kể sự "bắc cầu" của một GS Đại học Sư Phạm

Sài Gòn (Phạm Văn Đang)- thầy của Tấn Vinh. Thật là một vinh dự lớn lao cho tôi. Bởi lẽ Giáo Sư bảo trợ là một Tiến Sĩ chánh hiệu, Trưởng ban Việt Văn ĐHVKSG, và là Chủ Tịch Trung Tâm Văn Bút Việt Nam. Từ ấy tôi yên tâm "*Theo thầy nấu sử xôi kinh*", có khi cũng lao đao vất vả, có lúc bị gián đoạn vì chiến cuộc. Đầu năm 1971, tôi đảm trách Tổng Thơ ký Tòa Soạn tạp chí Nghiên Cứu Văn Học (Bộ mới) do GS làm Chủ Nhiệm kiêm Chủ Bút (5). Ngoài cái "mác" Giáo sư Đệ II cấp, tôi còn có thẻ Ký giả (do ông Lưu Vĩnh Lữ, Giám Đốc Nha Báo Chí ký) nên được tạo mọi điều kiện thuận lợi khi thi hành "công vụ", nhứt là những đợt về miền Tây "công tác", kết hợp với việc đi "điền dã" sưu tầm ca dao, dân ca. Có dịp tôi sẽ viết về những kỷ niệm buồn vui đời làm báo. Từ một nghiên cứu sinh Nam Kỳ "chánh hiệu", tôi còn là cộng sự đắc lực của một GS Bắc Kỳ thứ dữ không phân biệt vùng miền, không kỳ thị Bắc-Nam, tôn giáo, nên cái mặc cảm trước kia trong tôi giờ đây đã biến mất, nhường chỗ cho sự thân thiết gần gũi, "dễ dàng trao đổi đối thoại" với Thầy nhiều hơn. Tình nghĩa thầy trò thắm thiết thời thơ trẻ được tái hiện. Thầy tận tình dìu dắt, trò tận lực học hỏi làm theo. Hơn một năm miệt mài, tôi đã viết xong bản thảo Luận án. Sau khi chỉnh sửa một số sai sót dưới sự tận tình hướng dẫn của Giáo Sư bảo trợ, tôi đem đánh máy và in Ronéo Luận án Cao Học chờ ngày đệ trình trước Hội Đồng thi. Đáng lẽ tôi được đệ trình Luận án ngay sau đó; nhưng, với chữ "nhưng" quái ác, ngày ra Hội Đồng thi của tôi bị dời lại hơn nửa năm, bởi lẽ GS bảo trợ lâm trọng bịnh phải nằm viện, nên mọi việc bị đình trệ.

***Đệ trình Cao Học**: Rồi ngày trọng đại trong đời tôi đã đến. Buổi sáng hôm ấy tiết trời mát mẻ, nắng dìu dịu, gió êm êm của ngày 09 tháng 12 năm 1972, tôi đã đệ trình Luận án Cao Học Văn Chương Việt Nam trước một Hội Đồng thi tại giảng đường ĐHVKSG trên lầu I. Ngoài sự có mặt đông đảo của sinh viên chứng chỉ Văn Chương Quốc Âm khóa đàn em hôm ấy, còn có sự hiện diện đông đủ của anh em Tòa soạn *Tạp chí Nghiên Cứu Văn Học*, của Nhóm Văn Học Việt Nam, anh chị Ngọc Tuyền và một bóng hồng Vương Thị Mai (Ngọc Mai) - người tình, người vợ sắp cưới của tôi. Hội Đồng thi nẩy gồm ba Giáo Sư danh giá làm Giám khảo. Chủ Tịch: GS Thanh Lãng, Trưởng Ban Việt Văn; nhị vị Hội viên: GS Bửu Cầm, Trưởng Ban Hán Văn, và GS Nguyễn Văn Trung, Trưởng Ban Triết Tây, nguyên Khoa Trưởng ĐHVKSG. Kết quả Luận án Cao Học Văn Chương TÁNH CÁCH ĐẶC THÙ CỦA CA DAO MIỀN NAM của tôi được Hội Đồng thi chấm hạng Ưu. Chính GS Khoa Trưởng Bùi Xuân Bào đã ký Văn bằng của tôi vào ngày 11 tháng 12 năm 1972 (6).Thật không còn bút mực nào tả hết nỗi mừng vui của tôi cũng như của những người thân yêu ruột thịt và bè bạn tâm giao.Tôi dám chắc Ba Má tôi cũng lấy làm sung sướng và hãnh diện về tôi. Anh chị Ngọc Tuyền của tôi lại tiếp tục ca ngợi hết lời về "kỳ tích" của tôi. Tiếng lành đồn xa. Về sau, không riêng gì ở quận nhà Trà Ôn (Vĩnh Long) mà khắp các tỉnh Đồng bằng sông Cửu Long, gương hiếu học của cậu bé "đặc sệt" nhà quê như tôi được tỏa sáng, có thể ví "Trong Nam thiên hạ nổi như cồn". Vừa rồi có dịp đến thăm anh chị Lê Quốc (Lê Văn Châu), tôi được xác nhận việc nẩy. Xin thành thật cám ơn anh chị Lê Quốc rất nhiều!

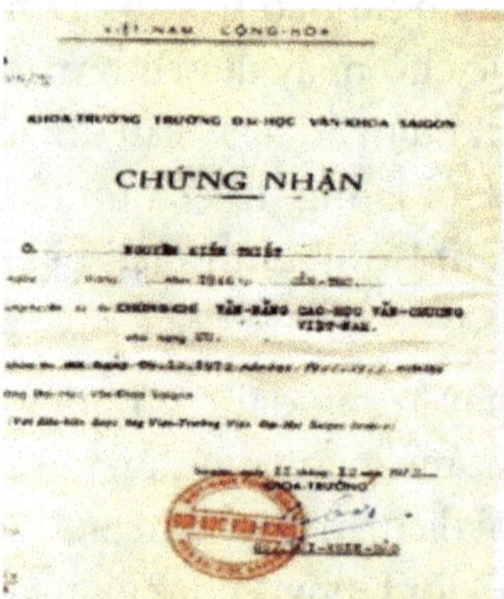

VIỆT-NAM CỘNG-HÒA

CHỨNG NHẬN

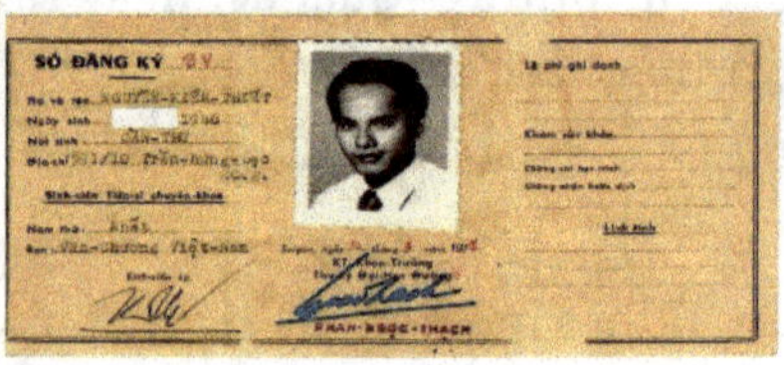

SỐ ĐĂNG KÝ

PHAN-NGỌC-THẠCH

*__Lập gia đình và nghiên cứu sinh Tiến Sĩ:__ Ngày 14 tháng 01 năm 1973, tôi lập gia đình. Lúc ấy Tạp chí Nghiên Cứu Văn Học đã đình bản sau hai năm hoạt động. Tôi tiếp tục hành nghề chuyên khoa. Với sự đồng tình khích lệ của người vợ đầu ấp tay gối, thừa thắng xông lên, tôi đến gặp GS Thanh Lãng xin được bảo trợ để làm nghiên cứu sinh Tiến Sĩ Văn Chương với đề tài: "TINH THẦN TRANH ĐẤU QUA MỘT SỐ TRUYỆN THƠ BÌNH DÂN MIỀN NAM". Giáo Sư vui vẻ chấp thuận vì tôi vượt trên hai điều kiện cần và đủ như đã kể. Từ ấy, tôi lại tiếp tục "Theo thầy nấu sử xôi kinh" để mai sau "Danh tôi đặng rạng, tiếng thầy bay xa" (Lục Vân Tiên).

Trong thời gian nầy, tôi gia nhập Hội Thân Hữu Văn Khoa do GS Phạm Việt Tuyền làm Hội Trưởng và được bầu làm Ủy Viên Nghiên Cứu trong Ban Chấp Hành. Nhân kỷ niệm đúng một năm đệ trình Cao Học, được sự phân công của Hội, ngày 09 tháng 12 năm 1973, tôi đăng đàn diễn thuyết tại Trung Tâm Văn Bút Việt Nam, số 107 Đoàn Thị Điểm, Sài Gòn, với đề tài "Phân tích cuốn Ngồi Tù Khám Lớn của Phan Văn Hùm". Mặc dầu đã được phép của Bộ Thông Tin, nhưng không hiểu sao giờ chót lại bị cấm, khiến tôi cùng mấy mươi khán giả đành buồn bã ra về trong sự tiếc nuối!

Như ai nấy đều biết, đã chọn nghề thầy, ai cũng yêu nghề yêu trẻ dầu giảng dạy ở cấp lớp nào, từ Tiểu học, Trung học hay Đại học. Riêng ở Đại học, mỗi thầy thể hiện mỗi cách. Trường hợp GS Thanh Lãng có một cái gì "đặc biệt", đáng kính, đáng trân trọng và "rất Thanh Lãng!". Để thể hiện tình-yêu-say-sưa-văn-chương-bình dân, GS đã bảo trợ Cao Học cho một số sinh viên không phân biệt giàu nghèo, giai cấp xã hội, tôn giáo, địa phương hay chủng tộc... như Trần Đức Rật, Phạm Văn Đang, Lê Văn Chưởng, Nguyễn Kiến Thiết. Về Văn Chương miền Nam (Nam Kỳ Lục Tỉnh), bác học cũng như bình dân, GS đã bảo trợ cho những Nguyễn Thiên Thụ, Nguyễn Văn Sâm và tôi…Tôi không biết có phải tất cả nghiên cứu sinh kể trên đều được Hội Đồng thi chấm Ưu hạng hay không; nhưng có điều đáng nói là đa số đều được GS đưa vào giảng dạy tại ĐHVKSG cũng như bảo trợ làm Luận án Tiến Sĩ, trong đó có tôi. Có lẽ công danh chưa mỉm cười với tôi, nên hồ sơ tuyển dụng của tôi được Hội Đồng Khoa ĐHVKSG chấp thuận từ đầu năm 1973 lại bị "ngâm tôm" một thời gian dài. Tôi không biết tại ông Thơ ký ĐHVKSG "ngủ quên", hay bởi Viện Đại học Sài Gòn không sốt sắng ký Sự Vụ Lịnh tuyển dụng?

***Giảng dạy tại Đại học Cần Thơ và Đại học Hòa Hảo (An Giang)**: Trong khi chờ đợi, theo lời khuyên của Ba Má tôi và các thân hữu, tôi nộp đơn xin tuyển dụng tại Đại học Cần Thơ. Thật ra tôi chỉ nộp đơn cho vui và biết chắc mình sẽ được tuyển dụng vì chiếm nhiều ưu thế. Đồng thời tôi nhận lời mời của GS Viện Trưởng Lê Quang Liêm làm Giáo Sư thỉnh giảng (Giảng Sư) tại Viện Đại Học Hòa Hảo- An Giang từ niên khóa 1974-1975. Tôi phụ trách phần Văn Chương chữ Quốc ngữ. Kể ra Viện Đại học nầy rất ưu đãi chúng tôi, như có ô-tô đưa đón tận nhà, ăn sáng có phở hoặc hủ tíu, ăn trưa và chiều khá thịnh soạn, trả lương mỗi giờ là 2000$. Tôi còn nhớ đã giảng dạy nơi đây được hai học kỳ (60 giờ) và nhận được 120000$, một khoản tiền tương đối khá so với giá vàng lúc bấy giờ (chừng 20000$ một lượng).

Một thời gian sau tôi được tuyển dụng về giảng dạy tại Đại học Văn Khoa và Sư Phạm Cần Thơ, nơi mà vị Khoa Trưởng có bằng Tiến Sĩ Đệ tam cấp Ngôn Ngữ Anh ở Hoa Kỳ về; và hầu hết Giảng viên chỉ tốt nghiệp Cử nhân Văn Chương. Ì ạch mãi đến năm1974, sau khi nhận Sự Vụ Lịnh của Viện Đại học Cần Thơ do GS Viện Trưởng Nguyễn Duy Xuân ký, tôi mới chánh thức nhận việc tại Đại học Cần Thơ. Tôi đã giảng dạy Văn Chương bình dân miền Nam (Ca dao, hò vè) và Thơ văn yêu nước – đặc biệt là Nguyễn Đình Chiểu. Tôi nghiệm ra rằng trong cái rủi lại có cái may, sau cái họa lại được cái phước, giống như chuyện "Tái Ông thất mã". Cái rủi vì chưa được giảng dạy tại ĐHVKSG; cái may vì ở Đại học Cần Thơ lại hội đủ ba yếu tố Thiên thời – Địa lợi – Nhân hòa.

Tôi thầm nghĩ, nếu Việt Nam Cộng Hòa không bị bức tử, hoặc tồn tại ít nhứt 5 năm, chắc chắn tôi không còn là "đại biểu" của một trong ba cái nhà nghèo "nhà văn - nhà báo - nhà giáo" nữa. Và chắc hẳn tôi cũng được đệ trình Luận án Tiến Sĩ Văn Chương để "có danh gì với núi sông"?

***Kết:** Trên đây là những mảnh vụn đời tôi được chắp vá một cách chưa mạch lạc, đầy đủ bởi trí nhớ đã bị bào mòn theo năm tháng. Đó chỉ là mớ hồi ức về quá khứ, là "Một thoáng hoài niệm về thuở học trò" từ lớp Vỡ lòng cho đến Đại học; đôi khi phải đan xen giữa việc đi học và làm thầy, cái nầy bổ sung cho cái kia. Ngoài ra việc tập tễnh viết văn, làm thơ, làm báo, sưu tầm Văn chương bình dân, thuyết trình một đề tài văn học... cũng nhằm bổ sung cho lãnh vực học tập, nghiên cứu và giảng dạy của người viết sau nầy. Việc học của tôi vô cùng gian nan vì hoàn cảnh kinh tế gia đình, vì chiến cuộc như tôi đã kể. Bù lại với nghị lực, sự dẻo dai bền bỉ, trì chí học tập - nhứt là **tự học**, nên việc thi cử luôn mỉm cười với cậu bé nhà quê như tôi. Nhưng số tôi không được hưởng nhiều ân sủng trong thời kỳ vàng son của nền Giáo dục Việt Nam thời Đệ I Cộng Hòa, nên bước đường công danh không được "rộng thênh thênh", được rồi mất, vinh rồi nhục, khiến "nước trôi sự nghiệp hoa tàn công danh" bởi tháng Tư đen lịch sử 1975.

Bây giờ trong tôi còn đọng lại những thứ đáng nhớ, đáng trân trọng là công ơn cha mẹ cao như núi, rộng tợ sông, là ơn thầy nghĩa bạn. Rồi nghĩa cử của những người thân sơ đã mở rộng vòng tay như người lái đò lặng lẽ đưa khách qua sông để tôi tiếp bước con đường đi học mà không hề đòi hỏi một sự đền đáp nào. Thấm nhuần truyền thống đạo lý "*Uống nước nhớ nguồn*", "Ăn quả nhớ kẻ *trồng cây*", tôi luôn canh cánh bên lòng bởi ơn sâu nghĩa nặng của cha mẹ, của thầy học, của một số bạn bè... Bây giờ dẫu muốn đền đáp cũng chưa trọn vẹn và biết lấy lượng nào đong! Giờ đây tôi chỉ biết thắp nén hương lòng để tưởng nhớ đến song thân, đến thầy học, đến các vị ân nhân đã về miền tiên cảnh. Đối với tôi, ký ức đôi khi là vị ngọt, nhưng thường là liều thuốc đắng có thể giày vò người ta. Nhưng nếu không có ký ức, không có hoài niệm thì làm sao kích thích sự sáng tạo, và cuộc đời sẽ vô vị biết bao! Các bạn nghĩ sao? Canada, Tết Tân Sửu 2021

Chú thích:

(1) Chẳng hạn Đại Tướng Cao Văn Viên là một trong những "Ông Tướng văn hóa". Riêng Thiếu Tướng Bùi Đình Đạm, Giám đốc Nha Động Viên Bộ Quốc Phòng, đã đệ trình năm 1975 Luận án Cao Học Xã Hội học, đề tài "*Một khía cạnh của vấn đề nhân dụng trong thời hậu chiến*".

(2) Nguyễn Khuê: *Kỷ niệm về Giáo sư Bửu Cầm* (www: khoavanhoc-ngonngu.edu.vn).

(3) Tôi xin xác nhận **GS Thanh Lãng mất ngày 17/12/1988** tại Sài Gòn để đính chánh những sai lầm của các trang mạng xã hội và của một số tác giả. Các trang mạng như Wikipedia (Vi.m.wikipedia.org) và nguyendinhchuc. Wordpress.com đều ghi GS Thanh Lãng mất năm **1978** là sai hoàn toàn. Trần Hải Yến: *Từ điển văn học* (bộ mới), Nhà xuất bản Thế Giới, 2004 cũng ghi GS Thanh Lãng mất năm **1978,** hoàn toàn sai. Riêng Nguyễn Văn Lục qua bài viết "*Thanh Lãng, nhà văn hóa bị bỏ quên*" đăng trong DCV Online.net đã ghi: Gs Thanh Lãng (1924-**1998).** Tôi nghĩ ông ghi lộn 1998 (thay vì **1988**).

(4) Luận án Tiến Sĩ Địa Lý học do một nghiên cứu sinh tên Liêu Kim Sanh đệ trình năm 1975, đề tài "*Thủy học sông Cái Phan Rang*"; còn nghiên cứu sinh khác là Ngô Văn Lắm, cũng đệ trình năm 1975, đề tài "*Sự biến chuyển và sự phân phối dân số tại các tỉnh bao quanh Sài Gòn – Gia Định*".

(5) Tạp chí *Nghiên Cứu Văn Học* (Bộ Mới): từ số 1 (tháng 3/1971) đến số 16 (tháng 6/1972). Với tư cách Tổng Thơ ký Tòa soạn, tôi có dịp liên lạc và quen biết một số nhà nghiên cứu văn hóa văn học và các văn thi hữu như: Toan Ánh, Sơn Nam, Bình Nguyên Lộc, Cửu Long Giang (Trung Tướng Nguyễn Bảo Trị), Thái Bạch, Nguyên Sa, Nguyễn Thị Hoàng, Trần Hoài Thư, Hoàng Xuân Sơn, Hà Thúc Sinh, Nguyễn Tất Nhiên, Mường Mán v.v…Ngoài một số bài viết linh tinh, tôi có đăng 3 bài khảo cứu văn học: *Tâm lý những nhân vật chánh trong truyện Hoa Tiên; Câu hát huê tình ở miền Nam; Tánh Cách Đặc Thù Của Ca Dao Miền Nam.*

(6) Trong DANH MỤC LUẬN VĂN LUẬN ÁN TRƯỚC 1975 (gồm 181 nhan đề) có vài chi tiết ghi sai:

***Tính cách đặc thù của Ca dao miền Nam*:** Luận văn Thạc sĩ / Nguyễn Kim Thiết. Sài Gòn - Trường Đại học Văn Khoa, 1972 - 228 tr; 30 cm - Luận văn Thạc sĩ Ký hiệu: V3 (IN) **Văn chương Việt Nam.** [Đáng lẽ phải ghi đúng nguyên văn: **Tánh** cách (thay vì Tính cách), Nguyễn **Kiến** Thiết (thay vì Nguyễn Kim Thiết)].

MỘT THOÁNG HỒI ỨC

Tôi sanh ra đời bởi một vì sao tương đối xấu trong gia đình nông nghiệp ở một thôn làng thuộc tỉnh Cần Thơ (xã Thuận Thới, quận Trà Ôn- nay thuộc tỉnh Vĩnh Long) và lớn lên trong hoàn cảnh chiến tranh nghiệt ngã: Nhựt đảo chánh Đông Dương, chiến tranh Việt-Pháp, rồi Thổ dậy "cáp duồn", phải tản cư chạy giặc sống trong cảnh lầm than khốn khổ trăm chiều.

Tôi không hiểu từ bao giờ đã hun đúc được một thứ

tình yêu quê hương sâu xa nồng thắm qua những hình ảnh quen thuộc và thân yêu nơi chôn nhau cắt rún: Từ cây cầu khỉ bắc qua sông lắc lẻo gập ghình, đến dòng sông hiền hòa êm ả chở nặng phù sa tôm cá đầy sông, rồi cánh đồng bát ngát rực lúa chín vàng và vườn cây lành xum xuê trái ngọt. Tôi cũng yêu thích những món ăn dân dã đậm đặc hương vị quê nhà- đặc sản cây nhà lá vườn từ ruộng đồng sông nước. Từ một câu ca dao xưa cũ: "*Anh đi anh nhớ quê nhà / Nhớ canh rau muống, nhớ cà dầm tương*", tôi bỗng nhớ đến câu ca dao miền Nam: "*Xa nhà nhớ giậu mồng tơi / Nhớ bông điên điển, nhớ ơi cánh diều!*". Tôi nhớ tới bữa cơm gia đình đầm ấm với món ăn dân dã *bông súng mắm kho* mà cả nhà cũng "ăn cho đã thèm". Tôi nhớ đến món *bánh xèo* má tôi thường làm với hương vị đặc biệt miền Nam thật khoái khẩu: bột pha nước cốt dừa, củ nghệ, nhưn thịt vịt Xiêm bằm nát xào với măng tre Mạnh Tông. Những đêm trắng sáng chèo ghe xuồng trên các kinh rạch chằng chịt như mạng nhện, tôi nghe được những cuộc *hò hát đối đáp* lý thú giữa *trai thương hồ* và *gái bán vàm* trên sông nước Hậu Giang v.v…

*Một trong những hồi ức tôi sắp kể ra đây là chuyện có thật do chính tôi *tai nghe mắt thấy*. Số là vào khoảng năm 1953-1954, gia đình Ba Má tôi phải tản cư sống nương nhờ bên Ngoại ở xã An Phú Tân- còn gọi là Tân Dinh thuộc quận Cầu Kè. Nơi đây có sông cái lớn, bề rộng gần hai cây số. Cá tôm *chạc hà* (nhiều vô kể). Bên kia sông là cồn Tân Quy. Ba Má tôi phụ giúp Ngoại tôi việc đồng áng. Còn cậu Hai- anh chú bác của Má tôi, chuyên sống bằng *nghề giăng câu*- một *nghề hạ bạc,* rất rành nghề, và "tinh thông" ở các khúc sông, biết chỗ nào sâu, chỗ nào cạn, chỗ nào có *lòng chảo*, chỗ nào có *hàm ếch, búng nước*, chỗ nào *nước chảy xoáy/chảy xiết,* chỗ nào có cá lớn, chỗ nào có cá thuộc loại gì, có vảy hay da trơn láng. Cứ vài ba ngày tùy theo con nước- *nước lớn/nước ròng, nước rông/nước kém, nước đục/ nước cái, nước dựng/nước đứng* v.v…và thời tiết, cậu Hai giăng câu một lần. Trước khi đi, cậu chuẩn bị đường câu (tức *dây câu* dài chừng 200 thước) làm bằng dây dù hoặc dây chỉ lớn, rất chắc. Cứ mỗi thước cậu buộc vào một lưỡi câu lớn. Mồi câu thường là trái bần non, con trùn cơm hoặc ốc bươu vàng (Ngày nay ngư dân ta có sáng kiến gọi là *giăng câu kiều* (?) không móc mồi câu, dụng ý bắt cá da trơn loại lớn bơi qua dễ bị dính mắc vào lưỡi câu). Thuở ấy tôi là "phụ tá" đắc lực của cậu trong việc kiếm mồi câu. Nhưng tôi rất sợ đào trùn bắt ốc nên chỉ khoái hái bần non. Cây bần mọc hoang ở bãi *cồn lồi, cồn lạng* gần nhà Ngoại tôi nhiều vô số kể; chỉ cần đi hái một lát là đầy cả giỏ. Có lần nước lớn chảy mạnh làm mấy cây bần non (tức c...bần) rung rinh theo dòng chảy, bất giác tôi nhớ đến mấy câu ca dao sưu tầm khi lớn lên: "*Nước chảy c...bần run bẩy-bẩy / Gió đưa dái mít vẫy tê-tê*" (dái mít: bông mít, trái mít nhỏ). Chuẩn bị xong xuôi "đồ nghề", cậu bơi xuồng ra khơi. Tưởng cũng nên biết các tay ngư phủ *chánh hiệu* được huấn luyện bơi lặn từ nhỏ nên không sợ sóng gió. Với chiếc *xuồng ba lá* nhỏ xíu so với con sông rộng *minh mông thiên địa*, họ vẫn không hề nao núng. Gặp sóng cả họ không ngã tay chèo/dầm. Có khi gặp gió to, sóng lớn xuồng bị lật úp, họ nhảy xuống sông lắc xuồng qua lại vài cái cho cạn nước rồi nhảy lên xuồng bơi tiếp. Hôm ấy cậu Hai bơi xuồng tới khúc sông đã định, bèn móc mồi vào lưỡi câu (từ lưỡi nhứt cho tới lưỡi cuối) và cứ thế thả đường câu xuống nước cho tới đoạn cuối mới buộc *dây câu* vào xuồng. Cậu cũng không quên cột mấy cái phao bằng *trái bầu hồ-lô* phơi khô hay *trái dừa điếc khô* vào đường câu. Khi nào cái phao bị kéo đi chìm lỉm là cá đã mắc câu. Vốn là tay *sát cá* có hạng nên lần nào cậu cũng câu được vài con cá sửu *to đùng* mấy chục ký-lô, có khi được con cá hô *bự hết cỡ* gần trăm ký. Một đêm nọ, trong khi say ngủ, tôi nghe tiếng gọi ơi ới: "*Bắt* được cá bự quá rồi bà con ơi. Mau bơi xuồng tới giúp...". Tờ mờ sáng hôm sau, tôi thấy một con cá đuối *tổ chảng* nằm chình ình giữa sân nhà Ngoại tôi. Nghe nói đây là con cá đuối *lưu niên*. Nó lớn hơn hai chiếc đệm, nặng chừng ba tạ. Bà con lối xóm chen chúc nhau vô *xem tận mắt, rờ tận tay* vì hiếu kỳ. Lũ trẻ chúng tôi vô cùng thích thú với con vật *bự quá xá* nầy. Bởi hàng rào người dày đặc, nhiều đứa phải bắt chước Hàn Tín lòn trôn người đứng trước để chui vô coi cá; hết đứa nầy tới đứa khác. Có đứa còn leo lên mình cá dùng thân mình nó làm cầu tuột để đùa nghịch nữa. Theo lời cậu Hai tôi kể lại: Đêm ấy trong khi chợp mắt, cậu giựt mình khi chiếc xuồng câu di chuyển. Ban đầu xuồng chạy chậm, rồi mỗi lúc lướt mau hơn như có gắn máy đuôi tôm. Cậu biết *cá bự* đã mắc câu nên la hoảng lên để các *bạn câu* tới giúp. Lát sau có 5-6 xuồng câu lướt tới. Họ hì hục buộc *kè xuồng* lại rồi rán sức bơi vào bờ mặc cho cá vùng vẫy. Khoảng 9-10 *bạn câu* lực lưỡng ra sức vật lộn với cá nhiều tiếng đồng hồ mới đưa được nó lên bờ. Sau khi cưa xẻ cá xong, cậu Hai đem *cho* bạn câu, *biếu* những người tới phụ giúp mỗi người một phần; còn lại bao nhiêu *chia* (bán *giá hời*, nửa bán nửa cho) cho bà con lối xóm và trả bằng lúa mùa. Thịt cá đuối được Má tôi chế biến làm hai món: món xào với *lá cách* và đủ thứ đồ tẩm liệm như sả, nước cốt dừa, đậu phộng; một món khác nấu canh chua với cơm mẻ và *bông so đũa*, ăn rất khoái khẩu. Một thời gian sau, mợ Hai tôi bỗng nhiên bị trúng gió rồi lăn đùng ra chết (!). Nhiều người *quở* do bị *Bà Cậu* trả thù. Bởi trước khi đi câu, cậu Hai không đốt nhang khấn vái giống như thợ săn bắt cá sấu ở rừng U Minh đã làm trong quyển *Hương Rừng Cà Mau* của Sơn Nam do tôi được dịp đọc khi lớn lên. Cũng trong cuốn sách nầy, Sơn Nam có tả cảnh chiếc bè tre (được kết bằng 700 cây tre, dựng 2 cái thang cao 3 thước, buộc 6 lưỡi câu…) của cha con người thợ săn bị *cá sấu lửa* kéo chìm, "chỉ thấy cha con ông chót vót trên cái thang lú khỏi mặt nước", "bị kéo cả trăm thước", có lúc "đứng sựng lại rồi vụt chạy nhanh hơn tàu đò".

*Đó là chuyện kể về con cá đuối thứ nhứt. Cho phép tôi được *cà kê* kể về con cá đuối thứ hai- cũng là chuyện có thật do chính tôi đã mục kích. Vào khoảng năm 1959-1960, tôi trọ học tại nhà người cô họ ở xã Tân Mỹ cách trường Trung học Tam Cần (Trà Ôn) độ 7 cây số. Hằng ngày tôi đi học bằng chiếc xe-đạp-đòn-dông-cà-tàng-trần-trụi. Chiều tối hôm ấy *nước rông* chảy xiết từ vàm Trà Ôn vào nhánh sông Tân Mỹ. Theo thường lệ, chú Tư lối xóm đặt *vó cá* để kiếm chút đỉnh *cá* đen cá trắng ăn qua bữa. Bỗng có vật gì đen thui, *bự tổ chảng* vùng vẫy bắn nước văng tung tóe từ trong vó cá. Chú Tư *ráng sức bình sanh* cũng kéo vó lên không nổi. Chú quính quáng kêu la ơi ới nhờ lối xóm tới giúp. Họ không biết ất giáp gì cũng tất bật đốt đuốc lá dừa *chạy ù* tới. Những ngọn đuốc lá dừa của tình đoàn kết tương thân tương trợ soi sáng cả một khúc sông trước nhà chú Tư. Rồi cả chục *bạn lực điền* ra sức phụ giúp chú Tư. Công việc nầy khiến họ phải hì hục vật lộn với con cá khủng. Cuối cùng sau mấy tiếng đồng hồ, họ mới kéo được cá lên bờ. Thì ra đó là con cá đuối *bự quá cỡ thợ mộc,* gần bằng hai chiếc đệm và nặng *tầm* 250 ký-lô. Hoạt cảnh về con cá đuối thứ nhứt kể trên được lặp lại. Cũng cưa xẻ cá, cũng cho tặng biếu xén, chia chác, chế biến… nói lên *tình làng nghĩa xóm* những khi *tối lửa tắt đèn*. Có điều lạ lùng tôi nghĩ hoài vẫn chưa hiểu tại sao chú Tư lại bị té dừa (trèo hái dừa bị té) đến nỗi bị bán thân bất toại một thời gian sau đó. Tôi ước phải chi lúc đó có cái máy camera *quay-chụp-thu* hai con cá đuối *to đùng* đó để được công nhận là *nói có sách, mách có chứng*. Và nếu chúng chưa tuyệt chủng, chắc chắn sẽ được đưa vào sách Kỷ lục Guinness của thế giới (The Guinness Book of Records).

Trên đây là một vài mẩu chuyện vụn vặt của một thời quá khứ mà người viết cố gắng tái hiện lại bởi trí nhớ còm cõi đã bị bào mòn theo năm tháng. Người viết muốn thể hiện tình yêu quê hương- một thứ tình yêu ruột thịt, thiêng liêng cao cả. Nếu Bình Nguyên Lộc *tận dụng ngôn ngữ miền Nam* và tình yêu quê hương ngày càng thu hẹp vào tình yêu đất ở khu vực sông Đồng Nai (theo Trần Văn Nam, Tập san Đồng Nai - *Cửu Long* số 9), thì tôi cũng bắt chước vận dụng *ngôn ngữ miền Nam*, và *tình yêu quê hương ngày càng mở rộng bằng tình yêu ruộng đồng sông nước* vùng sông Tiền-sông Hậu cùng những đặc sản rất Nam Kỳ lục tỉnh! Đây là chuyện có thật, người thật việc thật, kể cả nhân danh địa danh. Qua các chuyện kể có thật nầy, người viết muốn cung cấp phần nào cho văn giới những Tư liệu quý hiếm đã chìm sâu vào quên lãng.

Đối với tôi, ký ức thường là vị ngọt, nhưng đôi khi là liều thuốc đắng. Nhưng nếu không có ký ức, không có hoài niệm thì làm sao kích thích sự sáng tạo. Và cuộc đời sẽ vô vị biết bao!

BUỔI NÓI CHUYỆN CỦA NHÀ VĂN NGUYỄN THỊ HOÀNG TẠI ĐẠI HỌC VĂN KHOA SÀI GÒN NĂM 1971 - Kỳ 2

**Mời các bạn xem từ Kỳ 1 Văn Học Mới số 46, tháng 11/2025.*

*Vào lời của Nguyễn Thị Hoàng

Thật ra, trong thời gian làm báo *Nghiên Cứu Văn Học* (1971-1972), tôi được dịp tiếp xúc với một Nguyễn Thị Hoàng "bằng xương bằng thịt" để xin bài – tặng báo – nhận bài viết mới. Lúc bấy giờ *NCVH* đăng nhiều kỳ truyện dài *Bóng Tối Cuối Cùng** của bà. Viết tới đây, chúng tôi muốn bổ sung một chi tiết về bài đăng của Thụy Khuê trên Viet's Herald (26 novembre 2024). Thụy Khuê đã viết: "*Cũng trong thời gian này, bà tổ chức cho chồng trốn lính, sau đó, bị truy nã, gia đình lánh về Long Xuyên, ở một nơi hẻo lánh, lập Trại Đá Mềm...* ***bà chỉ trở lại Sài Gòn khoảng 1975****. Sau 1975 là thời gian dài im lặng...*". Thật ra Nguyễn Thị Hoàng trở lại Sài Gòn từ năm 1967 đến năm 1975. Từ tháng 11/1967, bà cùng chồng là Nguyễn Phúc Bửu Sum lập nhà xuất bản Hoàng Đông Phương. **Chúng tôi đã đến gặp nữ sĩ tại nhà riêng ở Sài Gòn** để "nhận bài – tặng báo" *NCVH* **cũng như liên lạc tổ chức buổi nói chuyện của nữ sĩ tại ĐHVKSG năm 1971**. Tưởng cũng nên biết lúc bấy giờ bà là Phó Tổng Thư ký Trung Tâm Văn Bút Việt Nam tại Sài Gòn. **Sau 1975, bà bị đi kinh tế mới khoảng hai năm** được bà so sánh "giống như đi đày nhưng rất thích" (theo Jimmy TV, tháng 3/2025). Mặc dầu vẫn biết những xì-căng-đan (scandale) về cuộc đời và cuốn tiểu thuyết đầu tay *Vòng Tay Học Trò (VTHT)* của bà, nhưng trong những lần tiếp xúc ấy, tôi tránh để cập đến những vấn đề tế nhị và nhạy cảm nầy. Chúng tôi tán thành có chừng mực với Nguyễn Văn Lục trong việc tiết lộ những "thâm cung bí sử" cũng như dựa vào phân tâm học để lý giải về cuộc đời và tác phẩm *VTHT* của bà.

Đến đây, chúng tôi muốn **Nhận xét sơ khởi** về nội dung bài nói chuyện của nữ sĩ Nguyễn Thị Hoàng (NTH). Tiếp theo lời giới thiệu của giáo sư Thanh Lãng, nhà văn Nguyễn Thị Hoàng đã *ứng khẩu* suốt một tiếng đồng hồ buổi nói chuyện của mình

Nhưng phải dở dang để đi làm, đi dạy học. Bà hành *nghề tự do* (làm thư ký riêng cho một tỷ phú) bởi lẽ: "*Chính cuộc sống tự do nhưng nhiều khó khăn trên đã ảnh hưởng phần nào đến viết lách của tôi (...), **tác phẩm tôi không do một động lực nào bên ngoài xã hội hay ảnh hưởng từ văn chương ngoại quốc như một vài người đã lầm tưởng**".*

Từ 1966 đến 1971, chỉ vỏn vẹn 5 năm mà tác phẩm của nữ sĩ đã đạt kỷ lục **30 cuốn** (gồm 20 cuốn đã in và gần 10 cuốn đang in hoặc đang đăng trên các báo). Tưởng cũng nên biết, Nguyễn Thị Hoàng **khởi đầu** văn nghiệp năm 25 tuổi, **với cuốn đầu tay là Vòng Tay Học Trò**. Đó chỉ là **cuốn truyện tình cờ**, ngoài những tác phẩm viết theo chương trình và dự định. Theo Jimmy TV, từ năm 1963 tại Sài Gòn, bà đã viết xong bản thảo cuốn *Vòng Tay Học Trò* trong vòng một tháng. Đây là "**bản thảo viết tay**" bị xếp vào ngăn kéo, đến năm 1964, "có người" đem đăng ở *Bách Khoa*, nhưng **chỉ có ba phần đầu**. Mặc dầu chính miệng bà thốt ra **nhưng không đúng** (có lẽ bà đã quên). Chúng tôi có cơ duyên được hai cựu đồng nghiệp tặng **426** số báo *Bách Khoa* (đóng tập mạ vàng và USB) nên xin khẳng định: Trước khi giao cho nhà Kim Anh xuất bản (1966), nữ sĩ Nguyễn Thị Hoàng đã **đăng trọn bộ** tác phẩm đầu tay *Vòng Tay Học Trò* (ký Hoàng Đông Phương) trên 22 kỳ báo *Bách Khoa* (từ số 169 ngày 15/1/1964 đến số 192 ngày 1/1/1965, có gián đoạn hai số 172 và 174). Riêng số ***Bách Khoa* số 192, bà ký tên thật là Nguyễn Thị Hoàng**...Thật ra trên số báo Kỳ **1**, chúng tôi đã khẳng định: chính bài thơ đầu tiên số I tựa "Nắng Trưa", thể ngũ ngôn đã **khởi đầu** sự nghiệp văn chương của bà (*Bách Khoa* số **63**, ngày 15/8/1959, tr.87). Bà cho biết lối viết của mình thì "quả bừa bãi, vội vàng", (nếu không muốn nói là cẩu thả", nhưng nhờ vậy giữ được "phần nào nóng bỏng, nguyên vẹn cảm xúc và ý tưởng". Có thể nói bà không thể làm việc tùy hứng, cũng không ép buộc giờ giấc nào. Với máy chữ, mỗi ngày bà lóc cóc liên miên tối đa **40 trang đánh máy**, ít nhứt cũng được 20 trang (chi tiết nầy không trùng khớp với "bản thảo viết tay" đã dẫn trên). Đối với bà, "không viết là cảm thấy hao hụt, thiếu thốn, mất mát một điều gì, bất kể giờ giấc". Bà "**viết như thở ra, và khó mà đếm nhớ được những** (từ

nhịp thở ra của mình", và chỉ "**viết được nếu bị thúc bách, và có nhiều công việc phải làm cùng một lúc**".

Về vấn đề phê bình, Nguyễn Thị Hoàng cho rằng có thể nhận diện được **bốn** loại người phê bình tiêu biểu: Đó là **Nhà phê bình giả trầu; Nhà phê bình theo lập trường của đảng phái hay chính sách; Nhà phê bình mang tinh thần đồng đội; Nhà phê bình không vì đảng phái, lập trường phe nhóm... mà bà gọi là *anh phê bình ba phải.*** Bà cho biết còn có **loại thứ năm (nhưng không có) là nhà phê bình có đủ kiến thức, lương tâm, điều kiện làm việc phê bình đúng mức**. Bà nhấn mạnh: "***Giữa những người phê bình và người viết luôn luôn là một khoảng cách mênh mông.*** *Tôi không thể nào đọc hiểu họ cũng như họ đã không đọc và hiểu tôi vậy*".

Dưới đây là nội dung buổi nói chuyện của nữ sĩ Nguyễn Thị Hoàng:

"*Thưa các anh các chị, Trước hết tôi xin chân thành cám ơn linh mục Thanh Lãng đã dành cho tôi một giờ hôm nay để tiếp xúc với các anh chị. Sau nữa, tôi xin quý mến cảm ơn các anh chị đã bớt thời giờ học hành, chờ đợi và tiếp đón tôi tại đây. Cuối cùng, tôi xin dành một lời cám ơn nhỏ cho phần* ***người đàn bà gia đình*** *của tôi đã cho phép* ***người đàn bà viết lách*** *đến nói chuyện với các anh các chị. Tôi cũng thành thực xin lỗi nếu đã và sẽ làm các anh các chị thất vọng phần* ***nhìn thấy*** *cũng như* ***nghe nói*** *hôm nay. (Vừa có mấy chị nói, khi tôi đến, đọc tôi quá nhiều nhưng chưa trông thấy tôi bao giờ, vậy các chị đến để nhìn thấy, chứ không hẳn chỉ nghe nói)* [chúng tôi in chữ đậm]. *Trước khi nói đến phần viết lách cũng như trường hợp sáng tác, tôi xin giới thiệu vắn tắt vài điểm về cá nhân tôi, đã sống thế nào, những nguyên do hay ảnh hưởng trong việc sáng tác, tương quan giữa đời thực và tác phẩm.*

Tôi sinh ở Huế, trải qua một thiếu thời quá đẹp ở đó, cho đến năm 57 vào Nha trang, với di chuyển của gia đình, học ở đó vài năm, rồi vào đại học Văn Khoa và Luật khoa ở Sàigòn. Tôi không may mắn như các anh chị được học hết những năm đại học. Sự không may tự ý chọn lựa. Tôi chỉ học một vài năm lỡ dở ở mỗi phân khoa, rồi đi làm, đi dạy học. Cuối cùng là con đường không làm cho ai và cũng chẳng hợp tác với nơi nào. Qua vài năm thử thách, con đường riêng tìm thấy đó lôi cuốn và ràng buộc tôi lại lâu dài. Tôi sẽ không bao giờ ra khỏi con đường lựa chọn, là dù thế nào cũng nên thảnh thơi và tự do thoát ra ngoài những công việc có tính cách công thức và khuôn khổ cố định của xã hội.

Chính cuộc sống tự do nhưng nhiều khó khăn trên đã ảnh hưởng phần nào đến viết lách của tôi. Ngoài phản ảnh một phần đời sống và tâm hồn mình, tác phẩm tôi không do một động lực nào bên ngoài xã hội hay ảnh hưởng từ văn chương ngoại quốc như một vài người đã lầm tưởng. Vì có những người đã phê bình tôi, thay vì nghiên cứu để phê bình, chỉ đọc lướt qua như một lối kiểm kê, chỉ nhận xét theo thành kiến hay dụng ý và mục đích riêng của bài phê bình mà không rõ gì về người viết và tác phẩm. Vả lại, tôi nghĩ là khi viết một tác phẩm gởi ra cho đám đông, tùy trình độ và tâm hồn, ai cho đi được gì sẽ đón nhận đúng mức chừng đó, còn phê phán, một lối phê phán đúng nghĩa thì không thể tìm kiếm thấy và đòi hỏi được ở xứ ta. Có thể nhận diện được **bốn** *loại người phê bình tiêu biểu.*

*– **Nhà phê bình già trầu**, nghĩa là một người mang tất cả kiến thức và thành kiến của những thời đại nào trước, đúc lấy một khuôn mẫu duy nhất cho phê bình, nhìn bất cứ tác phẩm và tác giả nào cũng dưới cặp kính cũ kỹ của mình. Những tiêu chuẩn và mục đích của bài phê bình do đó tất nhiên theo khuôn thước của họ, của thời đại đã qua, không ăn nhập gì với những biến tính và biến thể của tâm hồn hay đời sống đang luân lưu trước mặt.*

*– **Nhà phê bình theo lập trường của đảng phái hay chính sách**. Họ là những người đứng trong đoàn thể, phê bình có nghĩa là đập một người nào, không phải vì cá nhân đó, mà vì cá nhân đó đứng vào trong thành phần của đối phương.*

*– **Nhà phê bình mang tinh thần đồng đội,** phê phán một người nào, khen hay chê, tuỳ người đó có ở trong băng, trong nhóm của mình hay không. Có nghĩa là bốc hay đập một người nào, mục đích là duy trì giá trị những cây viết trong băng nhóm mình, và tìm cách triệt hạ đối thủ, nếu cảm thấy đối thủ đó có cơ bay lên, làm lu mờ tên tuổi và giá trị của người trong băng nhóm mình.*

*– **Loại thứ tư thì không vì đảng phái, lập trường phe nhóm**, tiêu chuẩn đạo đức hay nhân danh một cái gì cả, ngoài những thúc đẩy giản dị và hồn nhiên là nhu cầu một tô phở, một chút tiền đi chơi, hút sách, hay gì gì đó, tóm lại, ai thuê viết thì viết, đúng như ý muốn của người ra chủ đề, bốc hay đập người này, người nọ, đó là anh **phê bình ba phải.***

*– **Loại thứ năm là một nhà phê bình có đủ kiến thức, lương tâm,** điều kiện làm việc phê bình đúng mức. Nhưng loại đó không có. Hay nếu có, vì lẽ này hay lẽ khác, họ không hề đặt bút phê bình một ai trên giấy.*

Cho nên không thể đặt vấn đề phê bình quanh một tác phẩm, có nghĩa là tác giả cũng như quần chúng không tiện căn cứ vào bài phê bình để đánh giá một tác phẩm. Vấn đề còn lại chỉ là thưởng thức (ở những người nhìn ngắm được tinh thần hay nội dung tác phẩm) và chưởi bới (ở những nhà phê bình kiểu kể trên).

Tôi vẫn ngạc nhiên khi có người đọc một bài phê bình nào đó về tôi và hỏi dò ý kiến hay phản ứng. Bởi vì tôi không hề theo dõi, trừ phi có người nhắc nhở hay tìm bài đem cho tôi đọc. Giữa những người phê bình và người viết luôn luôn là một khoảng cách mênh mông. Tôi không thể nào đọc hiểu họ, cũng như họ đã không đọc và hiểu tôi vậy.

Về phần ảnh hưởng thì chúng ta cũng nên nhắc đến phim ảnh, cũng như du lịch, là nguồn ảnh hưởng và niềm hứng khởi cho sáng tác. Nhưng loại phim có nội dung giá trị quá hiếm hoi, như vài ba phim của Fellini chẳng hạn. Hình ảnh và nội dung của phim vẫn khêu gợi được vài ý tưởng mong manh làm khởi điểm le lói cho một cốt truyện nào đó.

*Tác phẩm tôi từ 1966 đến nay gần 30 cuốn, gồm 20 cuốn đã in và gần 10 cuốn đang in hoặc đang đăng trên các báo. **Tôi khởi đầu** viết khoảng 25 tuổi, **với cuốn đầu tay là Vòng Tay Học Trò**. Đó chỉ là **cuốn truyện tình cờ**, ngoài những tác phẩm viết theo chương trình và dự định.*

Càng viết nhiều càng cảm thấy thất vọng và nên làm việc nhiều, nhanh và vẫn chưa đạt được phần nhỏ nào trong những dự định lớn. Đa số những cuốn trên, vì đã viết trong những hoàn cảnh khó khăn, giờ giấc vội vàng, không đủ để được chín mùi **[muồi]** *sau một thời gian cưu mang và hàm dưỡng nó. Xem như tôi chưa được viết và viết được gì hết. Về lối viết của tôi thì quả bừa bãi, vội vàng, tuy nhiên nhờ thế, được phần nào nóng bỏng, nguyên vẹn cảm xúc và ý tưởng… Phần nhiều những cuốn đã viết hoặc đăng báo ngày góp nhặt lại, hay vừa viết vừa giao cho nhà in in dần dần cho đến khi xong sách. Chưa có cuốn nào hoàn toàn đầy đủ trước khi đăng báo hay đem in. Sở dĩ công việc kịp thời và trôi chảy là vì tôi viết được nhanh, mỗi cuốn tối đa trong vòng một tháng, nếu làm việc liên tục. Tuy nhiên, trong thời gian một tháng, không phải tôi chỉ bỏ hết thì giờ cho việc viết lách, mà còn thường xuyên đảm đương những việc tạp nhạp khác cùng lúc với viết, như lo nhà xuất bản và bao nhiêu công việc phức tạp, nhỏ nhoi, bề bộn của đời sống gia đình như săn sóc con cái, nấu nướng, chỉ vẽ cho người làm, thu xếp tiêu nong, tính toán những việc liên hệ, xã giao phải chăng, đối đãi khách khứa…*

Những nhà văn lão thành hay những người làm việc có nguyên tắc, chuyên môn, thường sáng tác với những mẫu mực và kỷ luật chặt chẽ.

Với một ý tưởng chính yếu, họ lập cái sườn chi tiết cho nội dung cốt truyện triển khai thành đoạn, thành chương. Họ sáng tác công phu, chừng mực, theo một giờ giấc nhất định như mỗi ngày làm việc từ giờ nào đến giờ nào, trong khung cảnh như thế nào hoặc viết tùy hứng, chỉ những lúc nào cảm thấy vui thích muốn viết.

Với tôi, viết là công việc chính, thường xuyên hàng ngày. Những sách đã in ra chưa cuốn nào ưng ý và chuẩn bị đúng như mong muốn, mà đã phải viết vội vàng, cẩu thả, vì công việc thường bị thúc bách. Tôi không thể làm việc tùy hứng mà cũng không ép buộc giờ giấc nào mà mỗi ngày viết đều đều, tối đa là 40 trang đánh máy, ít nhất cũng được 20 trang. Với máy chữ, mỗi ngày tôi lóc cóc liên miên, theo thói quen, không viết là cảm thấy hao hụt, thiếu thốn, mất mát một điều gì, bất kể giờ giấc. Cũng chen kẽ những ngày lười biếng, không muốn làm bất cứ gì, nghĩ đến điều gì. Khi viết, không phải trang nào cũng đều tay, bởi nhiều lúc chán nản, buồn bực ghê gớm. Trái lại, nhiều khi hăng say mê mải, không phải tùy thuộc vào những điều phải viết mà do trạng thái tâm hồn bất thường chịu ảnh hưởng từ những điều kiện sinh hoạt hàng ngày.

Trước khi khởi đầu một truyện nào, tôi nuôi nấng một ý tưởng cho nó lớn dần, như mang thai đứa con. Nó lớn dần cho đến khi có đủ hình hài thành câu truyện ở vào cái thế không viết không được, cứ ấm ức như chịu đựng một thứ mụt cương mủ, nhức nhối không được nặn chích đi cho vỡ toang nên đau đớn, bứt rứt vô cùng. Khi câu truyện đã chín muồi trong ý nghĩ thì ý muốn được thực hiện ngay tức khắc, những ý tưởng và nhân vật như vậy. Đã ngồi lại viết, ý tưởng kia nhập vào xác hồn mình, ngồi như một người bị đồng nhập, không còn hay biết đến xung quanh, bất chấp cả mọi tiếng ồn ào và sinh hoạt khác, cứ đánh máy triền miên không ngưng nghỉ, vội vã, cuống quít không kể cả những lỗi sai khi đánh máy, miễn là trút ra được những gì căng đầy trong trí, cùng lúc, cho thật nhiều, thật nhanh. Càng nhiều, càng nhanh, càng kịp tốc độ ý nghĩ càng tốt. Tôi như mê đi khi viết nên không nhận ra mình đang viết, đang nghĩ gì. Chỉ khi đọc lại sách đã in, cảm tưởng như đọc của một người nào khác. Tôi chỉ đọc lại khi đã in, và đánh máy xong không đủ thì giờ xem lại một đoạn hay một tác phẩm toàn thể mà phải đưa ngay cho nhà in rồi. Cho nên mỗi lần đọc lại một truyện mới in là kinh hoảng vô cùng. Kinh hoảng vì mình đã làm việc với tốc độ dữ dội, và vì vậy bừa bãi quá, mà kết quả lại bất ngờ… Nghĩa là kỳ tới sẽ viết kỹ lưỡng hơn, nhưng giờ giấc và công việc hàng ngày cứ lôi cuốn theo dòng không đổi. Cho nên một thì giờ rảnh rỗi đủ để viết một truyện theo cách cuộc và nguyên tắc mong muốn không bao giờ có. Đành chấp nhận hủy bỏ tất cả mọi nguyên tắc. Và rồi thành thói quen, đến có theo một qui luật viết nào đó, thì không thể làm ra gì được nữa.

Một cuốn truyện ba bốn trăm trang không đáng kể bằng giây phút bắt gặp một ý tưởng khởi điểm nào đó, mầm mống và nền tảng cho nội dung cuốn truyện. Phần cảm hứng để đón nhận cái hạt đầu tiên nảy mầm thành cuốn sách không phải ngẫu nhiên mà có. Bởi thế nhiều khi từ 1966 đến giờ, có khi hàng năm tôi không viết một chữ nào, có khi trong vòng hai ba tháng viết hai ba cuốn. Từ đầu năm tới nay, sau chuyến đi Hội nghị ở Đàiloan và Đại Hàn tôi viết quá nhiều, đến năm cuốn một lúc và hiện có sáu cuốn đang in. Trong thời gian này, sở dĩ đã viết được nhiều vì tìm thấy mầm mống ý tưởng kia để cưu mang thành tác phẩm. Không bắt gặp được thoáng mầm mống ý tưởng chính yếu kia, dù có viết cả ngàn trang thì truyện cũng chỉ là khoảng không và sách cũng chỉ là mớ giấy lộn mà thôi.

Tôi xin dẫn chứng để anh chị nào đã mất hay sẽ mất thì giờ đọc sách tôi có thể phân biệt được hai loại:

*– **Loại tượng trưng** với nội dung nặng nề nghiêng về đời sống tâm thức và vô thức như "Ngày qua bóng tối", "Trời xanh trên mái cao", một số truyện ngắn mà người đọc thường than là đọc không hiểu gì hết.*

*– **Loại tả chân** với những tâm trạng và mẫu đời qua các khía cạnh chiến đấu như: "Cho đến khi chiều xuống", "Tiếng hát lên trời", "Tiếng chuông gọi người tình trở về", "Vực nước mắt" ...*

*Tôi không nhớ rõ những gì đã viết, tên truyện và thời gian sáng tác theo thứ tự. **Tôi viết như thở ra, và khó mà đếm nhớ được những nhịp thở ra của mình**… Dù cuốn truyện dày hay mỏng, điều mong muốn là vẫn diễn tả đủ và đúng phần ý tưởng chính yếu với những nhân vật và khung cảnh là nền tảng sân khấu. Phần ý tưởng chính yếu đó là tia ánh sáng duy nhất chiếu dọi lên toàn thể phần sân khấu kia, vì tia sáng quá mong manh nên ít người tìm thấy. Người ta chỉ nhìn thấy ở các tác phẩm tôi phần sân khấu, gồm nhân vật và khung cảnh, và ít khi nhận ra chút le lói ánh sáng ấy. Trong khi chính tôi nếu không có chút ánh sáng kia chiếu lên sân khấu, tôi không thể nào tạo dựng nổi toàn bộ một sân khấu tiểu thuyết.*

Tôi chỉ viết lúc nào cần mà lúc nào cũng cần trên thực tế cũng như tinh thần, nên lúc nào cũng phải viết. Ngồi lại với một xấp giấy, giấy phải nhiều và sạch, cứ đánh máy cho đến khi mỏi tay hay một công việc khác quá cấp bách kêu gọi mới có thể dừng lại được. Việc viết đối với tôi giản dị, bất kể ngày đêm. Mọi người đều quan niệm viết bất cứ gì, tình cảm, tư tưởng đều đòi hỏi những điều kiện như khung cảnh thích hợp với trạng thái tâm hồn lúc viết, có đầy đủ thì giờ và thoát hẳn ra ngoài mọi công việc thực tế, không bị điều gì ám ảnh hay quấy rối. Tóm lại, khi viết phải được rảnh rang, thanh tĩnh, ngoài khung cảnh như trong tâm hồn.

Tôi viết trong những điều kiện trái ngược trên. Nếu bị giam giữ trong ngôi nhà xinh đẹp hay khung cảnh nên thơ tách rời khỏi đời sống gia đình và sinh kế, tôi sẽ không viết được nổi một trang nào. ***Tôi chỉ viết được nếu bị thúc bách, và có nhiều công việc phải làm cùng một lúc****. Càng có nhiều việc làm cùng một lúc, càng viết được nhiều, thiếu không khí làm việc, náo nhiệt, rộn ràng, thúc đẩy, nhất định là tôi không viết được. Những việc song song với viết lách như thế thường lại tương phản nhau, và khó chấp nhận nổi nhau: một trang tiểu thuyết lãng mạn, một món ăn đang nấu dở trên bếp, một đứa con đang khóc đòi bế, đòi ăn níu kéo quanh chân. Trẻ con vẫn thường la khóc cùng lúc với những nhân vật trong tiểu thuyết đang lên tiếng mắng nhiếc hay tự tình với nhau. Hai đám, một ngoài đời, một trong tiểu thuyết, đôi khi đánh lộn thường xuyên như thế. Khi nào cuộc giao tranh giữa hai đám người trong truyện và ngoài đời cùng đòi tôi kịch liệt chừng nào tôi lại càng bị dồn đuổi thiêu đốt, càng viết mạnh, nhanh và nhiều chừng đó, và như vậy cuộc hòa giải giữa đôi bên sẽ chóng kết thúc.*

Đúng ra, đàn bà chỉ nên làm việc bếp núc và nếu dự phần gì trong đời sống rộng lớn hơn, thì là tạo cho người đàn ông bên cạnh đủ điều kiện để họ thực hiện và chu toàn vai trò và nhiệm vụ đàn ông tùy theo cấp bực và khả năng của họ có thể thực hiện trong đời sống lớn là xã hội. Tôi muốn đóng một lúc tất cả những vai trò con người, bất kể là đàn ông hay đàn bà, có thể thực hiện và đóng góp vào đời sống. Và vì vậy, không bao giờ cảm thấy được sống đủ nếu thiếu một trong 3 sinh hoạt: gia đình, xã hội, nghệ thuật. Điều khó khăn là làm thế nào cho một công việc của mình lại có kết quả tốt đẹp cho cả 3 phía đó: tài chánh đầy đủ cho gia đình, ảnh hưởng tốt đẹp cho xã hội, giá trị lâu dài cho văn chương.

Tôi không bao giờ viết một truyện suông sẻ [**suôn** sẻ] *từ đầu chí cuối. Thường phải viết ba bốn truyện một lúc, và vì vậy thỉnh thoảng phải bỏ ngang đoạn cuối của truyện này để nhảy sang đoạn* *khác của truyện kia, khâu vá những khoảng cách bỏ dở. Chẳng hạn, khi nhà in đến lấy bài, dở ra nếu tiêu mất trang 28, tôi phải viết lại ngay trang đã mất. Viết lại, ráp nối bằng cách đọc lại chút xíu phần cuối trang 27, phần đầu trang 29 và vá ngay đoạn mất…*

Khi viết cũng có lúc chán bỏ ngang. Như đã viết "Bóng người thiên thu", bối cảnh là Đài Loan thì những nhân vật tình tiết cảm xúc câu truyện này đánh lộn với một truyện khác là "Tình yêu, địa ngục". Đó là trường hợp những nhân vật và ý tưởng của một truyện khác bỗng trổi lên kêu gọi thiết tha, mãnh liệt hơn những nhân vật và ý tưởng truyện đang viết. Nếu một chương nào trong "Bóng người thiên thu" hấp dẫn quá, thì các nhân vật trong đó lại đánh bạt những nhân vật trong truyện "Tình yêu, địa ngục" ra khỏi tâm trí tôi, thì Tình yêu, địa ngục bị bỏ rơi tức khắc… Đôi khi gặp một khúc truyện nào không thích, tôi bỏ ngang, có khi một lúc rồi tiếp tục, có khi hai ba ngày. Nhiều khi không bị nhà in thúc hối, tôi ghét cả đoạn truyện đó hàng tháng. Khúc chót của truyện thứ nhất bị bỏ, tôi sang khúc đầu của truyện thứ hai, thứ ba hay thứ tư, và cứ thế, khi cần hoàn thành thực sự một truyện nào trong thời gian hạn định thì lại phải làm lại công việc chắp vá, ráp nối, như đạo diễn làm phim. Công việc ráp nối cũng có lợi là có thể cắt bỏ bớt những khúc không ưa thích hay không ổn thỏa và thêm những ý tưởng mới nẩy mầm về sau. Tính tham lam, tôi chỉ thích thêm và ít khi chịu bớt… Khi nhà xuất bản cần cuốn nào, tôi chỉ đưa cho họ khúc có sẵn của mỗi cuốn. Trong thời gian kiểm duyệt, tôi vá ráp thêm những đoạn còn thiếu. Đó là cách vừa làm được nhiều, vừa đúng hẹn. Rồi thì mọi chuyện đã trở thành thói quen, tôi thích làm việc cách đó, không thể khác nữa, dù có được điều kiện để thay đổi cách khác.

Tôi nói không đâu vào đâu đã nhiều. Bây giờ xin các anh chị cứ nêu câu hỏi, nếu cứ nói mãi lung tung về viết lách, nhà cửa, bếp núc như tôi, có mấy ngày cũng không đến đâu hết".

Sau đó, Linh mục Thanh Lãng tiếp lời: "*Xin cám ơn nữ tiểu thuyết gia Nguyễn thị Hoàng đã cho chúng tôi kinh nghiệm quý báu về công việc viết lách, nhất là viết trong những trường hợp hết sức đặc biệt. Bây giờ để công việc học hỏi được linh động hơn và cũng là ý muốn của chính nữ tiểu thuyết gia, tôi mời các bạn có câu hỏi xin nêu ra".*

Montréal, tháng X.2025
Người ghi: **NHUỆ HƯƠNG**
Sưu tầm, nhận định, trích đăng: **NGUYỄN KIẾN THIẾT**
Xin xem tiếp kỳ **3**: Thắc mắc, Giải đáp.
Chú thích:
Nghiên Cứu Văn Học*. Bộ mới, số **1 tháng 3/1971 (tr.115-120)

THƠ VỀ CHA

"Nhớ xưa khói lửa tơi bời
*Ba ôm con trốn dưới trời đạn bom"**
Ba đưa con học Sài Gòn
Lúa vay bạc mượn mong con nên người
Lời khuyên văng vẳng đâu đây:
"Có công mài sắt có ngày nên kim".
Trúc Lan – Trà Ôn 1962

*Trích Luận án Cao học Văn Chương Việt Nam. ĐHVKSG, 1972.

BA TÔI

Hồi còn nhỏ, khi lửa chiến tranh đốt cháy cả làng mạc thân yêu, tôi phải cùng ba má và các em nhỏ dại lìa bỏ quê nhà tản cư về quê ngoại sống trong cảnh lầm than khốn khổ trăm chiều. Hai năm sau, khi khói lửa tạm yên, gia đình tôi vừa mới hồi cư phải tất bật chạy lo cơm áo. Từ ấy tôi bắt đầu làm quen với công việc đồng áng cũng như hòa mình vào cuộc sống của nông phu, nông phụ trên ruộng đồng sông nước. Từ ấy biết bao tình cảm trong sáng nẩy nở trong lòng tôi. Tôi yêu những vần ca dao đầu tiên ngọt ngào như dòng sữa mẹ mà Má tôi đã rót vào tai tôi theo nhịp võng đưa. Tôi yêu những câu hò điệu hát dân gian tình nghĩa qua những cuộc *hát hò đối đáp* lý thú. Ngoài tình cảm tríu mến thiết tha dành cho người mẹ, tôi muốn nói lên tất cả sự kính yêu dành cho **Ba tôi.**

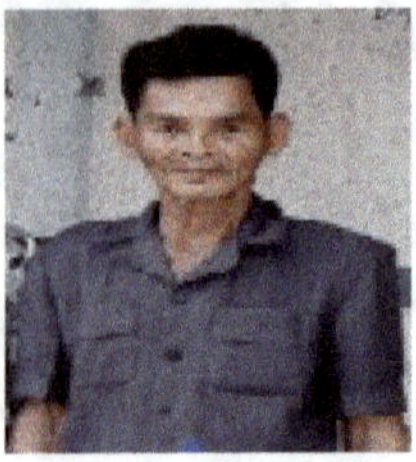

*Ảnh Ba tôi, cụ **Nguyễn Văn** Ái - tức soạn giả Việt Ái (1924-2002) chụp khoảng năm 1995 tại tư gia, ấp Giồng Gòn, xã Thuận Thới, huyện Trà Ôn (Vĩnh Long).*

****Ba tôi là một mẫu người vừa nghiêm khắc nhưng cũng rất nhân từ.*** Cuộc đời của Ba tôi có thể nói là cả chuỗi dài thất bại, nhiều nỗi đắng cay. Người ôm nhiều hoài bão nhưng không bao giờ thực hiện được mơ ước của mình, nên chỉ biết *an phận thủ thường*. Tuy vậy Ba tôi vẫn là một người cha tốt, đã trọn đời cúc cung tận tụy với gia đình. Hơn thế nữa trong thế bi kịch của cuộc đời, Người vẫn không chịu bó tay đầu hàng, mà trái lại còn giúp ích cho đời trong khả năng sở đắc của mình.

Thời kháng chiến chống Pháp, cũng như hàng hàng lớp lớp thanh niên trai tráng khác, Ba tôi cũng đứng lên đáp lời sông núi. Văn hay, chữ tốt, vốn liếng chữ Pháp và chữ quốc ngữ của Ba tôi chắc cũng đủ để vinh thân một đời nếu chấp nhận được quan trên nâng đỡ, cất nhắc. Nhưng không hiểu sao Ba tôi vẫn tỏ ra mệt mỏi, chán nản trường danh lợi. Năm mười chín tuổi Ba tôi cưới một cô thôn nữ khác quận làm vợ. Má tôi tuy ít học nhưng trọn đạo làm dâu, yêu chồng, thương con vô bờ bến. Sau khi chị tôi chào đời, ba má tôi phải tạm xa nhau để Ba tôi lên Sài Gòn phụ giúp bác tôi coi sóc tổng quát một nhà in lớn. Công việc đang tiến hành suôn sẻ, nhà in bỗng bị cháy rụi bởi chiến tranh. Ba tôi phải cuốn gói trở về quê cũ sum họp với Má tôi sau hơn một năm trời cách biệt. Năm sau đó tôi mở mắt chào đời trong vòng tay thương yêu của cha mẹ.

Từ ấy tôi lớn dần lên bên ruộng đồng sông nước đầy ắp tình người, rất ư "điệu nghệ"! Cuộc đời tôi cũng bình bồng theo vận nước, có lúc tản cư rồi hồi cư, mới tạm thời ổn định cuộc sống. Một việc không may xảy đến gia đình tôi. Ông bà xưa có câu: "*Ba mươi mốt bước qua, ba mươi ba bước lại*" ý chỉ những năm xui xẻo lớn trong một đời người. Năm ba mươi mốt tuổi, vừa mới hồi cư, vết thương cũ nơi chân trái trong thời kháng chiến chống Pháp của Ba tôi bỗng nhiên tái phát, đau nhức dữ dội, không thể đi đứng được. Không đủ phương tiện lên nhà thương tỉnh điều trị, Ba tôi được người anh rể tốt bụng cho thuốc Nam băng bó, cầm cự cơn đau. Trong thời gian nầy, hằng tuần tôi phải *lội ruộng băng đồng* để đến nhà dượng Hai tôi cách xa hơn năm cây số để *bổ thuốc* cho Ba tôi. Với tuổi còn thơ dại, lại hay sợ ma nên mỗi lần bước tới mấy chòm mả *mùa nước nổi*, cây lúa lên cao, tôi co giò phóng mau như sợ …ma đuổi. Có lúc tôi bị té sấp, úp mặt xuống ruộng nước, mặt mày *tèm lem tuốc luốc*, quần áo mình mẩy ướt ngoi. Mặc dầu bị lạnh run lập cập, đầu óc luôn bị ám ảnh bởi mấy chuyện ma do chú tôi kể hôm trước, nhưng tôi vẫn không hề nao núng miễn làm sao có thuốc để điều trị vết thương Ba tôi mau lành. Sau hơn một năm trời nằm liệt giường, nhờ một danh y chữa trị, chân Ba tôi đã bình phục; nhưng phải chống nạng mới đi được. Tội nghiệp Má tôi nửa thời xuân sắc "làm dâu gánh nợ con chồng", nay phải thay thế Ba tôi cáng đáng mọi việc trong nhà cũng như ngoài đồng áng. Cũng may có chú tôi và bà con chòm xóm đỡ đần một số việc nặng nhọc, gia đình tôi mới lây lất sống đắp đổi qua ngày đoạn tháng.

Vốn nghe danh sở học, lại thêm cám cảnh thương tật của Ba tôi, nên dân làng đề nghị Người mở trường dạy học. Vì mới hồi cư, nhà trống trước trống sau nên ông bà Nội tôi cho Ba tôi mượn tạm *căn nhà dưới* làm nơi dạy học. Bàn ghế toàn bằng gỗ tạp được đóng tạm sơ sài. Thật là nhà trống một gian gồm một thầy *thất cơ lỡ vận* với đám học trò đông đúc với nhiều trình độ khác nhau, trong đó có chú tôi, chị tôi, mấy anh em chú bác của tôi và tôi.

Mặc dầu bị thương tật, Ba tôi vẫn chống nạng để dạy học. Trong thời gian nầy, Ba tôi bắt đầu dạy tôi những bài học vỡ lòng, cách ráp vần quốc ngữ và bảng cửu chương hóc búa. Ba tôi coi học trò như con cháu ruột thịt và dạy chúng với tất cả tâm hồn nhiệt huyết. Ba tôi là một nghiêm sư nhưng không dữ đòn như những ông đồ xưa. Thỉnh thoảng Người mới đánh những trò hư với cây thước bảng. Tôi nghe thiên hạ đồn, có những ông thầy xưa rất *dữ đòn* với đám học trò trai lỳ lợm, biếng học. Chẳng hạn như bắt học trò nằm dài trên bàn rồi dùng roi mây *quất lấy quất để* vào mông, hoặc bắt học trò quỳ gối lên vỏ mít, vỏ sầu riêng; có khi bắt học trò chụm năm đầu ngón tay lại rồi lấy thước khẽ. Tôi còn nhớ một kỷ niệm khó phai mờ trong tâm khảm. Một bữa nọ, tôi bị kêu lên bảng giải bài toán đố mà Ba tôi đã ra đề hôm trước. Mặc dầu thường ngày tôi luôn được điểm 9, điểm 10 trên 10, nhưng hôm ấy tôi loay hoay mãi vẫn không tài nào giải nổi bài toán hóc búa. Nguyên do là vì hôm trước tôi mê đá banh với bọn trẻ trong xóm, đến tối mịt mới về nhà rồi lăn đùng ngủ say như chết. Còn đang đứng như trời trồng, mặt đỏ bừng vì thẹn, bỗng nghe tiếng "Chát! Chát! Chát!" của cây thước bảng phát ra từ trên vai, trên lưng tôi. Tôi chết điếng, ê ẩm cả người. Cả lớp im phăng phắc. Tôi co giò phóng ra vườn lũi vô đám mía mất dạng. Lúc ấy tôi đâm ra oán giận Ba tôi đã "làm nhục" tôi trước lớp học. Tôi đâu phải trò hư, cũng không phải là đứa con ngỗ nghịch. Bây giờ khi đã có con rồi, tôi mới hiểu được nỗi lòng của cha mẹ, khi đã làm thầy rồi mới hiểu được nỗi lòng thầy học của mình, tôi càng thấy thương Ba vô cùng. Với cương vị người thầy mà cũng là người cha, Người muốn tôi "hay chữ" nên mới "dữ đòn" như vậy. Bởi vì dạy mà không nghiêm, chính là lỗi ở ông thầy (Giáo bất nghiêm, sư chi nọa). Hơn nữa trong thâm tâm ông, tôi là viên ngọc quý, là mùa Xuân, là lẽ sống của Ba tôi.

*Ngoài việc ***dạy chữ***, Ba tôi còn rèn luyện cho tôi ***thói quen mê đọc truyện T***àu. Hồi ấy ông Tám- em ông Nội tôi, thường chở cam quít bằng xe đò lên chợ Cầu Ông Lãnh Sài Gòn để bán. Sáng đi, chiều về. Ông rất thương Ba tôi nên thường mướn truyện Tàu và tiểu thuyết Hồ Biểu Chánh đem về cho Ba tôi mượn đọc trước. Khi nào rảnh ông mới đọc sau. Chiều chiều sau giờ tan học, tôi thường ra chợ Cống Đá, xã Thuận Thới đón ông Tám về từ chiếc xe đò Hiệp Thành để nhận truyện Tàu cho Ba tôi. Đôi khi tôi còn được tặng ổ bánh mì dài cả thước. Bánh mì nầy ăn rất khoái khẩu. Bây giờ không còn lò bánh mì nào làm được loại bánh mì nầy nữa. Đây là cái *duyên* đưa tôi làm quen truyện Tàu rồi đâm ra "ghiền" đọc truyện Tàu. Như con bò ăn cỏ, tôi "ngốn" hầu hết truyện Tàu từ *Thuyết Đường, Tam Quốc Chí, Đông Châu*

Liệt Quốc, Phong Thần đến *Tây Du Ký, Thủy Hử*... Trí nhớ của tôi khá tốt. Trong các đám tiệc như cưới hỏi, giỗ chạp, mấy chú bác trong xóm thường đem truyện Tàu ra "bàn", "luận", "đấu trí" với nhau. Hễ chỗ nào "bí", các bác nhờ tôi "giải". Tôi thuộc vanh vách những chương, hồi trong truyện Tàu nên nói đâu trúng đó. Ai cũng khen tôi đáo để, khiến lỗ mũi tôi nở phồng lên.

Ba tôi thường đem "Lời bàn" của Mao Tôn Cương, hoặc thay thế họ Mao phân tích những điều tôi chưa thấu hiểu suốt. Tất cả tấm gương Trung, Hiếu, Tiết, Nghĩa, những điều thường thức về Nhân, Nghĩa, Lễ, Trí, Tín, về tam cang ngũ thường, về thuật dùng người, dùng binh, về thuật xử thế của người xưa đều nằm trong truyện Tàu. Ôi! Cái thú mê truyện Tàu, nó làm con người ta quên ăn mất ngủ, bỏ cả cơm nước. Nó như có ma lực khiến người ta đọc hết hồi nầy sang hồi khác, hết cuốn nầy sang cuốn khác. Hèn chi ông Vương Hồng Sển đã bỏ công viết thành quyển sách ***Thú Xem Truyện Tàu*** thật chí lý. Hèn chi ca dao miền Nam lại "sính" dùng điển tích truyện Tàu trong các câu hò điệu hát. Chẳng hạn như câu ***hát huê tình*** sau đây:

Chẳng thà em chịu đói chịu rách
Học theo cách bà Mạnh, bà Khương
Không như chị Võ Hậu đời Đường
Làm cho bại hoại cang thường nhơ danh.

Trong một bài viết trước kia nhan đề ***Tết Thầy Ở Một Làng Quê Miền Nam,*** tôi có đề cập đến thầy Nguyễn Văn Ái, tức soạn giả kiêm đạo diễn các tuồng cải lương, kiêm diễn viên bất đắc dĩ Việt Ái. Người đó chính là Ba tôi. Chính Người đã truyền cho tôi sự say mê đờn ca tài tử, hát cải lương và ca vọng cổ. Những buổi đờn ca tài tử trong xóm vào các dịp lễ hội, ma chay, cưới hỏi, giỗ chạp, Ba tôi thường dẫn tôi theo. Những đêm trình diễn của đoàn cải lương tại xã nhà hoặc các xã lân cận, tôi ít khi vắng mặt. Có lúc tôi bị đẩy lên sân khấu ca vài câu vọng cổ nhan đề "Đội Gạo Đường Xa" của soạn giả Kiên Giang (lại thêm một diễn viên bất đắc dĩ). Thành thật mà nói lúc ấy tôi bị "khớp" *quá cỡ thợ mộc*. Mặc dầu có làn hơi dài và ca chắc nhịp, nhưng tôi không thể đưa hết tình cảm mình vô bài hát để luyến láy trữ tình, muối mẫn được. Những tuồng cải lương do Ba tôi soạn hoặc cải biên như *Gương Liệt Nữ, Tẩy Hận* (tức *Tam Tạng Xuất Thế*), *Phạm Công Cúc Hoa, Võ Tòng Sát Tẩu*… được đông đảo khán giả miệt vườn đón nhận nồng nhiệt. Đặc biệt bản vọng cổ, bài "tủ" và cũng là cái nhụy của cải lương được các giọng ca "nức nở" của các kép muồi Hai Việt và Năm Khương làm khán giả rơi nhiều nước mắt. Đào chánh của đoàn hát không ai thay thế lại là kép muồi Năm Khương với giọng ca nỉ non, sầu oán mà dân làng thường gọi là "đào lộn hột"! Đào phụ "lộn hột" có kép Hai Hinh, Bảy Hải, Ba Dành, Hai Bốn. Vai vua và thừa tướng có Bảy Trình. Kép hài có Thợ Sáu. Kép độc có Ba Kiết không thua gì kép độc Trường Xuân của các đoàn cải lương nổi tiếng ở Sài Gòn thời bấy giờ. Tôi còn nhớ rõ như in là đêm đoàn hát diễn tuồng *Phạm Công Cúc Hoa*, hai chị em Nghi Xuân (Bảy Hải đóng) và Tấn Lực (Năm Khương đóng) trong lúc lê la xin ăn nơi đầu đường xó chợ trên đường tìm cha, đã "nhập vai" một cách xuất thần khi hát bản Hoài Tình muồi rệu. Báo hại đêm đó, khán giả rơi nhiều nước mắt và sẵn sàng "bố thí" cho hai trẻ mồ côi! Có điều bất ngờ thú vị là bầu gánh chính là ông Chín Luộc, em ông Tám Nhị, đều là em của ông Nội tôi; còn Hai Việt, Ba Kiết và Năm Khương là ba anh em ruột, đều là các chú họ của tôi. Vì các xuất hát đều không bán vé, hát "thả giàn" nên ông bầu Chín Luộc cũng như ông Nội và ông Tám tôi đều là những "Mạnh Thường Quân", sẵn sàng trang trải mọi chi phí của đoàn hát.

****Ba tôi còn là một trường đời cho con học hỏi*** bởi cách xử thế và những nhận định sâu sắc của ông về cuộc đời. Như tôi đã kể trong bài *Tết Thầy*, Ba tôi mở lớp dạy học trong hoàn cảnh gieo neo, đơn chiếc. Không được hưởng lương của chánh phủ hay bất cứ khoản trợ cấp nào, ông thầy giáo làng Năm Ái chỉ nhận một khoản học phí tượng trưng, học trò nghèo thường được miễn phí. Người coi học trò như con cháu ruột thịt và dạy chúng với tất cả tâm hồn, nhiệt huyết, thể hiện rõ nét "tình nghĩa giáo khoa thư" vì cuộc đời ông có thể nói là cả một quyển *Quốc Văn Giáo Khoa Thư* thu gọn. Đó là một ông thầy mẫu mực trong cách đối nhân xử thế chẳng những "dĩ ngôn vi giáo" mà còn "dĩ thân vi giáo". Ba tôi thể hiện *tình làng nghĩa xóm* qua việc giùm giúp bà con chòm xóm viết/làm đơn xin phép chánh quyền sở tại trong các dịp quan, hôn, tang, tế, v.v… mà không đòi hỏi bất cứ khoản thù lao nào. Đặc biệt Ba tôi cương quyết từ chối *thảo* các đơn từ kiện tụng của người nầy nhằm thưa gởi làm hại người khác. Những lúc tôi chơi vơi, lạc lõng như thuyền không lái, như ngựa không cương, Ba tôi đã giúp tôi xác định phương hướng cho đời mình. Lúc được hỏi nên chọn Văn Khoa, Sư Phạm hay Luật Khoa khi vào Đại học, Ba tôi trả lời không chút do dự: "*Con nên học Sư Phạm tuy có nghèo nhưng đó là nghề chân chánh, còn ngành Luật dễ khiến cho con người đổi trắng thay đen*". Sau nầy qua sách vở và kinh nghiệm bản thân, tôi mới biết nghề nào cũng cao quý, bởi vì "*Chỉ có người dở chớ không có nghề hèn*". Chắc chắn trong thâm tâm Ba tôi không muốn tôi- viên ngọc quý của ông bị bất cứ tì vết nào.

****Ba tôi là người thấu hiểu tâm trạng và nỗi khổ của tôi*** hơn ai hết, nên đã can thiệp đúng lúc. Tháng Tư đen 1975 cũng là năm tôi bước vào ba mươi mốt tuổi, sóng gió ập đến gia đình tôi. Công danh vừa mới lóe lên như ánh chớp liền bị tắt lịm. "Nước trôi sự nghiệp, hoa tàn công danh", tôi như người mất hồn, lơ láo trong cuộc-đổi-đời-vàng-thau-đen-trắng-nhục-vinh. Rồi những tháng ngày buồn nối tiếp nhau, tôi như một người bất đắc chí, nhụt cả ý chí, niềm tin và nghị lực. Bạn bè người vượt biển, kẻ băng rừng, kẻ lang thang làm người thất tình, thất nghiệp. Chỉ còn Thanh Quang và tôi rong chơi với những chuỗi ngày vô vị, mượn thơ và rượu giãi cơn sầu. Mặc dầu Thanh Quang (Lê Quang Nghĩa) nhỏ hơn tôi năm tuổi nhưng chúng tôi mãi mãi là đôi bạn "tri âm" với biết bao kỷ niệm đong đầy khi còn giảng dạy ở Đại học Cần Thơ, cùng "mắc cạn" trong nghịch cảnh không lối thoát: cùng "đăng ký" xuất cảnh không được chấp thuận, cùng đợi chờ trong vô vọng, kẻ trước người sau đã vượt biển tìm tự do và cùng tới trại tị nạn Pulau Bidong, Mã Lai Á. Thanh Quang có số may mắn hơn tôi nên đã được đài BBC (Anh Quốc) tuyển dụng khi vừa tới trại tị nạn một tháng. Sau hơn mười năm làm việc cho đài BBC, anh đã xin chuyển qua Hoa Kỳ làm biên tập viên cho đài Á Châu Tự Do (RFA) từ đó cho đến khi về hưu. Còn tôi lại tiếp tục bị "mắc cạn" trên đảo. Mặc dầu chuyến vượt biển xuất phát từ Cần Thơ vào mùa Giáng sinh 1987 tương đối thành công, nhưng gia đình sáu người chúng tôi phải nằm chờ ở trại tị nạn một thời gian dài. Mãi đến tháng Ba 1989, gia đình tôi mới được định cư ở Canada. Thật ra gia đình tôi có "duyên" đến định cư ở xứ "đất lạnh tình nồng" nầy bởi một người em vợ đã bỏ nhiều công sức và thời gian chạy lo việc bảo lãnh từ lúc chúng tôi còn ở Việt Nam. Xin cám ơn em thật nhiều!

Lúc còn bị "chết đuối người trên cạn" tại Việt Nam, hai đứa chúng tôi cứ chiều chiều thường lân la các quán cóc ở hè phố Cần Thơ để "dụng tửu phá thành sầu". Đôi khi tôi nổi hứng ngâm nga mấy câu thơ trong hơi men chếnh choáng:

Năm tháng trôi qua, năm tháng hết
Bạn bè "đi" hết có còn ai
Ngược xuôi, xuôi ngược nào ai biết
Ta hãy vui cho trọn phút nầy!

Vấn đề "đi" hay "ở" được vợ chồng tôi đem ra bàn bạc, tranh cãi. Đôi khi quyết liệt đến nỗi *cơm không lành canh không ngọt,* cơ hồ hạnh phúc gia đình mà chúng tôi hằng nâng niu trân quý suýt bị tan vỡ. Có lúc tôi hiểu lầm và đổ thừa tại gia đình bên vợ "tác động" vấn đề "đi-ở" khiến "chiến tranh lạnh" diễn ra trong gia đình tôi. Rồi cả đến thông gia cũng phải bất hòa! Người có lỗi và tự ái tràn trề, quá ư cố chấp là tôi. Ba tôi đã dỗ dành và ân cần khuyên dạy tôi với cương vị một người bạn không hơn không kém: "*Nếu con muốn bảo vệ được hạnh phúc gia đình thì phải xin lỗi và dỗ ngọt vợ con*". Cung kính không bằng vâng lời, tôi đã bảo vệ được hạnh phúc gia đình trong tầm tay vì bản chất vợ tôi thích nghe những lời ngọt ngào hơn là cay đắng. Và chúng tôi tin chắc rằng hạnh phúc gia đình của chúng tôi sẽ luôn được bền vững cho tới ngày xuôi tay nhắm mắt.

Bây giờ Ba tôi không còn nữa. Người đã ra đi vào cõi vĩnh hằng để lại biết bao niềm thương, nỗi nhớ và biết bao kỷ niệm cho những người thân yêu. Tôi ân hận vì chưa báo đền công đức sanh thành dưỡng dục một cách trọn vẹn như những tấm gương hiếu tử trong sử sách. Tôi càng thấm thía tư tưởng người xưa "***Tử dục dưỡng nhi thân bất đãi***" (Con muốn nuôi mà cha mẹ không chờ được). Nước chảy xuôi chớ không bao giờ chảy ngược. Cho nên ta phải gấp rút trả hiếu, thi đua báo hiếu. Bởi vì: "*Trả hiếu không bao giờ đủ, không được coi là dư bởi tình cha thương con là "CHO" chớ không phải "CHO VAY" để có thể gọi là trả đủ*" (Võ Hồng). Ở Bắc Mỹ vào tháng Sáu, tháng có một ngày Lễ của những người Cha. Riêng ở Việt Nam, ngoài ngày dành riêng cho Mẹ- ngày đại lễ Vu Lan rằm tháng Bảy, chưa có một ngày nào dành riêng cho Cha. Đó là một sự thiếu sót, một sự bất công. Bởi vì Nghĩa Mẹ bao la trời biển bao nhiêu thì Công Cha cũng ngất trời sông núi bấy nhiêu!

Tôi tạm mượn những dòng sau đây để thay lời kết bài viết về người cha kính yêu của mình.

Ba tôi không "*vĩ đại như một con khủng long thời tiền sử, một ngôi đền cao vời vợi*" mà Trần Quang Hải đã hết lời ca ngợi cha mình- tức Giáo sư Trần Văn Khê. Ba tôi chỉ là một người cha bình thường với cả chuỗi dài thất bại, nhiều nỗi đắng cay. ***Nhưng trong thế bi kịch của cuộc đời, Người không cam tâm chịu đầu hàng, chấp nhận thua cuộc, mà trái lại đã giúp ích cho đời trong khả năng sở đắc của mình. Có thể nói Ba tôi mãi mãi là niềm tự hào của tôi,*** vì Người vừ***a là ông thầy nghiêm khắc, vừa là người cha nhân từ, vừa là người bạn đáng tin cậy luôn có mặt vào những phút quan trọng nhứt của cuộc đời tôi. Và hơn ai hết, tôi càng thấm thía câu ca dao cũ: "CÒN CHA GÓT ĐỎ NHƯ SON...".***

THƠ VỀ MẸ

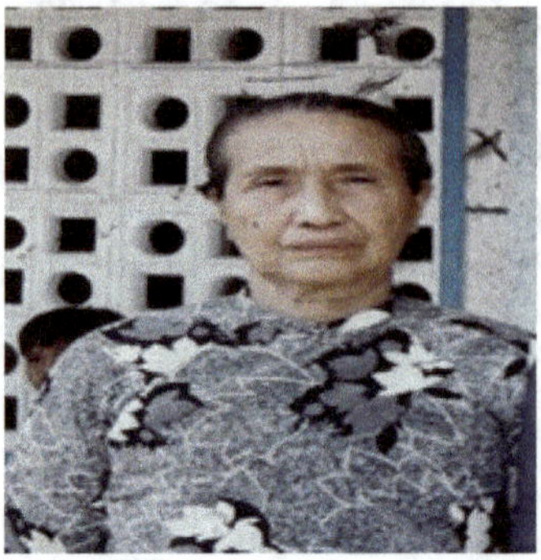

* *Ảnh Má tôi - cụ bà **Lưu Thị Tốt**, chụp năm 1995 tại tư gia ấp Giồng Gòn, xã Thuận Thới, huyện Trà Ôn (Vĩnh Long)*

Nhớ xưa xuất giá theo chồng
Mười hai bến nước: đục trong chẳng màng
"Làm dâu, gánh nợ con chồng
*Tay vo gạo trắng, tay bồng trẻ thơ"**
Ru con, Mẹ hát Ầu ơ
Ca dao – Sữa Mẹ - Tiếng ru – Nỗi lòng!

Trúc Lan – Thuận Thới 1960

*Trích Luận án Cao học Văn chương Việt Nam. ĐHVKSG, 1972.

MẸ HIỀN VÀ QUÊ HƯƠNG

Nhớ xưa giặc giã nổi lên
Mẹ ôm con trốn Thổ Miên dưới hầm
Nhớ xưa trời đất tối sầm
Mẹ ôm con núp trong hầm - lánh Tây.
Nhớ thuở con mới vừa lên tám
Khói lửa lan tràn khắp bốn phương
Lớn bé trẻ già đều chạy loạn
Mẹ con mình cũng bỏ quê hương.
Quê ngoại Cầu Kè êm ấm quá
Giồng cao đất cát, mẹ trồng khoai
Mùa khô tỉa bắp rồi trồng đậu
Tần tảo sớm hôm, mẹ mệt nhoài!
Hăm lăm tháng chạp, ngày nước kém
Cùng giúp cậu, dì lo dỡ chà

Bắt được cá tôm nhiều vô kể
Đem rọng chờ ăn Tết cả nhà.

Những lúc êm đềm trong giấc ngủ
Mẹ hiền rón rén đến giường con
Chăn êm mẹ đắp lên mình trẻ
Thao thức vì con - mẹ mỏi mòn.
Tình nào cao quý như tình mẹ
Như biển bao la, rộng ngất trời
Tất cả cũng vì con của mẹ
Con thương mẹ lắm, mẹ hiền ơi
Trúc Lan

NIỀM ĐAU ĐẤT MẸ

Đất Mẹ trải qua bao lần khói lửa
Một ngàn năm bị nô lệ giặc Tàu
Một trăm năm bị đô hộ giặc Tây
Mẹ đau khổ, Mẹ kêu gào thảm thiết!
Súng dầu nổ... (quên mấy chữ)
Bom đạn rơi, Đất Mẹ vỡ tan tành
Mẹ chúng mình quằn quại bởi chiến tranh
Con của mẹ có đứa còn, đứa mất.
*

Đất Mẹ ơi! Niềm Đau mãi chất chồng
Con nguyện sẽ đập tan trời oán hận!
Trúc Lan – Sài Gòn VII.1965

*Trúc Lan tôi sáng tác bài thơ nầy đăng trên *Đặc San Sư Phạm Sài Gòn*, khóa IV.1965 (có vài câu không nhớ hết).

Một thời gian sau mới nghe Khánh Ly hát bài "Gia Tài Của Mẹ" của Trịnh Công Sơn trong đó câu 1-2 na ná với câu 2-3 bài "Niềm Đau Đất Mẹ" của Trúc Lan. Nghe nói bài "Gia Tài Của Mẹ" được Trịnh Công Sơn sáng tác vào năm 1965, không rõ vào tháng nào. Tôi không biết đích xác trước hay sau bài "Niềm Đau Đất Mẹ" của Trúc Lan. Cũng trong Đặc San nầy, tôi có đăng phóng sự "Chúng Tôi Du Ngoạn Vũng Tàu" (ký Nguyễn Kiến Thiết). Có thể nói đây là **những văn, thi phẩm đầu tiên đã đăng báo của Trúc Lan Nguyễn Kiến Thiết từ 1965.**

TRÀ ÔN QUÊ TÔI

Quê hương tôi Trà Ôn tên gọi
Dòng sông hiền chở nặng phù sa
Xuồng ghe tấp nập vào phiên chợ
Bến nước tình quê mãi đậm đà

Cá cháy Trà Ôn ngon ngọt lịm*
Kho rim, nấu mắn ăn quên thôi
Tới mùa đẻ trứng, xanh dòng nước
Không biết vì sao tuyệt chủng rồi!
Vùng đất thiêng sản sanh nhân kiệt
***Út Trà Ôn** đệ nhứt danh ca*

Bậc tu hành đạo cao đức trọng
*Hòa thượng Viện chủ **Thích Thiện Hoa***
*Lăng Ông thờ **Thống chế Điều Bát***
Từng giúp vua gây dựng sơn hà
Cây bút đàn anh trong văn giới
Lê Xuyên* nổi tiếng tiểu thuyết gia…*

Chú thích:

***Cá cháy**: Đây là loài cá có nhiều xương, thịt ăn rất ngọt và lạ miệng. Chúng thường sanh sống ở khu vực từ vàm Trà Ôn (quận Trà Ôn) đến vàm Tân Dinh (Cầu Kè). Mùa cá cháy, chợ Trà Ôn tấp nập kẻ mua người bán. Khách phương xa từ Sài Gòn, Long An, Mỹ Tho đổ về để thưởng thức món ăn "độc nhứt vô nhị" được chế biến từ con cá cháy dưới nhiều hình thức khác nhau, từ rim, kho đến nướng, chiên, nấu canh mắn. Cá cháy đẻ trứng xanh nổi lên mặt nước khắp cả khúc sông rộng lớn. Từ năm 1960, không hiểu vì sao loài cá nẩy biến mất. Thuở ấy dân gian có câu hát: "*Trà Ôn cá cháy lạ kỳ / Kho rim, nấu mắn món gì cũng ngon!*".

****Lê Xuyên** (1/11/1927 – 2/3/2004) tên thật là Lê Bình Tăng, nguyên quán quận **Trà Ôn**, tỉnh Cần Thơ (nay thuộc tỉnh Vĩnh Long). Nhiều tài liệu ghi **sai** sanh quán của ông là Phong Điền, hoặc Ô Môn, tỉnh Cần Thơ. Với sự dè dặt, chúng tôi dựa vào tư liệu của nhà văn Lê Cần Thơ (Huyền Vân Thanh) và một người tên Dương Văn Minh trên *Thời Báo*. Cả hai người đều cùng theo học tại trường Phan Thanh Giản Cần Thơ và được nghe Lê Bình Tăng xác nhận quê quán Trà Ôn của ông. Lê Cần Thơ đã viết: "*Anh Lê Bình Tăng, bút danh Lê Xuyên, sinh ngày 01 tháng 11 năm 1927, gốc gác người quận **Trà Ôn** tỉnh Cần Thơ (nay thuộc tỉnh Vĩnh Long, có lúc là Trà Vinh), thế hệ chúng* *tôi gọi anh là niên trưởng, bởi anh đã học ở trường này "tròn trịa Collégien" 4 năm (1941-1945), lúc đó trường mang tên Collège de Can Thơ rồi đổi sang Phan Thanh Giản...".* Còn Dương Minh đã viết: *"Anh tên thật là Lê Bình Tăng, gốc gác người quận* ***Trà Ôn,*** *tỉnh Cần Thơ. Từ Tam Bình qua Trà Ôn phải đi đò máy hay tàu hàng..."* (*Thời Báo* số 507, ngày 17/09/1999). Lê Xuyên là nhà văn, nhà báo có tầm cỡ, yêu nghề, tận tụy với công việc, nổi tiếng với nhiều bộ tiểu thuyết- đặc biệt cuốn *Chú Tư Cầu* (1965). Trước khi xuất bản cuốn *Chú Tư Cầu*, ông chuyên viết bình luận chánh trị với bút hiệu Lê Nguyên. Nhà văn Nguiễn Ngu Í liệt ông vào danh sách "Tam kiệt" gồm Hồ Biểu Chánh, Lê Văn Trương và Lê Xuyên. Còn Sa Giang Trần Tuấn Kiệt xếp ông vào "Tứ Đại Văn Hào Nam Bộ" gồm Hồ Hữu Tường, Sơn Nam, Bình Nguyên Lộc và Lê Xuyên. Nói như Mai Thảo, Lê Xuyên có thôn quê trong tâm hồn.

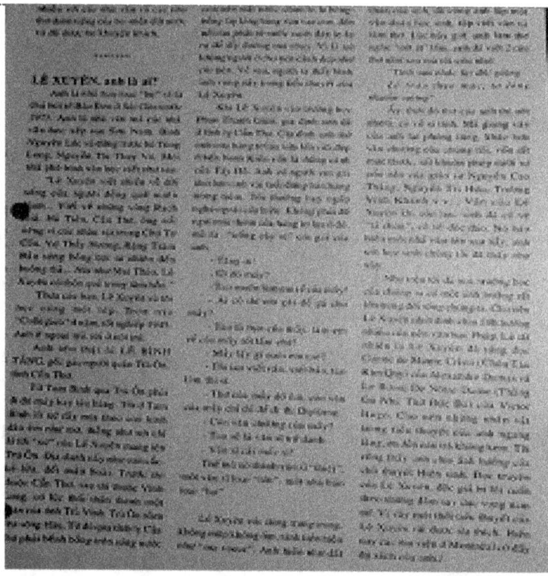

LÊ XUYÊN, anh là ai?

GIÁO SƯ THANH LÃNG – THẦY TÔI

Lời người viết: *Vốn là một cựu môn sinh có nhiều "duyên nợ" với GS Thanh Lãng, người viết muốn ôn lại những kỷ niệm đáng nhớ lúc còn theo học với Thầy tại Đại học Văn Khoa Sài Gòn (ĐHVKSG) cùng một số sinh hoạt văn hóa khác. Đồng thời nhằm bổ sung, đính chánh một vài sai lầm, thiếu sót về cuộc đời và sự nghiệp của người thầy khả kính. Ước mong nhận được những ý kiến phản hồi với tinh thần xây dựng của các bậc thức giả trong và ngoài nước - đặc biệt của các môn sinh cũ của Thầy. Xin đa tạ.*

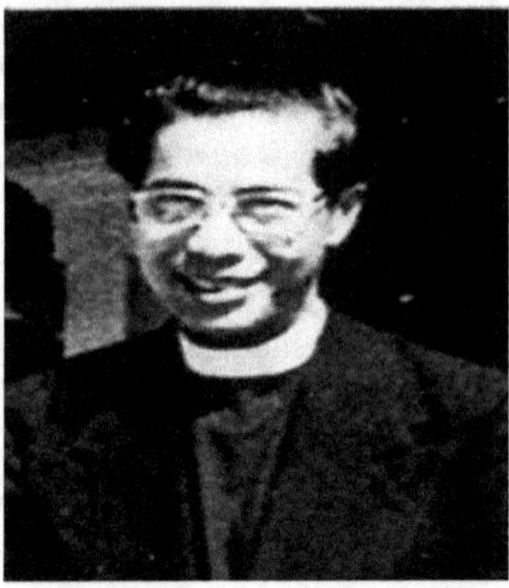

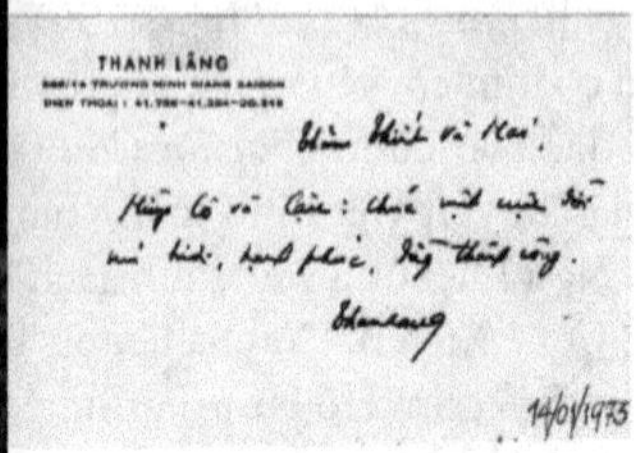

THANH LÃNG

14/01/1973

*Hình trái: *Ảnh LM Thanh Lãng*
*Hình phải: *Danh thiếp GS Thanh Lãng mừng Hôn lễ của Nguyễn Kiến Thiết và Vương Thị Mai*

Trong đời tôi ít khi viết về thầy học cũ của mình mặc dầu thấm nhuần truyền thống Tôn Sư Trọng Đạo. Tuy vậy, tôi cũng có bài ***Tết Thầy*** nói lên lòng biết ơn, sự kính trọng thầy học của mình ở quê nhà. Ngoài ra, các bạn cũng như tôi, đều có những vị thầy khả kính dầu ở Tiểu học, Trung học hay Đại học. Và tình nghĩa thầy trò trước kia đều thắm thiết, đáng trân trọng. Đặc biệt ở Đại học, tôi còn mang nặng nhiều "món nợ tinh thần" đối với một số thầy ở Đại học Văn Khoa Sài Gòn (ĐHVKSG). Trong bài nầy, tôi muốn viết những kỷ niệm về thầy Thanh Lãng nhân khi tìm được tấm **Danh thiếp** mà Thầy chúc mừng nhân ngày Hôn lễ của vợ chồng tôi đúng 50 năm về trước. Đó cũng là cách để trả ơn phần nào đối với thầy học của mình.

Một tháng sau khi đệ trình thành công Luận án Cao học Văn chương Việt Nam tại ĐHVKSG, tôi lập gia đình vào ngày 14 tháng 01 năm 1973. Trong số gần hai trăm quan khách đến dự Hôn lễ tại Tửu lầu Sài Gòn, còn có sự hiện diện của cô họ tôi – Bà Nguyễn Thị Trị, Phu nhân cố Thủ Tướng Campuchia Sơn Ngọc Thành - cũng như GS Phạm Việt Tuyền và phu nhân. GS Thanh Lãng bận việc không đến dự. Người gởi một danh thiếp mừng Hôn lễ của vợ chồng tôi, nguyên văn như sau: *"Thăm Thiết và Mai. Mừng Cô và Cậu. Chúc một cuộc đời vui tươi, hạnh phúc, đầy thành công. Thanh Lãng"*. Tôi bồi hồi xúc cảm khi nhận tấm danh thiếp ấy từ vị Thầy khả kính, nguyện sẽ giữ gìn cẩn thận, coi như đó là kỷ vật thiêng liêng. Sau bao cuộc bể dâu, tấm danh thiếp ấy đã bị thất lạc, có lẽ nó cùng chung số phận với một số sách quý trong chiến dịch "phần thư" của chánh quyền mới. Không ngờ một cái "duyên" lạ lùng đã đưa châu về hợp phố. Đứa em trai tôi đã lén lút cất giấu nó cùng một số sách quý hiếm khác và gởi trả cho tôi sau khi qua định cư ở Hoa Kỳ theo diện H.O.

Tôi nâng niu tấm Danh thiếp ấy mà đầu óc suy nghĩ miên man. Từng kỷ niệm xưa chợt hiện về: cuồn cuộn, trào dâng, xúc cảm... Đối với tôi, GS Thanh Lãng là một nhà giáo yêu nghề, một người thầy khả kính. Thầy là tấm gương sáng cho môn đệ noi theo: từ sự cẩn trọng trong cách ăn mặc, sự mềm mỏng, lịch thiệp trong giao tiếp với bạn bè, đồng nghiệp, văn thi hữu - đặc biệt niềm đam mê nghiên cứu phê bình văn học với tinh thần nghiêm cẩn khoa học, "nói có sách mách có chứng".

Tôi có cái phước duyên theo học với GS Thanh Lãng tại ĐHVKSG từ chứng chỉ Văn chương Quốc âm (1967) đến lúc soạn và đệ trình Cao học Văn chương Việt Nam (1972), và sau cùng nghiên cứu sinh Tiến sĩ (1974). Giáo sư Thanh Lãng, tên khai sanh là Đinh Xuân Nguyên (1924-**1988**) (1), một Linh mục, một trí thức khoa bảng, nhà giáo dục, nhà nghiên cứu văn học nổi tiếng thời Việt Nam Cộng Hòa. GS Thanh Lãng sanh ngày 23/12/1924 tại Tam Tổng, Nga Sơn, Thanh Hóa. Thuở nhỏ Thầy theo học trường làng đến năm 12 tuổi, rồi lần lượt vào Tiểu chủng viện Ba Làng, đậu Tú tài Pháp năm 1945, dạy học hai năm (1947), và học hai năm Triết học tại Học viện Xuân Bích Hà Nội. Năm 1949, Thầy được cử đi học trường Truyền giáo Roma (Ý) và được thụ phong Linh mục ngày 20/12/1953. Sau đó Linh mục vào Đại học Fribourg (Thụy Sĩ), đậu Tiến sĩ Văn chương năm 1957. Sau khi đậu Tiến sĩ Văn chương, Giáo sư Thanh Lãng về nước và giảng dạy tại Tiểu Chủng viện Tân Thanh (Bảo Lộc, Lâm Đồng); đồng thời giảng dạy tại các Đại học Văn Khoa Huế, ĐHVKSG (1957-1975), có lúc làm Giáo sư thỉnh giảng tại Viện Đại học Hòa Hảo (An Giang). Năm 1958, Linh mục được mời làm Giám đốc ngành Thông tin Công Giáo và Chủ biên tuần báo *Việt Tiến*, rồi Giám đốc Trụ sở Thanh Hoá (Trương Minh Giảng,

Sài Gòn). Có thể nói ngoài công việc giảng dạy tại các Đại học, từ đây cho tới ngày 30/4/1975 là "thời gian hoạt động văn học nhộn nhịp trong cuộc đời Thanh Lãng" (theo GS Nguyễn Văn Trung). Ngoài tờ *Việt Tiến*, giáo sư còn làm Chủ biên các tạp chí *Trách Nhiệm*, *Nghiên Cứu Văn Học* (Bộ cũ và Bộ mới) và *Tin Sách* (tạp chí của Trung Tâm Văn Bút Việt Nam do giáo sư làm Chủ tịch). Ngoài bút hiệu Thanh Lãng thường dùng, giáo sư còn ký nhiều bút danh khác, như: Việt Tiến, Hưng Nhân, Nguyễn Hưng Nhân, NDL và nặc danh. Ngoài ra giáo sư còn viết bài cho nhiều nhựt báo ở Sài Gòn, có ngày phải viết đến hai ba bài xã luận cho các báo *Hòa Bình, Trắng Đen*, v.v...

Là một trong số giáo sư khoa bảng danh tiếng và do tiếp cận với văn hóa phương Tây, với một kiến thức bao la, Thầy giảng thao thao bất tuyệt về Văn hóa dân tộc, về Lịch sử phát triển chữ Quốc ngữ, về Phê bình văn học thế hệ 1932, v.v… khiến sinh viên chúng tôi ghi "cours" mệt nghỉ và bị "mê hoặc" đi vào con đường nghiên cứu! Như cá gặp nước, như rồng gặp mây, qua bao tháng ngày *xôi kinh nấu sử*, tôi đã khám phá một chân trời mới, với đầy đủ sắc màu, muôn vàn tinh tú: đó là chân trời văn học, triết học với những khuynh hướng học thuật mới mẻ, những phong cách độc đáo trong biên khảo, trước tác và dịch thuật. Từ ấy tôi nhận thức được cái vốn hiểu biết trước kia của mình chỉ là những giọt nước; còn những điều mình chưa biết là cả một đại dương bao la bát ngát!

****Theo học Cử nhân***: Trở lại đề tài, năm 1967 tôi theo học chứng chỉ Văn chương Quốc âm với GS Thanh Lãng. Hình ảnh đầu tiên đập vào mắt tôi là một Linh mục mặc áo dòng màu đen, mặt xương xương nghiêm nghị với cặp kiếng trắng, gọng màu xám nhạt, dáng người cao ráo. Thoạt nhìn ai cũng "ngán", nhứt là thi vấn đáp với Thầy, đa số sinh viên chúng tôi đều "khớp"! Tôi đồng ý với một bạn văn đã viết về Thầy: "Đó là một người cởi mở, dễ dàng trao đổi đối thoại (…). Hình ảnh sợi dây vàng mắc vào khuy áo, đầu sợi dây mắc vào túi áo ngực, hình như mắc vào đó là một cái đồng hồ vàng" (Viên Linh. Nguồn: www.vanthocongiao.net). Một môn sinh cũ của Thầy đã viết: "*Cha hồn nhiên và vui tính. Cha dùng những ngôn từ bình nhựt, không* *kiêu sa, không làm dáng trú ẩn trong những câu nói cao kỳ, xa cách cuộc đời với những con người thật lăn lộn kiếm sống từng bữa...*" (Nguyễn Văn Sâm). Thầy lái chiếc xe hơi Volkswagen màu xanh dương nhạt để đi dạy. Sau khi thi đậu chứng chỉ Văn chương Quốc âm, chúng tôi thành lập Nhóm Văn Học Việt Nam do GS Thanh Lãng đỡ đầu. Tôi được anh em tín nhiệm bầu làm Phó Chủ tịch, bạn Nguyễn Tấn Vinh là một Ủy viên của Nhóm. Ngoài việc tương thân tương trợ trong học tập, chúng tôi ra mắt được 7 số *Tập San Văn Học* (in Ronéo) và 1 Đặc san (in Typo). Nội san do tôi làm Chủ bút; còn Chủ bút Đặc san do anh Bùi Đức Uyên, Tổng Thơ ký của Nhóm đảm trách. Ngoài mấy bài nòng cốt của một số Giáo sư, hầu hết bài vở do sinh viên chúng tôi phụ trách. Trong *Tập San Văn Học* số 7, có bài viết tựa đề "*Văn hóa dân tộc là gì?*" của GS Thanh Lãng. Tôi tập tễnh viết bài nghiên cứu văn học đầu tiên tựa đề "*Tình* yêu quê hương của các vua quan *đời Trần*". Bài nầy được GS Phạm Văn Diêu khen ngợi trước lớp Văn chương Việt-Hán đàn em. Ngoài ra, trong Đặc san in Typo có một bài khảo cứu của thầy Đông Hồ tựa đề "*Vai trò a hoàn trong các truyện thơ nôm bình dân*". Tiếc rằng số báo nầy đã bị thất lạc. Trong phần Tiểu sử của thi sĩ Đông Hồ, chưa ai nói về bài nầy.

* ***Tầm Sư bảo trợ Cao học và Tiến sĩ***: Như ai nấy đều biết, giáo dục Việt Nam Cộng Hòa đào tạo theo mô hình kim tự tháp, có nghĩa học sinh lớp dưới thấp thường rất đông và phình to ra; nhưng càng lên cao qua nhiều kỳ thi sàng lọc, nên càng teo nhỏ lại. Trái lại giáo dục Cộng sản được đào tạo theo mô hình "ống đu đủ", vào bao nhiêu lùa ra cho bằng hết để đạt "chỉ tiêu", có trường tỷ lệ học sinh thi đậu 99%! Vì giáo dục Việt Nam Cộng Hòa đào tạo theo mô hình kim tự tháp nên tỷ lệ trúng tuyển khá thấp. Chẳng hạn tuyển sinh vào Đệ Thất công lập toàn quốc: đậu 62%; Tú tài I: đậu 15% - 30%; Tú tài II: đậu 30% - 40%. Tôi không có thống kê tổng số thí sinh thi đậu vào Đại học và ra trường là bao nhiêu, chắc là không nhiều lắm. Riêng tại ĐHVKSG, sinh viên được tự do ghi danh nhập học và tự chọn phân khoa thích hợp, miễn là có bằng Tú tài II. Nhưng số cô cậu Cử tốt nghiệp ra trường chỉ lác đác, bởi lẽ ngoài số sinh viên thuần túy, phần

đông còn lại là công chức, giáo chức hoặc quân nhân (có cả mấy ông tướng) (2) không có nhiều thời gian đi học thường xuyên.

Tốt nghiệp Cử nhân Giáo khoa đã khó, đừng nói chi đến Cao học. Thời bấy giờ ĐHVKSG chưa mở Tiến sĩ chuyên khoa, nên đường vào Cao học vô cùng gian nan vì đó là đỉnh điểm của mô hình kim tự tháp. Để được ghi danh Cao học, sinh viên phải hội đủ hai điều kiện: cần và đủ. Điều kiện cần là phải đậu Cử nhân Giáo khoa chuyên ngành mình muốn ghi danh; nếu có Cử nhân Văn khoa trong đó 2 hoặc 3 chứng chỉ đậu hạng Bình Thứ thì cũng được chấp nhận. Điều ***kiện đủ*** là phải được một Giáo sư nhận bảo trợ. Đa số sinh viên "vướng" phải cái điều kiện đủ nầy. Một số cô cậu Cử than phiền rằng việc tìm thấy bảo trợ Cao học càng khó hơn Tôn Tẫn vượt suối trèo đèo lên non tầm sư học đạo. Bởi lẽ bằng Cao học (Diplôme d'études supérieures) bấy giờ *có lúc* được xếp tương đương với Tiến Sĩ Đệ tam cấp của các nước phương Tây (Giáo dục Cộng sản gọi là "Thạc sĩ"). Trước năm 1975, chỉ có hai nghiên cứu sinh đã đậu Tiến sĩ chuyên khoa (Doctorat) ban Địa Lý học **đầu tiên** và cũng là **cuối cùng** tại ĐHVKSG (3). Vậy mà từ năm 2020, giáo dục Cộng sản đặt chỉ tiêu đào tạo trên 20 ngàn "Tiến sĩ". Thật đáng sợ! Rồi đây, ở Việt Nam ta hễ cứ ra ngõ là có thể gặp "Tiến sĩ"!

Sau khi đậu Cử nhân, tôi có cơ duyên được GS Thanh Lãng nhận bảo trợ để soạn Cao học Văn chương Việt Nam với đề tài "TÁNH CÁCH ĐẶC THÙ CỦA CA DAO MIỀN NAM". Đề tài nầy do sự gợi ý và phối hợp giữa bạn hiền Nguyễn Tấn Vinh và tôi. Đây là đề tài còn mới mẻ, ít người khai thác một cách có hệ thống, và hợp với tình-yêu-say-sưa-văn-chương-bình-dân của Giáo sư, nên tôi vượt qua "điều kiện đủ" nầy không quá khó. Hơn nữa Giáo sư cũng đã biết sơ về tôi lúc "vác ngà ngoi" cho Nhóm Văn Học Việt Nam, có mấy bài khảo cứu đầu tiên cho tờ Nội san của Nhóm. Thật là một vinh dự lớn lao cho tôi. Bởi lẽ Giáo sư bảo trợ là một Tiến sĩ chánh quy, Trưởng ban Việt văn ĐHVKSG, và là Chủ tịch Trung Tâm Văn Bút Việt Nam. Từ ấy tôi yên tâm "*Theo thầy nấu sử xôi kinh*", có khi cũng lao đao vất vả, có lúc bị gián đoạn vì chiến cuộc. Đầu năm 1971, tôi đảm trách Tổng Thơ ký Tòa soạn tạp chí *Nghiên Cứu Văn Học* (Bộ mới) do Giáo sư làm Chủ nhiệm kiêm Chủ bút (4). Ngoài cái "mác" Giáo sư Đệ Nhị cấp, tôi còn có thẻ Ký giả (do ông Lưu Vĩnh Lữ, Giám đốc Nha Báo chí ký) nên được tạo mọi điều kiện thuận lợi khi thi hành "công vụ", nhứt là những đợt về miền Tây "công tác", kết hợp với việc đi "điền dã" sưu tầm ca dao, dân ca. Tôi đã đăng bài "*Kỷ Niệm Buồn Vui Nghề Báo*" trên tạp chí *Ngôn Ngữ* và *Văn Học Mới* cũng như giới thiệu trên Facbook sau khi đã chỉnh sửa, bổ sung. Từ một nghiên cứu sinh Nam Kỳ "chánh hiệu", tôi còn là cộng sự đắc lực của một giáo sư Bắc Kỳ danh giá không phân biệt vùng miền, không kỳ thị Bắc-Nam, tôn giáo, nên cái mặc cảm trước kia trong tôi giờ đây đã biến mất, nhường chỗ cho sự thân thiết gần gũi, "dễ dàng trao đổi đối thoại" với Thầy nhiều hơn. Tình nghĩa thầy trò thắm thiết thời thơ trẻ được tái hiện. Thầy tận tình dìu dắt, trò tận lực học hỏi làm theo. Hơn một năm miệt mài, tôi đã viết xong bản thảo Luận án. Sau khi chỉnh sửa một số sai sót dưới sự tận tình hướng dẫn của Giáo sư bảo trợ, tôi đem đánh máy và in Ronéo Luận án Cao học chờ ngày đệ trình trước một Hội Đồng thi. Đáng lẽ tôi được đệ trình Luận án ngay sau đó; nhưng, với chữ "nhưng" quái ác, ngày ra Hội Đồng thi của tôi bị dời lại hơn nửa năm, bởi lẽ Giáo sư bảo trợ lâm trọng bịnh phải nằm viện một thời gian, nên mọi việc bị đình trệ. Có lần nhà văn Song Thao đã viết: "*Anh Nguyễn Kiến Thiết là sinh viên Đại Học Văn Khoa Sài Gòn từ năm 1966 tới 1975 và là sinh viên ruột của Linh Mục Thanh Lãng. Linh Mục là người Bắc ròng nhưng lại vô cùng yêu thích văn chương miền Nam. Anh Nguyễn Kiến Thiết đã hoàn tất luận án cao học với đề tài "Tính* [Tánh] *Cách Đặc Thù của Ca Dao Miền Nam*".

*Đệ trình Cao học Văn chương: Rồi ngày trọng đại trong đời tôi đã đến. Buổi sáng hôm ấy tiết trời mát mẻ, nắng dìu dịu, gió êm êm của ngày 09 tháng 12 năm 1972, tôi đã đệ trình Luận án Cao học Văn chương Việt Nam trước một Hội Đồng thi tại giảng đường ĐHVKSG trên lầu I. Ngoài sự có mặt đông đảo của sinh viên chứng chỉ Văn chương Quốc âm khóa đàn em hôm ấy, còn có sự hiện diện đông đủ của anh em Tòa soạn tạp chí *Nghiên Cứu Văn Học*, của Nhóm Văn Học Việt Nam, anh chị Ngọc Tuyền và một bóng hồng Vương Thị Mai (Ngọc Mai) - người tình, người vợ sắp cưới của tôi. Hội Đồng thi nầy gồm ba Giáo sư danh giá làm Giám khảo. Chủ tịch: GS Thanh Lãng, Trưởng ban Việt văn; nhị vị Hội viên: GS Bửu Cầm, Trưởng ban Hán văn, và GS Nguyễn Văn Trung, Trưởng ban Triết Tây, nguyên Khoa Trưởng ĐHVKSG. Kết quả Luận án Cao học Văn chương "TÁNH CÁCH ĐẶC THÙ CỦA CA DAO MIỀN NAM" của tôi được Hội Đồng thi chấm hạng Ưu. Chính GS Khoa Trưởng Bùi Xuân Bào đã ký Văn bằng của tôi vào ngày 11 tháng 12 năm 1972 (5). Thật không còn bút mực nào tả hết nỗi mừng vui của tôi cũng như của những người thân yêu ruột thịt và bè bạn tâm giao. Tôi dám chắc Ba Má tôi cũng lấy làm sung sướng và hãnh diện về tôi. Anh chị Ngọc Tuyền - anh chú bác của tôi đã hết lời ca ngợi về "kỳ tích" nầy. Tiếng lành đồn xa. Về sau, không riêng gì ở quận nhà Trà Ôn (Vĩnh Long) mà khắp các tỉnh Đồng bằng sông Cửu Long, gương hiếu học của cậu bé "đặc sệt" nhà quê như tôi được tỏa sáng, có thể ví "Trong Nam thiên hạ nổi như cồn".

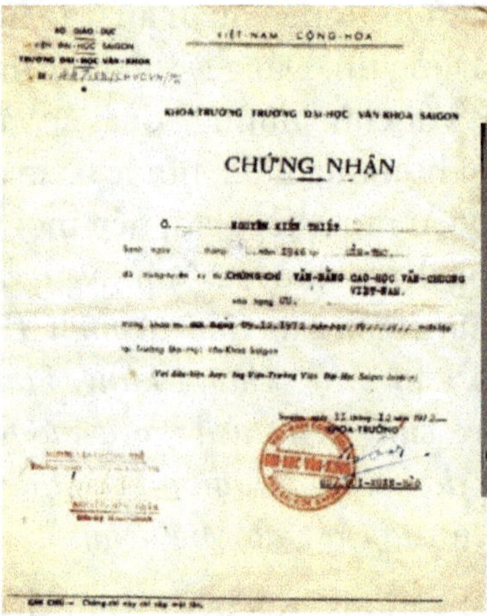

VIỆT-NAM CỘNG-HÒA

KHOA-TRƯỞNG TRƯỜNG ĐẠI-HỌC VĂN-KHOA SAIGON

CHỨNG NHẬN

NGUYỄN KIẾN THIẾT

CHỨNG-CHỈ VĂN-BẰNG CAO-HỌC VĂN-CHƯƠNG VIỆT-NAM

KHOA-TRƯỞNG

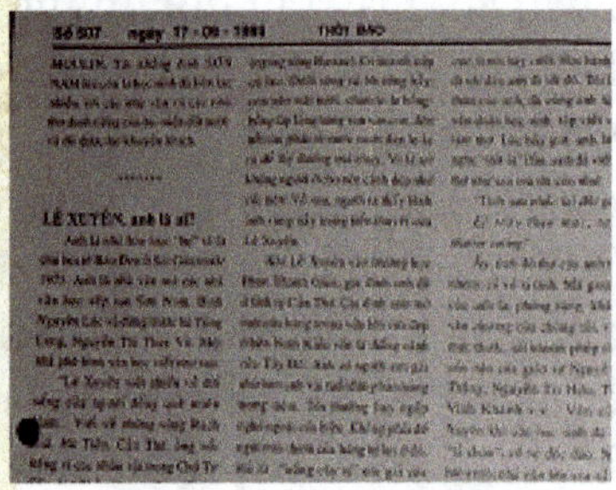

LÊ XUYÊN, anh là ai?

Hình trái: Văn bằng Cao học Văn chương Việt Nam của Nguyễn Kiến Thiết

*Hình phải: *Thẻ Sinh viên Tiến sĩ Văn chương Việt Nam của tác giả.*

Đầu năm 1973, trong một lần đến thăm GS Thanh Lãng, Thầy ân cần bảo tôi:

- ***Cậu** muốn vào giảng dạy ở ĐHVKSG không?* (Thầy gọi tôi là "cậu", nhưng xưng "toa", "moa" với Nguyễn Văn Sâm).

- *Thưa **Cha**, đó là nguyện vọng của con*, tôi mừng rỡ đáp (Dầu là

người ngoại đạo, nhưng chúng tôi thường gọi Thầy là "Cha").
- *Vậy ngày mai, Cha sẽ đưa Hồ sơ của cậu cho Hội đồng khoa duyệt và lập thủ tục tuyển dụng.*
Quá đỗi vui mừng, tôi đáp bằng một giọng xúc động:
- *Thưa Cha, con vô cùng sung sướng được Cha thương yêu dìu dắt, cả về học vấn lẫn nghề nghiệp. Con xin ghi khắc ơn sâu vào tâm khảm và nguyện suốt đời noi theo gương sáng của Cha.*

Có lẽ công danh chưa mỉm cười với tôi, nên hồ sơ tuyển dụng của tôi được Hội Đồng Khoa ĐHVKSG chấp thuận từ đầu năm 1973 lại bị "ngâm tôm" một thời gian dài. Tôi không biết tại ông Thơ ký ĐHVKSG "ngủ quên", hay bởi Viện Đại học Sài Gòn không sốt sắng ký Sự Vụ Lịnh tuyển dụng? Một thời gian sau tôi được tuyển dụng về giảng dạy tại Đại học Văn Khoa và Sư Phạm Cần Thơ, nơi mà vị Khoa Trưởng có bằng Tiến sĩ Đệ tam cấp Ngôn ngữ Anh ở Hoa Kỳ về; và hầu hết Giảng viên chỉ tốt nghiệp Cử nhân Văn chương. Ì ạch mãi đến năm 1974, sau khi nhận Sự Vụ Lịnh của Viện Đại học Cần Thơ do GS Viện Trưởng Nguyễn Duy Xuân ký, tôi mới chánh thức nhận việc tại Đại học Cần Thơ. Tôi đã giảng dạy Văn chương bình dân miền Nam (Ca dao, hò vè) và Thơ văn yêu nước – đặc biệt Nguyễn Đình Chiểu. Tôi nghiệm ra rằng trong cái rủi lại có cái may, sau cái họa lại được cái phước, giống như chuyện "Tái Ông thất mã". Cái rủi vì chưa được giảng dạy tại ĐHVKSG; cái may vì ở Đại học Cần Thơ lại hội đủ ba yếu tố Thiên thời – Địa lợi – Nhân hòa.

****Lập gia đình và nghiên cứu sinh Tiến sĩ:*** Ngày 14 tháng 01 năm 1973, tôi lập gia đình. Lúc ấy Tạp chí *Nghiên Cứu Văn Học* đã đình bản sau hai năm hoạt động với 16 số báo xuất bản. Tôi tiếp tục hành nghề "gõ đầu trẻ" tại các lớp Trung học Đệ Nhị cấp. Bấy giờ ĐHVKSG đã mở Tiến sĩ chuyên khoa. Với sự đồng tình khích lệ của người vợ đầu ấp tay gối, thừa thắng xông lên, tôi đến gặp GS Thanh Lãng xin được bảo trợ để làm nghiên cứu sinh Tiến sĩ Văn chương với đề tài: "TINH THẦN TRANH ĐẤU QUA MỘT SỐ TRUYỆN THƠ BÌNH DÂN MIỀN NAM". Giáo sư vui vẻ chấp thuận vì tôi hội đủ hai điều kiện cần và đủ như đã kể. Từ ấy, tôi lại tiếp tục "*Theo thầy nấu sử xôi kinh*" với ước vọng sau nầy "*Danh tôi đặng rạng tiếng thầy bay xa*" (Lục Vân Tiên).

Trong thời gian nầy, tôi gia nhập Hội Thân Hữu Văn Khoa do GS Phạm Việt Tuyền làm Hội Trưởng và được bầu làm Ủy viên Nghiên cứu trong Ban Chấp hành. Nhân kỷ niệm đúng một năm ngày đệ trình Cao học, được sự phân công của Hội, ngày 09 tháng 12 năm 1973, tôi đăng đàn diễn thuyết tại Trung Tâm Văn Bút Việt Nam, số 107 Đoàn Thị Điểm, Sài Gòn, với đề tài "***Phân tích cuốn Ngồi Tù Khám Lớn của Phan Văn Hùm***". Mặc dầu đã được phép của Bộ Thông Tin, nhưng không hiểu sao giờ chót lại bị cấm, khiến tôi cùng mấy mươi khán giả đành buồn bã ra về trong sự tiếc nuối!

Như ai nấy đều biết, đã chọn nghề thầy, ai cũng yêu nghề yêu trẻ dầu giảng dạy ở cấp lớp nào, từ Tiểu học, Trung học hay Đại học. Riêng ở Đại học, mỗi thầy thể hiện mỗi cách. Trường hợp GS Thanh Lãng có một cái gì "đặc biệt", đáng kính, đáng trân trọng và "rất Thanh Lãng!". Để thể hiện tình-yêu-say-sưa-văn-chương-bình dân, Giáo sư đã bảo trợ Cao học cho một số sinh viên không phân biệt giàu nghèo, giai cấp xã hội, tôn giáo, địa phương hay chủng tộc, như Trần Đức Rật, Phạm Văn Đang, Lê Văn Chưởng, Nguyễn Kiến Thiết. Về Văn chương miền Nam (Nam Kỳ Lục Tỉnh), bác học cũng như bình dân, Giáo sư đã bảo trợ cho những Nguyễn Thiên Thụ, Nguyễn Văn Sâm và tôi… Tôi không biết có phải tất cả nghiên cứu sinh kể trên đều được Hội Đồng thi chấm Ưu hạng hay không; nhưng có điều đáng nói là đa số đều được Giáo sư đưa vào giảng dạy tại ĐHVKSG cũng như bảo trợ làm Luận án Tiến sĩ, trong đó có tôi.

***

Cuộc đời và sự nghiệp thầy Thanh Lãng (1924-1988) có thể nói "đã dùng hết vốn liếng của tuổi đời đầu tư về giáo dục về văn học", chẳng hạn đào tạo nhiều thế hệ sinh viên, trước tác nhiều bộ sách nghiên cứu phê bình văn học có giá trị. Tôi rất đồng ý với Nguyễn Văn Sâm qua nhận định: "*Công trình viết lách của Cha Lãng quá nhiều. Thư mục đồ sộ của cha để lại cần phải có thì giờ đọc đi đọc lại nhiều lần và phân tích tỉ mỉ mới thấy hết giá trị công trình*". Nhưng cuộc đời của Người còn nhiều uẩn khúc, bị tai tiếng. Thầy từng "*tranh đấu không mệt mỏi, từ những định chế mới của Đại học đến những điều tự do của dân chúng và báo chí", "nói lên tiếng nói lương tâm con người trong hoàn cảnh mà con buôn chánh trị đầy rẫy khắp nơi".* Nhưng oái oăm thay, Thầy bị chĩa mũi dùi từ nhiều phía. Người sinh viên được Thầy bảo trợ Cao học và đưa vào giảng dạy ở ĐHVKSG, lại làm đơn kiện Thầy về một vài định chế mới của Đại học. Nhân danh Chủ tịch Trung Tâm Văn Bút Việt Nam, Thầy đã từng can thiệp với chánh quyền trả tự do cho một số văn nghệ sĩ mà không phân biệt "bên nầy/bên kia". Tài liệu giảng dạy in Ronéo của Thầy bị các "đấng văn hóa" đánh cắp đem đi xuất bản và bán chạy như tôm tươi (trường hợp hai "nhà văn hóa" Nguyễn Tấn Long và Phan Canh). Sự việc nầy khiến Thầy và một số anh em Tòa soạn tạp chí *Nghiên Cứu Văn Học* chúng tôi phải "đáo tụng đình". Đến giữa tháng 9/1972, Tòa mới xử "vụ án" nầy, được tạp chí *Bách Khoa* đăng: *"Vụ L.M. Thanh Lãng kiện 2 ông Nguyễn Tấn Long và Phan Canh, lấy của ông trên 400 trang sách, sau cùng đã được Tòa xử như sau: Các ông tác giả "Khuynh hướng Thi ca tiền chiến" phải đền ông Thanh Lãng 1 đồng bạc danh dự và mỗi người phải chịu phạt 1.000 đồng... Mặc dù các ông Nguyễn Tấn Long và Phan Canh còn chống án lên tòa trên, nhưng như vậy là Tòa dưới đã xử L.M. Thanh Lãng được kiện và vụ "đạo văn" là có thực... Chúng ta lại còn được dịp xem Tòa trên xử vụ này ra sao để biết ô. Thanh Lãng có đủ tiền trả luật sư hay không"* (6). Như vậy "vụ án" đạo văn của Thanh Lãng chỉ "tạm" kết thúc. Các ông "đạo văn" bị Tòa dưới xử phải đền LM Thanh Lãng "*1 đồng bạc danh dự và mỗi người phải chịu phạt 1.000 đồng*". Nhưng các ông Nguyễn Tấn Long và Phan Canh còn "chống án lên tòa trên", và "chúng ta lại còn xem Tòa trên xử vụ nầy ra sao"! Chính Viên Linh đã nhận xét: "*Như người viết bài này được biết, Thanh Lãng là vị giáo sư Văn Khoa có nhiều tác phẩm (và bài giảng) được mua đọc nhiều nhất – và việc này cũng gây ra – ngoài ý muốn hay sự kiểm soát của ông, những dư luận trên báo chí, truyền thông. Việc giới thương mại xâm lấn vào thị trường sách học ở Sài Gòn trước 75 đã trở thành sự việc phải mang ra trước tòa án công lý*" (Nguồn: https://www.nguoi-viet.com/van-hoc-nghe-thuat/vhnt-khuon-mat-thanh-lang/).

Sau tháng tư năm ấy, Thầy "được cám ơn để về vườn,

từ giã ngôi trường vì lý do không thể để tôn giáo trong Đại học". Người ta gọi Thầy bằng "anh". Họ không muốn gọi Thầy là "Cha", là "Giáo sư", hay gì gì đi nữa. Có lúc Thầy đi làm tàu hủ ở một Hợp tác xã trong Ngã tư Bảy Hiền. Thầy xin chuyển ngành sang địa hạt ngôn ngữ, ít ra cũng còn hít thở không khí văn chương chữ nghĩa, có thể được đọc, được viết, để cảm thấy đời mình chưa đến nỗi bỏ đi.

Những năm tháng cuối đời, Thầy chìm ngập trong nỗi chán chường, thất vọng, bao nỗi đắng cay dày vò, có lúc không còn muốn sống. Thầy buồn chán đến nỗi bỏ hết sách vở, kêu ve chai bán ký lô (theo GS Nguyễn Văn Trung). Thầy "bế môn" không muốn giao tiếp với văn giới, học giới - kể cả đám môn sinh thân yêu của mình. Thầy trút hơi thở cuối cùng tại Sài Gòn ngày 17/12/1988 bởi cơn đau bụng vật vã. Theo Nguyễn Văn Lục, GS Thanh Lãng mất năm 1988 sau khi đi "làm việc" ở Phường về. Nhưng GS Nguyễn Văn Trung đã khẳng định: *"Thanh Lãng tạ thế ngày 17/12/1988,* ***sau một tháng lâm trọng bệnh****"*. Riêng Lê Hữu Mục lại cho rằng: *"Nghe nói sau này khi tỉnh ngộ, ông* [Thanh Lãng] *tỏ ý chống đối* [chánh quyền] *và* ***bị họ đánh thuốc độc chết****"* (Hội Văn Hóa Việt Phỏng Vấn GS Lê Hữu Mục, 08 June 2003). Thiết nghĩ tư liệu của GS Nguyễn Văn Trung đáng tin cậy hơn. Tang lễ của Thầy được cử hành tại nhà thờ họ đạo Chí Hòa (Tân Bình) và an táng tại nghĩa trang họ đạo Fatima (Bình Triệu). Lúc bấy giờ tôi và gia đình đang ở trại tỵ nạn Pulau Bidong nên không biết được tin nầy. Sau khi định cư ở Montréal vào tháng 3/1989 mới nhận được tin dữ nầy qua một bài báo do GS Phạm Việt Tuyền viết từ Pháp.

Bây giờ Giáo sư Thanh Lãng đã ra đi. Người đã đi rồi, đi thật xa. Thời gian thấm thoắt trôi nhanh như giấc mộng. Mới đó mà đã 35 năm. Thầy đã để lại một sự nghiệp giáo dục, văn hóa vô cùng lớn lao đồ sộ - trong đó có một mảng về tôn giáo. Không chỉ dùng lý thuyết suông, Thầy còn dấn thân, nhập cuộc. Nhưng lực bất tòng tâm, Thầy hoàn toàn là người thua cuộc - cụ thể từ sau 1975, bị bỏ rơi và chết trong cô đơn, buồn tủi...

Giờ đây tôi chỉ biết thắp nén hương lòng để tưởng nhớ đến

vị ân sư đã về miền tiên cảnh - người thầy đã chắp cho tôi đôi cánh để bay cao, bay xa về phía chân trời mơ ước.

Montréal, Canada - Kỷ niệm húy nhựt lần thứ **35** của Thầy (1988-2023)

Chú thích:

Tôi xin xác nhận **GS Thanh Lãng mất ngày 17/12/1988** tại Sài Gòn để đính chánh những sai lầm của các trang mạng xã hội và của một số tác giả. Chẳng hạn Bách khoa toàn thư mở Wikipedia ghi: "Thanh Lãng (1924-1978)...". Theo Trần Hải Yến, *Tự điển văn học* (bộ mới), nhà xuất bản Thế Giới, 2004, tr.1633-1634. Website *Tri thức Việt* ghi ông mất 1900? Viên Linh cũng ghi [sai]: "*GS lâm trọng bệnh và qua đời tại Sàigòn ngày 17/12/1978*", Nguyễn Văn Lục qua bài viết "*Thanh Lãng, nhà văn hóa bị bỏ quên*" đăng trong DCV Online.net đã ghi: "*GS Thanh Lãng (1924-**1998**)". **Tôi nghĩ ông ghi lộn năm 1998, thay vì 1988***.

Chẳng hạn Đại Tướng Cao Văn Viên, Tổng Tham mưu trưởng Quân lực Việt Nam Cộng Hòa và Thiếu Tướng Bùi Đình Đạm là những "Ông Tướng văn hóa". Riêng Thiếu Tướng Bùi Đình Đạm, Giám đốc Nha Động Viên Bộ Quốc Phòng, đã đệ trình thành công vào đầu năm 1975 Luận án Cao học Xã hội học, để tài "*Một khía cạnh của vấn đề nhân dụng trong thời hậu chiến*".

(3) Luận án Tiến sĩ Địa lý học do một nghiên cứu sinh tên Liêu Kim Sanh đệ trình vào đầu năm 1975, đề tài "*Thủy học sông Cái Phan Rang*". Còn một nghiên cứu sinh khác tên Ngô Văn Lắm, cũng đệ trình năm 1975, để tài "*Sự biến chuyển và sự phân phối dân số tại các tỉnh bao quanh Sài Gòn – Gia Định*".

(4) Tạp chí *Nghiên Cứu Văn Học* (Bộ Mới): từ số 1 (tháng 3/1971) đến số 16 (tháng 6/1972). Với tư cách Tổng Thơ ký Tòa soạn, tôi có dịp liên lạc, "làm quen" và "quen/biết" một số nhà nghiên cứu văn hóa, văn học và các văn thi hữu như: Toan Ánh, Sơn Nam, Bình Nguyên Lộc, Cửu Long Giang (Trung Tướng Nguyễn Bảo Trị), Thái Bạch, Nguyên Sa, Nguyễn Thị Hoàng, Trần Hoài Thư, Hoàng Xuân Sơn, Hà Thúc Sinh, Mang Viên Long, Chu Vương Miện, Nguyễn Tấn Vinh, Vũ Đức Sao Biển, Nguyễn Tất Nhiên, Việt Chung Tử, Ngũ Lang, v.v... Ngoài một số bài viết linh tinh, tôi có đăng ba bài khảo cứu văn học: *Tâm Lý Những Nhân Vật Chánh Trong Truyện Hoa Tiên*; *Câu Hát Huê Tình Ở Miền Nam*; *Tánh Cách Đặc Thù Của Ca Dao Miền Nam*.

(5) Trong DANH MỤC LUẬN VĂN LUẬN ÁN TRƯỚC 1975 (gồm 181 nhan đề) có vài chi tiết ghi sai: ***Tính cách đặc thù của Ca dao miền Nam***: Luận văn Thạc sĩ / Nguyễn Kim Thiết. Sài Gòn - Trường Đại học Văn Khoa, 1972 - 228 tr; 30 cm - Luận văn Thạc sĩ Ký hiệu V3 (IN) Văn chương Việt Nam. [Đáng lẽ phải ghi đúng nguyên văn: **Tánh** cách (thay vì **Tính** cách), Nguyễn **Kiến** Thiết (thay vì Nguyễn **Kim** Thiết), Cao học (thay vì Thạc sĩ)].

(6) *Bách Khoa* số 378, phát hành ngày 29/9/1972, nơi mục Thời Sự Văn Nghệ có đăng một tin ngắn "Vụ án "Đạo văn" tạm kết thúc", tr.79.

VỀ VỤ ÁN "ĐẠO VĂN" CỦA LM THANH LÃNG VÀ CHUYỆN "IN LẬU SÁCH" CỦA NGUYỄN KIẾN THIẾT

***"Đạo văn" là gì?**

Theo nghĩa thông thường, đạo văn (đạo: trộm cắp) là chép văn của người khác làm của mình. *Bách Khoa Toàn Thư Mở Wikipedia* cho rằng: Đạo văn (tiếng Anh: plagiarism; tiếng Hoa: 抄袭 sao tập) là chiếm hữu một cách sai trái, ăn cắp, công bố ngôn ngữ, suy nghĩ, ý tưởng, hay cách diễn đạt của người khác và xem chúng như là những gì do mình tự tạo ra.

Tại Việt Nam, hơn mười năm trở lại đây đã có nhiều vụ "đạo văn" đình đám. Đó là những vụ "đạo văn luận án tiến sĩ". Ông "tiến sĩ" nầy kiện ông "tiến sĩ" nọ đã "đạo văn" hoặc "sao chép" luận án tiến sĩ của mình. Chẳng hạn vụ ông tiến sĩ Mai Thanh Quế kiện ông tiến sĩ Hoàng Xuân Quế đã "sao chép một phần" luận án tiến sĩ của ông ta. Năm 2013, Bộ trưởng Bộ Giáo Dục & Đào Tạo - ông Phạm Vũ Luận, đã ra Quyết định thu hồi bằng tiến sĩ của ông Hoàng Xuân Quế. Rồi ông Xuân Quế kiện ngược lại Bộ Giáo Dục & Đào Tạo gây xôn xao dư luận thời bấy giờ.

Thời Việt Nam Cộng Hòa có mấy vụ đạo văn nổi trội. Chẳng hạn vụ miền Nam đạo văn của miền Bắc: **Hoàng Trọng Miên** (miền Nam) tác giả quyển *Việt Nam Văn Học Toàn Thư* (VNVHTT) đã "chôm" luôn cuốn sách *Lược Khảo Về Thần Thoại Việt Nam* (LKVTTVN) của Nguyễn Đổng Chi (miền Bắc). Đường Bá Bổn trong tập san *Văn Hóa Á Châu*, mục Điểm Sách đã lập Bảng So Sánh giữa hai cuốn: *VNVHTT* của Hoàng Trọng Miên, do Quốc Hoa xuất bản, 1959 với cuốn *LKVTTVN* của Nguyễn Đổng Chi, do Văn Sử Địa, Hà Nội xuất bản 1956. Chỉ riêng về Thần Thoại, từ *bài* thứ 1 (Thần thoại Mèo) đến *bài* thứ 26 (Thần Kim Quy), cả hai quyển sách đều giống nhau đến 99%. Ông đã kết luận: *"Sự thay đổi tiêu đề có khác nhau, song nội dung, văn, ý đều là một.* ***Hay là nói một cách khác đi, ông Hoàng Trọng Miên đã cho chép rất đúng với nguyên tác của ông Nguyễn Đổng Chi*** *(gồm cả bố cục)"* (1). "Cuốn sách đạo văn" *VNVHTT* của Hoàng Trọng Miên lại được lãnh Giải Văn Chương Toàn Quốc, bộ môn Khảo luận, năm 1958-1959, được trao bởi Tổng thống Việt Nam Cộng Hòa! Được biết Chủ tịch Hội đồng Giám khảo thời ấy là ông Trương Công Cừu; còn ông "đạo sách" Hoàng Trọng Miên "ẵm" một số tiền thưởng khá lớn (hình như vài trăm ngàn đồng?).

*** Về vụ án "Đạo văn" của LM Thanh Lãng**

Đây là vụ miền Nam đạo văn của chính miền Nam. Đáng chú ý là vụ Nguyễn Tấn Long và Phan Canh đạo văn của LM Thanh Lãng. **Sự việc nầy khiến ông** nổi giận vì có một bọn ăn cắp tài liệu của mình, cho in và bày bán công khai. Chính Thanh Lãng đã viết trong *Nghiên Cứu Văn Học: "Chính tôi đây đang là nạn nhân của một vụ cướp. Bộ Lịch sử Phê Bình Văn Học Việt Nam thế hệ 1932-1945 của tôi gồm 17 tập, quay ronéo cho sinh viên chứng chỉ Văn Chương Việt Nam Đại Học Văn Khoa Saigòn học, niên khóa 1966. Hai đấng văn hóa Nguyễn Tấn Long và Phan Canh, đã lấy hẳn 500 trang đầu của tập một trong 17 tập, đem in thành sách, để tên hai đấng văn hóa Nguyễn Tấn Long và Phan Canh, rồi đặt tên sách là "Khuynh Hướng Thi Ca Tiền Chiến", xuất bản năm 1969. Tôi đã trao nội vụ cho luật sư kiêm nghị sĩ Nguyễn Văn Chức để làm thủ tục khởi tố. Bị cướp sách, còn phải mất tiền mướn luật sư bảo là hách nhất nước là nghị sĩ Chức, vậy mà gần ba năm nay, Tòa án Việt Nam đã có hạ cố soi xét đến đâu. Lần nào gặp ông Chức, tôi cũng hỏi thăm ông xem bao giờ đèn trời mới soi tới chốn văn hóa u minh (...). Tôi chờ gần ba năm rồi. Không biết tòa án không thèm xử, hay nghị sĩ Chức không thèm bênh một vụ án văn hóa bởi vì văn hóa đương nhiên được nhìn là lèm nhèm đáng vất đi. Tôi ước mong nếu miền Nam này còn công lý thì Tòa án thử lên tiếng xem là Tòa án coi khinh văn hóa, hay nghị sĩ Chức coi khinh văn hóa?"* (2).

Trên đây là nội dung bài báo đăng vào tháng 1&2-1972 khiến Thanh Lãng phải "chờ gần ba năm rồi". Trong cuốn *Phê bình Văn học thế hệ 1932*, ông có viết: *"Đó là quý ông Nguyễn Tấn Long, Nguyễn Hữu Trọng và Phan Canh đã công khai ăn cắp tài liệu giảng khóa, in ronéo dành cho các sinh viên Văn khoa hai chương đầu, tập 1A của Bộ Phê Bình Văn Học, Thế Hệ 1932 gồm 17 tập đem xuất bản thành sách với nhan đề mới: "Việt Nam thi nhân tiền chiến, Quyển Thượng"... Thấy làm ăn trót lọt, năm sau, năm 1969 Nguyễn Tấn Long và Phan Canh lại tiếp tục ăn cắp thêm hẳn hai chương của tập 1A và tập 1B của Bộ Lịch sử văn học Thế hệ 1932 gồm 17 tập đem in thành sách lấy tên mới: Khuynh hướng thi ca tiền chiến, nhà Sống Mới xuất bản"(3).* Tạp chí *Bách Khoa* số 377 ngày 14/9/1972, nơi bài "Đàm Thoại Với LM Thanh Lãng Về vụ án "Đạo văn", có ghi: "*Tòa sẽ tuyên án vào ngày 15/9 sắp tới" (...) "Ngồi ghế Biện lý trong vụ án này cũng là một cây bút quen thuộc: nhà văn kiêm nhà thơ Huy Trâm, đã có những sáng tác đăng trên Bách Khoa hồi 1959, lúc ông còn là sinh viên*" (tr.10). Cũng trong bài báo nầy, *Bách Khoa* có nêu ra 6 câu hỏi, được LM Thanh Lãng trả lời thỏa đáng, rạch ròi từng câu hỏi một (xin xem các trang 9-12 và các trang 71-72).

Đặc biệt câu hỏi 2: "*Tại sao ông lại phải kiện ra Tòa một vụ mà người ta tưởng có thể dàn xếp riêng với nhau được? Có dư luận cho rằng vì ông muốn đòi một số tiền bồi thường lớn mà ông đã phải kiện hai ông Nguyễn Tấn Long và Phan Canh. Sự thật ra sao?*". LM Thanh Lãng đã trả lời bằng cách nêu ra hai lý do, như sau: "*Trong vụ này thì cực chẳng đã mới khởi kiện. Năm 1970 khi tôi biết việc đạo văn này, hai ông [NTL và PC] đã năn nỉ xin tôi bỏ qua (...). Mục đích tôi kiện không phải để đòi bồi thường gì hết. Mục đích tôi kiện chỉ để tòa xác nhận tôi là tác giả bộ sách của tôi, còn hai ông đã chép lại sách của tôi làm tác phẩm của mình. Nếu như Tòa có bắt các bị can phải bồi thường, tôi cũng không lấy gì, chỉ yêu cầu cho thanh toán các án phí, còn dư bao nhiêu xin dâng cho các tổ chức văn hóa, như Đại học Văn khoa Saigon... Có dư luận bảo tôi cần tiền nên đi kiện mục đích để đòi bồi thường 2 triệu là hoàn toàn sai sự thực*" (tr.11). Đến giữa tháng 9/1972, Tòa mới xử "vụ án" nầy, được tạp chí *Bách Khoa* đăng: "*Vụ L.M. Thanh Lãng kiện 2 ông Nguyễn Tấn Long và Phan Canh, lấy của ông trên 400 trang sách, sau cùng đã được Tòa xử như sau: Các ông tác giả "Khuynh hướng Thi ca tiền chiến" phải đền ông Thanh Lãng 1 đồng bạc danh dự và mỗi người phải chịu phạt 1.000 đồng...Mặc dù các ông Nguyễn Tấn Long và Phan Canh còn chống án lên tòa trên, nhưng như vậy là Tòa dưới đã xử L.M. Thanh Lãng được kiện và vụ "đạo văn" là có thực... Chúng ta lại còn được dịp xem Tòa trên xử vụ này ra sao để biết ô. Thanh Lãng có đủ tiền trả luật sư hay không*" (*Bách Khoa* số 378, ngày 29/9/1972: Vụ án "Đạo văn" tạm kết thúc, tr.79).

Như vậy "vụ án" đạo văn của Thanh Lãng chỉ "tạm" kết thúc. Các ông "đạo văn" bị Tòa dưới xử phải đền LM Thanh Lãng "*1 đồng bạc danh dự và mỗi người phải chịu phạt 1.000 đồng*". Nhưng các ông Nguyễn Tấn Long vạ Phan Canh còn "chống án lên tòa trên", và "chúng ta lại còn xem Tòa trên xử vụ nầy ra sao". Diễn tiến sự việc xảy ra sau đó vẫn chưa ngã ngũ (vì các ông "đạo văn" vẫn chưa đền *1 đồng bạc danh dự* cho LM thanh Lãng và chưa nộp phạt mỗi người 1.000 đồng), nên chúng tôi đã viết trên *Ngôn Ngữ*: "*Cuối cùng bị tòa án xử "chìm xuồng". Vụ án "đạo văn" đã đi vào quên lãng...*". Nhà phê bình văn học Nguyễn Vy Khanh đã góp ý: Thư Quán Bản Thảo số 106 ra tháng 10-2023 có đăng lại bài "Thanh Lãng, nhà văn hóa bị bỏ quên!" của Nguyễn Văn Lục; và Nguyễn Kiến Thiết trong bài "Thanh Lãng, nhà văn hóa bị quên lãng" trên Ngôn Ngữ số 28 tháng 11-2023 đều thiếu sót "hồi" kết thúc vụ án này. Ông viết tiếp: "Phần tôi [NVK] vẫn nhớ vì từng được nghe Lm Thanh Lãng kể lại và hơn nữa đã tìm thấy reference - và đã ghi nhận trong bộ Văn Học Miền Nam 1954-1975 của tôi xuất bản năm 2016 và tái bản năm 2019, trang 498-499: "... Ngày 22-9-1972, Tòa Sơ Thẩm Sài-Gòn tuyên án hai ông Phan Canh Và Nguyễn Tấn Long vi phạm tác quyền và bồi thường LM Thanh lãng 'một đồng danh dự'" – trong Bộ Phê Bình Văn Học Thế Hệ 1932 (2 tập, Phong Trào Văn Hóa, 1972). Người viết thành thật cám ơn ông Nguyễn Vy Khanh đã chịu khó đọc và thẳng thắn góp ý trên tinh thần xây dựng, khách quan. Nhưng có vài chi tiết cần làm sáng tỏ. Nguyễn Vy Khanh trong Văn Học Miền Nam 1954-1975, tr.498-499, và LM Thanh Lãng trong bộ Phê Bình Văn Học Thế Hệ 1932 đều khẳng định: "Ngày 22-9-1972, Tòa Sơ Thẩm Sài-Gòn tuyên án hai ông Phan Canh và Nguyễn Tấn Long vi phạm tác quyền và bồi thường LM Thanh lãng 'một đồng danh dự'" (X. "Bài Bạt 'Tôi đi hầu Tòa'", Tập Hạ, tr. 543). Vào giữa tháng 9 năm 1972 (không nhớ ngày), chúng tôi và anh em Tòa soạn tạp chí *Nghiên Cứu Văn Học* cùng một số môn sinh của GS Thanh Lãng có đến dự phiên Tòa xử vụ án đạo văn để ủng hộ Thầy. Thẩm phán công tố vụ án nầy là ông Nguyễn Hồng Nhuận Tâm (tức nhà thơ Huy Trâm). Đây là Tòa dưới. Tòa đã xử như *Bách Khoa* đã đăng. Vụ án chưa đến "hồi" kết thúc vì các ông Nguyễn Tấn Long và Phan Canh còn "chống án lên tòa trên". Sau đó không thấy báo nào đăng hồi kết thúc ra sao. Hai ông "đạo văn" có thật sự "chống án lên tòa trên" hay không? Còn LM Thanh Lãng "có đủ tiền trả luật sư hay không" nếu muốn tiếp tục theo vụ kiện. Bấy giờ tạp chí *Nghiên Cứu Văn Học* đã đình bản (từ tháng 6/1972) nên đành phải im hơi lặng tiếng.

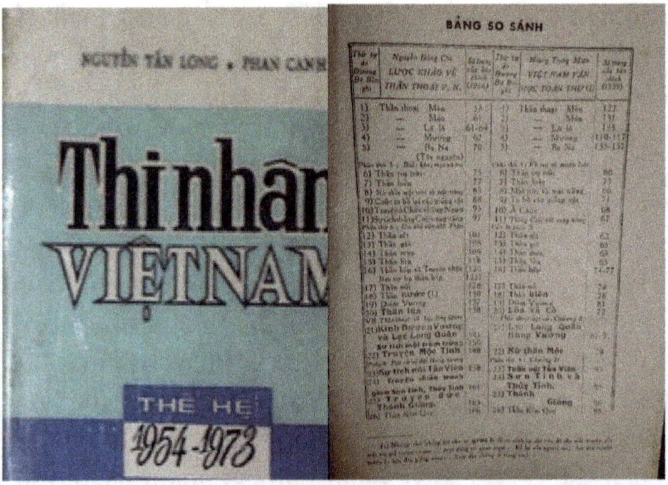

* Hình trái: *Hai "đấng văn hóa" Nguyễn Tấn Long – Phan Canh đã bị tố giác "đạo văn" của LM Thanh Lãng để in quyển Thi Nhân Việt Nam - Thế Hệ 1954-1973. Nguồn: http://nhilinhblog.blogspot.ca.*

* Hình phải: *Bảng So Sánh giữa VNVHTT của Hoàng Trọng Miên với cuốn LKVTTVN của Nguyễn Đổng Chi.* Nguồn*: Văn Hóa Á Châu, số 18, năm 1959.*

Thật ra vấn đề càng đào sâu càng rối. Chúng ta chỉ biết "vụ án" đạo văn của LM Thanh Lãng là có thật. Các tên "đạo chích" văn nghệ Nguyễn Tấn Long - Nguyễn Hữu Trọng - Phan Canh là có thật. Riêng tên "đạo chích" Nguyễn Tấn Long - Giám đốc nhà xuất bản Sống Mới - hiện có một hệ thống phát hành quy mô trên toàn quốc thời bấy giờ cũng là có thật. Thế lực kim tiền của Sống Mới quá mạnh đến nỗi các ông Toan Ánh và Khai Trí [Nguyễn Hùng Trương] khuyên LM Thanh Lãng "*thôi đi vì kiện họ không nổi đâu và còn nguy hiểm... là khác nữa*" (*Bách Khoa*, báo đã dẫn, tr.12). Tòa Sơ thẩm (Tòa dưới) đã xử hai ông "đạo văn" phải đền LM Thanh Lãng "*1 đồng bạc danh dự*". Nhưng hai ông "đạo chích" có chịu đền hay không, và có "chống án lên tòa trên" hay không, xin để "hạ hồi phân giải". Nghe nói về sau LM Thanh Lãng vô cùng chán nản, phần vì không đủ tiền trả luật sư nên đành bỏ cuộc! Nhìn chung, qua vụ án "đạo văn" nầy, các ông "đạo văn" Nguyễn Tấn Long – Phan Canh đã thắng lớn về lợi và danh. Với hệ thống phát hành sách quy mô trên toàn quốc của nhà xuất bản Sống Mới, các ông "đạo chích" đã chia nhau một số tiền khá lớn bởi sách bán chạy như tôm tươi. Sách đạo văn của họ "*được bày ở thư viện Quốc Gia, tên* [của họ] *được ghi vào niên giám văn nghệ sĩ Việt Nam*" (4). Mặt khác các đấng văn hóa nầy còn được xếp vào hàng ngũ "nhà viết văn học sử", cùng một chiếu với LM Thanh Lãng trong một Luận án Tiến sĩ (5).

***Chuyện "In lậu sách" của Nguyễn Kiến Thiết**

Theo nghĩa thông thường, Sách in lậu là sách do các cá nhân/đơn vị tự sao chụp (scan) từ các sách thật rồi in lại, với nội dung và cách trình bày giống sách thật gần 100%. Mấy lúc gần đây, việc "In lậu sách" xuất hiện từ trong nước cho tới hải ngoại. Ban đầu do một vài cá nhân khởi xướng, phổ biến hạn chế với mục đích bảo tồn vốn cũ, rồi nghiêng hẳn về thương mại. Về sau do một nhóm, một nhà xuất bản in lậu sách với quy mô lớn, bày bán khắp nơi. Họ lợi dụng Công ước quốc tế về quyền tác giả để "ồ ạt" xuất bản sách – đặc biệt các tác phẩm kinh điển, mà không cần phải xin phép và không mất một đồng phí tác quyền nào cho tác giả. Theo Công ước Berne, sách sẽ hết thời hạn bảo hộ quyền tác giả sau 50 năm hoặc 70 năm (tùy theo quy định cụ thể của từng quốc gia) kể từ ngày tác giả mất. Chính tôi đây cũng là nạn nhân của một vụ in lậu sách. Đó là quyển Luận án Cao học Văn chương *Tánh Cách Đặc Thù Của Ca Dao Miền Nam* in năm 1972 của tôi. Trước khi ra Hội đồng thi, tôi nộp mấy cuốn cho giáo sư bảo trợ, cho nhị vị giáo sư giám khảo và Đại học Văn Khoa Sài Gòn. Sau khi tốt nghiệp, tôi mang sách đến biếu tại các thư viện như: Thư Viện Quốc Gia, Thư viện các trường Đại học (Văn Khoa Sài Gòn, Văn Khoa Cần Thơ) cũng như các thầy học, người ơn, người thân và bè bạn tâm giao. Đây là một hình thức "cầu chứng" vì bấy giờ tôi chưa biết cách thức nộp lưu chiểu tại thư viện. Đây là đề tài còn mới mẻ, tư liệu hiếm hoi nên ít người khai thác. Với tình-yêu-say-sưa-văn-chương-bình-dân, giáo sư Thanh Lãng đã nhận bảo trợ nhiều sinh viên soạn Cao học về văn chương bình dân như Ca dao miền Bắc, miền Trung (Hò Huế). Tôi là người *duy nhứt, đầu tiên* và cũng là người *cuối cùng* soạn về Ca dao miền Nam tại ĐHVK Sài Gòn. Trước năm 1975, tôi đã chỉnh sửa, bổ sung quyển sách và sẵn sàng hợp tác với một số nhà xuất bản trong việc in ấn, phát hành sách. Tháng Tư năm ấy ập đến đã chôn vùi mọi ước mơ toan tính của tôi. Bản thảo duy nhứt đã bị thất lạc trong chuyến vượt biển không thành công vào tháng 7/1987. Thời gian lạnh lùng trôi qua. Thấm thoắt mà đã trên 50 năm. Sau khi định cư ở xứ người, mải mê vật lộn với cơm áo gạo tiền nơi đất khách, tôi vẫn chưa thực hiện được giấc mộng nhỏ bé của mình. Vào năm 2018, trong một chuyến về Việt Nam thăm quê hương, tôi phát hiện cuốn sách của mình đã bị in lậu. Chính em tôi – nhà văn nhà báo Nguyễn Trọng Dũng, đã cung cấp thông tin và "mua" tặng tôi một cuốn. Tôi không rõ "nhà in lậu sách" đã in bao nhiêu cuốn và bán với giá nào, chắc là không rẻ vì đây là tư liệu hiếm quý. Điều đáng ghi nhận, từ sau năm 1975, mảnh đất mầu mỡ văn học miền Nam đã thu hút các nhà nghiên cứu văn hóa dân gian "tại chỗ" hoặc từ miền Bắc vào, tập trung khai thác. Họ tìm tòi, lục lạo trong các thư viện và tủ sách tư nhân may ra "bắt" được sách báo, tư liệu quý hiếm thoát nạn "phần thư" cho công trình nghiên cứu của mình. Dĩ nhiên họ rất "thèm" quyển *Tánh Cách Đặc Thù Của Ca Dao Miền Nam* của tôi còn được lưu trữ trong thư viện Đại học Văn Khoa Sài Gòn hoặc rải rác đâu đó trong các Tủ sách Gia đình của những người yêu sách. Chẳng hạn Huỳnh Ngọc Trảng trong *Vè Miền Nam* (6), Nguyễn Thị Thanh Xuân – Nguyễn Khuê – Trần Khuê trong *Sài Gòn – Gia Định Qua Thơ Văn Xưa* (7). Người anh họ tôi kể có một cán bộ miền Bắc tới nài nỉ mua với giá khá cao quyển Luận án mà tôi đã tặng anh năm 1972. Vì cần một số tiền để chạy/lo thủ tục xuất cảnh sang Hoa Kỳ diện H.O., anh đành phải bán đi cuốn sách kỷ niệm ấy. Một số đại học ở miền Nam – đặc biệt Đại học Cần Thơ, đã thực hiện ròng rã trong thời gian dài để đưa nhiều đợt sinh viên Khoa Ngữ Văn đi "diền dã" sưu tầm văn học dân gian tại các tỉnh Đồng bằng sông Cửu Long mà tôi lãnh trách nhiệm Phó ban Chỉ đạo. Sau đó họ tập hợp tư liệu đã sưu tầm, đánh giá, xếp loại, thành lập Nhóm biên soạn, phân công người viết để xuất bản quyển *Văn Học Dân Gian Đồng Bằng Sông Cửu Long* (Khoa Ngữ Văn Đại Học Cần Thơ, nhà xuất bản Giáo Dục, 1997). Tôi là người có nhiều tâm huyết về mảng Văn học dân gian Nam Kỳ Lục Tỉnh, nhưng lúc bấy giờ đã định cư ở Canada nên không được nhắc đến tên trong nhóm biên soạn quyển sách nầy.Trở lại chuyện cuốn sách bị in lậu. Bản in lậu (BIL) dưới hình thức sao chụp lại giống 99% so với bản gốc (BG). Tôi phát hiện vài khác biệt như dưới đây:

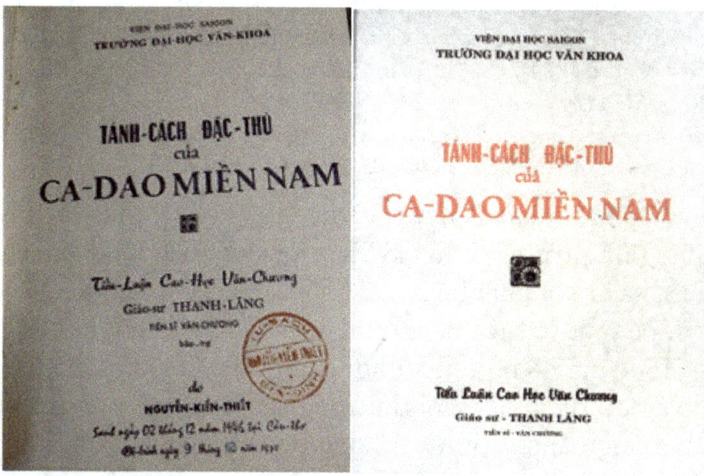

*Hình trái: *Ảnh bìa Bản Gốc Luận án Cao học Văn chương do Nguyễn Kiến Thiết đệ trình ngày 09 tháng 12 năm 1972, có đóng dấu đỏ TỦ SÁCH GIA ĐÌNH – NGUYỄN KIẾN THIẾT.*

*Hình phải: *Ảnh bìa Bản In Lậu TÁNH CÁCH ĐẶC THÙ của CA DAO MIỀN NAM. BIL không ghi năm xuất bản và tên tác giả Nguyễn Kiến Thiết được thay thế bởi Giáo sư Thanh Lãng (mục đích chào hàng, câu khách để "hốt bạc").*

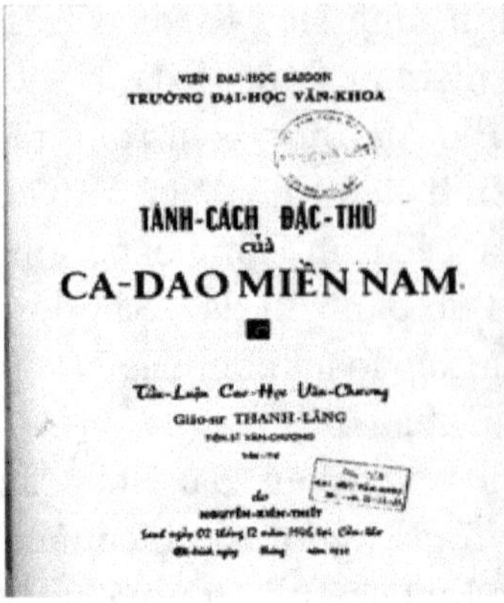

VIỆN ĐẠI-HỌC SAIGON
TRƯỜNG ĐẠI-HỌC VĂN-KHOA

TÁNH-CÁCH ĐẶC-THÙ
của
CA-DAO MIỀN NAM

Tiểu-Luận Cao-Học Văn-Chương
Giáo-sư THANH-LÃNG

do
NGUYỄN-KIẾN-THIẾT

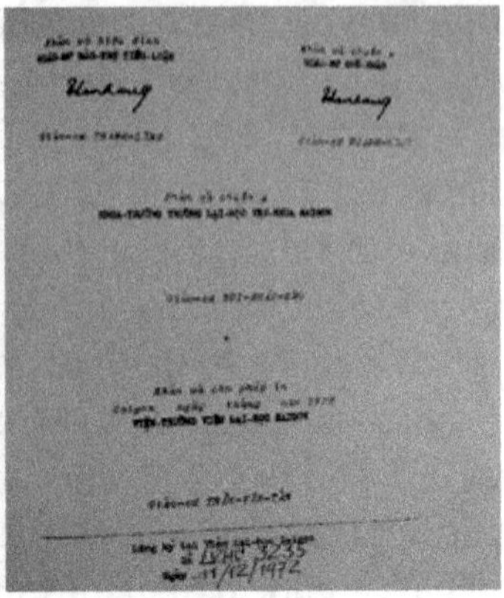

LVHC 3235
11/12/1972

*Hình trái: *Bìa 1 BIL in hai màu xanh và đỏ, không có dấu đỏ "TỦ SÁCH GIA ĐÌNH – NGUYỄN KIẾN THIẾT". Đặc biệt có thêm 2 dấu đỏ: 1 - hình tròn có các chữ "VIỆT NAM CỘNG HÒA – VIỆN ĐẠI HỌC SÀI GÒN – ĐẠI HỌC VĂN KHOA" (nơi các trang 183, 280 và 282 cũng có đóng dấu nầy). 2 - hình chữ nhựt có các chữ "THƯ VIỆN ĐẠI HỌC VĂN KHOA – Đến ngày 11-12-72". BIL nầy còn thiếu 7 trang đầu. Ở trang cuối có mấy chi tiết có tánh chất lịch sử (xin xem Hình phải đính kèm).*
*Hình phải có chữ ký của GS Thanh Lãng: *"Khán và Hiệu đính GIÁO SƯ BẢO TRỢ TIỂU LUẬN – Giáo sư THANH LÃNG", "Khán và Chuẩn y GIÁO SƯ CHỦ KHẢO - Giáo sư THANH LÃNG". Đặc biệt có hàng chữ: "Đăng ký tại Viện Đại học Sài Gòn. Số LVHC 3235. Ngày 11/12/1972".*

Có thể nói tôi là người bị thua thiệt về vật chất và tinh thần - giống như trường hợp GS Thanh Lãng, thầy tôi. Để viết xong quyển sách, tôi phải bỏ ra một số tiền không nhỏ để "săn" cho kỳ được một số sách báo, tư liệu cũ và mới liên quan tới đề tài (8). Tôi cũng đã bỏ nhiều thời gian, công sức thực hiện những chuyến đi "điền dã", vào sâu trong các làng quê ngõ xóm ở các tỉnh Đồng bằng sông Cửu Long để sưu tầm văn chương bình dân. Thế mà công trình đòi hỏi nhiều thời gian, công khó và vắt cả tim óc của tôi đã bị họ tiếm đoạt một cách trắng trợn. Ngay cả một tiếng xin phép cũng không có, mặc dầu "nhà in lậu sách" ấy biết rõ về tôi, thì đừng nói chi đến việc đền bù thiệt hại! Nghe nói nhờ làm ăn khấm khá, tay "đạo chích" nầy đã in lậu rất nhiều sách cổ điển của tiền nhân và quảng cáo công khai trên mạng xã hội để "câu" độc giả. Giống như trường hợp các ông "đạo sách", các "nhà viết văn học sử" Nguyễn Tấn Long – Phan Canh dẫn trên, tay "in lậu sách" nầy chẳng những "ẵm" một số tiền kha khá, còn được người đời gọi là "nhà sưu khảo" (?). Dầu sao nhờ chuyện in lậu sách nầy đã đánh thức cái tánh lề mề cầu toàn của tôi trong việc viết và xuất bản sách tuy có phần muộn màng. Thầm nghĩ muộn còn hơn không, sau một thời gian suy nghĩ gặm nhấm nỗi đau, một lần nữa, tôi quyết định sửa chữa, bổ sung để tái bản quyển *Tánh Cách Đặc Thù Của Ca Dao Miền Nam* trong thời gian sắp tới. Theo nhiều nguồn tin từ trong nước, việc "in lậu và buôn bán sách lậu ở Việt Nam đã tồn tại nhức nhối nhiều năm qua vẫn chưa dẹp bỏ được, thậm chí có dấu hiệu ngày càng tinh vi, phát triển ở quy mô lớn". Nhà xuất bản Kim Đồng đã lên án: "*Sách lậu, sách giả là một hình thức **ăn cắp**. Khác nhau ở đây là **ăn cắp tri thức, ăn cắp phá hoại***" (Nguồn: Zing). Khi đặt ra vấn nạn Sách in lậu ở nước ta vô phương cứu chữa, ông **Nguyễn Mạnh Hùng, nguyên** *Chủ tịch HĐQT kiêm Giám đốc Thái Hà Books đã viết: "Hiện nay việc sản xuất và tiêu thụ sách giả sách lậu vẫn mới chỉ dừng ở hình thức xử phạt hành chính. Tuy nhiên vì sách là tri thức và ảnh hưởng đến tinh thần và dân trí của một quốc gia nên chúng ta cần phải thay đổi để hành vi in và phát hành sách giả nằm trong **bộ luật hình sự**, có như vậy thì hình phạt mới đủ sức răn đe"*.

Montréal - Đầu Xuân Giáp Thìn 2024

Chú thích:

(1) Đường Bá Bổn, *Văn Hóa Á Châu* số 18, 1959, tr.90.

(2) Thanh Lãng: "Chỗ đứng của người làm văn hóa trong xã hội Việt Nam". *Nghiên Cứu Văn Học*, bộ mới, số 11&12, tháng 1&2- 1972, tr.66.

(3) Thanh Lãng: *Phê bình Văn học thế hệ 1932* (Phong trào Văn Hóa Sài Gòn xuất bản, 1972. Chương mở đầu: Tại sao xuất bản).

(4) Thanh Lãng viết: *"Đã công khai ăn cướp một lần. Nay lại báo trước sẽ công khai ăn cướp nữa". "Tôi viết dài vòng vo tam quốc là để báo động với văn học giới hầu tìm cách tống cổ những tên gian thương văn hóa ra khỏi sinh hoạt văn hóa. Còn gì xỉ nhục cho văn hóa bằng cách ăn cắp của Nguyễn Tấn Long, của Nguyễn Hữu rọng, Phan Canh được bày ở thư viện Quốc Gia, tên của Nguyễn Tấn Long; của Nguyễn Hữu Trọng; Phan Canh được ghi vào niên giám văn nghệ sĩ Việt Nam." Chính vì để độc giả có dịp so sánh sự đánh cắp bần tiện, ngu xuẩn của người ăn cắp văn mà tôi quyết định cho xuất bản y nguyên không sửa chữa bản thảo in ronéo năm 1966. Bản in hôm nay trích ở các tập 1A, tập 1B và tập XVII, cùng với lời nói đầu cũng của bản in Ronéo năm 1966" (Phê bình Văn học thế hệ 1932.* Phong trào Văn Hóa Sài Gòn xuất bản, 1972.

Chương mở đầu: Tại sao xuất bản).

(5) Trần Thị Mỹ Hiền: "*Kiều Thanh Quế trong đời sống nghiên cứu, lý luận, phê bình văn học Việt Nam nửa đầu thế kỷ XX*". Luận án Tiến sĩ Lý luận Văn học, Trường Đại học Khoa học Xã hội và Nhân văn, TP Hồ Chí Minh, 2023. Luận án nầy đã xếp Nguyễn Tấn Long – Phan Canh là "nhà viết văn học sử" với tác phẩm "đạo văn": *Khuynh hướng thi ca tiền chiến – Một biến cố văn học thế hệ 1932-1945 (1968).*

(6) Trong quyển *Vè Miền Nam* (nhà xb TP. Hồ Chí Minh, 1988, tr.49-50) của Huỳnh Ngọc Trảng, nơi trang 3, Lời nhà xuất bản có in: "*Trong một chừng mực nhất định được Nguyễn Kiến Thiết đề cập tới trong Tiểu luận Cao học; Đại học Văn Khoa Sài Gòn, 1972*". Trong bài "Vè cầm thú 1" in ở trang 49-50, Huỳnh Ngọc Trảng có ghi chú: "*Nguyễn Kiến Thiết: Tiểu luận Cao học Văn Khoa, S. 1972, tr.157*".

(7) Phần Một: Thơ Ca Dân Gian, có ghi: "*Trong phần sưu tầm, chúng tôi đã sử dụng một số tư liệu trong: -Tục ngữ, ca dao, dân ca của Vũ Ngọc Phan; -Thi ca bình dân của Nguyễn Kiến Thiết (Luận văn Cao học); -Ca dao giảng luận của Thuần Phong...v...*" (tr.34). Nhóm biên soạn đã ghi không đúng nguyên văn tựa sách của Nguyễn Kiến Thiết – tức *Tánh Cách Đặc Thù Của Ca Dao Miền Nam* (thay vì *Thi Ca Bình Dân...).*

(8) Trong bài *Thú Mua Sách,* tôi có viết: "Nhằm đáp ứng công trình nghiên cứu về Ca dao miền Nam, tôi đã bỏ công lục lạo, tìm kiếm hầu "đãi" sách ở các chợ sách mới/cũ Sài Gòn. Trời không phụ kẻ có công. Tôi đã săn và gom được mấy mươi quyển sách liên quan đến đề tài khảo cứu. Để tránh dài dòng, tôi chỉ đơn cử một số sách đã "đãi" được. Đó là *Sài Gòn Năm Xưa* (Vương Hồng Sển, 1969), các sách của Sơn Nam: *Nói Về Miền Nam* (1967), Văn Minh Miệt Vườn (1970), *Ca Dao Giảng Luận* (Thuần Phong, 1970), Đồng Quê (Phi Vân, 1957), *Vè Miền Nam* (Tiền Giang, 1929), *Hò Miền Nam* (Lê Thị Minh, 1958) v.v… Ngoài ra tôi còn "bắt" được các sách quý gồm hơn 20 cuốn như: các truyện thơ bình dân miền Nam thể lục bát do Nguyễn Bá Thời soạn (*Thạch Sanh Lý Thông, Trần Minh Khố Chuối- 1967*). Ba "bảo thư" quý hơn vàng mà tôi "cưng như cưng trứng, hứng như hứng hoa" và nâng niu cất giữ cho đến ngày nay, tại Canada là: *Thơ Sáu Trọng* (Nguyễn Bá Thời, 1967), *Câu Hát Huê Tình* (Đinh Thái Sơn, 1966) và *Thơ Thầy Thông Chánh* (bản in ronéo 1974)". Trích *Những Trang Văn Đời Tôi,* nhà xb Văn Học Mới, Hoa Kỳ, 2021, tr.131).

TẾT THẦY Ở MỘT LÀNG QUÊ LỤC TỈNH

Tôi là người của đồng quê nên có nhiều kỷ niệm vui buồn nơi thôn ấp và nhiều liên hệ mật thiết với đồng quê miền Nam nước Việt. Mở mắt chào đời trong một gia đình nông nghiệp ở một tỉnh lẻ vùng sông Hậu, tôi lớn lên bên cạnh ruộng lúa, vườn cam, hít thở không khí trong lành nơi thôn dã, tắm gội trong sông nước ngọt ngào dưới mưa chiều nắng sớm.

Trong thời thơ ấu vô tình năm ba câu ***hát đưa em*** mộc mạc cùng những điệu hát dân gian tình nghĩa đã ăn sâu vào tiềm thức trẻ thơ qua tiếng ru dịu dàng, trầm ấm của bà mẹ quê theo nhịp võng đưa. Cũng trong thời thơ ấu này, ba tôi đã dạy cho tôi những bài học vỡ lòng về các chữ cái, cách ráp vần quốc ngữ và bảng cửu chương hóc búa. Trong thời gian tôi theo học lớp Đồng ấu cho tới lớp Ba trường làng, sự ân cần dạy dỗ của thầy cùng những kỷ niệm buồn vui tuổi học trò đã làm phong phú đầu óc non nớt và làm nẩy nở biết bao tình cảm trong sáng nơi tôi.

Ngần ấy thứ là những sợi dây vô hình ràng buộc tôi với quê hương. Tôi yêu quê hương tôi lắm! Tôi nhớ quê hương tôi lắm! Tôi nhớ lời ru ngọt ngào như dòng sữa mẹ mà má tôi đã rót vào tai tôi những vần ca dao đầu tiên. Tôi cũng yêu những bài học vỡ lòng mà ba tôi và thầy tôi đã tận tình hướng dẫn. Ngần ấy thứ là những kỷ niệm không thể nào quên. Một trong những kỷ niệm để lại trong tâm trí tôi nhiều dấu ấn nhứt: ***Tết Thầy*** ở quê tôi.

Ca dao Việt Nam có câu:

Mùng một là Tết ông bà
Mùng hai Tết (bên) vợ, mùng ba Tết thầy.

Đối với quê tôi, câu ca dao trên chưa hoàn toàn đúng hẳn vì nhiều lẽ. Trước hết, dân làng tôi vừa mới hồi cư phải tất bật chạy lo cơm áo nên việc học hành, Tết nhứt cũng có phần khinh giản. Phải đợi đến năm sau, khi cuộc sống người dân tạm thời ổn định, việc học mới được coi trọng. Một lý do khác, người dân làng tôi có thói quen khuyến khích con cháu đi chúc Tết thầy vào ngày Nguyên đán còn nóng hổi không khí Tết hơn là phải đợi đến mùng ba, mùng bốn. Hơn nữa, miền Nam với hệ thống sông ngòi, kinh rạch chằng chịt như mạng nhện nên việc đi lại tương đối khó khăn. Phương tiện phổ biến nhứt là ghe xuồng, chèo chống hơn là tàu bè, xe cộ. Đó là chưa kể việc đi lại, thăm viếng bằng ghe xuồng thường tùy thuộc vào *con nước*. Từ hăm mốt tới hăm lăm tháng Chạp: *nước kém*, thuận lợi cho việc tát mương, tát đìa, bắt cá tôm *rọng* để dành ăn Tết hoặc biếu xén. Từ hăm chín, ba mươi tháng Chạp tới mùng bốn Tết: *nước rông*, thuận lợi cho việc bơi chèo. Còn một yếu tố khác không kém quan trọng:

nước rông trong những ngày Tết thường chảy rất xiết. Vì vậy, việc bơi chèo phải hết sức chú ý đến con nước: *nước lớn, nước ròng, nước ương, nước đứng, nước giựt,nước xoáy…* nếu không muốn phí sức để vượt khoảng trời rộng sông dài. Sau hết, do cá tánh cố hữu của người miền Nam: thật thà, chất phác, ngang tàng, nghĩa khí và điệu nghệ phóng khoáng nên ít bị câu thúc bởi những thiên kiến nặng nề của hệ tư tưởng phong kiến. Một nhà văn miền Bắc, Nguyễn Văn Bổng đã có nhận xét sắc sảo: "*Đất nước ta càng về phương Nam càng là đất mới, đất lưu đày, đất của những người không có quyền sống trên những mảnh đất đã được khai phá, vì vậy càng là đất của những người nổi dậy! Miền Tây Nam Bộ là mảnh đất lưu đày và nổi dậy cuối cùng của tổ quốc. Đến đây là sơn cùng thủy tận rồi. Đến đây là đến trên bờ Thái Bình Dương, vịnh Xiêm La mịt mù rồi. Đến đây chỉ còn có hai con đường: một là không đủ nghị lực sống nữa thì đâm đầu xuống biển mà chết; hai là cố bám lại đấu tranh để sống. Con người đến đây là con người liều, con người ngang tàng, nghĩa khí, tính mạng coi nhẹ tựa lông hồng, tiền tài coi khinh như rơm rác. Đối với họ nghĩa khí là trọng*" (1).

Do vậy về trật tự, lễ nghi phong kiến "*quân, sư, phụ*" cũng có phần tiểu dị so với cái đại đồng. Người dân miền Nam cũng trung quân nhưng là thứ trung quân có điều kiện (*minh quân*). Họ cũng yêu kính thầy nhưng là kính yêu những ông thầy mẫu mực, coi học trò như con cháu trong nhà, dạy học trò bằng cả khối óc và con tim *(tôn sư)*. Còn *chữ hiếu* là đạo lý ngàn đời của dân tộc, ai cũng thấm nhuần bài học về "*Công Cha Nghĩa Mẹ*" nên "*Thờ cha mẹ, ở hết lòng. Ấy là chữ hiếu dạy trong luân thường*" và thể hiện sự *báo hiếu* tùy hoàn cảnh, khả năng của mình. Trật tự "sư" và "phụ" ở đây nhiều khi được hoán chuyển vị trí, thậm chí "sư" và "phụ" hòa quyện với nhau khiến tình nghĩa thầy trò khắng khít như tình cha con, sự thâm giao giữa ông thầy và cha mẹ học trò ngày càng thân ái, mật thiết.

Trở lại vấn đề Tết nhứt. Nếu các tao nhân mặc khách có nhiều thú chơi như thú uống trà, thú thưởng nguyệt, thú xem truyện Tàu, thú chơi câu đối… thì lũ con nít chúng tôi cũng có thú vui chúc Tết. Còn gì vui thú cho bằng ngày Tết súng sính trong bộ quần áo mới may, đi *mừng tuổi* ông bà, cha mẹ, cô bác, láng giềng cũng như thầy cô giáo, được tha hồ ăn uống và nhận được những bao lì xì đỏ thắm. Còn gì khoái chí hơn khi bọn trẻ chúng tôi được tham dự thỏa thích các *trò chơi Xuân*: nào múa lân, đốt pháo, đua ghe, đấu vật, coi hát (hát bội, hát cải lương), lắc bầu cua cá cọp, đá gà, leo cột chuối v.v…

Tôi còn nhớ cái **Tết con Mèo** năm ấy đám học trò chúng tôi đi chúc Tết thầy Nguyễn Văn Ái (Năm Ái), thầy giáo làng Thuận Thới, quận Trà Ôn, tỉnh Cần Thơ (2). Thật ra, trong điều kiện tự nhiên và sinh hoạt kinh tế hết sức đặc biệt, cộng với bản chất thật thà, phóng khoáng của người dân miền Nam, cha mẹ chúng tôi đã đi lễ Tết thầy từ trước ngày Nguyên đán. Họ chúc thật tình chớ không xởi lởi, môi mép. Họ biếu những sản vật đầu mùa mới ra lò, còn nóng hổi. Họ chủ trương "*có gì trong tay ta chúc nấy*" với phương châm "*của ít lòng nhiều*" và bất cứ lúc nào khi có dịp, chớ không phải đợi đến Tết nhứt. Họ không biết hoặc chưa biết những tư tưởng cao xa về sự nghiệp "trồng cây", "trồng người". Đối với họ chỉ có một chân lý đơn giản: "*Không thầy đố mày làm nên*" và "*Muốn con hay chữ thì yêu lấy thầy*". Và thầy Năm Ái làng tôi rất xứng đáng để họ yêu kính. Thầy mở lớp dạy học trong hoàn cảnh gieo neo, đơn chiếc. Mặc dầu bị thương tật ở chân trái, thầy vẫn chống nạng để dạy học. Thầy không được hưởng lương của chánh phủ hay bất cứ khoản trợ cấp nào. Học trò chỉ đóng một khoản học phí tượng trưng. Đôi khi chỉ vài ba lít gạo, nếp, con cá, con gà hoặc bất cứ sản phẩm cây nhà lá vườn nào. Học trò nghèo thường được miễn phí. Thầy coi học trò như con cháu ruột thịt và dạy chúng tôi với tất cả tâm hồn, nhiệt huyết. Thầy thể hiện rõ nét "tình nghĩa giáo khoa thư" vì cuộc đời thầy có thể nói là cả một quyển *Quốc Văn Giáo Khoa Thư* thu gọn. Chưa hết, thầy còn là soạn giả kiêm đạo diễn các tuồng hát của đoàn cải lương tài tử xã nhà do ông bầu Chín Luộc lèo lái. Giọng ca tuy không muồi như đệ nhứt danh ca miền Nam Út Trà Ôn hoặc hai anh em kép muồi Hai Việt, Năm Khương của xã nhà, thỉnh thoảng thầy vẫn đánh liều diễn thế các vai chánh diện. Thầy diễn khá thành công vai Trần Quang Nhị, cha của Đường tăng Trần Huyền Trang (tức Đường Tam Tạng) trong tuồng *Tẩy Hận* (tức *Tam Tạng Xuất Thế*) do thầy soạn (ký tên Việt Ái). Với vở tuồng cải lương *Tẩy Hận* và vai diễn để đời, thầy giáo Năm Ái, soạn giả kiêm diễn viên "bất đắc dĩ" Việt Ái, đã để lại trong lòng bà con cô bác biết bao mối cảm tình nồng hậu…

Chính vì những nguyên do vừa kể mà cha mẹ học trò trường làng tôi đã đi lễ Tết thầy với tất cả sự kính yêu, trân trọng. Bà nội thằng Tám Ti đi lễ Tết thầy bằng cặp cá lóc vừa mới tát đìa hôm hăm lăm tháng Chạp. Ba má thằng Bảy Dương mang cặp bánh tét nhưn đậu xanh còn nóng hổi. Ba thằng Phê mang mấy chục bánh phồng vừa mới quết và phơi khô hai nắng. Má tôi biếu gói mứt chuối ngào với gừng xắt nhuyễn vừa mới bắc xuống bếp. Thím Hai Hinh xách con gà giò mập ú. Chú Mười Xương ôm cặp dưa hấu tuy "xanh vỏ" nhưng chắc chắn "đỏ lòng". Thật là "cao lễ dễ thương" làm sao!

Bọn trẻ chúng tôi chưa có ý niệm gì về ***dĩa ngũ quả*** (năm thứ trái cây) nói lên ước mơ thầm kín của chủ nhà trong những ngày Tết. Chúng tôi chỉ có TẤM LÒNG và những sản phẩm CÂY NHÀ LÁ VƯỜN để đi Tết thầy. Thằng Minh mang trái mãng **cầu** Xiêm da căng bóng. Thằng Chánh khiêng cặp **dừa** Tân Quan mới tráng cháo. Thằng Tư Ngọng ôm trái đu đủ còn mỏ vịt (tức đu đủ vừa chín hườm hườm). Con Bé Ba đem mấy trái **xoài** thanh ca đầu mùa. Còn tôi ôm chùm **sung** nhung nhúc những quả tròn lẳn ngộ nghĩnh. Thế là vô tình chúng tôi mang đủ bộ ngũ quả để chúc thầy "CẦU VỪA ĐỦ XÀI", nếu trời cho "SUNG TÚC" thì thật là hạnh phúc! Như kế hoạch đã định, sáng mùng một Tết, sau khi mừng tuổi ông bà, cha mẹ, cô bác, láng giềng, lũ trẻ chúng tôi "người nào vật nấy" trong tay, lần lượt xuống ghe do chị tôi chèo lái xuôi theo ***con nước lớn***, rẽ đám lục bình, thẳng tới nhà thầy Năm Ái. Vì phải theo con nước nên sau khi chúc Tết thầy, ăn chút bánh mứt, uống ngụm trà sen ngày Tết, sẵn dịp nước dưới sông lững đứng sắp ròng, chúng tôi từ giã thầy rồi nhổ sào, lui ghe. Lúc về, chúng tôi còn ghé chúc Tết ở một số nhà bà con, cô bác và cha mẹ một số bạn cùng lớp. Đây là dịp chúng tôi "ăn Tết" thật sự no nê: nào bánh tét, bánh ít, bánh phồng, bánh tráng, mứt bí, mứt gừng; đôi khi có cả cá lóc nướng trui với lửa rơm gói bánh tráng; có khi được ăn cơm gạo mới thơm phức với tôm kho tàu hoặc thịt kho nước dừa, dưa cải, dưa giá v.v… Lúc ấy, nước cũng vừa ròng chảy mạnh, bọn chúng tôi xin "kiếu" bà con, cô bác rồi lui ghe, xuôi theo con nước "lướt" một mạch về tới nhà thì trời cũng vừa xế bóng. Sau khi tiếp tục "hưởng lộc Tết", bọn trẻ chúng tôi tham dự một số trò chơi ngày Tết thật lý thú, hào hứng! Đến tối mịt, ai về nhà nấy ngủ lấy sức hầu tha hồ ăn Tết, chơi Xuân thỏa thích.

Giờ đây, cứ mỗi độ Đông về, Tết đến, khi ngoài trời "*Tuyết rơi rơi chập chồng. Trên cành cây trụi lá. Trút giọt sầu mênh mông*" khiến cho bao kẻ tha hương "*rưng rưng sầu viễn xứ*" (3) là lòng chúng tôi nao nao nhớ lại những kỷ niệm đẹp lúc đi lễ Tết thầy ở quê nhà. Vật chúng tôi mang biếu thầy là "của tuy tơ tóc" nhưng mà "nghĩa so ngàn trùng", xuất phát tự đáy lòng chúng tôi. Vật đem CHO cũng quá khiêm tốn, nhưng bù lại, chúng tôi NHẬN ở thầy rất nhiều điều: từ sự niềm nở đón tiếp đến sự ân cần khuyên dạy chúng tôi về những điều hay lẽ phải, về đạo đức nhân nghĩa ở đời!

Để bày tỏ lòng biết ơn thầy, ngoài việc thắp nén hương lòng gởi đến vị ân sư đã về miền tiên cảnh, tôi xin ghi lại mấy câu thơ Người đã dạy tôi học thuộc lòng cách đây hơn năm mươi năm, không biết rút ra từ sách nào hay từ một bài ca dao cổ:

Cây tươi nhờ nước nhờ phân
Nhờ người nhổ cỏ, vun phân bấy chầy
Trẻ khôn nhờ bởi có thầy
Không thầy dạy dỗ đố mày làm nên
GHI LÒNG TẠC DẠ CHỚ QUÊN...

Chú thích:

(1) Nguyễn Văn Bổng: ***Sau Một Cuốn Sách***

(2) Trà Ôn thuộc tỉnh Vĩnh Long (Nam Kỳ Lục Tỉnh) từ ngày 30/04/1872. Đến 23/02/1876 Trà Ôn thuộc tỉnh Cần Thơ. Từ ấy biết bao thay đổi, Trà Ôn khi thì thuộc tỉnh Tam Cần mới thành lập (Sắc Lịnh số 16-NV ngày 09/02/1956), khi thì thuộc tỉnh Vĩnh Bình, rồi trở lại thuộc tỉnh Vĩnh Long (Sắc Lịnh số 06-SL/DUHC ngày 14/01/1967). Sau tháng Tư 1975, Trà Ôn thuộc tỉnh Cửu Long và ngày nay thuộc tỉnh Vĩnh Long.

(3) ***Tết Về Giữa Mùa Đông***, thơ **Trúc Lan,** do Hoàng Anh Lương phổ nhạc. *Thời Báo* Canada số 683 Xuân Quý Mùi ngày 31/01/2003.

TỪ MỘT CÂU CA DAO NGHĨ VỀ TRUYỀN THỐNG TÔN SƯ TRỌNG ĐẠO

Trong kho tàng ca dao tục ngữ Việt Nam có nhiều câu mà mỗi người trong chúng ta đều thuộc nằm lòng từ thuở còn nằm nôi cho đến lúc trưởng thành. Riêng tôi, câu ca dao sau đây đã thấm vào lòng tôi từ thuở ấu thơ, là một trong những lời ru ngọt ngào, trầm ấm, có sức biểu cảm lạ lùng:

"***Muốn sang thì bắc cầu kiều /***
Muốn con hay chữ thì yêu lấy thầy!"

****Từ một câu ca dao...***

Thật ra, câu ca dao trên là một cặp lục bát, ngay cả bản "chánh gốc" của nó cũng có nhiều cách hiểu khác nhau, càng đi sâu càng rắc rối, nói chi đến những "dị bản". Mời các bạn cùng chúng tôi thử phân tích, tìm hiểu ý nghĩa câu ca dao dẫn trên.

Trước hết là câu lục: "***Muốn sang thì bắc cầu kiều***".

. "Kiều" là từ Hán-Việt. Có bốn chữ kiều trong hơn mười chữ có liên quan tới câu ca dao: kiều 乔 = cao; kiều 喬 = cao; kiều 峤 = (văn) núi cao và nhọn; kiều 娇 = đẹp, duyên dáng; kiều 橋 = cây cầu. Có người dựa vào tiếng Việt cổ giải thích: "kiều" có nghĩa là cao, "cầu kiều" có nghĩa là cây cầu cao.

. "Sang" có nghĩa: Vinh hiển; Ghẻ chốc; Đi qua... (*Đại Nam Quấc Âm Tự Vị*, tr.285).

Theo Đặng Thiêm, báo *Ngôn Ngữ & Đời Sống* số 3/2009, trong một Hội thảo địa phương về Ngày Nhà Giáo, người thuyết trình giải rằng: "Sang" là sang trọng, đỗ đạt hiển vinh; "Cầu kiều" là cầu đẹp. Có như thế mới xứng với sang. Ông còn cho biết có một "đáp án" của một bài văn kiểm tra cũng yêu cầu giải thích theo hướng ấy (?).

Ngoài ra, *Việt Nam Tân Từ Điển* của Thanh Nghị đã chép câu ca dao trên như sau: *Muốn sang thì bắc **phù** kiều / Muốn con hay chữ **phải** yêu **mến** thầy* (Âm B, tr.70). Dị bản của PGS TS Phạm Văn Tình cũng đồng ý bắc "phù kiều".

Trong quan niệm cầu kiều là **cầu đẹp**, bởi lẽ kiều ở đây là kiều diễm, **cầu nổi** (phù kiều) nên có người lấy điển tích thời

Tam Quốc để cắt nghĩa câu ca dao trên. Đó là cây cầu đẹp như cầu vồng trên lưng chừng trời do Tào Tháo xây. Sau đó, Khổng Minh cố tình đổi việc xây hai cây cầu thành rước hai nàng Kiều (Đại Kiều là vợ của Tôn Sách, vua Đông Ngô; Tiểu Kiều là vợ Châu Do, danh tướng, nhà quân sự tài ba của Tôn Sách và Tôn Quyền) để khích Châu Do liên minh với quân Khổng Minh dùng hỏa công đốt quân Tào Tháo tại Xích Bích.

Có người dựa vào ngôn ngữ học để giải thích. Trong tiếng Việt, sự kết hợp giữa một từ Việt và một từ Hán, và ngược lại rất phổ biến. Nó làm cho nghĩa của từ khái quát hơn. Chẳng hạn như: *xương cốt, binh lính, mưu mẹo*, v.v… Cầu kiều là cầu nói chung vẫn không ra ngoài thông lệ đó.

Kế đến là câu bát: ***"Muốn con hay chữ thì yêu lấy thầy"***, lại có nhiều dị ngôn, dị bản nên cũng dị nghĩa. Cụ thể là :

.*Muốn* ***cho*** *hay chữ thì yêu lấy thầy*. Đối tượng để khuyên răn, dạy bảo là người học trò.

.*Muốn* ***con*** *hay chữ* ***phải*** *yêu lấy thầy*. Nghĩa rộng hơn, đối tượng để khuyên răn gồm học trò và cha mẹ học trò. Từ "**phải**" có vẻ nặng nề, ra lịnh.

.*Muốn con hay chữ thì yêu* ***kính*** *thầy*. Nghĩa cũng hẹp, chỉ nói lên lòng yêu kính thầy.

.*Muốn con hay chữ thì yêu* ***lòng*** *thầy*. Nghĩa cũng hẹp, sau nầy dễ bị hiểu lầm là làm vừa lòng, nịnh thầy bằng cách đi Tết thầy thật "cao lễ" mới "dễ thương" với nhiều quà biếu hậu hĩnh, kể cả tiền bạc.

.Muốn con hay chữ thì yêu lấy thầy. "Yêu lấy thầy" ở đây có nghĩa rất rộng. Yêu thầy có nghĩa là yêu mến, kính trọng, làm theo lời dạy bảo của thầy. Từ "lấy" ở đây theo cách nói dân gian có nghĩa tự mình, chính mình, bằng sức của mình. Ví như: Học lấy một nghề; Làm lấy một việc; Ăn lấy một miếng… Đừng lẫn lộn với lấy chồng, lấy vợ mà phải lòng ông thầy rồi lấy ông thầy làm chồng! Ngày xưa "cậu trò" lại càng không thể lấy "ông thầy" làm chồng được!

Theo thiển ý, nên nói, nên viết câu ca dao như sau:

Muốn sang thì bắc cầu kiều

Muốn con hay chữ thì yêu lấy thầy!

"Cầu kiều" ở đây chỉ là cầu nói chung. Có thể là từ ghép Hán-Việt, hoặc thuần Việt (như *cầu kỳ*, *chợ búa, chùa chiền*), có thể là cây cầu cao và chắc chắn cho đò dọc, đò ngang vẫn qua lại được.

Cặp ca dao lục bát nói trên nên hiểu là: **Muốn qua sông, sang sông thì phải chịu khó bắc cầu. Cây cầu phải chắc, không lắc lẻo gập ghình để đi khỏi trợt té. Muốn cho con hay chữ, học hành giỏi giang thì cha mẹ học trò và bản thân người học trò phải yêu quý, kính trọng thầy và biết ơn thầy.**

Thật ra, hai câu ca dao trên chính là hai câu cuối của một bài *ca dao/hát ru* miền Bắc gồm bốn câu thơ lục bát, mà hai câu đầu là:

Bồng bồng! Mẹ bế con sang,
Đò dọc quan cấm, đò ngang không chèo.

Toàn bài, chính là lời ru ca dao đa thanh (*bồng bồng*), đa nghĩa, giàu hình ảnh (*bế con, đò dọc, đò ngang, cầu kiều*). Đó cũng là lời ca dao yêu thương, ngậm ngùi, giọng giãi bày, uất ức làm rung động lòng người!

Viết đến đây, bên tai tôi còn văng vẳng điệu *hát Ầu ơ/hát Đưa em* tình nghĩa mà má tôi đã rót vào tai tôi từ thuở còn nằm nôi theo nhịp võng đưa:

Ầu…ơ! Ví dầu cầu ván đóng đinh
Cầu tre lắc lẻo gập ghình khó đi.
Khó đi, mẹ dắt con đi
Con đi trường học, mẹ đi trường đời!
(Dị bản: Khó đi mượn chén ăn cơm
Mượn ly uống rượu, mượn đờn kéo chơi!).

Phải chăng lời của điệu hát Ầu ơ/ca dao miền Nam và lời bài hát ru/ca dao miền Bắc đã có sự "giao lưu" với nhau? Ở miền nào cũng có những con sông, những dòng sông. Có dòng sông hiền hòa, êm ả. Có dòng sông nước chảy xiết. Nhưng dòng sông nào cũng là biểu tượng của sự cách ngăn, trắc trở. Muốn đi học, đi chợ, đi làm đều phải qua sông.

Trong bài hát Ầu ơ, muốn qua sông phải "quá giang" chiếc

cầu tre lắc lẻo. Cầu tre là đường đi học. Đứa con sợ khó, sợ khổ, sợ té không thể tự mình đi học, tự mình đi qua chiếc cầu khỉ gập ghình được. Người mẹ sẽ dắt con đi. Mẹ và con cùng đi qua cầu. Con thì đi trường học, mẹ cũng đi học… trường đời. Mà đường đời chắc gì bằng phẳng? Còn trường đời thì thiên hình vạn trạng, còn khó gấp ngàn lần việc học của con. Mẹ nắm chắc tay con, dìu con qua cầu. Mẹ con ta phải học hoài, học mãi…

Trong bài hát ru/ca dao miền Bắc, mẹ bồng con đến bờ sông vắng. Cùng con, mẹ than đời mẹ qua bao trải nghiệm đắng cay. Muốn qua sông lại không có cầu. Cũng không có đò dọc, đò ngang (Phải chăng quan lại nham hiểm ngăn sông, cốt cho dân ngu tối để dễ bề đè đầu cỡi cổ?).Không thể làm xiếc đu dây, cũng không thể cỡi bè để băng qua dòng nước chảy xiết (1). Vì vậy chỉ còn cách bắc cầu. Cầu phải cao, phải chắc để qua sông an toàn, để bước vào con đường học tập vững vàng. Ước mơ suốt đời của mẹ không gì khác hơn là đưa con qua bờ bên kia, vượt thoát dòng sông minh mông của đói nghèo dốt nát!

Nghĩ về truyền thống tôn sư trọng đạo

Tôn Sư Trọng Đạo là một nét đẹp văn hóa của người Việt có giá trị nhân văn sâu sắc. Nét đẹp ấy đã tồn tại từ ngàn xưa, được thế hệ nầy nối tiếp thế hệ khác, tiếp tục xây dựng và phát huy để trở thành truyền thống: *Truyền Thống Tôn Sư Trọng Đạo.*

-Tôn Sư Trọng Đạo Ngày Xưa

Trước khi bàn về truyền thống Tôn Sư Trọng Đạo, thiết tưởng nên hiểu thế nào là “Tôn Sư”, thế nào là “Trọng Đạo”. Để cắt nghĩa Tôn Sư, nên phân biệt giữa “Sư” và “Thầy”.

Trong thư tịch cổ từ thế kỷ XIII, từ “thầy” đã song song tồn tại với “sư” đều mang ý nghĩa tôn xưng. Chẳng hạn như trong bài phú *Cư Trần Lạc Đạo* của vua Trần Nhân Tông (1258-1308) có các câu: *Nguyện mong thân cận minh **sư**, quả bồ đề một đêm mà chín.*

Và: *Vâng ơn thánh, xót mẹ cha, thờ **thầy** học đạo.*

“Sư” và “thầy” ở đây là một, dùng để gọi *nhà sư.*

Riêng trong *Quốc Âm Thi Tập* của Nguyễn Trãi (1380-1442), lại thấy có câu:

Thủy chung mấy vật đều nhờ chúa;
Động tĩnh nào ai chẳng bởi ***thầy****?*

"Thầy" ở đây chính là người dạy học, như chú giải của Văn Tân-Đào Duy Anh: "*Việc động tĩnh hành chỉ ở* đời, ai lại không học ở thầy là thánh hiền của nho gia (phu tử)". Trong các trường hợp khác, "thầy" còn được dùng để gọi chung một lớp người được xã hội tôn trọng như thầy tu, thầy tăng, thầy thuốc… để phân biệt với các loại thầy đã giảm đi sắc thái nghĩa tôn xưng (thầy bà, thầy dùi, thầy rờ mu rùa).

Tôn Sư là kính trọng thầy, quý mến thầy học. Muốn thế, ta phải nghe lời thầy dạy, nhớ ơn thầy, ở cho có nghĩa với thầy, cúng giỗ khi thầy đã qua đời (*sống tết, chết giỗ*).

Còn **Trọng Đạo** là gì?

Đạo 道 chữ Hán nghĩa đen là "con đường", "đường đi", nghĩa bóng là "nguyên tắc", "đường lối", "phương cách" ứng xử mà con người có bổn phận phải giữ gìn và tuân theo trong cuộc sống xã hội (đạo làm người, đạo thầy trò, đạo vợ chồng). Đạo còn là *Nội dung học thuật* của một học thuyết được tôn sùng ngày xưa (đạo Nho, đạo Phật, tìm thầy học đạo, mến đạo thánh hiền). Đạo trong bài nầy nên hiểu là đạo Nho, rộng hơn là việc học hành, chữ nghĩa kiến thức. Đạo còn là luân lý đạo đức.

Trọng Đạo: Người học đạo tất nhiên phải coi trọng đạo, phải đánh giá thật cao đạo lý thánh hiền, xem như mẫu mực để người đời noi theo. Đạo lý thánh hiền nói cho dễ hiểu là luân lý đạo đức của thánh nhân tức Khổng Tử, một lương sư, một "vạn thế sư biểu".

Tôn Sư Trọng Đạo: Muốn trọng đạo phải tôn sư. Đó là lòng biết ơn đối với người có công, tức thầy học của mình, cũng như thầy học của con mình. Bởi vậy ngày xưa, từ dân đến quan và ngay cả vua chúa đều tôn trọng thầy học.

Thời phong kiến, trong bậc thang giá trị Quân-Sư-Phụ, nhà giáo được xếp sau vua, trước cả cha mẹ, nhưng được kính thờ như một:

Vua - thầy - cha, ấy ba ngôi;
Kính thờ như một, con ơi ghi lòng!

-Ngày xưa, việc học hành của con cái, cha mẹ hoàn toàn tin tưởng ở ông thầy.

Ông thầy/thầy đồ, dở nhứt cũng có chút đỉnh chữ nghĩa (*Thầy dở cũng đỡ láng giềng*), nhưng thường là những bậc lão thông văn tự, học vấn uyên bác. Từ anh khóa sinh "lảo đảo trường ốc", đến các bậc khoa cử không thích bị "giàm danh khóa lợi" trói buộc, đều có thể mở lớp dạy học. Ngay cả các vị hưu quan cũng noi gương thầy Khổng, thầy Mạnh mở lớp đào tạo nhân tài cho đất nước. Danh sư nước ta có Chu Văn An đời Trần, Lương Đắc Bằng rồi Nguyễn Bỉnh Khiêm (tức Trạng Trình - học trò nổi danh của Lương Đắc Bằng) đời Lê-Mạc, Võ Trường Toản, Nguyễn Đình Chiểu đời Nguyễn.

Trở lại việc học ngày trước. Lúc đứa trẻ lên năm, sáu tuổi (thường là con trai, "ăn chưa no, lo chưa tới"), cha mẹ bắt đầu cho đi học. Trước hết, người ta chọn ngày lành tháng tốt, sắm sửa lễ vật và tắm rửa, cạo đầu sạch sẽ (có chừa ba vá) cho đứa trẻ để làm Lễ Khai tâm cho nó. Lễ Khai tâm phải thành kính gồm đầy đủ các lễ như *Lễ cáo Tiên sư/Thánh sư* (Khổng Tử), *Lễ cáo gia tiên* và *Lễ bái sư* (Lễ sống thầy đồ). Sau đó mới làm *Lễ nhập môn*, bắt đầu buổi học đầu tiên. Kể từ đây, đứa trẻ bắt đầu một quãng đời mới, chánh thức là một môn sinh của ông đồ, phải sống theo đời học trò, bị bó buộc theo khuôn khổ, quy luật của ông thầy.

Thời xưa, học vỡ lòng không nhứt thiết phải đến trường. Thường thì người ta dẫn con tới nhà thầy hoặc nơi thầy ngồi dạy học. Có người còn cho con tới ở luôn nhà thầy vài ba năm để học lấy cái chữ. Những nhà khá giả đón thầy đồ về "ngồi" tại tư gia để dạy con em của gia chủ. Đồng thời thầy có thể nhận thêm học trò khác trong hoặc ngoài làng. Thầy đồ xưa không được hưởng lương bổng của nhà nước. Thầy tuy nghèo nhưng tiền học chỉ lấy tượng trưng, đôi khi không phải trả. Hằng năm, cha mẹ đứa trẻ chỉ cần mang biếu thầy vào những dịp ngày lễ, ngày tết khi trầu rượu, mâm xôi, khi con gà, gói mứt.

-Ở trường, ông thầy là khuôn mẫu.

Nhiều học trò chỉ theo học một hoặc vài ba ông thầy từ lúc vỡ lòng cho đến khi thành đạt. Ông thầy là khuôn mẫu, là tấm gương sáng cho học trò noi theo. Câu chuyện "Học Trò Biết Học" trong sách *Cổ Học Tinh Hoa* (do Ôn Như Nguyễn Văn Ngọc soạn năm 1925) cho ta thấy: Học trò như Công Minh Tuyên, thầy dạy như Tăng Tử mới thật sự là học trò biết học, ông thầy biết dạy, xứng đáng thầy-trò. Bởi vì làm ông thầy không chỉ truyền thụ kiến thức mà còn lấy đức tánh làm gương giáo hóa cho học trò nữa, như sách có câu: "Dĩ ngôn di giáo, dĩ thân vi giáo". Chữ thầy là chữ ông thánh, lời thầy là "khuôn vàng thước ngọc" để học trò học theo, nghe theo và làm theo ngõ hầu trở thành người quân tử. Mà người quân tử phải biết "**Tu thân**" làm gốc, sau đó mới "**Tề gia**" để có thể "**Trị quốc**" rồi "**Bình thiên hạ**"; phải giữ ba giềng mối quan hệ thiêng liêng (**Tam cang**: Quân-thần, Phụ-tử, Phu-phụ); và năm điều phải hằng có (**Ngũ thường**: Nhân, Nghĩa, Lễ, Trí, Tín) để ra phò đời giúp nước.

-Ông thầy còn có trách nhiệm tinh thần lớn lao đối với môn sinh của mình.

Học trò hư, ông thầy mang tiếng. Học trò đi thi phạm trọng húy, thầy cũng bị tội lây. Học trò đỗ đạt bái tổ vinh quy, trong đám rước ngoài "ngựa anh đi trước", "võng nàng theo sau", nhiều nơi còn có cả "võng thầy" nữa. Có trách nhiệm lớn lao như vậy nên ông thầy dạy học trò phải nghiêm khắc. Bởi vì dạy mà không nghiêm, ấy là lỗi ở ông thầy (*Giáo bất nghiêm, sư chi nọa*). Cho nên những ông thầy "hay chữ" thường "dữ đòn" đối với học trò hư thân lười biếng!

-Oai quyền, thế lực tinh thần của ông thầy rất lớn, không chỉ đối với đám học trò "thò lò mũi xanh", "mặc quần hổng đít" mà còn với đám môn sinh đã thành đạt trong đó có cả vua chúa, quan lại trong triều nữa. Chẳng hạn như Lê Quát, Phạm Sư Mạnh đều là học trò lỗi lạc của thầy Chu Văn An, tuy đỗ Tiến sĩ, làm quan lớn trong triều, khi đến thăm vẫn cúi lạy thầy *"được thầy khuyên vài câu, rồi ra đi, rất lấy làm mừng"*. Địa vị, vai trò của người thầy được người đời tôn trọng như thế đó.

-Vậy bổn phận người học trò đối với thầy phải như thế nào? Sách *Luân Lý Giáo Khoa Thư* do Trần Trọng Kim chủ biên, xuất bản năm 1941, còn ghi rõ: "*Luân lý ta lấy quân, sư, phụ làm trọng hơn cả. Người học trò tốt phải biết ơn thầy, phải tôn kính thầy, phải yêu mến thầy và phải vâng lời thầy*" (tr.26). Nếu làm trái lại bị xem là "*những quân vô hạnh*", "*như thế là vong ân bội nghĩa rất đáng khinh bỉ*" (tr.28).

Kính thầy, biết ơn thầy là truyền thống tốt đẹp của người Việt. Lòng yêu kính ấy được biểu hiện qua nét ứng xử bằng nhiều cách thức khác nhau, trong đó có phong tục lễ Tết, phải sống "có nghĩa" với thầy: đạo thầy trò. Phan Kế Bính đã viết về phong tục lễ Tết thầy trong *Việt Nam Phong Tục* như sau: "*Lúc học gặp khi mồng 5 ngày Tết như Tết Nguyên Đán, Tết Thanh Minh, Tết Đoan Dương, Tết Trung Thu, mùa nào thức ấy, hoặc cặp gà, thúng gạo, hoặc đường mứt, bánh trái, hoặc dăm ba quan tiền tùy tình đa thiểu mà đem đến lễ thầy*". Trong *Gia Huấn Ca*, Nguyễn Trãi đã có những câu nhắc nhở *đạo thầy:*

Khuyên chồng nhớ đến đạo thầy;
Vật dâng lớn nhỏ gọi nay lễ thường! (cc.147-148).

Dưới thời vua Lê Thánh Tông, đạo nghĩa thầy trò còn được luật hóa. Bộ luật Hồng Đức còn ghi rõ: "*Cha mẹ phải răn con em về đạo thờ thầy học… Nếu không sẽ bị khép vào tội bất kính*" *(Điều 25).* Và "*Học trò phải tôn kính thầy, chăm chỉ về đường học, lấy đức hạnh làm gốc… Ai trái lệnh sẽ bị tội tám mươi trượng*" *(Điều 90).*

Như vậy quan hệ thầy trò là mối quan hệ thiêng liêng cao cả. Nó gắn bó về tình và lý. Nó ràng buộc con người phải sống cho "phải đạo", ăn ở cho có tình có nghĩa với nhau: *Đạo nghĩa thầy trò*. Từ ngàn xưa tình cảm cao quý nầy luôn được tôn kính, luôn được trân trọng gìn giữ: Đó chính là Truyền Thống Tôn Sư Trọng Đạo của người Việt.

-Tôn Sư Trọng Đạo Thời Cận Hiện Đại

Như đã phân tích, Tôn Sư Trọng Đạo ngày xưa chú trọng về lễ nghĩa, đề cao giá trị tinh thần hơn là vật chất. Nó xuất phát từ một tấm lòng, một tình cảm sâu xa nồng thắm chớ không phải chỉ là sản phẩm đơn thuần của lý trí. Nếu có chút đỉnh "vật dâng lớn nhỏ", "tùy tình đa thiểu" cũng chỉ là để đền ơn đáp nghĩa công thầy dạy dỗ.

Truyền thống Tôn Sư Trọng Đạo của dân tộc ta cứ thế mà được nâng niu, gìn giữ và phát huy bằng nhiều hình thức khác nhau. Nếu ngày xưa người dạy học là những "ông thầy", người đi học là những "cậu trò" thì thời cận, hiện đại đã xuất hiện thêm những "cô giáo" và "cô trò" trong nhà trường. Xưa "bà thầy" chỉ là cái bóng của ông thầy, chỉ đóng vai người nội trợ, phụ giúp chồng chăm sóc cái ăn, cái ngủ cho đám học trò còn "thò lò mũi xanh", vô cùng tinh nghịch!

Có câu ca dao nói tới "bà thầy" như sau:

-Học trò ăn vụng cá kho; ***Bà thầy*** *bắt được, đánh mo lên đầu.*

-Học trò đi mò cá sặt; ***Bà thầy*** ở nhà lắt cặc kho khô.

Thời cận, hiện đại không thiếu những thầy cô giáo có lương tâm đã thể hiện thiên chức nghề thầy, đào tạo biết bao nhân tài cho đất nước. Đất nước ta đã trải qua nhiều giai đoạn khó khăn, thử thách. Nhà giáo Việt Nam cũng trải qua nhiều bước thăng trầm, vinh nhục. Đã có thời xã hội không còn mặn mà với nghề dạy học. Sinh viên sư phạm coi như "dưa leo chấm với cá kèo" và "chuột chạy cùng sào". Có lúc một số thầy cô bỏ dạy, học trò bỏ học. Nếu còn bám theo nghề thầy, họ bắt buộc phải làm thêm bất cứ nghề phụ gì để sống. Hình ảnh người thầy bị mờ nhạt, có lúc thật thê lương. Vì vậy, ông đồ xứ Nghệ đã tuôn ra đôi câu đối:

Thầy giáo, tháo giày, tháo cả ủng, thủng cả áo, lấy giáo án, dán áo;

Nhà trường, nhường trà, nhường cả hoa, nhòa cả hương, lấy lương hưu, lưu hương.

Để vinh danh người thầy, nhà nước Việt Nam gọi họ là những "kỹ sư tâm hồn", đánh giá nghề dạy học là "nghề cao quý nhất trong các nghề cao quý", lấy ngày 20/11 hằng năm (từ 1982) làm "Ngày Nhà Giáo Việt Nam". Ở hải ngoại, Hội Lăng Ông tức Hội Tả Quân Lê Văn Duyệt Foundation tổ chức hằng năm bốn ngày lễ nói lên lòng nhớ ơn của người Việt Nam, trong đó có

"Ngày Nhớ Ơn Thầy" tức "Ngày Tôn Sư Trọng Đạo" được tổ chức lần đầu tiên vào ngày 26/11/2006 tại Nam California, Hoa Kỳ.

Những năm gần đây trong cơ chế thị trường, tôn sư trọng đạo không còn như trước, nếu không muốn nói thiên về vật chất hơn là giá trị tinh thần qua hình thức đi Tết thầy, cô giáo. Dưới thời "văn hóa phong bì", nhiều hiện tượng tiêu cực diễn ra, nói lên thực trạng cùng nỗi nhục vinh của nghề giáo. Một số nhà giáo có tâm huyết đã có nhiều ý kiến đóng góp với tinh thần xây dựng. PGS Văn Như Cương đã viết: "*Ngày nay, truyền thống này* [tức Tôn Sư Trọng Đạo-NKT] *vẫn duy trì tốt đẹp. Nhưng trong thời đại "Phú quý sinh lễ nghĩa" thì nhiều người hay kèm theo* ***món quà đắt giá*** hơn" (2). Nhà tâm lý học Đinh Đoàn nhận xét: "*Tết Thầy hiện nay không còn ý nghĩa… Ý nghĩa nhân văn cao đẹp Tết Thầy hiện nay đã mất hết rồi,* ***bị thương mại hóa*** *nhiều quá (*3). Còn ông Phạm Tất Dong, Phó Chủ tịch Hội Khuyến Học Việt Nam khẳng định: "*Không ai dám không đi Tết Thầy ngày Tết. Cái dở bây giờ là thế! Đó là* ***hiện tượng không bình thường, rất lạ. Tôi nghĩ lễ Tết không phải là tôn sư trọng đạo****"* (4).

Từ chuyện đi Tết Thầy lúc đầu "không bình thường, rất lạ", dần dần được mọi người cho là "bình thường". Bản tin trên báo điện tử Vietnamnet ngày 17/01/2011 cho biết: "*Như là một cái lệ, phụ huynh nào dù giàu, dù nghèo cũng chuẩn bị phong bao "chúc Tết" giáo viên dạy con mình từ vài trăm ngàn đến một triệu đồng. Ở thành phố lớn, mỗi giáo viên bậc mầm non, tiểu học nhận quà biếu từ phụ huynh có thể lên tới vài chục triệu cho một cái Tết là* ***chuyện thường***". Và chuyện một nữ đại gia về nhà đất, cứ mỗi độ xuân về, chị thường bỏ phong bao cho mỗi giáo viên chủ nhiệm dạy con mình ở Tiểu học và Trung học từ 100 đến vài trăm đô la cũng là "chuyện thường", "chẳng đáng là bao"! Nguyên nhân bởi tại đâu? Khách quan mà nói là do xã hội thời hội nhập, thời đại "Phú quý sinh lễ nghĩa" nên "không ai dám không đi tết thầy ngày Tết" và "hay kèm theo món quà đắt giá". Chính học sinh và cha mẹ học sinh đã góp phần làm hư hỏng một số thầy, cô giáo (như chạy trường, mua điểm, mua bằng cấp, v.v…). Nguyên nhân chủ quan một phần về phía nhà giáo. Đành rằng "có thực mới vực được đạo", nhưng một số nhà giáo đã đánh mất nhân cách, lòng tự trọng, coi dạy học cũng như nghề đi buôn, cũng mặc cả, trả treo, thêm bớt một cách sòng phẳng. Lớp nhỏ thì việc mua bán theo quà cáp của phụ huynh. Còn lớp cao đẳng, đại học thì việc "bán-mua" nầy biến hóa thiên hình vạn trạng và mang "tầm vóc" vĩ đại hơn, lịch sự hơn, kể cả việc "tống tình", "tống tiền"! (5). Đành rằng "Con sâu làm rầu nồi canh", nhưng nếu có cả bầy sâu thì biết phải làm sao? Học trò hư còn được thầy giáo dục. Nhưng thầy hư thì lấy ai giáo dục đây?

Ngày xưa, các cụ cũng hay chế giễu những thói hư tật xấu của những thầy đồ (thầy đồ dốt, tham ăn, ăn cắp vặt). Nhưng cách xưng hô với thầy vẫn còn trân trọng, là chuyện đạo đức. Chỉ có đại từ ông thầy, thầy giáo/cô giáo hoặc thầy/cô mới nói lên được sự tôn kính. Những năm gần đây khi nạn tiêu cực phát triển trong học đường, nhiều người gọi thầy cô giáo bằng những đại từ nghe thật chói tai. Câu tục ngữ "*Không thầy đố mầy làm nên*" đã được sửa lại là "*Làm thầy **mầy** không nên đồ*" hoặc sửa theo cách thức khác. Có học sinh nói với bạn: "*Ngấy người, cứ nghe **lão*** [thầy giáo] *lải nhải, tao chỉ muốn ra ngoài*". Lại có câu ca dao: "*Không thèm ăn gỏi cá chầy; Không thèm nói với **thằng thầy** mầy đâu!*". Nhà văn Sơn Nam có kể câu chuyện đại khái như sau: Có một cậu bé đi kinh tế mới đến tuổi đi học, được cha gởi về thành phố ở nhà ông nội. Vì không có "hộ khẩu", ông nội nó cố chạy chọt với Ban Giám hiệu để xin cho cháu được nhập học. Nhưng tới ngày tựu trường, thầy giáo bảo nên chờ vài ngày, đợi ý kiến cấp trên. Rồi "*Ngày lại ngày, ông cứ dắt thằng bé đi tới đi lui như kẻ phạm pháp, cho đến hôm ấy nó khóc to bảo rằng: "Mấy **thằng giáo*** nói láo với con nít, tại sao ông nội lại tin lời người ta? *(6)*.

Kết luận

Giáo dục là phải đổi mới. Đổi mới không phải là bỏ hết cái cũ (cả tốt lẫn xấu) để thay vào cái mới lạ không liên hệ gì tới quá khứ. Người làm giáo dục chân chánh phải biết chắt lọc cái cũ, chọn lấy cái hay cái đẹp của quá khứ để từ đó mà đổi mới. Chẳng hạn như "Hệ thống luân lý" của Khổng Tử cũng có cái tiêu cực, chỉ nhắm vào bổn phận hơn là quyền làm người. "Đạo lý thánh hiền" cũng còn mặt hạn chế, chỉ khuyên người ta đừng làm những cái xấu hơn là phải tích cực làm những cái tốt. Ngay cả cái "Đạo học *ngày nay đã hỏng rồi*", trong thời đại mới, đặc biệt trong giai đoạn "dầu sôi lửa bỏng" của lịch sử, chúng ta phải tìm mọi cách thoát dần hệ tư tưởng Nho giáo lỗi thời của ngàn năm bị giặc Tàu đô hộ.

Tôn Sư Trọng Đạo từ ngàn xưa là cái cũ, là *cái gốc* đã trở thành truyền thống. Còn tệ nạn tiêu cực là *cái ngọn* trong thời đại "Phú quý sinh lễ nghĩa". Làm sao vun bồi cho cái gốc truyền thống tốt đẹp được "sâu gốc, bền rễ", gọt tỉa cái ngọn không cần thiết để cái tốt luôn được nở hoa kết trái. Làm sao để truyền thống Tôn Sư Trọng Đạo không bị tổn thương. Làm sao để thầy còn đủ điều kiện để làm thầy, học trò còn cơ hội để học làm người. Thầy có "đạo làm thầy", trò có "đạo làm trò". Mong rằng những cái tiêu cực chỉ là "hiện tượng" nhứt thời không thể lấn át được "bản chất" tốt đẹp của nghề thầy. Giáo sư Nguyễn Thanh Liêm đã có đề nghị rất xác đáng: "*Tinh thần Tôn Sư Trọng Đạo hơn bao giờ hết cần phải* được phục hồi. Truyền thống tốt đẹp đã có cần được chấn hưng để những thế hệ sau nầy còn có cơ hội xây dựng lại tinh thần Nhân Bản, Dân Tộc, Khai Phóng rất cần cho việc hiện đại hóa và phát triển quốc gia trong những thập niên tới" [7]. Người viết rất mong được trả lại tình cảm trong sáng: *tình nghĩa thầy trò* đích thực, cao quý, thiêng liêng. Và câu ca dao trên mãi mãi là một lời ru mượt mà duyên dáng, phảng phất trong đó lời mẹ giáo dục con từ rất sớm, rất xa nhằm đề cao sự học và lòng kính yêu thầy.

Chú thích:

[1] Xã Đắk Nông, huyện Ngọc Hồi (Kon Tum) gồm 24 hộ dân (100 khẩu), hằng ngày người dân phải "làm xiếc" trên sợi dây cáp cách mặt nước sông Pô Kô 20 mét, dài 150 mét mới sang được bờ bên kia để đi chợ, đi học. http://www.danchimviet.info/archives/9372.

[2], [3] và [4]:Nguồn http://www.tinmoi.vn/Idquo.Tet-thayrdquo-lieu-co-con-02121821.html

[5] Nguồn http://tranhluan.aicoly.com/muon-sang-thi-bac-cau-kieu-muon-con-hay-chu-phai-nang-di-thay--35A4F9Đ.html

(6) Sơn Nam: "Cũ và Mới". *Thời Báo Montréal*. Số 422 ngày 30/11/1998,tr.45.

[7] Nguyễn Thanh Liêm. Tập San Đồng Nai-Cửu Long. Số 5 tháng 1/2007, tr.273.

KỶ NIỆM BUỒN VUI NGHỀ BÁO - TỪ TẬP SAN VĂN HỌC TỚI NGHIÊN CỨU VĂN HỌC

Lời tác giả: *Sau biến cố tháng 4/1975, trải qua bao cuộc bể dâu, tôi không còn giữ được bất cứ số* ***Tập San Văn Học*** *cũng như tờ* ***Nghiên Cứu Văn Học*** *nào. Nhờ một duyên may, GS Nguyễn Văn Trung còn giữ được và đã mang đầy đủ các số báo từ Việt Nam qua và giao cho ông Trịnh Viết Đức, nguyên Giám đốc nhà xuất bản Nam Sơn lo việc sao chụp xuất bản tại Montréal, năm 2000. Tôi nhận được tương đối đầy đủ báo Nghiên Cứu Văn Học sao chụp lại (chỉ thiếu các số 3, 8 và 13, bạn nào còn giữ xin vui lòng nhượng lại, rất cám ơn) nên đã sử dụng trong bài nầy. Xin được bày tỏ lời cám ơn sâu đậm và chân thành nhứt đến cố GS Nguyễn Văn Trung và cố Giám đốc Trịnh Viết Đức.*

Trên đời mọi việc đều có cái duyên, trong đó có duyên làm báo. Từ cái "duyên" làm báo sẽ dẫn tới "nghề" báo, rồi "nghiệp" làm báo. Đối với tôi, nói là nghề báo e không đúng - bởi vì đó là nghề tay trái, nói đúng hơn là nghiệp làm báo. Tôi muốn kể cho các bạn nghe nguyên do nào đã đưa đẩy tôi tới "nghề báo" rồi "nghiệp báo" cùng những thăng trầm, sướng khổ của nó.

Vào những năm bản lề của các thập niên 1960-1970, tại thủ đô Sài Gòn có hàng chục tạp chí văn học nghệ thuật ra đời. Hầu hết các tạp chí nầy đều phải tự "bơi", phải vững tay lèo lái nếu không muốn bị "chết đuối". Tờ *Nghiên Cứu Văn Học* Bộ cũ do Linh Mục Thanh Lãng làm Chủ nhiệm, nhà văn Thế Nguyên phụ trách Tòa soạn cũng không ngoại lệ. Sau một năm tự bơi (1967-1968) với 10 số báo phát hành, tờ báo đã tự đình bản. "Nghề báo" của tôi trải qua hai giai đoạn. Giai đoạn 1 với **7** số *Tập San Văn Học* (1967-1974) ấn hành không thường xuyên. Giai đoạn 2 với **16** số nguyệt san *Nghiên Cứu Văn Học* (1971-1972) do LM Thanh Lãng Chủ nhiệm kiêm Chủ bút. Còn tôi phụ trách Chủ biên *Tập San Văn Học* (*TSVH*) và Tổng Thơ ký tòa soạn tạp chí *Nghiên Cứu Văn Học (NCVH).*

TẬP SAN VĂN HỌC

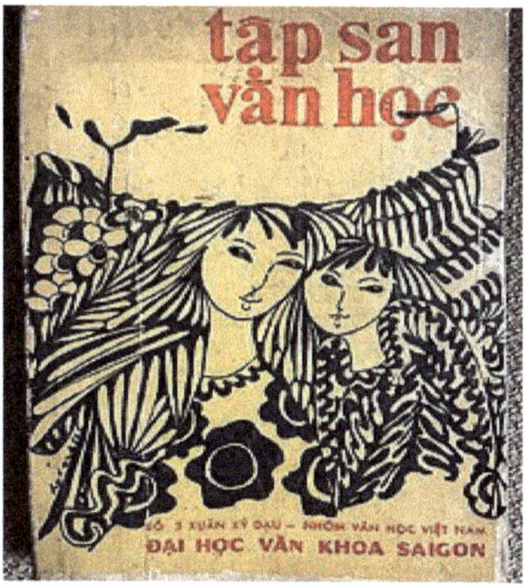

******Bìa Tập San Văn Học số* ***3*** *- Nhóm Văn Học Việt Nam ĐHVK Sài Gòn, Xuân Kỷ Dậu 1970 (Nguồn:vi.wikipedia.org).*

Vào niên khóa 1966-1967, một nhóm sinh viên chứng chỉ Văn chương Quốc âm chúng tôi thành lập Nhóm Văn Học Việt Nam Đại học Văn Khoa Sài Gòn (ĐHVKSG) do GS Thanh Lãng đỡ đầu. Tôi được anh em tín nhiệm bầu làm Phó Chủ Tịch. Người đứng đầu Nhóm là Nguyễn Văn Vịnh. Bạn Bùi Đức Uyên làm Tổng Thơ ký, còn bạn Nguyễn Tấn Vinh là một Ủy viên của Nhóm. Ngoài việc tương thân tương trợ trong học tập, tập tành viết văn, "làm báo", chúng tôi ra mắt được 6 số Nội San (in Ronéo) và 1 Đặc San (in Typo). Nội San do tôi làm Chủ bút; Chủ bút Đặc San do anh Bùi Đức Uyên phụ trách. Trên *NCVH* số **1** (tháng 3/1971) có phần quảng cáo *TSVH*:

> *"Nhóm cũng thiết tha kêu gọi các bạn sinh viên gia nhập Nhóm và mong mỏi sự đóng góp bài vở của các bạn.*
> *Thơ từ bài vở, thắc mắc xin liên lạc với:*
> *Ô.* ***Nguyễn Kiến Thiết****, Chủ biên TSVH*
> *TK8/34 Trần Hưng Đạo Saigon II"* (tr.125).

Và trong bản tin đăng ở *NCVH* số **2** (15/4/1971) có ghi:

" Phát hành vào hạ tuần tháng 5-71 tại Đại học Văn Khoa

Sài Gòn: TẬP SAN VĂN HỌC Số 7, mùa thi 70-71
Chủ trương: Nhóm Văn Học Việt Nam
Chủ biên: NGUYỄN KIẾN THIẾT
Tài liệu học tập sát với chương trình học và thi của các bạn Sinh viên Văn Khoa:
- Năm thứ I ban Văn chương việt Nam
- c/c Văn chương Việt-Hán
- c/c Văn chương Quốc Âm
- c/c Ngữ học Việt Nam
- c/c Văn Minh Việt Nam" (tr.112).

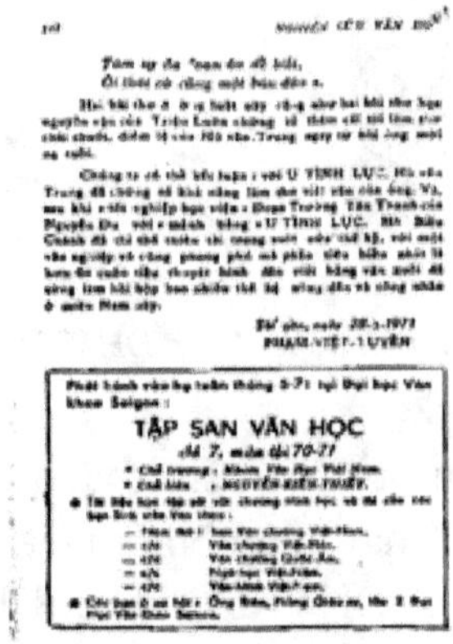
TẬP SAN VĂN HỌC

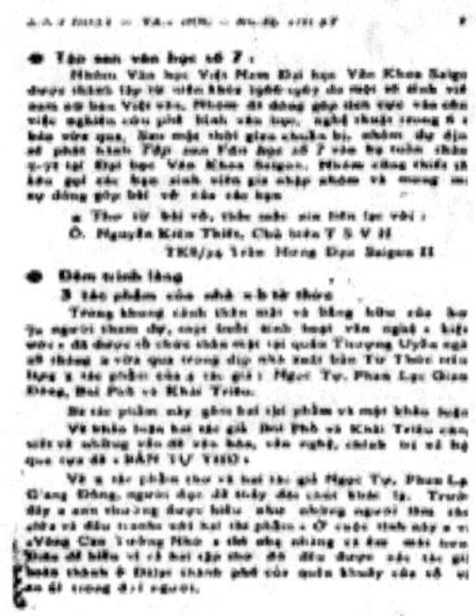
Tập san văn học số 7

*Hình trái và phải: *Quảng cáo Tập San Văn Học trên nguyệt san Nghiên Cứu Văn Học*

Điều đáng ghi nhận là hầu hết các thành viên trong Nhóm đều hăng say với công việc, thể hiện tinh thần phục vụ vô vị lợi và trách nhiệm cao. Kẻ liên lạc với các giáo sư và sinh viên để nhận bài đăng báo, người phụ trách in ấn, phân phối tài liệu học tập liên quan tới các chứng chỉ cử nhân. Một số bài nòng cốt do quý Thầy đóng góp. Chẳng hạn GS Thanh Lãng, GS Bửu Cầm, GS Đông Hồ, GS Lê Ngọc Trụ... Hầu hết bài vở còn lại do sinh viên chúng tôi đảm trách, có thể nói là "bao sân". Tôi còn nhớ GS Thanh Lãng với bài "*Văn hóa dân tộc là gì?*" đăng trên *TSVH* số 7, Hè 1970-1971, tr.1-9. Còn thầy Đông Hồ có một bài khảo cứu tựa đề "*Vai trò a hoàn trong các truyện thơ nôm bình dân*" đăng trên *TSVH* số 7 in Typo. Tiếc rằng số Đặc San nầy đã bị thất lạc. Trong phần Tiểu sử của thi sĩ Đông Hồ, **chưa ai nói** về bài nầy. Tôi tập tểnh viết bài nghiên cứu văn học đầu tiên tựa đề "*Tình yêu quê hương của các vua quan đời Trần*". Bài nầy được GS Phạm Văn Diêu khen ngợi và biểu dương trước tập thể sinh viên lớp Văn chương Việt-Hán đàn em. Tôi cũng có đăng bài khảo cứu văn học khác tựa đề "*Tư tưởng yếm thế của các nho thần đời Trần*". Ngoài ra một số sinh viên trong Nhóm như Bùi Đức Uyên, Nguyễn Văn Vịnh, Nguyễn Tấn Vinh, Trần Gia Văn cũng góp mặt với nhiều bài biên khảo, thơ và truyện đăng rải rác trên các số *TSVH*.

Việc làm của Nhóm chúng tôi hoàn toàn tự nguyện, nhằm mục đích phục vụ là chánh: Người đi trước giúp người đến sau; người có chút phương tiện giúp người thiếu phương tiện học tập, tránh tình trạng "học chay". Chúng tôi đã kết hợp giữa "học" và "hành"; từ "hành" mới có cơ hội để "học". Trong "hành" chúng tôi đã "học" rất nhiều điều: từ chữ "nhẫn" đến chữ "hòa" và tinh thần phục vụ vô vị lợi. Thời bấy giờ chúng tôi chưa biết tới tư tưởng cao xa trong giáo lý "tri" và "hành" của nhà Phật hoặc triết thuyết "tri hành hợp nhứt" do Vương Dương Minh đời nhà Minh đề xướng.

NGHIÊN CỨU VĂN HỌC

Với lòng thiết tha phục vụ văn hóa, và cũng để tránh vết xe đổ bởi cái chết non yểu của *NCVH* Bộ cũ, vào cuối năm 1970, Linh mục Thanh Lãng đã mở một Phiên họp bàn về việc tái bản tờ báo. Thành phần tham dự buổi họp hôm ấy gồm một số cựu sinh viên thuộc nhóm Văn Học Việt Nam ĐHVKSG do LM Thanh Lãng chủ trì. Nội dung chánh của buổi họp là bình chọn nhân sự phụ trách Tòa soạn. Nhóm Văn Học Việt Nam chúng tôi tất cả đều tốt nghiệp Cử nhân, hầu hết là giáo chức đã an phận nên không ai dám lãnh trách nhiệm nầy. Theo sự gợi ý của LM Chủ nhiệm, lần tái bản nầy phải mở rộng địa bàn hoạt động nên cần có sự hợp tác của những cây bút trẻ. Trong nhóm chỉ có tôi trẻ hơn các anh em khác, là dân Nam Kỳ Lục tỉnh *chánh hiệu*, gốc Phật giáo, nên dễ thích hợp với việc *mở rộng địa bàn hoạt động* của tờ báo - nhứt là ở các tỉnh miền Tây. Tôi muốn mở dấu ngoặc: Từ ông chủ báo đến các nhân viên khác - kể cả Nhà in, đều là dân gốc Bắc, theo Công giáo. Sau khi thảo luận, bàn cãi, tôi được mọi người tín nhiệm giao trọng trách trông coi Tòa soạn với muôn vàn cái khó. Đó là cái duyên đưa tôi dấn bước vào nghề báo, vào nghiệp làm báo.

- Hoạt động của tờ báo. Như đã thưa ở trên, tôi lãnh nhiệm vụ Tổng Thơ ký Tòa soạn với vô số cái khó: **một** là vừa học (soạn Luận án Cao Học), vừa đi dạy, vừa học làm báo, phải sắp xếp thời gian sao cho hợp tình hợp lý trong việc điều hành tòa báo; **hai** là không có Tòa soạn và số điện thoại riêng để tiện liên lạc với cộng tác viên, với độc giả cũng như với nhà in và Ban Trị sự (Địa chỉ Tòa soạn và số điện thoại ghi trên báo là chỗ ở của LM Thanh Lãng - số 386/14 Trương Minh Giảng Saigon III. ĐT: 41756); **ba** là "không có thực" nhưng phải "vực được đạo". Đã mang lấy nghiệp vào thân, tôi và các anh em tòa soạn vẫn hăng say làm việc, lầm lũi làm việc. Có thể nói tôi là "nhà báo không chuyên", "nhà báo không tên", "nhà báo không lương" bước chập chững vào nghề nên đòi hỏi nhiều công phu, kiên trì và cố gắng. Riêng tôi vẫn lấy làm vui vì đó là tất cả sự đam mê, thích thú. Nhứt là được sự tín nhiệm của LM Chủ nhiệm, của một số cộng tác viên; và sau nhiều số báo, tôi được phần đông độc giả - đặc biệt là bạn đọc trẻ ở miền Tây dành cho bao mối cảm tình nồng hậu. Trong số ra mắt, tháng 3/1971, LM Thanh Lãng đã viết: *"Để tránh cho Nghiên Cứu Văn Học đỡ cái khuôn mặt cau có, nó đã may mắn tiếp nhận sự hợp tác của nhiều cây bút trẻ, mà sự nghiệp nghiên cứu cũng như sáng tác đang ở trong thời kỳ sáng giá"* (*Tái Ngộ*, tr.1). Tôi còn được sự cảm thông - hay là *sự nhận lỗi gián tiếp* của một trong những cộng tác viên khó tánh (?) là thi sĩ Nguyên Sa. Chính nhà thơ đã nhận xét về bảy tạp chí văn chương - trong đó có *Nghiên Cứu Văn Học* "đã và còn ở trong tình trạng vất vả", có thể nói là "bẩy tờ báo định kỳ là bẩy nhân với một ngàn lần khốn khó". Theo tác giả tập thơ *Những Năm Sáu Mươi*, nỗi vất vả thứ nhứt là "sự cực nhọc về tài chánh"; nhưng "nặng nề hơn nữa là những khó khăn về bài vở". Xin trích một vài đoạn: "*Bài vở của tạp chí thật cực nhọc. Bởi vì số người viết có hạn, mà đã bị chia năm **sẻ** bẩy. Cái ông nhà văn hẹn đưa bài đầu năm Dậu, có khi qua năm Hợi mới nhớ đến nhau (...). Lấy tờ Nghiên Cứu Văn Học* *ra làm thí dụ điển hình thì có lẽ tôi đã để cho ông Tổng thơ ký tòa soạn báo này* ***đi lại cả chục lần*** mà chưa viết cho nhau được một chữ" (Nguyên Sa. *Nghiên Cứu Văn Học* số 6, tháng 8/ 1971, tr.4.

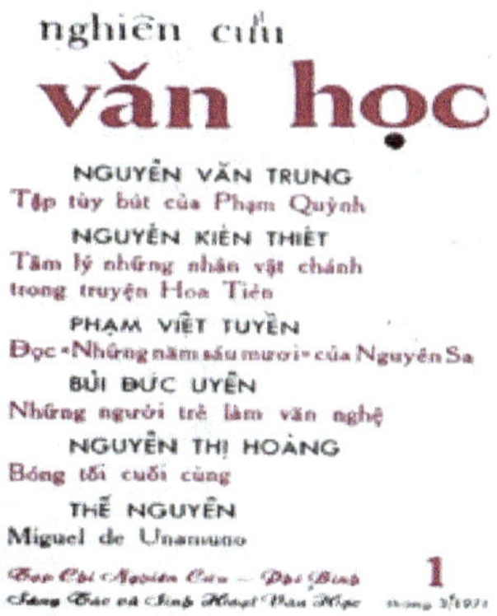
nghiên cứu
văn học
NGUYỄN VĂN TRUNG
Tập tùy bút của Phạm Quỳnh
NGUYỄN KIÊN THIẾT
Tâm lý những nhân vật chánh trong truyện Hoa Tiên
PHẠM VIỆT TUYỀN
Đọc «Những năm sáu mươi» của Nguyên Sa
BÙI ĐỨC UYÊN
Những người trẻ làm văn nghệ
NGUYỄN THỊ HOÀNG
Bóng tối cuối cùng
THẾ NGUYÊN
Miguel de Unamuno
Tạp Chí Nghiên Cứu – Phê Bình Sáng Tác và Sinh Hoạt Văn Học
1
tháng 3/1971

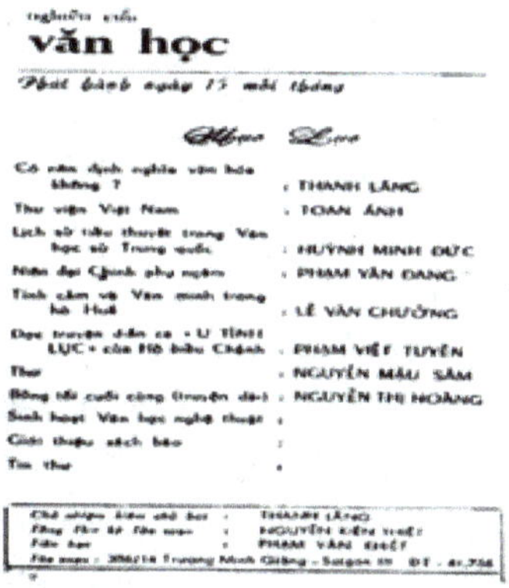
văn học
Phát hành ngày 15 mỗi tháng
Mục Lục
THANH LÃNG
TOAN ÁNH
HUỲNH MINH ĐỨC
PHẠM VĂN ĐANG
LÊ VĂN CHƯỞNG
PHẠM VIỆT TUYỀN
NGUYỄN MẬU SÂM
NGUYỄN THỊ HOÀNG

*Hình trái: *Bìa 1 Tạp chí Nghiên Cứu Văn Học số 1 (Bộ mới), tháng 3/1971.*

*Hình phải: *Bìa 2 Mục lục tạp chí Nghiên Cứu Văn Học. Tòa soạn chỉ có* ***ba*** *người.*

Trở lại việc điều hành tờ báo. Ngay cái tên của tờ báo như đã có luồng sinh khí mới: "*Nghiên Cứu Văn Học, Tạp Chí Nghiên Cứu – Phê Bình Sáng Tác và Sinh Hoạt Văn Học*". Muốn cho tờ báo được phát hành rộng khắp trong cả nước (từ Bến Hải tới Cà Mau), được đông đảo độc giả hưởng ứng, trước hết phải có **bài vở nòng cốt** của những cây bút tên tuổi; sau đó là bài viết của những cây bút mới ra lò, còn tập tễnh với cái nghiệp dĩ văn chương. Bài của các cây bút cổ thụ đều có nhuận bút hẳn hoi, còn bài của các cây bút mới coi như phải "cúng dường" để tạo phước báu. Lúc bấy giờ Tòa soạn chỉ có hai người, gồm anh Phạm Văn Khiết - chịu trách nhiệm về Tiền bạc, và tôi - chịu trách nhiệm tổng quát, đối nội lẫn đối ngoại. Từ việc nhận bài vở, chọn lọc sơ khởi rồi thông qua Chủ nhiệm, đến việc liên lạc với nhà in, làm "thầy cò" sửa morasse, rồi liên lạc với độc giả và phát hành báo, tôi phải đảm đương mọi thứ, có thể nói là cả gánh nặng quằn vai. Tôi không dám so câu thơ của ông Nguyễn Vỹ gởi Trương Tửu (1937) "Nhà văn An Nam khổ như chó" mà chỉ muốn nói làm báo, làm tạp chí về văn học là làm "những công tác bạc bẽo, khô khan", không sướng chút nào. Cụ thể là việc **nhận bài viết** của các cây bút thành danh. Đã nhiều lần đến hẹn lại lên, bị các "đấng văn hóa" hẹn lần hẹn lữa, cười trừ, bị làm tình làm tội đủ điều, phải học chữ "Nhẫn" mới khả dĩ đạt được mục đích. Chính nhà thơ Nguyên Sa đã thú nhận: *"Sống với tạp chí liên tục từ năm một ngàn chín trăm năm mươi sáu tới nay, số lần hẹn cuội, thất hứa, cười trừ, những tội lỗi lớn nhỏ đó mà tôi đã làm với anh em, xét ra đếm không thể xuể" (...). "Hẹn với Thanh Lãng là viết bài từ số một mà nay số một dường như đã đứng phía sau khá xa trong dĩ vãng, mới có can đảm ngồi gõ lọc cọc cho nhau được mấy hàng. Mà can đảm đó tìm thấy nó thật hãn hữu. Bạn Nguyễn Kiến Thiết nói kỳ này chủ nhiệm đau, ông ráng* dùm *(1) cho. Cái vụ chủ nhiệm đau đó có thiệt, ông ấy ốm tưởng chết" (...). "Nhưng tôi biết chắc là ông ấy còn cả tháng nữa mới viết lách được, đành "xâm mình" viết một bài cho tạp chí này bằng cách nói về những khốn khó của tạp chí"* (báo đã dẫn, tr.5). Tôi không muốn *vơ đũa cả nắm*, bởi cũng có một số cộng tác viên tương đối đúng hẹn (Toan Ánh, Nguyễn Thị Hoàng), một số vị chỉ hẹn vài lần nhưng dễ gần gũi, trò chuyện thân mật, cởi mở (Sơn Nam, Bình Nguyên Lộc), v.v... Đó là chưa kể sau khi phát hành, tôi phải *bao sân* lặn lội đem báo biếu, gởi trả nhuận bút cho các tác giả cộng tác (cho vài số báo đầu tiên), đồng thời xin bài mới. Nếu bài vở chưa có sẵn, phải lặp lại điệp khúc: "hẹn cuội - lần lữa – cười trừ - thất hứa".

Ngoài ra, có mục *Tin Thơ* nhằm bắc nhịp cầu giao cảm giữa *NCVH* với độc giả và các cây bút mới. Chuyên mục nầy khá quan trọng - mà *NCVH* Bộ cũ không có, nhằm thu hút, mời gọi và duy trì độc giả, bảo đảm phần nào sự sống còn của tờ báo. Ban đầu mục nầy do tôi phụ trách, mỗi tháng phải đọc hàng trăm lá thư của độc giả khắp nơi gởi về Tòa soạn ngõ hầu trả lời thỏa đáng. Đôi khi phải trả lời bằng thư riêng viết tay gởi qua đường bưu điện, nếu có độc giả yêu cầu và gởi kèm tem thư. Về sau công việc nầy *quá tải*, tôi cáng đáng không xuể nên LM Chủ nhiệm cử bạn Nhuệ Hương (Nguyễn Văn Vịnh) giúp tôi mục *Tin Thư* nầy. Nhằm tô điểm sắc hương cho tờ báo, *NCVH* còn có thêm các mục: *Giới thiệu sách báo, Sinh hoạt Văn học Nghệ thuật* do bạn Phú Hà phụ trách, cùng với sự tiếp tay của Nhuệ Hương,

Uyên Minh và tôi, cũng như của một số đông bạn đọc. Tuy nhiên còn cái khó quyết định sự tồn vong của tờ báo, đó là **tài chánh**. *NCVH* không có nguồn tài trợ nào, mọi khoản chi phí từ A tới Z đều do LM Thanh Lãng gồng mình gánh hết, cộng với công sức của đám môn sinh rất mực trung thành. Chính Nguyên Sa đã nhận xét: "*Một vài tạp chí thì được trợ giúp bởi cơ quan ngoại viện, theo lời đồn của dư luận mà tôi thực tình không biết thực hư, còn tờ Nghiên Cứu Văn Học đè trên vai ông chủ nhiệm là Linh mục Thanh Lãng, chẳng biết ông còn gánh được bao lâu*" (*NCVH* báo đã dẫn, tr.3-4). Vì mới học việc, chúng tôi phải tự bơi, lần dò tìm phương cách phát hành tương đối có hiệu quả. Đầu tiên là thiết lập một mạng lưới phát hành (Đại lý) ở một số tỉnh, thành phố, rồi tăng cường quảng cáo bằng cách đăng báo hoặc rỉ tai; sau hết là tự mang báo đi chào hàng nếu có thể. Tôi nhớ có lần mang 100 tờ *NCVH* về Cần Thơ và Vĩnh Long phát hành, nhờ sự quen biết với các văn thi hữu và giáo chức ở miền Tây, trong vòng hai ngày, báo đã bán hết. Tôi nghiệm ra rằng "cái khó làm ló cái khôn", trong cái cực nhọc đã mang lại niềm vui và sự khích lệ tinh thần!

- Một vài kỷ niệm

Sau hai năm phục vụ bạn đọc với 16 số báo phát hành, tờ *NCVH* Bộ mới cũng cùng chung số phận với Bộ cũ. Cho đến bây giờ tôi vẫn mãi ưu tư vì chưa thể giải thích căn nguyên của việc đình bản nầy. Có lẽ tôi quá chủ quan vì thấy độc giả vẫn không ngừng gởi bài vở, thư từ về Tòa soạn và nhiệt tình cổ võ. Mặt khác, *NCVH* đã kính cáo: "*Sau số 16 này, tạp chí NCVH sẽ nghỉ hè Ba tháng và số 17 sẽ là số Chủ đề HỒ XUÂN HƯƠNG phát hành ngày 15-10-1972*". Nghĩa là *NCVH* vẫn còn "sống" và phải tự "bơi" để phục vụ bạn đọc. Nhưng tờ báo đã nghỉ hè dài hạn, nghỉ hè vĩnh viễn. Thôi thì cứ đổ lỗi đủ thứ để tự an ủi: nào do chiến tranh ngày càng ác liệt, do nguồn tài chánh cạn kiệt bởi vật giá leo thang, nào do bài vở không đáp ứng thị hiếu của đại đa số bạn đọc và ngọn lửa nhiệt tình của người phục vụ không còn mãnh liệt như thuở ban đầu. Mỗi một yếu tố trên đây, vừa khách quan vừa chủ quan đã góp phần tác động đến sự tồn vong của tờ báo. Nhưng hình như sự thiếu sót lớn của các tạp chí văn chương, nói chung và của *NCVH*, nói riêng là sự thiếu vắng *linh hồn*, thiếu vắng *tinh thần* của một tạp chí văn học nghệ thuật.

Sự thiếu vắng linh hồn và thiếu vắng tinh thần của tờ *Nghiên Cứu Văn Học* thể hiện bởi sự khiếm khuyết một Ban biên tập *có tâm có tầm*, cũng như một lực lượng cộng tác viên hùng hậu, trường kỳ. Qua sự dọ hỏi một số tạp chí văn học khác hoạt động cùng thời, tôi được biết sự thiếu vắng nầy đối với họ không quá trầm trọng. Bằng chứng là họ có một đội ngũ cộng tác viên đông đảo gồm những nhà văn, nhà thơ, nhà nghiên cứu phê bình văn học tên tuổi viết định kỳ cho tờ báo. Vì vậy các tạp chí ấy đều có nội dung dồi dào phong phú đáp ứng được thị hiếu của người mua. Một khi báo bán chạy, tiền "nhuận bút" cũng tăng để người viết có thể sống được bằng ngòi bút của mình. Chủ báo, nhân viên tòa soạn và người viết đều nương nhau mà sống, sống lâu hay chết yểu là nhờ độc giả ủng hộ nhiều hay ít. Mất độc giả, tờ báo sẽ chết. Đôi khi chết trong tức tưởi. Báo sống được, sống mạnh thì nhân viên Tòa soạn cũng được trả lương đầy đủ hằng tháng (theo thông lệ từ 10 ngàn tới 15 ngàn đồng một người) để tạm đủ sống, để *toàn tâm toàn ý* phục vụ hết mình cho tờ báo. Một khi có tiền, có thực lực sẽ dễ bề cải tiến cách trang trí tờ báo cho dễ nhìn, chữ in dễ đọc- nói chung là *dễ bắt mắt* làm hài lòng "Thượng để"! Có như vậy, mọi người sẽ đều phấn khởi, ai nấy đều lên *tinh thần*. Một tờ báo có được cái *linh hồn* và cái *tinh thần* như vậy thì làm sao chết non yểu được? Có người cho rằng làm văn nghệ mà chỉ nghĩ đến tiền nong, nhuận bút thì mất đi "ý nghĩa thiêng liêng của nó"; nếu cần cũng "hít không khí để viết"(?). Vừa rồi tình cờ lướt trên mạng, đọc được bài viết của nhà văn Viên Linh "*Làm báo văn nghệ ở miền Nam trước tháng Tư 1975*", niềm ưu tư của tôi về việc đình bản của tờ *NCVH* giờ đây đã được giải tỏa. Xin cám ơn người làm báo kỳ cựu với hơn 50 năm trong nghề, Thư ký tòa soạn *thâm niên* cho rất nhiều tờ báo từ trong nước ra tới hải ngoại. Xin phép được sử dụng một số dẫn chứng trong bài báo của nhà văn (qua trang mạng www.litviet.org) để so sánh giữa tạp chí *NCVH* và báo do ông phụ trách tòa soạn cũng như vài tờ báo khác.

*Về **việc tài trợ**, *NCVH* (1971-1972) không có một Mạnh Thường Quân nào hỗ trợ, trong khi báo *Nghệ Thuật* (1966-1968) "được ông Thủ tướng Nguyễn Cao Kỳ tài trợ cho khoảng một triệu bạc". Đó là một số tiền rất lớn thời bấy giờ (tương đương với 60 cây vàng).

*Về **số lượng in**, báo *NCVH* chỉ in từ một tới hai ngàn số **mỗi tháng** (giá bán 60$, rồi 70$ mỗi số), trong khi báo *Khởi Hành* (1969-1973) với Thư ký tòa soạn Viên Linh in từ năm tới bảy ngàn số, có lúc lên đến mười ngàn **mỗi tuần** (giá bán 15$ mỗi số). Báo *Khởi Hành* sống tới số 156.

*Về **lực lượng cộng tác viên**, *NCVH* chỉ có 5-6 người có tên tuổi do Chủ nhiệm mời, nhưng không thường xuyên. Số còn lại là những cây bút trẻ còn trong thời kỳ thử nghiệm. *Khởi Hành* có ít nhứt 20 người cộng tác *trường kỳ* gồm những tên tuổi lớn, chẳng hạn như: Bình Nguyên Lộc, Nguyễn Hiến Lê, Mai Thảo, Võ Phiến, Sơn Nam, Thanh Tâm Tuyền, Cung Trầm Tưởng, CHÓE, Dương Nghiễm Mậu, Đỗ Khánh Hoan, Huỳnh Phan Anh, Lê Xuyên, Nguyễn Thị Hoàng, Lê Huy Oanh, Nguyễn Thị Thụy Vũ, Vũ Bằng, Văn Quang, Nhã Ca, Tuệ Sỹ, Cao Huy Khanh, v.v…

*Về **việc chọn bài vở, chi trả nhuận bút**. *NCVH* đăng 100% những bài của các cây bút "gạo cội" hoặc do Chủ nhiệm giao và có trả nhuận bút bèo bọt theo quy định của Ban Trị sự (mỗi bài từ 300 đồng tới 400 đồng). Bài của cộng tác viên khác do tòa soạn chọn đăng không cần thông qua Chủ nhiệm. Chỉ những bài khảo cứu, phê bình văn học được chọn đăng mới được trả nhuận bút "tượng trưng", còn thơ, văn thì đành chịu "cúng dường". Tôi có đăng mấy bài khảo cứu văn học và một số bài linh tinh cũng góp phần "công quả"(2). Báo *Khởi Hành* giao *toàn quyền* cho Thư ký tòa soạn như "*mời người cộng tác, chọn đăng bài và toàn quyền trong việc trả nhuận bút cho các tác giả cộng tác*". Có khi những cây bút "sáng giá" bị ràng buộc bởi tiền nhuận bút ứng trước, sau đó mới viết bài "trả nợ"- thường gọi là "nộp bài". Tuần báo *Khởi Hành* trả nhuận bút cho tác giả cộng tác *bất cứ thể loại nào* (từ thơ, văn đến biên khảo, dịch thuật…), có thể nói là cao chót vót so với *NCVH*. Thấp nhứt là 700 đồng một bài, trung bình 1000 đồng, và cao nhứt là 2500 đồng. Trong số người lãnh nhuận bút *hậu hĩnh* và *ngoại lệ,* có nhà văn Thanh Tâm Tuyền (2500 đồng). Nhà văn Nguyễn Đông Nhật, báo *Quảng Nam* có kể: "*Tôi còn nhớ vào năm 1971, nhuận bút cho một bài thơ in trên một tạp chí (...), tôi nhận được* ***3.000 đồng,*** *đủ cho 2,5 tháng tiền cơm sinh viên nghèo (...). Đã nói tới, thì cũng phải nói lui cho… có vẻ công bằng. Bởi nếu không, thì các ban biên tập sẽ bĩu môi: Biết một mà chẳng biết hai. Là vì, nhuận bút nó bị "trói" bởi nhiều sợi dây lắm! Là vì theo quy định, mức nhuận bút dựa trên nhiều yếu tố, ví như "nguồn thu từ hoạt động báo chí; nguồn thu từ các hoạt động kinh tế của cơ quan báo chí; nguồn hỗ trợ, tài trợ của các tổ chức, cá nhân trong và ngoài nước; nguồn hỗ trợ từ ngân sách nhà nước*" (Cà kê... nhuận bút).

Tình trạng nầy giống như các đoàn hát lớn - các đại ban, sẵn sàng chi tiền *khủng* để mua/chuộc đào kép hạng siêu sao. Có nghệ sĩ được các "đại ban" ký giao kèo từ 1 tới 2 triệu đồng mỗi năm, có nghệ sĩ được trả cachet 5 cây vàng cho một xuất hát. Vì vậy mà khán giả sẵn sàng chi đậm để mua vé. Thành thử có đoàn hát "ăn nên làm ra", đêm diễn nào cũng *cháy vé*, có khi chỉ diễn một vở tuồng ăn khách liên tục mấy tháng. Chính khán giả đã "nuôi" cả đoàn hát, từ ông bầu, thầy tuồng tới tập thể nhân viên phục vụ cũng như trang trải mọi chi phí lớn nhỏ khác. Và hơn ai hết đào kép thượng thặng được dịp *hốt bạc*, ký giao kèo hàng triệu bạc, có cuộc sống sung túc, có nhà lầu, xe hơi, có kẻ hầu người hạ. Vậy mà có người đã miệt thị "xướng ca vô loài"! Những nhà văn, nhà báo đã thành danh cũng đều được hưởng ưu đãi tương tợ như vậy.

*Về **vấn đề lương lậu**, nói ra đôi khi cũng đau lòng! Theo thông lệ "bất thành văn", mỗi nhân viên tòa soạn một tạp chí - dầu làm nghề tay trái, cũng được lãnh lương bèo từ **15 ngàn đồng trở lên mỗi tháng**. Chính Nguyên Sa đã xác nhận: "*Nhân viên tòa soạn ít nhất là một hay hai người, tổng số lương chết đói không thể dưới mười lăm ngàn*" (*NCVH*, báo đã dẫn, tr.3). Trong hai năm làm báo *NCVH*, bộ ba nhân viên tòa soạn chúng tôi **không được hưởng một khoản tiền nào.** Có lần tiếp một cộng tác viên từ miền Trung vào, tôi "nổi hứng" xuất tiền túi ra để thù tạc tại một quán nhậu, bàn chuyện văn chương thế sự - đúng hơn là để "câu" bài, "câu" độc giả! Ông Thư ký tòa soạn Viên Linh báo *Khởi Hành* trái lại có phước hơn tôi nhiều - nếu không muốn nói là đại phước. **Mỗi tuần ông lãnh 20 ngàn đồng** để chi trả nhuận bút cho các tác giả cộng tác, kể cả lương của ông. Tôi không biết ông trả nhuận bút hằng tuần hết thảy bao nhiêu trong số 20 ngàn đồng đó; nhưng có thể phỏng đoán lương của ông ít nhứt khoảng 7 ngàn đồng một tuần, vị chi gần **30 ngàn đồng mỗi tháng** (?).

So sánh "thực lực" và "tiềm lực" giữa *NCVH* và nhiều tờ báo do nhà văn Viên Linh làm Thư ký tòa soạn, ai cũng thấy ngay báo nào yếu, báo nào mạnh, báo nào chưa đánh đã muốn thua, càng đánh càng thua, báo nào chưa đánh đã chắc thắng, càng đánh càng thắng. Đối với những ai sống bằng ngòi bút, phải "có thực mới vực được đạo", ngòi bút là "cần câu cơm" nuôi sống bản thân và gia đình. Ngòi bút càng sáng giá, lợi lộc càng vô ào ào. Từ đó giá trị được nâng cao, nổi tiếng trên văn đàn, có nhiều đầu sách xuất bản lưu danh hậu thế. Còn những cây bút chưa có tiếng tăm thì chút đỉnh tiền nhuận bút bèo cũng gây phấn khích tinh thần - phần thưởng của công sức đã bỏ ra. Chắc số tôi bị cái "nghiệp dĩ" văn chương đè nặng nên phải "làm chùa", "viết chùa" từ trong nước ra tới hải ngoại, trước và sau năm 1975. Và cho tới ngày nay. Nói theo nhà thơ Nguyên Sa là "có một tinh thần phước thiện to lớn". Đã viết chùa còn phải xuất tiền túi mua báo gọi là "ủng hộ" cho tờ báo mình yêu thích được sống còn. Chỉ có báo *Sài Gòn Nhỏ*, các tạp chí *Đồng Nai-Cửu Long* và *Tân Văn* là có báo biếu cộng với một số quà tinh thần khác. Đặc biệt hơn hai mươi năm nay, hằng năm tôi đều có ít nhứt một bài đăng trên *Thời Báo Canada* vào dịp Tết Nguyên đán. Ban đầu tôi tự nguyện làm "công quả", về sau được trả nhuận bút "hữu nghị". Chẳng hạn từ số Tết Tân Sửu (2021) tới số Tết Giáp Thìn (2024), *Thời Báo* đã lần lượt trả từ 100 - 200 - 150 Gia kim cho một bài báo của tôi. Hằng năm tôi còn nhận được thiệp chúc Xuân gởi qua Bưu điện của *Thời Báo*. Năm Quý Mão 2023 vừa qua, báo *Sài Gòn Nhỏ* đã chi trả cho tôi một số tiền nhuận bút là 200 Mỹ kim (khoảng 270 Gia kim) cho bài báo Tết với lời cám ơn nồng hậu. Thế là vật chất tinh thần đầy đủ, vẹn cả đôi đường! Xin cám ơn báo *Sài Gòn Nhỏ* và ông Chủ bút Nguyễn Mạnh Kim. Xin cám ơn *Thời Báo* và một số tạp chí khác đã "chơi" đẹp với cộng tác viên rất nhiều. Riêng tạp chí *Bách Khoa*, tôi không biết từ ông Chủ nhiệm tới nhân viên tòa soạn nhận lương hằng tháng bao nhiêu, việc chi trả nhuận bút có cao ngất ngưởng hay không mà báo "sống" đến 18 năm, tổng cộng 426 số, với lực lượng cộng tác viên hùng hậu, trường kỳ. Hãy nghe Nguyễn Hiến Lê – cộng tác viên thường xuyên, liên tục với tạp chí *Bách Khoa* từ 1957 đến 1975 – nhận xét về ông Chủ nhiệm Lê Ngộ Châu: "*Ông Châu làm việc rất siêng, đọc hết bài nhận được, đăng hay không ông đều báo cho tác giả biết (...) Tôi mến ông vì ông có tinh thần trách nhiệm, làm việc đàng hoàng, biết cương quyết giữ vững chủ trương cả khi báo suy, biết xét người, xét văn và có tình với người cộng tác. Ai gặp nạn gì ông lại nhà thăm, tìm mọi cách giúp đỡ*" (Trích *Đời Viết Văn Của Tôi*).

Tôi thầm nghĩ, nếu các ông chủ báo thể hiện cái *tinh thần* của *Sài Gòn Nhỏ*, của *Thời Báo*, của *Bách Khoa* cũng như "*có tình với người cộng tác*" - người đã bỏ bao tâm huyết ra vun bồi cho tờ báo, thì hay biết mấy! Thật ra tiền tài như "phấn thổ" mà thôi; nó vừa là đầy tớ tốt, nhưng lại là ông chủ xấu. Tiền không thể mua được hạnh phúc, tuy nhiên không có tiền chưa hẳn có hạnh phúc. Đó là *chân lý*. Đó là *tinh thần* của một tờ báo. Tôi có thể khẳng định, nếu ông Viên Linh làm Thư ký tòa soạn cho tờ *NCVH* - mà chắc gì ông chịu "làm chùa" với tình trạng khốn khó như vậy - thì chắc chắn báo sẽ bị *chết yểu*, mặc dầu ông có lắm biệt tài và lăn lóc mấy mươi năm trong nghề.

Thật ra, làm nghề nào cũng có vui-buồn, sướng-khổ, ngọt bùi-cay đắng. Làm báo, dầu là nghề tay trái cũng không ngoại lệ. Như kiếp tằm vẫn cứ nhả tơ, đã mang lấy "nghiệp" làm báo, tôi đã "say" nghề, đam mê với nghề, vui sướng với cái nghề có chút vinh quang nhưng không kém phần cực nhọc. Tôi vui vì được tiếp xúc với các nhà văn hóa lớn, được học hỏi kinh nghiệm xương máu trong nghề cầm bút của họ, cũng như nhận được những ý kiến đóng góp quý báu và sự ân cần khích lệ. Một số nhà văn đã nhận xét, góp ý trên tờ *NCVH* số 14/1972, chẳng hạn như: "*Tờ Nghiên Cứu Văn Học là một tạp chí can đảm, nhưng nhiều thiện chí hơn sinh lực*". GS Bửu Cầm đã viết: "*NCVH là một tạp chí có giá trị, đóng góp nhiều cho Văn học. Thành thật khen ngợi sự hoạt động hăng say của anh em tòa soạn*". Nhà văn Bình Nguyên Lộc đã nhận xét: "*Tôi có làm chủ báo mà báo của tôi bị dẹp tiệm… NCVH có nội dung tốt. Hình thức thì một tạp chí nhỏ không làm sao trình bày đẹp hơn được*". Còn nhà văn Sơn Nam cũng góp ý tương tợ: "*Tạp chí NCVH quá mỏng, bài quá ngắn, chữ sắp quá thưa. Nên làm một tạp chí dày hơn, với chủ đề, bán với giá 100 đ*" v.v… Tôi vui vì được *biết* rồi *quen biết* đông đảo người cộng tác và được bạn đọc dành cho bao mối cảm tình nồng hậu. Chẳng hạn những nhà văn, nhà nghiên cứu văn hóa tên tuổi như Nguyễn Văn Trung, Sơn Nam, Bình Nguyên Lộc, Huỳnh Minh Đức, Tam Lang, Nguyễn Thị Hoàng, Duyên Anh, Toan Ánh, Đông Tùng, Thái Bạch…, các bạn "trẻ" thời bấy giờ như Hoàng Xuân Sơn, Trần Hoài Thư, Lê Văn Chưởng, Vũ Đức Sao Biển, Mang Viên Long, Nguyễn Tất Nhiên, Nguyễn Tấn Vinh, Việt Chung Tử, Ngũ Lang, v.v… Tôi cũng vui vì có bài đăng báo giống như niềm vui sướng của thi sĩ Đông Hồ lần đầu tiên khi thấy bài của mình được đăng trên *Nam Phong tạp chí*. Nhưng trong niềm vui có ẩn chứa nỗi buồn, cái buồn âm ỷ đôi khi vô cùng cay đắng, biết tỏ cùng ai. Mang tiếng làm báo mà "báo hại" cho chính mình và cho người thân cũng không ít. Bởi cứ mãi "ăn cơm nhà vác ngà voi" từ năm nầy sang tháng khác! Đó là chưa kể tôi không được giao *toàn quyền* như ông Thư ký tòa soạn viên Linh của báo *Khởi Hành* trong việc điều hành tờ báo. Tôi nghĩ trong số nhân viên tòa soạn báo *NCVH*, người nắm *toàn quyền* sau LM Chủ nhiệm lại là người phụ trách tiền bạc, chịu trách nhiệm "báo cáo" riêng với LM Chủ Nhiệm về tài chánh cũng như việc chi trả nhuận bút cho cộng tác viên. Thành thử tôi không biết việc chi thâu ra sao, lời lỗ thế nào, tại sao độc giả vẫn còn nhiệt tình ủng hộ mà báo phải đình bản (?). Đoạn trường ai có qua cầu mới hay, mỗi người nếm trải mùi vị "đoạn trường" theo từng cung bậc khác nhau. Nhớ lại trong một buổi thuyết trình tại Đại học Văn Khoa Sài Gòn, nhà văn Tam Lang đã nói: "*Nghề nào cũng có cái vinh, cái nhục của nghề. Riêng về nghề báo, nhục quá nhiều, mà vinh rất ít" (...) "Nhục nhã đến thế mà chúng tôi, những người làm báo vẫn say mê như người nghiền a phiến say mê nàng tiên nữ Phù Dung"* (*Nghiên Cứu Văn Học* số 4, tháng 6-1971, tr.40-50).

Giờ đây nghĩ lại tôi vẫn thấy được an ủi phần nào vì mối quan hệ giữa chủ báo và nhân viên tòa soạn là quan hệ thầy-trò, là tình nghĩa thầy trò. Đã "theo thầy nấu sử xôi kinh", lại được dịp học nghề làm báo *miễn phí* vẫn còn hạnh phúc, dầu rằng hạnh phúc nhỏ nhoi, bởi lẽ "*Con người là kẻ học nghề. Mà thầy là nỗi ê chề đớn đau!*". Tôi vẫn không quên "món nợ ân tình" đối với LM Chủ nhiệm - mà cũng là thầy tôi, mặc dầu tôi đã trả phần nào bằng công sức của chính mình trong hai năm làm báo. Trong thời đại công nghệ thông tin toàn cầu hiện nay, việc làm báo có nhiều thuận lợi hơn trước - đặc biệt tại hải ngoại. Nhân viên phụ trách tòa soạn có thể "nằm nhà" và với cái máy tính vẫn nhận được vô số bài vở từ khắp nơi trên thế giới gởi về, tha hồ mà chọn đăng. Do vậy mà nội dung tờ báo luôn được dồi dào phong phú, đáp ứng thị hiếu của đại đa số bạn đọc. Hơn nữa, hầu hết các tạp chí ở hải ngoại đều *không trả tiền nhuận bút* cho tác giả cộng tác (nếu có cũng không nhiều và vô cùng hy hữu), cũng như không có "lệ" gởi báo biếu, nên chủ báo có thể dành tiền thuê họa sĩ trình bày cho tờ báo thêm phần trang nhã. Tôi không muốn vơ đũa cả nắm mà chỉ nhằm nói lên thực trạng chung của báo chí (báo in) – cụ thể tại hải ngoại trong cảnh chợ chiều của sách vở, của "văn hóa đọc". Thật ra, ngoài tờ *Thời Báo*, tôi muốn dành một điểm son cho hai tạp chí *Ngôn Ngữ* và *Văn Học Mới* mà tôi đã cộng tác hơn **năm** năm nay. Bởi lẽ các tạp chí nầy đều có "tinh thần Lê Ngộ Châu" của *Bách Khoa* như "có tình với người cộng tác". Đặc biệt, giữa Chủ biên Hà Nguyên Du và tôi, cái *tình văn nghệ* đã đơm bông và kết trái. Chúng tôi "dễ dàng trao đổi đối thoại" hàng giờ về mọi chuyện trên đời – dĩ nhiên trọng tâm vẫn là văn nghệ báo chí. Đôi khi chúng tôi trò chuyện lúc nửa đêm để "chỉnh sửa" **một chữ** còn nghi ngờ hoặc một **vài lỗi kỹ thuật** không đáng kể. Mặc dầu không muốn làm cái việc *mặc áo thụng vái nhau*, nhưng những nhận xét của tôi vẫn dễ gây ngộ nhận. Tôi muốn nói thêm về *VHM*, như đã *"có tình với người cộng tác"*, với các nhà Biên khảo bằng cách đăng quảng cáo thường xuyên, liên tục những tác phẩm đã xuất bản của họ.

Đó là chưa kể tạp chí *Văn Học Mới* đã đi *tiên phong* tổ chức "**Giải Thơ Văn Học Mới 2024**" – mà tôi là một thành viên trong Ban Giám khảo - được đông đảo bạn thơ khắp nơi trên thế giới nhiệt tình hưởng ứng. Đây là *sự kiện lịch sử* đối với một tạp chí văn học. Nghe nói đến nay đã có **100** tác giả gởi bài dự thi. Đã gởi đăng bài, tôi còn mua báo dài hạn để ủng hộ bởi cái tình văn nghệ (dĩ nhiên không có báo biếu), vân vân... Nghe các báo "than" lỗ lã, tôi thấy "đau lòng" nên tiếp tục mua báo dài hạn 2 năm để bảo đảm sự sống còn của tờ báo mình yêu thích. Vậy thì nói gần nói xa chẳng qua nói thật. Các báo (như *Ngôn Ngữ, Văn Học Mới)* đã mở "sân chơi" cho các bạn tham dự thì phải chấp nhận "luật chơi" cho sân-chơi-văn-nghệ nở rộ với muôn hồng ngàn tía trong cảnh chợ chiều của sách vở. Có lần tôi đã cảm tác mấy câu thơ dành tặng người chủ trương *Văn Học Mới*: "*Năm năm chẵn vững tay lèo lái; Hà Chủ biên nào ngại trùng dương...*". Duy có điều đáng ghi nhận là tạp chí *Văn Học Mới* do Hà Nguyên Du "đơn thương độc mã" lèo lái, thiếu một Ban Biên tập hùng hậu, trường kỳ so với *Ngôn Ngữ*, chẳng hạn, không biết báo còn "sống" tới bao lâu?

Tóm, tôi muốn nói lên lời *Cám ơn* và *Xin lỗi muộn màng* đến bạn đọc báo *NCVH*. Lời cám ơn chân thành nầy được ghi rõ trong ***Thơ Tòa soạn:*** "*Nghiên Cứu Văn Học tục bản trong nửa năm qua đã hân hạnh được sự đón tiếp niềm nở của độc giả bốn phương, sự đóng góp ý kiến và bài vở của các thân hữu xa gần, nhất là các bạn trẻ. Trước tấm thịnh tình của thân hữu và bạn đọc khắp nơi, chúng tôi xin chân thành ghi ân*" (*NCVH* số 6/1971*)*. Chúng tôi cũng thành thật *Xin lỗi* bạn đọc, các cộng tác viên về những sơ suất ngoài ý muốn, nếu có. Chẳng hạn một vài trường hợp báo trước bài *sẽ đăng* (hoặc *còn tiếp*) trong số báo tới, nhưng bị gác lại vì lý do "kỹ thuật" mà chưa kịp cáo lỗi. Ngay cả bài của chính tôi cũng không ngoại lệ. Sở dĩ có tình trạng "trống đánh xuôi, kèn thổi ngược" nầy vì tôi thường đi "công tác", bài vở đã giao cho anh em Tòa soạn, lại bị bỏ sót!

Cuối cùng tôi rút ra được bài học: Bạn hãy cứ thắp ngọn đèn tâm để chuyển ánh sáng, hãy cứ làm thật hoàn hảo công việc của mình đi, chắc chắn bạn sẽ nếm được những vị ngọt thơm lành của thành quả. Tôi cũng cám ơn cuộc đời đã cho tôi một *cơ hội*, một *vai diễn* để trả nợ cho đời, phục vụ cho đời, dầu phải *hy sinh thầm lặng.*

Chú thích:

(1) "**Dùm**": đáng lẽ phải viết "**giùm**". *Đại Nam Quốc Âm Tự Vị* (tr.385) và *Việt Nam Tự Điển* của Hội Khai Trí Tiến Đức (tr.224) đều viết "**giùm**". Cả hai bộ tự điển nầy đều không có từ "**dùm**". Ngay cả trong *Từ điển tiếng Việt* của GS Hoàng Phê: "**giùm**" là từ viết đúng *chính tả*. Người ta thường lẫn lộn **giùm/dùm** qua cách phát âm của từng vùng miền. Theo thiển ý **giùm/dùm** đều được chấp nhận; không có vấn đề đúng/sai. Nhưng theo đúng chánh tả thì nên viết "**giùm**".

(2) Đó là các bài: *Tâm lý những nhân vật chánh trong truyện Hoa Tiên* (*NCVH* số 1); *Những nét đặc thù trong Ca dao miền Nam* (*NCVH* số 7); *Câu hát Huê tình* (*NCVH* số 9).

NHÀ SƯU KHẢO NHẤT TÂM NGUYỄN BÁ THẾ

Lời người viết: Để thực hiện bài nầy, *ngoài mối giao tình giữa tôi và nhà sưu khảo được lần lượt tái hiện qua trí nhớ, còn có sự tiếp tay của văn hữu Lê Cần Thơ (tức Lê Hoàng Viện, Huyền Vân Thanh) qua việc cung cấp nhiều nguồn tư liệu quý cũng như sao chụp một số bìa sách và thủ bút của ông Nguyễn Bá Thế. Ngoài ra cô Nguyễn Thị Băng Trinh - ái nữ của nhà sưu khảo đã cho phép Nguyễn Văn Nở sao chụp trong* ***Quyển sổ lưu niệm*** *của ông, bài thơ do Trúc Lan tôi sáng tác để dành tặng người bạn văn vong niên ngày 16/9/1976. Xin gởi lời cám ơn nồng hậu nhứt đến nhà văn Lê Cần Thơ, cháu Nguyễn Thị Băng Trinh và cựu môn sinh Đại học Cần Thơ - PGS TS Nguyễn Văn Nở.*

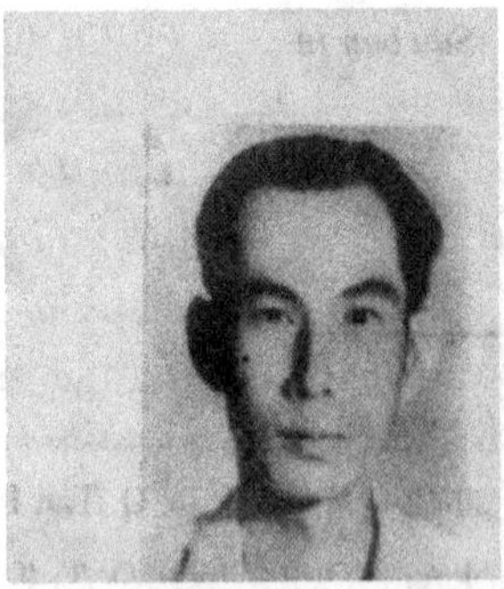

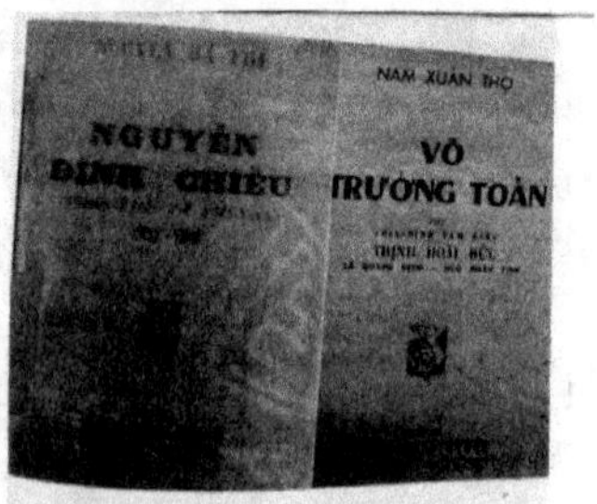

*Hình trái: *Ảnh nhà sưu khảo Nguyễn Bá Thế (1925-1996)*

*Hình phải: *Tên các đầu sách do Nguyễn Bá Thế soạn. Ảnh do nhà phê bình văn học Nguyễn Vy Khanh và văn hữu Lê Cần Thơ cung cấp. Cám ơn các bạn rất nhiều.*

Lịch sử văn chương Việt Nam cũng như thế giới đều ghi nhận một thực tại vô cùng chua xót: Phần lớn các văn thi sĩ trước khi thành danh thường trải qua cảnh ngặt nghèo khốn khó. Nguyễn Công Trứ đã từng sống cảnh "ngày ba bữa vỗ bụng rau bình bịch", Trần Tế Xương phải "chạy ăn từng bữa", Vũ Trọng Phụng đã chết trong cảnh lầm than… Và Nguyễn Bá Thế cũng không ngoại lệ. Đó là đề tài tôi muốn viết về nhà sưu khảo văn học **Nhất Tâm Nguyễn Bá Thế.**

*** Duyên lành gặp gỡ.**

Tôi quen nhà sưu khảo Nguyễn Bá Thế từ trước năm 1975 lúc về giảng dạy ở Đại học Cần Thơ. Có lần tôi chở ông trên chiếc xe gắn máy đến viếng mộ cụ Thủ khoa Bùi Hữu Nghĩa, sau đó mời ông một tách cà-phê để làm quen và kết tình văn nghệ. Bấy giờ ông đi đứng không vững và lãng tai nặng. Phải kề miệng sát lỗ tai và nói lớn tiếng ông mới nghe được. Sau biến cố tháng 4/1975, đúng ra là từ giữa cuối năm 1976, chúng tôi mới được dịp tái ngộ. Cứ vài ba tuần tôi đến gặp người bạn văn vong niên để mạn đàm thế sự, bàn luận văn chương. Từ chỗ sơ giao đến chỗ thân tình, chúng tôi thật sự quý mến nhau qua mối duyên văn nghệ. Thật ra lúc bấy giờ là cao điểm của *thời kỳ bao cấp*, ai nấy đều phải thắt lưng buộc bụng, thiếu thốn mọi bề, phải vật lộn với cuộc sống, với cái ăn, cái mặc. Đặc biệt là cái ăn. Cơm gạo không đủ, phải độn khoai, độn bắp và bo bo vi bản. Cái điệp khúc ai nấy đều đã nếm trải: *sổ hộ khẩu – sổ gạo – xếp hàng*, đôi khi phải chen lấn, giành giựt mới mua được một món hàng "khiêm tốn". Cho nên bàn chuyện văn chương là bàn chuyện hái sao trên trời, mò kim dưới biển xa rời thực tế. Bấy giờ ông hoàn toàn không còn khả năng nghe được nên chỉ trò chuyện qua *bút đàm*. Thính giác của ông dầu bị khép lại, nhưng bù vào đó là đôi mắt tinh anh, đầu óc mẫn tiệp- nhứt là giọng nói trong trẻo, nồng ấm có sức lôi cuốn và chiếm trọn cảm tình người được tiếp xúc. Tôi có thể mượn ý thơ cụ Đồ Chiểu để viết về nhà văn hóa Nguyễn Bá Thế: "*Sự đời đà khép đôi tai thính; Nghiệp văn giữ tròn một tấm gương*". Ông nhắc tôi nên ghi một vài cảm nghĩ trong **Quyển sổ lưu niệm** của ông. Nhưng tôi chỉ hẹn lần hẹn lữa.

*** Vài nét về Tiểu sử.**

Nguyễn Bá Thế sanh ngày 19/11/1925 tại làng Thường Thạnh, thị trấn Cái Răng, Cần Thơ. Ngoài tên họ thật, hầu hết tác phẩm của ông còn ký các bút danh Thế Nguyên, Nhất Tâm, Nam Xuân Thọ. Thời niên thiếu, ông có cuộc sống nghèo khổ nhưng hiếu học - nhứt là **tự học** không ngừng, có thể so sánh với sức tự học dẻo dai bền bỉ của GS Bửu Cầm và thi sĩ Đông Hồ ở Đại học Văn Khoa Sài Gòn. Là cựu học sinh trường Trung học Phan Thanh Giản Cần Thơ, vốn lưu loát chữ quốc ngữ, ông còn đọc thông, viết thạo tiếng Pháp và chữ Hán. Thừa hưởng tinh hoa của thân phụ - tức nhà thơ, nhà soạn kịch Nguyễn Bá Thọ (Nam Sơn), ông nung nấu ý chí trở thành một nhà văn hóa. Lúc còn mài ghế nhà trường, ông đã bắt đầu sáng tác thơ văn. Sau đó viết tiểu thuyết, dịch sách và miệt mài sưu tầm, biên soạn văn học- cụ thể là các tác gia miền Nam, cũng như danh nhân lịch sử Việt Nam và Trung Quốc. Từ đó về sau, ông đã thành danh nhà văn, nhà sưu khảo không riêng gì ở miền Tây mà còn lan rộng khắp cả nước. Đến thăm ông, ai cũng cảm thấy đau lòng khi nhìn tận mắt nơi ăn, chốn ở và nghe tận tai về hoàn cảnh kinh tế gia đình của một nhà văn hóa. Căn nhà trệt mái tôn lụp xụp ở hẻm Vú Sữa mang số 15/59 đường Duy Tân (nay là Hoàng Văn Thụ, quận Ninh Kiều, TP Cần Thơ) do nhạc phụ ông mua cho, vào mùa nắng thì nóng như đổ lửa, "bóng nắng giọi trứng gà trên vách", còn mùa mưa thì nước len lỏi trên vách, xuống sàn nhà lót gạch Tàu, bốc mùi ẩm mốc khó chịu. Vậy mà "căn nhà kỷ niệm" ấy đã gắn bó với ông suốt cả đời để ông yên lòng viết lách, theo đuổi nghiệp văn. Còn vợ ông từ thời bao cấp phải bỏ nghề giáo, đi buôn bán hàng rong ở chợ Ninh Kiều để phụ giúp việc sanh kế gia đình. Bất giác tôi liên tưởng tới hình ảnh thân cò lặn lội của bà Tú Xương mà cảm tác mấy câu thơ: "*Quanh năm quần quật gánh hàng rong / Bươn chải nuôi con với một chồng!*"

. Những năm tháng gần cuối đời, số phận nghiệt ngã ập đến đời ông. Bị *nhĩ tật* chưa đủ, tạo hóa khéo cơ cầu bắt ông phải *liệt thân* nên mọi sanh hoạt hằng ngày đều bị hạn chế. Mặc dầu ở thế bi kịch, ông không đầu hàng số phận, mà trái lại vẫn lạc quan vui sống, miệt mài làm việc, phục vụ cho đời đến mức tối đa! Sau một thời gian dài chống chọi với bịnh tật, ông trút hơi thở cuối cùng vào ngày 02/03/1996 tại Cần Thơ, hưởng thọ 71 tuổi, để lại niềm tiếc thương vô hạn của người vợ hiền đảm đang và các con hiếu hạnh cũng như của đông đảo bằng hữu, văn thi hữu từ Nam chí Bắc. Ông được an táng tại nghĩa trang Từ thiện, bót số 10, Châu Thành, Cần Thơ.

*__Văn nghiệp__: Trong giai đoạn đầu cuộc đời cầm bút, ông Nguyễn Bá Thế làm thơ, viết báo, tiểu thuyết và dịch thuật. Về sau ông nghiêng hẳn về sưu khảo văn học và soạn Từ điển. Văn phong bình dị, trong sáng, không cầu kỳ trau chuốt. Văn nghị luận đanh thép, rạch ròi, tham khảo nhiều nguồn tư liệu quý hiếm - kể cả tư liệu sống, "nói có sách, mách có chứng".

. **Về thơ**. Ông làm thơ không nhiều lắm, đăng rải rác trên các báo địa phương và Sài Gòn. Một số bài thơ khác chưa hề phổ biến vì ông muốn viết cho riêng mình, cho bè bạn tâm giao. Ông có tập *Thơ Vịnh Kiều* độ 200 trang viết tay trên giấy tập học trò, định có dịp sẽ xuất bản. Vì quá *tốt bụng và tin người*, ông cho một văn hữu ở Sài Gòn mượn để tham khảo, nhưng quên trả lại. Một thời gian sau, ông vô cùng ngạc nhiên khi thấy tập thơ của mình đã được xuất bản, tác giả không phải ông, mà là một "nhà văn hóa" có chút tiếng tăm- tức N.V.Y. (Tôi thuật lại việc "cầm nhầm" nầy với sự dè dặt, cẩn trọng dựa theo lời kể của chính ông và sự xác nhận của văn hữu Lê Cần Thơ). Tập thơ duy nhứt được xuất bản của ông là *Một Kiếp Tằm Tơ* (ký Nhất Tâm - 1996).

. **Về báo chí.** Nhà báo Nguyễn Bá Thế đã cộng tác với rất nhiều nhựt báo và tạp chí ở miền Nam từ năm 18 tuổi (1943) như *Điện Tín, Thời Cuộc, Chuông Mai, Việt Bút, Buổi Sáng, Đuốc Nhà Nam, Tiếng Dân, Hoà Đồng, Văn Đàn, Thế Giới, Phổ Thông,* v.v... Các bài đăng báo cũng như các đầu sách xuất bản khi thì ông ký tên thật, lúc với bút danh Thế Nguyên, Nam Xuân Thọ hoặc Nhất Tâm. Hãy nghe ông tâm sự với Lê Cần Thơ: "*Tên họ thật của tôi là NGUYỄN BÁ THẾ, ký tên THẾ NGUYÊN, tức là tên THẾ với họ NGUYỄN bỏ bớt dấu ngã. NAM XUÂN THỌ là một cửa hiệu của thân phụ tôi, cũng là nhà thơ, nhà soạn kịch, tên thật là NGUYỄN BÁ THỌ, bút hiệu Nam Sơn. Năm 1945 ông thân tôi* *mất. Do tấm lòng hiếu thuận, tôi mang danh NAM XUÂN THỌ để biểu dương tinh thần thân phụ tôi sống mãi với đời. Còn bút hiệu NHẤT TÂM, vì tên tôi là THẾ, về mặt chữ Hán, chữ THẾ có một nét ngang, tượng trưng cho chữ NHẤT; vòng chữ THẾ tượng trưng cho chữ TÂM, vì vậy NHẤT TÂM tức là chữ THẾ chiết ra. Lại nữa, tôi dùng phương châm với câu "NHẤT sanh háo đức TÂM như thạch", và "Thường bả NHẤT TÂM hành chánh đạo"* (1). Năm 1973, tại Cần Thơ, ông đứng tên chủ biên tạp chí *Miền Tây Thăng Hoa* với tôn chỉ: "Tô điểm non sông VIỆT, Bồi dưỡng văn hóa VIỆT", Huyền Vân Thanh - tức Lê Cần Thơ phụ trách kỹ thuật. Đến số thứ tư đang lên khuôn ở nhà in Cần Thơ ấn quán thì đành phải đình bản bởi biến cố 30/4/1975.

. **Về tiểu thuyết:** Nhà văn Nguyễn Bá Thế đã "trình làng" vào giữa thập niên 50 những bộ tiểu thuyết như: *Lá Cờ Hồng Thập, Lột Vỏ, Tình Và Nghĩa Vụ, Son Sắt Một Lòng…* Nhà xuất bản Nguồn Sáng ở Sài Gòn lo việc in ấn và phát hành các bộ tiểu thuyết nầy từ năm 1949. Ngoài ra nhiều báo ngày đã in feuilleton các tiểu thuyết của ông như: *Nghị Lực, Cô Giáo Ánh, Cô Ký Hiền, Một Chữ Đồng, Oán Tình, Gió Nghĩa Trăng Tình, Chim Việt Cành Nam…*

. **Về dịch thuật:** Ban Tu Thư Tân Việt đã in một số tác phẩm của dịch giả Nguyễn Bá Thế như *Tam Quốc Bình Giải, Kim Cổ Kỳ Quan, Thủy Hử* và *Tế Điên Hòa Thượng*. Theo nhà văn Lê Cần Thơ, truyện dịch *Tế Điên Hòa Thượng* đã được xuất bản ngay tại Cần Thơ trước năm 1975. Báo *The Viet Nam Post* ở Houston (Texas) đã in lại tác phẩm nầy rất nhiều kỳ, mang tựa *Tế Công Hòa Thượng;* nhưng chẳng ai thèm chi trả tiền nhuận bút cho người dịch, cũng không có một tiếng xin phép cho phải lẽ! (2)

. **Về sưu khảo văn học:** Đây là phần trọng tâm trong văn nghiệp của Nguyễn Bá Thế tiên sinh. Họ Nguyễn đã soạn nhiều đầu sách về danh nhân Việt Nam- hầu hết ở Lục tỉnh, và giao cho nhà Tân Việt của ông Lê Văn Văng lo việc xuất bản. Đó là những bộ sách trong Tủ Sách NHỮNG MẢNH GƯƠNG dùng tham khảo trong chương trình bậc Trung học như: *Sương Nguyệt Anh* (1956), *Huỳnh Thúc Kháng* (ký Thế Nguyên, 1956), *Phan*

Văn Trị (ký Nhất Tâm, 1956), *Bùi Hữu Nghĩa* (1956), *Huỳnh Mẫn Đạt* (ký Thế Nguyên, 1956), *Võ Trường Toản* (ký Nam Xuân Thọ), *Nguyễn Đình Chiểu* (1956), *Nguyễn Văn Vĩnh* (1957), *Tôn Thọ Tường* (1957), *Phan Thanh Giản* (ký Nam Xuân Thọ, 1957), *Học Lạc*(1958), *Phan Bội Châu* (1958), *Phan Chu Trinh* (ký Thế Nguyên, 1959). Ngoài ra, từ năm 1963, tuần báo *Văn Đàn* của Phạm Đình Tân đã giới thiệu nhiều bài biên khảo giá trị của ông như *Nguyễn Trường Tộ*, và loạt bài *Khảo Về Tiếng Việt* gây được tiếng vang trong văn giới. Chưa hết, nhà sưu khảo Huỳnh Minh (nhà xuất bản Cánh Bằng ở Sài Gòn) còn "lợi dụng" ông trong việc hợp tác biên soạn một số sách loại sưu khảo "Xưa và Nay", nhưng chỉ một mình ông Huỳnh Minh được hưởng lợi từ tác quyền tới tiền nhuận bút. Cụ thể là các quyển *Cần Thơ Xưa Và Nay, Gia Định Xưa Và Nay.* Theo nhà văn Lê Cần Thơ, để soạn cuốn *Gia Định Xưa Và Nay,* "ông Huỳnh Minh đã mời ông Nguyễn Bá Thế lên Sài Gòn, ở hẳn tại nhà ông trong một hẻm trên đường Phan Đình Phùng để viết liền một mạch trong mấy đêm, xong thì mang đi nhà in nên quyển nầy còn đúng với sự sắp xếp của ông Thế. Như vậy, việc xuất hiện những quyển sách trong tủ sách nhà xuất bản Cánh Bằng của ông Huỳnh Minh ***phần nhiều có sự biên soạn của ông Nguyễn Bá Thế, nhưng không có ông đứng tên***" (3).

. Một số bản thảo: *Chí Sĩ Trên Đường Duy Tân Cứu Nước, Gương Nữ Lưu, Gương Nghĩa Liệt, Cao Hiền Xử Sĩ, Giai Thoại Văn Chương*... và những *di cảo* mang chủ đề: *Gương Chí Sĩ, Tinh Hoa Nòi Việt, Những Bậc Cao Tăng, Những Bậc Tiết Nghĩa, Phụ Nữ Lỗi Lạc, Nước Non Nhà, Lối Kim Cổ, Lắng Tiếng Đàn Lòng, Tên Tự, Hiệu Danh Nhân, Cây, Hoa Trái*... Cũng theo nhà văn Lê Cần Thơ, được sự ủy nhiệm của gia đình nhà sưu khảo ở quê nhà qua cô Nguyễn Thị Băng Trinh - ái nữ của ông, tác phẩm di cảo *Gương Chí Sĩ*, trong tủ sách TINH HOA VIỆT NAM được giới thiệu đầu tiên ở hải ngoại (BNS *Dân Ta* tại Houston, Texas, Hoa Kỳ từ số 158, bộ mới, năm thứ 16, phát hành từ 28/6/1997 đến 11/7/1997).

Về Từ điển - đặc biệt bộ *Từ Điển Nhân Vật Lịch Sử Việt Nam*

Học giả Nguyễn Bá Thế còn là tác giả hai bộ sách giá trị: *Từ Điển Nhân Vật Lịch Sử Việt Nam (TĐNVLSVN)* và *Từ Điển Nhân Vật Lịch Sử Trung Quốc (TĐNVLSTQ)*. Đây là những công trình tâm huyết được ông bắt tay biên soạn từ lúc ông 30 tuổi (1955), mãi đến 20 năm sau (1975) mới hoàn thành. Sau đó được chỉnh sửa, bổ sung cẩn thận và sẵn sàng xuất bản. Tưởng cũng nên biết, bộ *Từ Điển Nhân Vật Lịch Sử Việt Nam* đã khởi đăng trên tạp chí *Miền Tây Thăng Hoa* số 3, 1974 (tr.53-93) với tựa đề ***Việt Sử Nhân Danh Từ Điển*** để "trước bạ" (Giấy phép xuất bản số 473/74/BDVCH/PHBCNT/ALP/TP ngày 27/8/1974, dầy 100 trang). Số nầy đã phổ biến: *Biêp tập đại ý, Lời nói đầu, Phàm lệ, Bản liệt kê danh hiệu các vị Hoàng đế, vương công cự khanh (gồm A. Đế hiệu, B.Vương hiệu, Vương tước, C. Công tước, D. Hầu tước, Đ. Bá tước, E. Tử tước, Ê. Nam tước, Phụ chú (tước hiệu các nhân vật Trung Hoa và các Võ quan Pháp có mặt trên lịch sử ta, có phong tước)* (3). Chỉ với hai bộ Từ điển đồ sộ nầy được biên soạn công phu với tinh thần khoa học nghiêm cẩn, tôi có thể nói ông Nguyễn Bá Thế xứng đáng đạt danh hiệu học giả. Bởi vận nước và gia cảnh tới hồi đen đủi không đủ phương tiện xuất bản, lại thêm **quá tin người** nên hai bộ sách quý của ông bị thiên hạ "đoạt" gần hết. Chỉ nói riêng về bộ *Từ Điển Nhân Vật Lịch Sử Việt Nam*. Bản thảo được thai nghén suốt 20 năm với hơn 4500 nhân vật chưa kịp và không thể chào đời bởi biến cố tháng 4/1975. Rồi *thời kỳ bao cấp* kéo dài suốt 10 năm (1976-1986), cả nước phải khốn đốn vì cơm ăn áo mặc nên mọi ước mơ sách được xuất bản của nhà sưu khảo đã tan theo mây khói. Tôi muốn nói rõ, **bộ Từ điển nầy chỉ một mình** ông Nguyễn Bá Thế biên soạn. Mãi đến năm 1980, nhờ một "duyên may", ông được "nhà văn hóa" Nguyễn Q. Thắng - Giảng viên Đại học Cần Thơ, đến thăm và bàn việc "hợp tác" xuất bản sách. Nhờ "công lao" của ông Nguyễn Q. Thắng trong việc "chạy lo giấy phép, lo vốn in v.v..." nên đến năm 1991, bộ Từ điển được nhà xuất bản Khoa Học Xã Hội ấn hành lần đầu năm 1991 (1094 trang), sau đó tái bản tới 14 lần, tác giả theo thứ tự là Nguyễn Q. Thắng - Nguyễn Bá Thế (Ông Thắng đứng trước ông Thế). *Có dịp tôi sẽ bàn về việc "tiếm danh" gây lùm xùm trong văn giới một thời.*

***Kỷ niệm không quên.** Vào buổi xế trưa nọ - ngày 16/9/1976, trời nắng đẹp, tôi đến thăm nhà sưu khảo Nguyễn Bá Thế. Cũng với cái siết tay nồng ấm, nụ cười thân thiện nở trên môi của hai người bạn văn vong niên. Chúng tôi trò chuyện qua *bút đàm* về văn chương, thế sự vô cùng tương đắc. Tôi *viết* một câu, ông *nói* thao thao vài chục phút. Cứ thế mà cuộc trò chuyện kéo dài, có khi cả tiếng đồng hồ. Hôm ấy, nhà sưu khảo say sưa điểm qua một số tác phẩm đã, đang và sẽ xuất bản, công trình nào thực hiện được, công trình nào còn dang dở cùng hoài bão của mình. Ông không quên đem bản thảo hai bộ Từ điển ra "khoe" với tôi. Tôi choáng ngợp với công trình đồ sộ nầy và vô cùng ngưỡng mộ sự cống hiến của ông.

- Bộ ***Từ Điển Nhân Vật Lịch Sử Việt Nam*** gồm 4500 nhân vật lịch sử, có người tốt lẫn kẻ xấu, cùng 300 ảnh chân dung. Việc "hợp tác" không mấy vui vẻ, kém sòng phẳng giữa ông Nguyễn Q. Thắng và Nguyễn Bá Thế trong việc xuất bản bộ Từ điển nầy khiến ông càng ngao ngán rồi mang *tâm bịnh*…

- Bộ ***Từ Điển Nhân Vật Lịch Sử Trung Quốc*** gồm khoảng 10 ngàn nhân vật lịch sử từ cổ xưa đến cận đại, *lưu phương* (để lại tiếng thơm, tiếng tốt) lẫn *lưu xú* (để lại tiếng xấu) cùng vô số ảnh chân dung. Điều đáng nói, hai bộ Từ điển nầy được soạn giả chép tay bằng mực tím, chữ nhỏ rõ nét nghiêng nghiêng đều đặn trên hàng ngàn trang giấy tập học trò, kể cả phần chữ Hán. Riêng về ảnh chân dung, phải nói là cả một kỳ công, cả niềm đam mê: nhà sưu khảo phải chi hết số tiền chắt mót để mua đầy đủ báo ngày, báo tháng rồi mày mò, sưu tập, cắt dán; ảnh nào còn thiếu thì hỏi xin bè bạn, v.v…

Thình lình trời đổ cơn mưa. Mưa như trút nước. Mưa nặng hột rơi rào rào trên mái tôn cũ kỹ. "Võ vô kiềm tỏa năng lưu khách". Mưa không kiềm khóa đã giữ chân tôi lại để được dịp trò chuyện với ông nhiều hơn. Ông đem **Quyển sổ lưu niệm** ra nhắc tôi ghi vào một vài cảm nghĩ của mình. Tưởng cũng nên biết, nhà sưu khảo có tới mấy Quyển sổ lưu niệm để "lưu giữ lại những suy nghĩ riêng tư, rất thật và cũng rất quí đối với riêng ông" của hàng trăm tao nhân mặc khách thuộc nhiều thế hệ từ

Nam chí Bắc. Dĩ nhiên không thể thiếu những "nhà văn hóa" như: Huỳnh Minh, Nguyễn Văn Y, Nguyễn Q. Thắng. Để đáp tạ cái tình tri ngộ, thay vì viết mấy dòng, tôi ghi vội bài thơ trong **Sổ lưu niệm** để tặng ông. Tôi lấy cảm hứng từ mấy câu thơ đề nơi trang đầu Quyển sổ lưu niệm ấy. Vì ghi vội nên có chỗ bôi xóa. Thiệt tình tôi không nhớ hết. Cũng may, nhờ sự tốt bụng của ái nữ nhà sưu khảo cho phép một cựu môn sinh của tôi sao chụp bài thơ ấy và gởi qua Canada cho tôi vào tháng 03/2022. Đó là *bài thơ lịch sử tình bạn* giữa ông và tôi. Bài thơ ấy như sau:

Với Nhất Tâm Nguyễn Bá Thế

Tôi đến nhà anh, trời đổ mưa
Xem qua tác phẩm- sánh sao vừa!*
Đời anh là cả đời văn nghiệp
Nên sính văn - mà cũng rất ưa thơ.
Mưa xuống thật nhiều, mưa thật lâu
Anh - tôi trao đổi thật tâm đầu
Xưa, anh sáng tác không ngừng nghỉ
Nay, phải làm gì cho mai sau
"Tâm sự Thế Nguyên, ai có thấu
Nỗi lòng Nguyễn Bá Thế, biết ai hay?
Còn non, còn nước, còn người,
Còn tôi mến mộ đời đời Nhất Tâm"**.
Cần Thơ, chiều 16.9.76
Trúc Lan (N.K.T.)

Mặc dầu tôi đã ghi bút danh **Trúc Lan** (N.K.T.), nhưng vì sợ lẫn lộn trong đống "tàng thư", ông Nguyễn Bá Thế đã ghi thêm tên họ tác giả: ***Nguyễn Kiến Thiết.***

**Xem qua tác phẩm*: xem qua bản thảo hai bộ Từ điển *TĐNVLSVN* và TĐNVLSTQ.

**Bốn câu thơ cuối nầy được đưa vào tập thơ *Một Kiếp Tằm Tơ* của Nhất Tâm, xuất bản năm 1996, tr.54. Tên tác giả là Nguyễn Kiến Thiết (thay vì Trúc Lan).

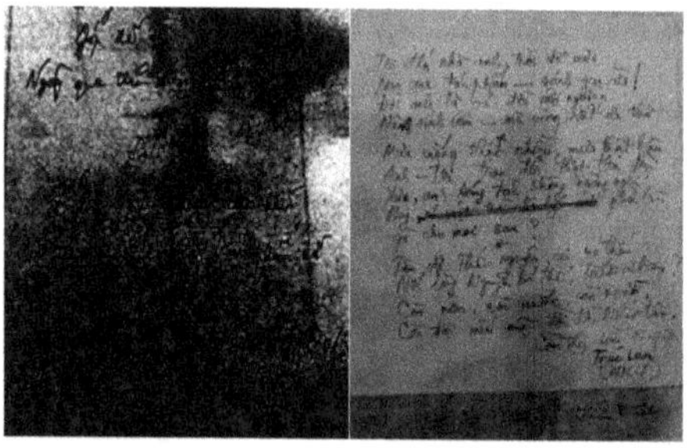

*Hình trái: *Mấy câu thơ đề ở trang đầu **Quyển sổ lưu niệm**: "Dòng đời xuôi ngược ngược xuôi; Ai tri âm đó! bồi hồi nhớ nhau. Lời lưu bút, ý vị trao; Lâng lâng tình cảm dạt dào tâm tư..."*.
*Hình phải: *Thủ bút bài thơ của Trúc Lan (N.K.T.) ngày 16/9/76 trích từ* ***Quyển sổ lưu niệm.***

Bẵng đi một dạo, tôi đến thăm ông rất nhiều lần trong giai đoạn 1980-1986. Vẫn *bút đàm*. Người viết, kẻ nói. Trong phần bút đàm, tôi có sáng tác một bài thơ thứ hai dành tặng ông trên một tờ giấy rời. Qua bao cuộc bể dâu, nay đã thất lạc. Tôi chỉ còn nhớ mang máng và soạn lại bài thơ nầy lấy tựa đề ***Với Bạn Văn*** – *Tặng Nhất Tâm Nguyễn Bá Thế* rồi đưa vào tập sách *Những Trang Văn Đời Tôi* do nhà Văn Học Mới Hoa Kỳ xuất bản năm 2021 (tr.127). Hết bàn chuyện văn chương thế sự tới *khoa học huyền bí*. Để chia sớt gánh nặng áo cơm cùng người vợ tảo tần thời bao cấp, có lúc Nguyễn tiên sinh đành phải bắt chước Tản Đà kiếm sống bằng cách *Hướng dẫn phương pháp chấm Tử vi* cũng như lấy Lá số Tử vi cho một số người quen biết - trong đó có tôi. Tôi còn giữ bốn Lá số Tử vi của bốn đứa con trai. Mỗi Lá số độ 4-5 trang luận đoán công phu, khoa học được viết tay bằng mực tím trên giấy tập học trò với nét chữ nghiêng đều đặn, có cả mấy câu chữ Hán. Đối với tôi, đó là một trong những kỷ niệm không quên. Vốn là người yêu sách, học giả Nguyễn Bá Thế cũng có Thú mua sách và Thú chơi sách - đặc biệt loại sách biên khảo văn học. Trên trang đầu mỗi cuốn sách, ông đều ghi hai câu thơ ngũ ngôn: "*Khi xem xin giữ kỹ; Nghĩ đến kẻ xem sau*"; rồi ký tên cẩn thận. Ngoài ra, ông còn trao tặng tôi bốn cuốn sách *Kho Tàng Truyện Cổ Tích Việt Nam* của Nguyễn Đổng Chi do nhà xuất bản Khoa Học Xã Hội Hà Nội -1976 với thủ bút và chữ ký theo thứ tự: "*Trao về **Bạn** Nguyễn Kiến Thiết kỷ niệm đời văn* (ký tên) *Nhất Tâm Nguyễn Bá Thế 28/10/1980*". Tôi vô cùng trân quý các cuốn sách ấy. Trải qua bao biến cố, tôi vẫn còn gìn giữ chúng coi như là kỷ vật thiêng liêng của tình bạn được kết nối qua mối duyên hàn mặc.

Tóm, Nguyễn Bá Thế với hơn 30 tác phẩm trong đó có hai bộ Từ điển đồ sộ xứng đáng đạt danh hiệu *học giả*. Số phận dẫu có nghiệt ngã vẫn không dập tắt ngọn lửa nhiệt tình, tận tụy với nghiệp dĩ văn chương nơi ông - như con tằm vẫn cứ nhả tơ phục vụ cho đời liên tục trên 54 năm cầm bút, khởi đầu lúc 18 tuổi. Nhiều người quý mến ông về cách đối nhân xử thế, bởi sự tốt bụng và lạc quan yêu đời; nhưng cũng lấy làm tiếc vì ông *quá tin người* nên dễ bị thua thiệt trong cuộc sống. Dựa vào nhận xét của GS Thanh Lãng: "*Nếu Nhất Linh đã làm đẹp mặt miền Bắc, thì ít ra Đông Hồ cũng làm đẹp mặt miền Nam*", tôi có thể nói thêm: "*Chính Nguyễn Bá Thế - nhà văn hóa bị bỏ quên - đã làm đẹp mặt Tây đô, nói riêng và miền Nam, nói chung*". Ông xứng đáng có một vị trí đặc biệt trong văn học sử Việt Nam. "Của César nên trả lại cho César". Tôi nghĩ "Những gì của Nguyễn Bá Thế nên trả lại cho Nguyễn Bá Thế". Ngay cả nhà phê bình Nguyễn Vy Khanh cũng đã vô tình bỏ quên ông khi phân loại ba dòng văn học tại miền Nam (giai đoạn Văn Học Miền Nam 1954-1975), trong đó có một (dòng) thuần Nam - cụ thể là đã liệt kê 10 tác giả "*từ Trương Vĩnh Ký qua Hồ Biểu Chánh đến Phi Vân, Bình-Nguyên Lộc, Sơn Nam, Vương Hồng Sển, Trang Thế Hy, Lê Xuyên, Phương Triều, Thanh Việt Thanh*" (4) mà quên nhắc tới nhà sưu khảo Nguyễn Bá Thế. Xin thắp nén hương lòng để tưởng nhớ đến người bạn văn vong niên, một đàn anh văn nghệ đã về miền tiên cảnh:

Còn non, còn nước, còn người
Còn tôi mến mộ đời đời Nhất Tâm!

Kỷ niệm húy nhựt thứ **26** của nhà sưu khảo Nguyễn Bá Thế (tháng III.2022).

Chú thích:

(1), (2) và (3) Lê Cần Thơ: *Những Bạn Văn Nghệ Ngang Qua Đời Tôi* (Tâm Bút). Thư Ấn Quán – 2010 & 2016. Ngoài ra, chúng tôi còn tham khảo một số bài viết của Lê Cần Thơ đăng trên: BNS *Dân Ta* số **100** xuất bản tại Houston, Texas, Hoa Kỳ (Bộ mới, năm thứ 14 ra ngày 11/03/1995 – 24/03/1995); *Vĩnh Biệt Nhà Sưu Khảo Văn Học NGUYỄN BÁ THẾ, Dân Ta* số **128** (ra ngày 13/04/1996 – 26/04/1996). Một lần nữa xin thành thật cám ơn văn hữu Lê Cần Thơ rất nhiều.
(4) Nguyễn Vy Khanh: *Văn Học Quốc Ngữ Thời Đầu & Miền Nam Lục Tỉnh*. Nhân Ảnh Hoa Kỳ xuất bản năm 2021. tr.92.

TỪ DẠ CỔ HOÀI LANG ĐẾN VỌNG CỔ

Trên đời, mọi việc đều có cái duyên trong đó có cái duyên để viết và xuất bản một quyển sách. Đối với tôi, ngoài cái duyên để viết và xuất bản một quyển sách, còn có cái duyên gắn bó với bài Vọng Cổ - là mối ưu tư hàng đầu mãi đeo đẳng trong tôi từ năm nầy sang tháng khác.

***Tâm sự Nguyễn Hiến Lê**

Trong cuốn *Bảy Ngày Trong Đồng Tháp Mười,* khi viết Lời tựa xuất bản, Nguyễn Hiến Lê có trích dẫn tư tưởng của người xưa: *"Phải có duyên mới viết được một cuốn sách"*, và kết luận: *"Tôi muốn nói thêm: Phải có duyên mới xuất bản được một cuốn sách"*.

Thật vậy, cuốn du ký và biên khảo *Bảy Ngày Trong Đồng Tháp Mười* được Nguyễn Hiến Lê khởi thảo có lẽ từ năm 1939, khi ông về đo đạc tỉnh Đồng Tháp mấy năm sau khi tốt nghiệp trường Cao Đẳng Công Chánh. Mãi đến năm 1944, ông mới viết xong bản thảo đầu tiên. Năm 1945 lại bị Việt Minh cướp lấy mất tại Đồng Tháp Mười. Tám năm sau ông mới viết lại bản thảo mới và giao cho nhà Ban Mai ở Tân Định xuất bản (tháng 3 năm 1954). Như vậy, chỉ có cái duyên để viết xong một quyển sách chưa đủ. Phải đợi đến hơn 15 năm sau, Nguyễn Hiến Lê mới có cái duyên để xuất bản quyển sách của ông.

Cách đây hơn 50 năm (1971) tôi đã có cái duyên viết xong quyển *Tánh Cách Đặc Thù Của Ca Dao Miền Nam.* Mãi đến năm 1972 tôi mới có cái duyên để in quyển sách dầy 230 trang ấy (lưu hành nội bộ) để nộp lưu chiểu tại các thư viện như Viện Đại học Sài Gòn, Viện Đại học Cần Thơ cũng như để tặng thầy học và bằng hữu. Rồi những cái duyên khác đưa đẩy. Trong thời gian giảng dạy tại Đại học Cần Thơ và Đại học Hòa Hảo (An Giang), tôi đã có dịp đưa nhiều nhóm sinh viên đi điền dã sưu tầm, bổ sung và chỉnh sửa quyển sách ấy để sẵn sàng xuất bản. Tánh tôi quá cầu toàn và hơi lề mề, làm cái gì cũng *chờ thời đợi số* nên đợi đến đầu năm 1975 mới đặt vấn đề với các nhà xuất bản. Trong thư gởi Giáo sư Nguyễn Thanh Liêm, Chủ biên Tập san Đồng Nai Cửu Long (Hoa Kỳ) ngày 28/06/2004 tôi có viết:

"Ký hợp đồng với nhà Khai Trí xuất bản quyển "Tánh Cách Đặc Thù Của Ca Dao Miền Nam" vào thời điểm nóng bỏng lịch sử tháng 4 năm 1975. Dĩ nhiên là không thực hiện được. Bản thảo duy nhứt còn lại bị thất lạc trong một chuyến vượt biển không thành công vào tháng 4 năm 1987".

Thời gian trôi qua thấm thoắt mà đã hơn 50 năm. Sau khi tạm ổn định cuộc sống nơi xứ người, tôi đã thu thập thêm tài liệu trong và ngoài nước về Ca dao xuất bản trước và sau năm 1975 ngõ hầu sửa chữa, bổ sung quyển sách cho thật sự hoàn chỉnh. Nhưng đứa con tinh thần mà tôi hằng kỳ vọng vẫn chưa được *chánh thức* chào đời trước đông đảo bạn đọc toàn cầu.

Sở dĩ tôi phải kể lể dông dài như vậy vì nhiều lẽ:

-Một là tôi không có đủ duyên lành như Nguyễn Hiến Lê để viết và xuất bản được một quyển sách;

-Hai là trong quyển *Tánh Cách Đặc Thù Của Ca Dao Miền Nam,* tôi có đề cập đến "**bài**" Dạ Cổ Hoài Lang và "**bản**" Vọng Cổ trong đó có *một vài chi tiết* ít người đề cập tới. Thôi thì thay vì ngồi *"nguyền rủa bóng tối"* trách cứ cái duyên, xin hãy cho tôi thắp ngọn nến nhỏ, đốt ngọn đèn tâm với mục đích duy nhứt là thêm chút ánh sáng về nét đặc thù của cổ nhạc miền Nam.

Tôi muốn nói tới "bài" Dạ Cổ Hoài Lang và "bản" Vọng Cổ hầu giải tỏa phần nào cái "tâm sự Nguyễn Hiến Lê" mà tôi hằng ấp ủ từ lâu.

***Ai là tác giả đích thực của bài Dạ Cổ Hoài Lang?**

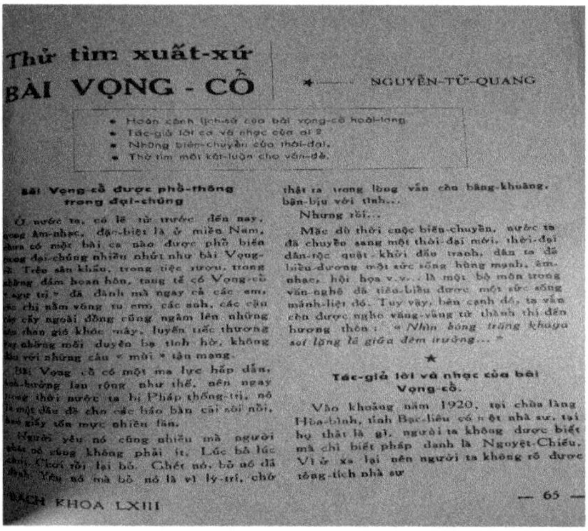

Thử tìm xuất-xứ
BÀI VỌNG - CỔ

★ NGUYỄN-TỬ-QUANG

- Hoàn cảnh lịch-sử của bài vọng-cổ hoài-lang
- Tác-giả lời ca và nhạc của ai ?
- Những biến-chuyển của thời-đại.
- Thử tìm một kết-luận cho vấn-đề.

Bài Vọng-cổ được phổ-thông trong đại-chúng

Ở nước ta, có lẽ từ trước đến nay, trong âm-nhạc, đặc-biệt là ở miền Nam, chưa có một bài ca nào được phổ biến trong đại-chúng nhiều nhứt như bài Vọng-cổ. Trên sân khấu, trong tiệc rượu, trong những đám hoan hôn, tang tế có Vọng-cổ « sự tri » đã đành mà ngay cả các em, các chị nằm võng ru em, các anh, các cậu cày cấy ngoài đồng cũng ngâm lên những câu than gió khóc mây, luyến tiếc thương cho những mối duyên bạc tình hờ, không dứt với những câu « mùi » tận mạng.

Bài Vọng cổ có một ma lực hấp dẫn, ảnh-hưởng lan rộng như thế, nên ngay trong thời nước ta bị Pháp thống-trị, nó là một đầu đề cho các báo bàn cãi sôi nổi, bao giấy tốn mực nhiều lần.

Người yêu nó cũng nhiều mà người ghét nó cũng không phải ít. Lúc bỏ lúc chơi. Chơi rồi lại bỏ. Ghét nó, bỏ nó đã đành. Yêu nó mà bỏ nó là vì lý-trí, chớ thật ra trong lòng vẫn còn bâng-khuâng, bận-bịu với tình...

Nhưng rồi...

Mặc dù thời cuộc biến-chuyển, nước ta đã chuyển sang một thời-đại mới, thời-đại dân-tộc quật-khởi đấu tranh, dân ta đã biểu-dương một sức sống hùng mạnh, âm-nhạc, hội họa v.v... là một bộ môn trong văn-nghệ đã tiêu-biểu được một sức sống mãnh-liệt đó. Tuy vậy, bên cạnh đó, ta vẫn còn được nghe văng-vẳng từ thành thị đến hương thôn : « *Nhìn bóng trăng khuya soi lòng lã giữa đêm trường...* »

★

Tác-giả lời và nhạc của bài Vọng-cổ.

Vào khoảng năm 1920, tại chùa làng Hòa-bình, tỉnh Bạc-liêu có một nhà sư, tại họ thật là gì, người ta không được biết mà chỉ biết pháp danh là Nguyệt-Chiếu. Vì ở xa lại nên người ta không rõ được tông-tích nhà sư

BÁCH KHOA LXIII — 65 —

Từ trước đến nay khi viết về Dạ Cổ Hoài Lang, hầu hết các tác giả đều mặc nhiên khẳng định nhạc sĩ Cao Văn Lầu (Sáu Lầu) - đã sáng tác *cả nhạc lẫn lời* bài hát bất hủ nầy. Theo ông Trần Văn Khải và Giáo sư Trần Văn Khê thì ông Sáu Lầu sanh ra lối 1890 tại xã Thuận Lễ tỉnh Tân An, năm lên 6 tuổi ông theo cha về Bạc Liêu [(1)]. Theo *Bách khoa Toàn thư mở*, Cao Văn Lầu sanh ngày 22/12/1890 và mất ngày 13/8/1976. Ông sáng tác bài Dạ Cổ Hoài Lang vào năm 1920 tại nhà đèn Bạc Liêu [(2)]. Giáo sư Nguyễn Thuyết Phong cho rằng ông Sáu Lầu sáng tác Dạ Cổ Hoài Lang vào khoảng 1919-1920 [(3)]. Soạn giả Nguyễn Phương đã dẫn lời của nghệ sĩ Bảy Cao cho rằng lúc nhỏ ông Sáu Lầu làm sa di ở chùa Vĩnh Phước (Bạc Liêu) cách nhà Bảy Cao ở xóm Hàng Cóc độ 50 thước và là **cha đẻ bài Dạ Cổ Hoài Lang**. Ông Sáu Lầu là học trò của nhạc sư nổi tiếng Hai Khị ở Bạc Liêu và là thầy dạy cổ nhạc của nghệ sĩ Bảy Cao [(4)].

Thật ra cho đến nay vẫn còn một số nghi vấn về ***lời*** của bài Dạ Cổ Hoài Lang. Có người cho rằng lời bài hát do ông Trần Xuân Thơ đặt ra. Người khác nói lời bài hát vốn là một bài **từ** của nhà sư Nguyệt Chiếu. Để rộng đường dư luận, chúng tôi xin chép bài *"Thử tìm xuất xứ bài Vọng Cổ"* của ông Nguyễn Tử Quang đăng trong tạp chí *Bách Khoa* số 63 ngày 15/8/1959:

"... Vào khoảng năm 1920 tại chùa làng Hòa Bình, tỉnh Bạc

Liêu có một nhà sư tại [**tên**] *họ thật là gì, người ta không được biết mà chỉ biết pháp danh là Nguyệt Chiếu. Vì ở xa lại nên người ta không rõ được tông tích nhà sư. Nhưng thấy nhà sư Nho học uyên thâm với tư tưởng ẩn dật, người ta đoán chừng là một "văn thân" chống Pháp trong thời Cần Vương, nay thất thời nên tạm lánh mình vào cửa Phật.*

"Tuy đã đi tu nhưng vẫn mang nặng tình non nước, lòng còn hoài bão chí khí lớn lao với một cuộc đổi thay, nên nhà sư mới đem tâm sự của mình ký gởi trên một bài **từ** *đề là "Dạ cổ hoài lang" nghĩa là "Đêm khuya nghe tiếng trống nhớ chồng". Đại ý của nó cũng tựa như tác phẩm "Chinh phụ ngâm" của bà Đoàn Thị Điểm.*

"Bài thơ nầy lại được vào tay ông Sáu Lầu, một nhạc sĩ có tiếng lúc bấy giờ. Lời thơ tuy tầm thường nhưng có lẽ lúc bấy giờ, giữa đôi bên thông cảm được mối tình "thương nhà nhớ nước", nên ông Sáu Lầu mới đem bài thơ ấy phổ ra nhạc [chúng tôi in chữ đậm]. *Đó là bài Dạ cổ hoài lang, nhịp đơn, âm điệu mường tượng hai bài Hành Vân và Xuân Nữ. Bài ấy lời lẽ như thế này:*

"Từ phu tướng,
Báu kiếm sắc phong lên đàng
Vào ra luống trông tin chàng
Thêm đau gan vàng.
Trông tin chàng,
Gan vàng thêm đau!
Chàng dầu say ong bướm,
Xin đó đừng phụ nghĩa tào khang.
Đêm ngóng trông tin bạn,
Ngày mỏi mòn như đá vọng phu.
Vọng phu, vọng luống trông tin chàng,
Năm canh mơ màng,
Chàng hỡi, chàng có hay.
Đêm thiếp nằm luống những sầu tây.
Bao thuở đó đây sum vầy,

Duyên sắc [**sắt**] *cầm tình thương.*
Nguyện cho chàng
Đặng chữ bình an.

Trở lại gia đàng,
Cho én nhạn hiệp đôi".

Trở lại trường hợp sáng tác "bài" Dạ Cổ Hoài Lang cũng có nhiều ý kiến khác nhau. Ký giả Thanh Cao trong bài phỏng vấn ông Sáu Lầu về ngày chào đời của "bản" Vọng Cổ đăng trong báo *Dân Mới* ngày 20/12/1953 có viết câu trả lời của ông Sáu Lầu: *"Tôi không nhớ rõ là đã được bao nhiêu lâu, nhưng lại nhớ năm ấy tôi được 29 tuổi và bây giờ tôi đã 63"*. Dựa vào bài báo, ta có thể đoán biết ông Sáu Lầu chào đời năm 1890. Và năm ông sáng tác bài Dạ Cổ Hoài Lang vào năm 1919 lúc *"khủng hoảng tinh thần"* trong *"hoàn cảnh đau thương"* bị cha mẹ bắt buộc phải bỏ vợ sau 8 năm chung sống vì lý do bà vợ không sanh con nối dòng. Ông buồn nhớ bạn lang nên đặt ra bài ca tên *Hoài Lang.* Sau đó ông Bảy Kiến đề nghị thêm vô hai chữ *Dạ Cổ* tức là *Dạ Cổ Hoài Lang.*

Giáo sư Nguyễn Thuyết Phong thì cho rằng: *"Ông Sáu Lầu sáng tác bài Dạ Cổ Hoài Lang vào khoảng năm 1919-1920, không phải vì thương nhớ bạn lang, nhớ vợ bị bắt buộc phải ly dị, mà nhân dịp có một nhóm nghệ sĩ từ Huế vào trình diễn trong Nam, ông Sáu Lầu sáng tác bài Dạ Cổ Hoài Lang để đáp lễ nhóm nghệ sĩ Huế"* (5).

Theo soạn giả Nguyễn Phương và nghệ sĩ Bảy Cao thì sau ba năm chung sống mà không có con nên ông Sáu Lầu bị cha mẹ buộc phải *để vợ* (ly dị vợ). Nhưng hai người *"Cái căn không bỏ, cái nợ không rời"* nên thường lén lút gặp nhau. Và *cái chái nhà* của ông Lê Văn Đại - thân phụ nghệ sĩ Bảy Cao, chính là điểm hẹn hò cũng như tiếng đàn kìm điêu luyện của ông Sáu Lầu đã kết nối mối tình dang dở của vợ chồng ông (6).

Về hoàn cảnh sáng tác bài Dạ Cổ Hoài Lang, chúng tôi và tác giả Vương Thư Sinh đều thống nhứt nhận định: *Ông Sáu Lầu chỉ đặt ra* ***bài nhạc*** còn ***lời ca*** là của một nguồn gốc khác (7).

Thật vậy đọc toàn lời ca của bài Dạ Cổ Hoài Lang, ta thấy toát lên lời thở than thương nhớ của một người vợ có chồng đi chinh chiến phương xa. Nàng ở nhà mòn mỏi trông tin, luôn mong mỏi phút giây trùng phùng. Đây cũng là tâm trạng chung của nhiều thiếu phụ Việt Nam thời bấy giờ, khi người chồng vì bổn phận, vì nhiệm vụ phải "*chấp kiếm lên đường*" đi ra biên ải... Đây không phải tâm sự ai oán của người chồng vì hoàn cảnh phải sống xa lìa người vợ thủy chung gắn bó. Ông Sáu Lầu không thể đặt ra lời một người đàn bà nhớ chồng để gởi gấm tâm sự nhớ vợ của ông.

Hơn nữa ông còn sáng tác cả nhạc lẫn lời những bài như "Minh Hoàng thưởng nguyệt", "Giọt mưa đêm..." thì hẳn nhiên ông có thừa khả năng để sáng tác một bài "Dạ Cổ Hoài Thê" thay vì "Dạ Cổ Hoài Lang"! Qua những điều vừa dẫn trên, chúng tôi hoàn toàn đồng ý với nhận định của ông Nguyễn Tử Quang nên đã viết trong quyển *Tánh Cách Đặc Thù Của Ca Dao Miền Nam* (1972) cũng như phát biểu tại Trung Tâm Văn Hóa Giáo Dục Hồng Đức Montréal (Canada) về Ca dao miền Nam ngày 13 tháng 5 năm 2001 như sau: "*Thật ra lúc đầu bản Vọng Cổ nầy chỉ là một **bài thơ** tựa đề là Dạ Cổ Hoài Lang của nhà sư Nguyệt Chiếu ở chùa làng Hòa Bình, tỉnh Bạc Liêu, sáng tác vào khoảng năm 1920. Bài thơ nầy được ông Sáu Lầu một nhạc sĩ danh tiếng cũng ở Bạc Liêu phổ ra nhạc...*" [(8)].

Sau năm 1975 có dịp tới Sóc Trăng, tôi lại có cái duyên lành gặp được ông Nguyễn Tử Quang, người cùng thời với ông Sáu Lầu và được nhà nghiên cứu xác nhận chi tiết về tác giả bài Dạ Cổ Hoài Lang như đã đăng trong báo *Bách Khoa* năm 1959 là đúng sự thật. Tưởng cũng nên biết Nguyễn Tử Quang (1918-2006) tên thật là Quang Bảo Phong, người xã Vĩnh Mỹ, huyện Vĩnh Lợi, tỉnh Bạc Liêu. Từ những năm 1940, ông đã có nhiều bài đăng ở các báo như: *Trung Bắc chủ nhật*, tạp chí *Nam Phong* ở Hà Nội và *Nam Kỳ tuần báo, Thanh niên Đông Pháp*, các tạp chí *Đại Việt, Bách Khoa, Phổ Thông ở Sài Gòn*. Ông ký nhiều bút hiệu: Quang Phong, Vô Ngã, Lão Nguyệt, Nguyễn Thảo Lư, v.v... Ông viết đủ thể loại, từ sách học làm người, giáo dục, khảo luận đến truyện ngắn, nhi đồng. Nhưng thành công nhứt là viết khảo luận với những nhận xét tinh tế và bình luận sâu sắc (Theo Nguyễn Ngọc Phan, *Phật Giáo Bạc Liêu*, 2014).

***Từ Dạ Cổ Hoài Lang đến Vọng Cổ**

Miền Nam là miền đất mới màu mỡ, phì nhiêu với những

kho tàng vô tận như đồng ruộng bao la, cây lành trái ngọt và sông nước hữu tình đã nổi tiếng là miền trù phú bậc nhứt nước Nam Chính vì vậy Nguyễn Văn Xuân đã viết trong cuốn *Khi Những Lưu Dân Trở Lại: "Cái lợi lớn của miền Nam là được thu nhập một nền giáo dục Khổng Mạnh song ít khắt khe hơn mà đồng thời nhờ sinh hoạt xa triều đình lại ở vào khu vực cây ngọt trái lành, vườn rộng đồng xanh thênh thang nên tình cảm cũng nẩy nở phong phú hơn nhiều lắm"* [9].

Dân tộc miền Nam luôn gặp gỡ nhiều dân tộc khác lại có một tâm hồn cởi mở phóng khoáng, cho nên gặp một dân tộc nào, họ cũng muốn tìm cái điệu nhạc của dân tộc đó với mục đích làm sao phối hợp làm giàu cho cái vốn của mình. Do đó chúng ta thấy âm nhạc tài tử từ miền Trung đi vào trong Nam nó biến thành màu sắc đậm đà hơn vì cấu trúc trong Nam là *cấu trúc phóng khoáng*. Đó là *cấu trúc động và mở*. Nó khác với *cấu trúc tịnh và đóng* của âm nhạc tài tử miền ngoài.

Chẳng hạn như một bài Lưu Thủy ở miền Trung, ban đầu chỉ đơn sơ mấy nét:

Hò xự xang xế xang hò xự xang
Xế xang xự xang xáng xự
Hò cống cống xang cống xê xang cống líu.

Tới chừng sang qua Lưu Thủy thục giang lại theo phong cách Huế:

Hò (là) hò xự xang
Xế xang hò (là) hò xự xang
Xê cống xang xê xang xự hò xang.

Từ Lưu Thủy thục giang vô trong Nam biến thành Lưu Thủy đoản (Lưu Thủy vắn). Từ Lưu Thủy đoản biến ra thành Lưu Thủy trường, dài hơn nhiều. Từ Lưu Thủy trường nó biến hóa không ngừng từ nhịp 4 rồi nhịp 8, v.v... Không thích giữ nguyên xi, biến chuyển mà vẫn giữ cái gốc, đó là cái **cấu trúc phóng khoáng, động và mở** của âm nhạc miền Nam (theo GS Trần Văn Khê). Bài Dạ Cổ Hoài Lang cũng không vượt ra ngoài cái quy luật nói trên. Ở đây có vấn đề được đặt ra: Tại sao bài Dạ Cổ Hoài Lang của ông Sáu Lầu được nhiều người ưa thích và truyền tụng đến ngày nay trong khi bài Dạ Bán Chung Thinh (Nửa đêm nghe tiếng chuông) của thầy ký Trần Quang Quờn bị mai một không còn ai nhắc tới? Theo GS Trần Văn Khê có ba lý do để giải thích:

- Một là bài Dạ Bán Chung Thinh theo hơi Nam nhưng *bí hiểm* còn Dạ Cổ Hoài Lang cũng theo hơi Nam nhưng *dính liền với tiếng ru của bà mẹ*, cũng như dính liền với bài Hành Vân lúc đó rất thịnh hành.

- Hai là thế chiến thứ nhứt (1914-1918) bùng nổ, nhiều thanh niên Việt Nam bị bắt đi làm lính đánh thuê cho Pháp. Cảnh biệt ly diễn ra khắp mọi gia đình. Tâm sự ai oán của người chinh phụ diễn tả trong Dạ Cổ Hoài Lang ai nghe cũng xúc động.

Ca dao Nam Kỳ Lục tỉnh thời bấy giờ đã là chứng nhân lịch sử cho những cảnh biệt ly:

Trách A-lơ-măn nó lăng xăng làm loạn
Thiếp đưa chàng lai láng dòng châu.
Hoặc: Tàu xúp-lê một, còn thương còn nhớ
Tàu xúp-lê hai, còn đợi còn chờ
Tàu xúp-lê ba, tàu ra biển Bắc
Tay vịn song sắt, chắt lưỡi kêu trời
Đôi ta mới ngộ mà trời đày đi xa!

- Ba là thời bấy giờ có mấy gánh hát cải lương ra đời như gánh hát của André Thận (1917) và gánh hát của thầy Năm Tú (1918). Đặc biệt thầy Năm Tú có công trong việc đưa nhạc cải lương đến với mọi tầng lớp người Việt từ Nam chí Bắc qua dĩa hát Pathé Phono 78 vòng. Và không ai ngờ rằng chính thầy Năm Tú đã đi tiên phong trong việc đưa Dạ Cổ Hoài Lang lên sân khấu như nhận định của Toan Ánh trong *Cầm Ca Việt Nam*: "*Bài này* (tức Dạ Cổ Hoài Lang) *được đưa lên sân khấu bởi gánh hát thầy Năm Tú ở Mỹ Tho lần đầu tiên rồi lần lượt các gánh hát khác cũng sử dụng nhất là trong các tuồng cải lương*»[(10)].

Bài Dạ Cổ Hoài Lang lúc đầu chỉ có nhịp đôi được phổ biến rộng rãi trong giới cải lương khoảng năm 1925-1927, dần dần thay thế bản Tứ Đại Oán. Về sau nó biến chuyển không ngừng từ nhịp 2 được tăng lên nhịp 4 với bài *"Tiếng Nhạn Kêu*

Sương" của soạn giả Tư Chơi (Huỳnh Thủ Trung). Từ nhịp 4 lên nhịp 8 do thầy Giác khởi xướng khoảng năm 1929-1930 và phát triển khoảng 1935 -1937 với bài "*Văng vẳng tiếng chuông chùa*" do nghệ sĩ Năm Nghĩa phổ biến. Từ năm 1938 nghệ sĩ Bảy Hàm tăng lên thành "*Vọng Cổ nhịp 16*" với tiếng hát cô Tư Sạng trong bài "*Tình mẫu tử*". Sau thế chiến thứ hai (1939-1945), Vọng cổ nhịp 16 càng được phổ biến rộng rãi hơn với tiếng hát điêu luyện của nghệ sĩ Út Trà Ôn với các bài "*Tôn Tẫn giả điên*", "*Thái sư Văn Trọng*" do hãng dĩa Asia phát hành. Theo soạn giả Viễn Châu từ năm 1947 dĩa "*Tôn Tẫn giả điên*" bán chạy như tôm tươi, còn dĩa «*Thái sư Văn Trọng*" cũng tạo cơn sốt trong giới mộ điệu Lục tỉnh [(11)].

Từ đó cải lương miền Nam đã có một đệ nhứt danh ca Út Trà Ôn, một giọng ca đi vào lòng bao thế hệ. Đến khi dĩa "*Tình Anh Bán Chiếu*" được hãng Hồng Hoa phát hành, ký giả Nguyễn Ang Ca gọi Út Trà Ôn là "*Vua Vọng Cổ*". Từ năm 1954 "*Vọng Cổ nhịp 32*" xuất hiện, tiêu biểu nhứt là bài "*Đội gạo đường xa*" của Kiên Giang được Hữu Phước hát rất ngọt, rất muồi. Từ năm 1964, soạn giả Viễn Châu là người đầu tiên đưa Tân nhạc vào Vọng Cổ tạo thành loại hát Tân Cổ giao duyên. Tuy nhiên các bản Tân Cổ giao duyên được rút ngắn thành Vọng Cổ 4 câu thay vì 6 câu nhịp 32 như trước.

Như trên đã nói, cấu trúc âm nhạc miền Nam là *Cấu trúc phóng khoáng, động và mở*. Nó biến chuyển không ngừng nhưng vẫn giữ cái gốc ban đầu. Soạn giả Nguyễn Phương đã viết: "*Đặc điểm của bài Vọng Cổ là tự do trong khuôn phép. Bản Dạ Cổ Hoài Lang được dùng như một cái khung (còn được gọi là lòng bản) để trên đó mỗi người nghệ sĩ tự do sáng tạo theo cảm hứng của mình. Bởi vậy khi mới nghe thì bản Vọng Cổ có vẻ giống nhau, nhưng thật ra thì không ai đờn giống ai, không ai ca giống ai nhưng cũng không ai thoát ra khỏi những chữ nhạc đã được qui định trong mỗi khung nhạc nên không làm mất đi cái bản sắc của bài Vọng Cổ*" (*Thời Báo* Montréal số 743 ngày 26/03/ 2004).

Thật vậy, về giọng ca *nức nở* của Vua Vọng cổ Út Trà Ôn, hai soạn giả Nguyễn Phương và Viễn Châu đã hết lời ca ngợi. Đó là *"giọng ca có hơi đồng trầm ấm, phong cách ca ngâm khoan thai, chững chạc (...), giọng ca không chân phương quá mà cũng không luyến láy kỹ thuật quá, nhưng từng lời từng chữ rõ ràng truyền cảm khiến cho người nghe thấm sâu ý nghĩa của bài ca"* (Nguyễn Phương, *Thời Báo* số 743).

Riêng soạn giả Viễn Châu đã viết: *"Bài bản Cải lương có nhịp nhàng, ai ca cũng trúng nhịp được, giống như con tàu cứ vô ga là phải ghé, nhưng ảnh [Út Trà Ôn] không ghé như công thức như người ta mà về trước một chút, lòn ở phía sau một chút, rồi lại lướt lên trên để rồi mới ghé về đích, nên đường đi của ảnh lả lướt không ai bằng"* (*Thời Báo* số 612 ngày 21/09/2001).

Nếu Út Trà Ôn lên ngôi *"Vua Vọng Cổ"* thì soạn giả viễn Châu với hơn 2000 bài ca mà bài nào cũng êm ái quyến rũ lòng người được giới mộ điệu tặng luôn danh hiệu *"Vua viết bài ca Vọng Cổ"*. Hai ông Vua ấy quả thật có mối duyên kỳ ngộ, là một cặp tri âm Bá Nha-Tử Kỳ thời đại. Sau sự thành công của Vua Vọng cổ Út Trà Ôn đặc biệt trong hai thập niên 1960-1970, nhiều nghệ sĩ thành danh và *"hốt bạc"* nhờ tài ca vọng cổ (Xin xem *Thời Báo* số 743).

Vọng Cổ và Cải Lương là một cặp không thể thiếu như hình với bóng. Nó đã đi sâu vào mọi tầng lớp dân chúng từ bình dân đến trí thức, từ Nam chí Bắc: *"Vọng Cổ giọng buồn não nùng, tha thiết, dễ cảm, dễ xót xa... Vọng Cổ đã có ma lực mãnh liệt để quyến rũ giới bình dân miền Nam và cả giới trí thức nữa"* (Toan Ánh, *Cầm Ca Việt Nam*). Và *"Cái môn Cải lương ở ngoài Bắc rất được ưa chuộng. Cũng như dân Nam Kỳ, dân Bắc Kỳ cũng khoái 6 câu Vọng Cổ mùi* [**muối**] *rệu"* (Tô Ngọc, *Chọn Lọc* số 51).

Ngoài ra giới Cải Lương còn biến hóa Dạ Cổ Hoài Lang thành những bản Vọng Cổ hài (Xin xem *Thời Báo* số 717). Theo thiển ý chúng tôi, đây là sự biến chuyển sau cùng của Dạ Cổ Hoài Lang nhưng vượt ra ngoài cái quy tắc vì không còn giữ nguyên xi cái gốc là ***nét sầu*** của bài ca nguyên thủy. Bài Vọng Cổ hài đầu tiên là: *"Cộp Cộp, Bonjour thầy Ba"* do ca sĩ Hồng Châu hát, hãng dĩa Asia phát hành năm 1940. Nhưng phải đợi đến năm 1960, hãng dĩa Lam Sơn phát hành bài Vọng Cổ hài *"Đêm Tân Hôn"* của soạn giả Viễn Châu do Văn Hường hát có thể nói rất ăn khách - một hiện tượng hiếm thấy trong thị trường dĩa nhạc thời bấy giờ. Sau đó với sự thành công hàng loạt về hát vọng cổ hài, Văn Hường còn được người đời phong tặng danh hiệu "*Vua Vọng Cổ Hài*".

***Kết**

Vọng Cổ là một hiện tượng độc đáo, là bản ruột, là cái nhụy của cải lương. Sau hơn 100 năm, bản Vọng Cổ vẫn là vị *hoàng đế không ngai* của nền âm nhạc miền Nam. Viết đến đây, chúng tôi hầu như được giải tỏa phần nào cái "*Tâm sự Nguyễn Hiến Lê*". Âm nhạc miền Nam nói chung, và Vọng Cổ nói riêng, có cái lịch sử của nó. Và lịch sử âm nhạc miền Nam là lịch sử tâm hồn dân tộc. Ở đây là lịch sử tâm hồn dân tộc miền Nam. Tìm hiểu những nét độc đáo của âm nhạc miền Nam trong đó có bài Vọng Cổ là tìm hiểu tâm hồn, tánh cách của dân tộc ở một vùng đất mới để làm giàu cho nền văn hóa dân tộc của cả nước Việt Nam thân yêu.

Bất giác tôi nhớ tới mấy câu thơ:

Khi đất Bắc vang lên lời cò lả
Khi miền Nam Vọng cổ ấm hương tình
Khi miền Trung vững lời thề sắt đá
Trong câu Hò mái đẩy hẹn ba sinh.

Tôi cũng thấm thía lời phát biểu của giáo sư Nhựt Bổn Kishibe Shigeo trong hội nghị UNESCO tại Téhéran năm 1961 về bảo vệ vốn cổ: "*Người Nhựt từ hơn một trăm năm nay đã cố gắng trèo lên những ngọn núi cao và đẹp của âm nhạc phương Tây. Các đỉnh ấy là Beethoven, Mozart, Chopin. Khi đến đỉnh, chúng tôi thấy ở chân trời có một đỉnh núi khác cũng cao, cũng đẹp như đỉnh núi chúng tôi đang đứng. Đó là núi nhạc truyền thống Nhựt Bổn. Các bạn Châu Á, Châu Phi đừng mất một trăm năm như chúng tôi mới thấy trong nước các bạn cũng có những đỉnh núi cao đẹp như núi nhạc phương Tây*" (12).

Miền Nam nói riêng, Việt Nam nói chung đều có sẵn những núi nhạc truyền thống. Chúng ta khỏi mất công tìm kiếm, đôi khi cả trăm năm, những núi nhạc khác. Vấn đề ở đây là làm sao dung hòa được hai nền nhạc Âu và Việt trên căn bản vẫn giữ *cái gốc* của nó. GS Trần Văn Khê đã đánh giá về bài Dạ Cổ Hoài Lang-Vọng Cổ như sau: "*Trong Cổ nhạc Việt Nam chưa có bài nào bản nào được như bài Dạ Cổ Hoài Lang biến thành Vọng Cổ, từ một sáng tác cá nhân đã biến thành một sáng tác tập thể, sanh ra từ đầu thế kỷ, lớn lên, sống mạnh, phát triển không ngừng, biến hóa thiên hình vạn trạng mà sẽ còn sống mãi trong lòng người Việt trong nước và rải rác khắp năm châu*" (*Thời Báo* số 476). Chúng tôi tin chắc như vậy.

Cuối cùng, chúng tôi muốn góp "thêm chút ánh sáng" về xuất xứ của "bản" Vọng Cổ mà tên gọi đầu tiên của nó là "bài" Dạ Cổ Hoài Lang. Từ sau năm 1975 đến nay, các nhà nghiên cứu văn hóa, âm nhạc cả hai miền Nam-Bắc đều khẳng định: Chính ông Cao Văn Lầu (Sáu Lầu) sáng tác cả nhạc và lời bài Dạ Cổ Hoài Lang bất hủ nầy. Để rộng đường dư luận, tránh sự ngộ nhận, chúng tôi muốn có một cái nhìn mới khi viết: ***"Lời của Dạ Cổ Hoài Lang ban đầu là bài từ - tức một thể loại thơ, do nhà sư Nguyệt Chiếu viết, nhạc sĩ Sáu Lầu chỉ có công phổ nhạc mà thôi".*** Ước mong các nhà biên khảo văn hóa, văn học sử làm sáng tỏ vấn đề trên.

*Đã đăng nhiều lần trên các tạp chí: *Thời Báo, Đồng Nai-Cửu Long, Sài Gòn Nhỏ, SaiGon Times và một vài tạp chí ở Sài Gòn cũng như* sách *Những Trang Văn Đời Tôi*. Chỉnh sửa tại Montréal, quý Xuân 2022.

Chú thích:

(1) Trần Văn Khải: *Nghệ Thuật Sân Khấu Việt Nam*. Sài Gòn, Khai Trí xuất bản 1970;

(2) Trần Văn Khê: *Dạ Cổ Hoài Lang, một xuất xứ buồn. Thời Báo* số 476 ngày 12/02/1999;

(3) và (5) Thuyết Phong: *Thế Giới Âm Thanh Việt Nam*. Hoa Cau CA xuất bản;

(4) và (6) Nguyễn Phương: *Ngũ Đại Gia Sân Khấu Cải Lương*. Montréal 2004;

(7) Vương Thư Sinh: *Dạ Cổ Hoài Lang*. Đồng Nai-Cửu Long số 3, tháng 1/2006;

(8) Nguyễn Kiến Thiết: *Tánh Cách Đặc Thù Của Ca Dao Miền Nam*. Luận án Cao học Văn Chương, Đại học Văn Khoa Sài Gòn 1972;

(9) Nguyễn Văn Xuân: *Khi Những Lưu Dân Trở Lại*. Sài Gòn, Thời Mới xuất bản, 1969;

(10) Toan Ánh: *Cầm Ca Việt Nam*. Sài Gòn, Lá Bối xuất bản, 1969;

(11) Người Tân Định: *Lá Thư Sài Gòn. Thời Báo* số 612 ngày 21/09/2001;

(12) Trần Văn Khê: Âm Nhạc Đông Nam Á. Đông Nam Á xuất bản.

TỪ MỘT TẤM ẢNH CŨ NHỚ VỀ THẦY ĐÔNG HỒ

Trong đời tôi ít khi viết về thầy học cũ của mình mặc dầu thấm nhuần truyền thống Tôn Sư Trọng Đạo. Tuy vậy, tôi cũng có bài ***Tết Thầy*** nói lên lòng biết ơn, sự kính trọng thầy học của mình ở quê nhà. Ngoài ra, các bạn cũng như tôi, đều có những vị thầy khả kính dầu ở Tiểu học, Trung học hay cả Đại học. Và tình nghĩa thầy trò trước kia đều thắm thiết, đáng trân trọng. Đặc biệt ở Đại học, tôi còn mang nặng nhiều "món nợ tinh thần" đối với một số thầy ở Đại học Văn Khoa Sài Gòn. Có dịp, tôi sẽ viết về những vị ân sư ấy. Trong bài nầy, tôi muốn viết những kỷ niệm về thầy Đông Hồ nhân khi tìm được tấm ảnh cũ thầy tặng tôi 47 năm về trước. Đồng thời làm sáng tỏ một vài chi tiết về hành trạng cũng như cái chết đầy huyền thoại của thầy Đông Hồ. Đó cũng là cách để trả phần nào "món nợ tinh thần" đối với thầy của mình.

***Từ một tấm ảnh cũ…**

Cuộc đời và sự nghiệp thầy Đông Hồ (1906-1969) đã làm hao tốn nhiều giấy mực của biết bao nhà văn, nhà giáo, nhà báo, nhà nghiên cứu phê bình văn học từ Nam chí Bắc, cũng như của phần đông môn sinh của thầy từ Trí Đức Học Xá (TĐHX) Hà Tiên đến Đại học Văn Khoa Sài Gòn (ĐHVKSG).

Nói đến Đông Hồ, người ta nghĩ ngay tới nhà thơ, nhà giáo, nhà nghiên cứu văn học. Nói đến Đông Hồ, người ta nghĩ ngay tới "*một người có công với Quốc văn*" (*Nam Phong Tạp chí* số 173), đã "*tự nguyện làm một người tri kỷ với Quốc văn, (…) cùng với Quốc văn ước nguyền sông núi*" (Trọng Toàn, *Nam Phong* số 175). Có người còn cho rằng Đông Hồ là một trong những tiền bối có công đầu khai phá cho bộ môn Thư pháp chữ Quốc ngữ (1). Võ Phiến còn tán tụng: "*Đông Hồ văn hay chữ đẹp, làm thơ xướng họa, viết câu đối mừng đám cưới, khóc đám ma, viết những cánh thiệp đón xuân chúc Tết v.v…thì tuyệt*" (*Văn học miền Nam – Thơ*, nxb. Văn Nghệ, 1999). Vì có nhiều người viết về tiểu sử thầy Đông Hồ, nên tôi chỉ tập trung vào đề tài dẫn trên.

Nhớ lại lúc còn theo học chứng chỉ Văn Chương Quốc Âm

tại ĐHVKSG, tôi có phước duyên được dự những buổi giảng của thầy Đông Hồ vào mỗi sáng thứ Ba hằng tuần (khoảng tháng Ba đến tháng Sáu năm 1968). Năm ấy, thầy giảng về Văn học miền Nam - Văn học Hà Tiên. Sau khi điểm qua bối cảnh lịch sử hình thành miền Nam theo đà Nam tiến của tổ tiên người Việt, thầy dừng lại khá lâu để giới thiệu, phân tích Văn học Hà Tiên - đặc biệt *Truyện Song Tinh* và *Tao đàn Chiêu Anh Các*.

Truyện Song Tinh bản chữ nôm là "*Song Tinh Bất Dạ*" của Nguyễn Hữu Hào do cụ Lâm Hữu Lân, bác của Đông Hồ sưu tập. Thầy Đông Hồ đã phiên âm, hiệu đính và tự xuất bản năm 1962 (nxb. Bốn Phương, Sài Gòn). Đây là tập truyện gồm 2216 câu thơ lục bát (3), ra đời trong giai đoạn 1704-1713, trước cả *Truyện Kiều* khoảng 100 năm. *Truyện Song Tinh* được xem là ***truyện thơ nôm đầu tiên của văn học viết Việt Nam đến nay còn lưu truyền văn bản,*** đã đạt được những thành tựu đáng kể trong việc xây dựng ngôn ngữ nghệ thuật.

Tao đàn Chiêu Anh Các, gọi tắt là ***Chiêu Anh Các***, do Trần Trí Khải tự Hoài Thủy, một danh sĩ người Việt Đông (Trung Hoa) sáng lập, và Mạc Thiên Tích (1718-1780) làm Tao đàn nguyên soái (4). Chiêu Anh Các ra đời vào năm 1736 ở Hà Tiên (nay thuộc tỉnh Kiên Giang, Việt Nam), và ngừng hoạt động năm 1771. Tao đàn đã tập hợp văn nhân thi sĩ từ Thuận Quảng đến Hà Tiên để giảng sách, bình văn, sáng tác thi ca, truyền bá Nho học, lập nhà nghĩa học. Chiêu Anh Các đã hội tụ 36 vị *kiệt sĩ* trong số đó có 18 vị anh hoa xuất chúng- mà tiêu biểu là danh tướng, danh sĩ Nguyễn Cư Trinh, thường lấy đề tài ở vùng đất Hà Tiên mà ngâm vịnh, xướng họa. Tác phẩm nổi tiếng của Chiêu Anh Các là *Hà Tiên Thập Vịnh* (Hán), Hà Tiên Thập Cảnh Khúc Vịnh (Nôm), *Thụ Đức Hiền Tứ Cảnh* (Hán), *Minh Bột Di Ngư* (Hán) *v.v...* Chiêu Anh Các là một trong những thành tựu rực rỡ của Mạc Thiên Tích trong việc xây dựng vùng đất Hà Tiên. Có thể nói chủ soái họ Mạc đã đặt nền móng và mở đầu giai đoạn lịch sử văn chương miền Nam có tác dụng và ảnh hưởng lớn lao đến nhà thơ Đông Hồ. Hoài Anh cho rằng: *"Đông Hồ là "tri kỷ", "tri âm" của Mạc Thiên Tích, và nói như Nguyễn Du thì đó là cái tính "dị đại tương liên" (khác đời mà thương nhau)"*(5). Chính mối tình "tri kỷ tri âm" vượt thời gian ấy đã khiến cho Đông Hồ ấp ủ và quyết tâm xây dựng TĐHX, một hình mẫu hiện đại của Chiêu Anh Các ngày xưa.

Vốn là một "thi sĩ phong lưu" nên ***lối dạy của thầy Đông Hồ không bị gò bó trong chương trình quy định,*** không khác Đông Kinh Nghĩa Thục, như nhận xét của Nguyễn Hiến Lê: "*Lựa một bài thơ, một áng văn hoặc một thời sự, một truyện cổ làm đầu để giảng của mỗi buổi, rồi liên miên bàn về cách xử thế tu thân, về lòng yêu nước, về cách đặt câu, dùng chữ v.v...*" (6). Giảng về truyện *Song Tinh,* đôi lúc ngẫu hứng thầy cất cao giọng sang sảng ngâm mấy bài thơ luật và các cặp lục bát tiêu biểu trong truyện. Thầy đắc ý nhứt là các từ hoa – lối trùng điệp chơi chữ:

Khách tiên từ tận mặt tiên...
Một mình tưởng lại một mình...
Vốn quê nên giữ lòng quê...
Song le cách trở đó đây
Mặt nhìn tận mặt, phiền tây thêm phiền.

Một buổi sáng thứ Ba hôm ấy, trời trong xanh, nắng vàng chói lọi. Vài cơn gió nhẹ thoảng qua ngập ngừng mơn man từng cánh hoa phượng đỏ thắm trong sân trường Đại học. Thay vì giảng bài tiếp, thầy cao hứng ngâm mấy câu thơ do thầy sáng tác:

Mùa son** hoa phượng nở **son
***Vàng son** hoa nở hai mùa...*
Mùa son** hoa phượng **nở hồng (?)
***Hồng** gieo **đỏ thắm** tám nẻo đường Văn khoa* (6).

Có lần, tôi đặt câu hỏi: - *Thưa thầy, những câu thơ thầy vừa ngâm phải chăng chịu ảnh hưởng lối trùng điệp chơi chữ trong truyện Song Tinh?*

Thầy đáp: - *Câu hỏi của **anh** rất hay. Thầy chịu ảnh hưởng cách sử dụng điệp ngữ, trước hết ở truyện Song Tinh rồi Lục Vân Tiên và Truyện Kiều.*

Sau khi thi đậu chứng chỉ Văn Chương Quốc Âm, tôi tình cờ gặp lại thầy Đông Hồ ở ĐHVKSG. Nụ cười, ánh mắt tình sư đệ trao nhau đượm nồng tình cảm. Thầy kêu tôi vô phòng học rồi rút từ trong cặp ra hai tấm ảnh: Tấm thứ nhứt thầy mặc quốc phục (áo dài khăn đóng) chụp bán thân năm thầy khoảng hai mươi tuổi, lúc bắt đầu dạy học ở TĐHX Hà Tiên; tấm thứ hai thầy mặc com-lê màu xám, áo sơ-mi trắng, thắt cà-vạt màu sậm và đeo cặp kính lão. Tấm ảnh thứ hai nầy thầy vừa chụp để kỷ niệm lúc dạy học tại ĐHVKSG được thầy ký tên sẵn dành tặng một số môn sinh. Điều cần nói rõ là ***mỗi lần lên bục giảng, thầy Đông Hồ luôn vận Âu phục*** như đã mô tả trong tấm ảnh thứ hai. Sau khi hỏi tên họ tôi, thầy hí hoáy viết mấy chữ để tặng tôi trên tấm ảnh thứ nhứt. Xin được đọc ở mặt trước, phía dưới theo thứ tự: (chữ ký) **Đông Hồ, *22.VIII.68 để cho...;*** và mặt sau: ***... môn sinh Nguyễn Kiến Thiết giữ làm lưu niệm.* Đ.h**. [Để ý cách ghi của thầy: ngày và năm bằng số Á Rập; tháng bằng số La Mã].

Rồi thầy tặng tôi cả hai tấm ảnh đánh dấu hai giai đoạn trong đời dạy học của thầy.

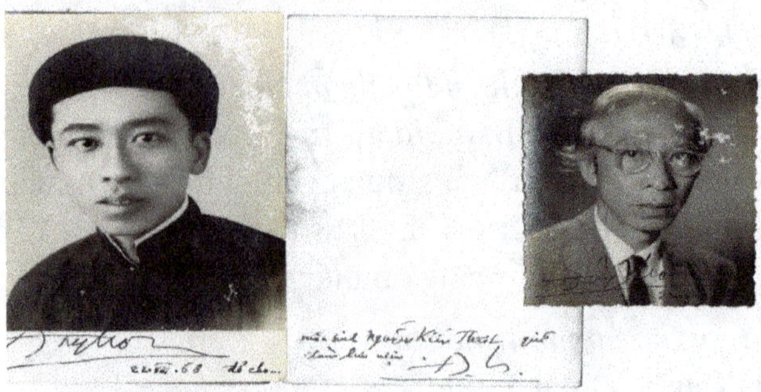

Tôi bồi hồi xúc cảm nhận hai tấm ảnh từ tay vị thầy khả kính và nguyện sẽ giữ gìn cẩn thận, coi như đó là những kỷ vật thiêng liêng. Nhứt là tấm ảnh thầy mặc quốc phục, có thể nói "độc nhứt vô nhị" – mà ***trong đời thường tôi chưa bao giờ được thấy*** – có dáng vẻ một nhà nho tiên phong đạo cốt, còn ghi đậm trong lòng tôi cho mãi đến ngày nay. Tôi nhớ lời khuyên dạy của thầy còn văng vẳng bên tai: *"Thầy mong đào tạo những anh tài, trong đó có Kiến Thiết, sẽ nối gót thầy phát huy Văn học Miền Nam!"* (Thầy thường gọi đám môn sinh chúng tôi là "thế hệ anh hoa tuấn tú"). Sau những cuộc bể dâu, tôi những tưởng là tấm ảnh ấy cùng chung số phận với các tập thơ của thầy Đông Hồ: không còn trong "Tủ Sách Gia Đình Nguyễn Kiến Thiết" nữa.

Không ngờ, một cái "phước duyên" lạ lùng đã đưa châu về hợp phố: Người anh họ của tôi đã nâng niu cất giữ và gởi trả cho tôi tấm ảnh ấy trước khi anh qua định cư ở Hoa Kỳ theo diện H.O. Đó cũng là lý do, là nguồn cảm hứng để tôi viết bài nầy coi như cách để trả ơn thầy Đông Hồ.

***...Nhớ về thầy Đông Hồ**

Hình ảnh đầu tiên đập vào mắt tôi là một thầy Đông Hồ với "dáng gầy tuấn nhã nét văn nhân", mũi cao thanh tú. Mái tóc bạc không dài lắm cũng đủ bồng bềnh quấn hai bên vành tai. Mỗi lần chấp bút, "những ngón tay búp măng trắng trẻo" của thầy "đưa thoăn thoắt trên tờ giấy điều". Thầy luôn có cái nhìn tríu mến, thân thương. Nụ cười hiền hậu, rất tươi. Giọng nói trong và ấm, ngâm vịnh thơ văn rất tuyệt.

Về ***cách trang phục***, nhiều người không theo học trực tiếp với thầy Đông Hồ, chỉ nhìn thấy hình thầy rồi tha hồ "hư cấu", nên càng "tam sao" càng "thất bổn"! Phần đông đều mô tả thầy Đông Hồ lên bục giảng đều mặc quốc phục là không đúng! Đầu tiên, từ tháng 5/1969 (tức hai tháng sau ngày thầy mất), Đỗ Châu Huyền và Trần Đình Lập đã viết trên báo Cấp Tiến: "***Nhà giáo Đông Hồ lúc nào đến giảng đường cũng*** *vui tươi với tấm lòng yêu quê hương, phát huy* tinh hoa của tiếng nói dân tộc *và* ***trang trọng trong bộ quốc phục như nhà mô phạm thời xa xưa***" [NKT nhấn mạnh những chữ in đậm]. Lê Hồng Thiện trong bài "*Nhà giáo, nhà thơ Đông Hồ giảng bài đến chết*", có viết: "Ông [tức Đông Hồ] *vẫn mặc áo dài, khăn xếp lên bục giảng...*" (Nguồn http://www.baohaiduong.vn). Nguyễn Triệu Nam (trưởng nam nhà văn Nguyễn Triệu Luật) trong bài "*Kỷ niệm về thi sĩ Đông Hồ*", có viết: "*...Lễ lạc hay tiếp tân đều vận quốc phục, khăn đóng, áo dài, giầy Gia Định*" (Nguồn http://chutluulai.net/forum/showthread.php?t=4683).

Tôi chưa có cái duyên ngắm thầy Đông Hồ "*mặc quốc phục, chiếc áo gấm màu xanh nước biển, chiếc khăn đóng che phủ mái tóc hoa râm*" lúc thầy đợi các môn đệ đến rước thầy tại nhà (Quỳnh Lâm Thư Thất, Gia Định) để đi dự buổi tiệc tất niên năm Mậu Thân do sinh viên lớp chứng chỉ Văn Chương Quốc Âm tổ chức.

Riêng Trần Văn Miêng (môn sinh của thầy, có lẽ vào khoảng năm 1965-1966) đã mô tả chính xác cách trang phục của thầy như sau: *"Lúc thầy bước vào thư phòng* [tức Quỳnh Lâm Thư Thất-NKT], *thì đó **không là hình ảnh một giáo sư trong âu phục đúng mốt như thường lệ khi thầy đi dạy".*** Anh còn kể lại một chi tiết khá thú vị: "*Việc đầu tiên là ở mỗi buổi dạy, thầy Đông Hồ đều cho sinh viên ghi và ký tên mình vào quyển sổ bìa cứng, khổ khoảng 21x31 của thầy.* Đây không là sổ điểm danh.

(Nguồn:http://www.dongnaicuulongucchau.org.au/tapsan03/subpages/nc_thaydongho.html).

Năm tôi theo học, thầy đã bỏ cái lệ ấy.

Là môn sinh đã theo học với thầy Đông Hồ ít nhứt sáu buổi giảng, và có vài lần gặp thầy tại trường, tôi xin xác nhận: ***Mỗi lần lên bục giảng ở Đại Học Văn Khoa Sài Gòn, thầy Đông Hồ thường vận Âu phục tươm tất: com-lê màu xám, áo sơ-mi trắng, thắt cà-vạt màu sậm, chân mang giầy đen Gia Định. Chỉ những dịp lễ lạc, tiếp tân, thầy mới mặc quốc phục.***

Cách xưng hô của thầy cũng có người ngộ nhận. Chẳng hạn, Lê Hồng Thiện đã viết: *"Ông (...) xưng thầy và gọi học trò trai là con trai của thầy, coi con gái là **con gái** của thầy"* (Tài liệu đã dẫn). Trong *Nội San Gia Đình Cựu Giáo Chức* Québec 2011, tr.130, Nguyễn Bá Hoa có trích lại đoạn thầy Đông Hồ "giảng" về bài thơ "Trưng Nữ Vương" của nữ sĩ Ngân Giang: *"Dù chiến thắng vẻ vang đuổi được quân Tàu, dù quân thù khiếp hãi, Bà Trưng vẫn là người đàn bà đang có tang chồng. Phần trên bài thơ tả chiến thắng của Hai Bà; đến bốn câu kết thì tuyệt. Thầy đọc cho* ***các con*** *nghe, ai thích thì chép*". Vì bạn Nguyễn Bá Hoa không ghi rõ xuất xứ, mặc dầu in chữ nghiêng trong ngoặc kép, chúng tôi ngỡ là văn phong của nữ sĩ Mộng Tuyết hơn là lời giảng - trong đó có cách xưng hô của thầy Đông Hồ!

Mặc dầu cách xưng hô không phải là vấn đề lớn; nhưng nên viết đúng hoặc gần đúng sự thật. Tôi nhớ không lầm thì các thầy ở ĐHVKSG, như GS Nguyễn Khắc Hoạch, GS Thanh Lãng, GS Bửu Cầm v.v…trên bục giảng thường xưng "tôi" và gọi sinh viên là "các anh chị" hoặc "các bạn". Riêng GS Nghiêm Toản thường gọi đùa chúng tôi là "Tiên sinh", hoặc "ông Cử / bà Cử". Bởi lẽ sinh viên thuộc nhiều lớp tuổi (từ 20 đến 50), thành phần, địa vị xã hội khác nhau. Ngoại trừ sinh viên thuần túy, phần đông học "hàm thụ": người thì đã đi dạy học, kẻ khác phụ trách phòng ban ở các Sở, Bộ; còn có một số sĩ quan các cấp trong quân lực Việt Nam Cộng Hòa, đáng để ý là mấy ông tướng.

Thầy Đông Hồ thường xưng "thầy" và gọi sinh viên là "các anh chị" hoặc "các bạn". Những lúc chuyện trò thân mật, thầy chỉ nói đùa và gọi "học trò trai là **con trai** của thầy, học trò gái là **con gái** của thầy"! Càng không có chuyện thầy xưng hô trên bục giảng: "*Thầy đọc cho **các con** nghe*".

***Một người thầy thuyệt vời**

Cuộc đời nhà giáo Đông Hồ, như mọi người đều biết, gồm hai giai đoạn: khởi đầu từ TĐHX ở Hà Tiên (1926-1934) và kết thúc ở ĐHVKSG (1964-1969). Riêng giai đoạn hai, chỉ vỏn vẹn có 5 năm, để nối lại cái "tình duyên lỡ làng" với TĐHX 30 năm trước, nhưng hình ảnh và phong độ của thầy Đông Hồ đã in sâu vào tâm khảm chúng tôi. Đám môn sinh chúng tôi đều tán thành nhận xét của Võ Phiến: *"Đối với sinh viên theo học ông, Đông Hồ là một người thầy tuyệt vời"* (Tài liệu đã dẫn).

Thật vậy, Đông Hồ là một nhà giáo yêu nghề, một người thầy tuyệt vời. Thầy là tấm gương sáng cho môn đệ noi theo: từ sự cẩn trọng trong cách ăn mặc đến sự mềm mỏng, lịch thiệp trong giao tiếp với bạn bè, đồng nghiệp, văn thi hữu. Đỗ Hân có kể rằng: "*Mỗi lần đến thăm Nguyễn Hiến Lê, ông đều tới thắp nhang ở bàn thờ cha mẹ bạn rồi mới ngồi xuống trò chuyện*" (guồn http://vnca.cand.com.vn). Có người còn thuật lại, một lần nọ, lúc đang giảng bài, thầy vui vẻ nói với các môn đệ (đại ý): "***Các bạn** đừng quá chú trọng đến việc học với thầy, vì GS Thanh Lãng đã cho các bạn kiến thức bao la, GS Nguyễn Khắc Hoạch và GS Nghiêm Toản đã dạy các bạn những suy tư thâm trầm, trang nhã; riêng thầy như cành hoa, cánh bướm chỉ để làm công việc tô điểm mà thôi*".

Ngoài sự tao nhã dễ thấy, đôi khi thầy còn tỏ ra nghiêm khắc trong cách đặt câu, dùng chữ, hun đúc cho đám môn sinh tình-yêu-tiếng-Việt, yêu cái quốc hồn quốc túy như thầy đã từng chịu ảnh hưởng thi hào Ấn Độ, R.Tagore: "*Có học tiếng mẹ đẻ thì chúng ta mới vỡ trí khôn ra*". Thật lòng thầy thương mến học trò như con cái trong nhà. Ngược lại, môn sinh yêu quý, kính trọng thầy như con đối với cha:

Tưới nước vun phân: người giáo hóa
Đầm thấm dồi dào, ân móc mưa
Ba xuân tấc cỏ tình sư đệ
Một hội trăm năm cảnh học đường! (Cảnh học đường).

Mỗi buổi dạy vào sáng thứ Ba hằng tuần, thầy đến giảng đường rất sớm, trước giờ vào lớp học. Mục đích là để gần gũi, chuyện trò với môn đệ nhiều hơn. Thầy thường thân mật hỏi quê quán, gia cảnh, hoài bão mỗi người. Nếu có dịp, thầy thường kể chuyện về quê hương Hà Tiên, về Trí Đức Học Xá, về sự tích Tao Đàn Chiêu Anh Các ngày xưa, cũng như cái duyên được hiệu đính và xuất bản *Truyện Song Tinh*.

Những năm dạy học ở ĐHVKSG là những năm thầy hạnh phúc nhứt, vì thầy đã tìm thấy niềm vui trong việc dạy học, vui với cái vui của đám môn sinh, cũng như niềm cảm thông đồng điệu sâu sắc giữa thầy và trò:

Đây thế hệ anh hoa tuấn tú
Đêm ngày đang vui thú sách đèn
Một trời mực đậm son tươi
Một trời Đại học, một trời Văn Khoa (Xuân phong ngâm).

Nhà giáo Đông Hồ đến giảng đường ĐHVKSG còn có "dáng dấp một nhà thơ, một văn nhân nên lớp học lúc nào cũng chan hòa ý thơ, là nguồn thơ bất tận, ý thơ tuôn trào"! Nhân ngày đầu một năm học, nhìn bình hoa cúc màu vàng tươi do các môn sinh trang trí, đặt sẵn trên bàn, thầy cảm hứng đọc mấy câu thơ:

Hoa nào mới nở mùa khai giảng
Nô nức mùa khai hội gấm hoa
Gấm trải tưng bừng vườn Đại học
Hoa phô rực rỡ ngõ Văn Khoa.

Tôi hoàn toàn đồng ý với Nguyễn Hiến Lê qua nhận xét sắc sảo về người thầy tuyệt vời Đông Hồ: "*Tôi chắc chắn không có một giáo sư Đại học nào ở Việt Nam hiện nay* [1970-NKT] có thái độ và tấm lòng đó đối với sinh viên. Có thể rằng giờ này đây, môn sinh ông quên gần hết những điều ông giảng về văn học miền Nam, về nhóm Chiêu Anh Các, nhưng suốt đời họ, họ sẽ không bao giờ quên được cái phong độ, cái chân tình nho gia của ông". Cuối cùng ông khẳng định: "***Nhiều người có thể thay Đông Hồ về môn Văn học miền Nam, nhưng cái không khí của giáo sư Đông Hồ, của "thầy đồ" Đông Hồ thì không ai tạo nên nổi***" (Nguyễn Hiến Lê, tài liệu đã dẫn).

***Cái chết của thầy Đông Hồ**

Đầu năm 1969, nghe tin thầy Đông Hồ có ý muốn nghỉ dạy vì tuổi già sức yếu, GS Thanh Lãng, Trưởng ban Văn chương Việt Nam ĐHVKSG gặp nhà thơ và nói (đại ý): "*Thưa tiên sinh, sinh viên nó quý tiên sinh lắm. Tiên sinh cố gắng trở lại với học trò, nếu lỡ tiên sinh có ra đi giữa đám học trò thì âu đó cũng là **nghiệp dĩ***" (Lê Hồng Thiện, tài liệu đã dẫn). Nghe lời khuyên chí nghĩa chí tình, thi sĩ Đông Hồ đã vui vẻ trở lại trường lớp. Và những gì phải xảy ra, đã xảy ra sau đó, đúng như lời tiên đoán của vị Trưởng ban Việt văn ĐHVKSG.

Trong bài *Thú Chơi Câu Đối* đăng trên *Thời Báo* số Xuân Tân Mão (2011), tôi có viết về nguyên nhân cái chết của thầy Đông Hồ là do cố gắng quá sức để nhập vai một cách xuất thần trích đoạn tuồng hát bội *Kim Thạch Kỳ Duyên* của Bùi Hữu Nghĩa tại ĐHVKSG. Với sự dè dặt thường lệ, tôi có ghi ở phần chú thích: "*Người viết- vốn là môn sinh cũ của thầy Đông Hồ- biết được tin nầy qua một sinh viên đang theo học môn Văn Chương Quốc Âm với thầy Đông Hồ thời ấy. Về nguyên nhân cái chết của thầy Đông Hồ cũng có người nói khác đôi chút...Rất mong được thân nhân của thầy Đông Hồ và bạn đọc soi sáng vấn đề trên*" (*Thời Báo* số 1001, ngày 04/02/2011).

Nhớ lại hôm dự tang lễ thầy Đông Hồ, tôi có hỏi một số sinh viên về nguyên do cái chết của thầy và được trả lời đại khái như sau:

-Hôm ấy, thầy giảng tác phẩm Kim Thạch Kỳ Duyên của Bùi Hữu Nghĩa. Sau khi minh họa một đoạn trong vở tuồng hát

bội, thầy kêu mệt rồi ngồi nghỉ. Tôi có việc phải về sớm khoảng vài mươi phút trước khi buổi học kết thúc, nên không biết chuyện gì đã xảy ra sau đó.

Từ ấy cho đến khi viết bài cho *Thời Báo*, tôi vẫn đinh ninh thầy Đông Hồ ngã gục tại bục giảng ĐHVKSG trong lúc giảng tác phẩm *Kim Thạch Kỳ Duyên* của Bùi Hữu Nghĩa, đúng như chương trình đã ghi. Còn thơ của nữ sĩ Ngân Giang hoàn toàn không có trong chương trình học.

Một thời gian sau khi tờ báo phát hành, tôi nhận được một số góp ý của bạn đọc, phần đông trong *Gia Đình Cựu Giáo Chức Việt Nam tại Québec.*Tôi đã để công tra cứu nhiều tư liệu trong sách báo, trên các trang mạng Internet, của các tác giả trong và ngoài nước viết về thầy Đông Hồ để có một cái nhìn tương đối đầy đủ, khách quan. Hơn nữa, tôi cũng mong muốn và đề nghị các nhà viết văn học sử nên có cái nhìn thật sự khoa học khách quan về nhà thơ Đông Hồ (7). Xin tạm dẫn sau đây.

Có tài liệu cho rằng: *"Đông Hồ dẫn thơ của nữ sĩ Hồng Hà (Đoàn Thị Điểm)* [đáng lẽ của nữ sĩ Ngân Giang- NKT]*…Trong sự xúc động cao độ, Đông Hồ đã đứt mạch máu não…"* (Lê Hồng Thiện, tài liệu đã dẫn). Một tài liệu khác ghi (nguyên văn): "*Năm 1969, giữa giảng đường Đại học Văn Khoa Sài Gòn, thi sỹ Đông Hồ đang bình giảng bài thơ này đã đứt mạch máu não khi ngâm câu "Chàng ơi điện ngọc bơ vơ quá…". Sau một tuần* [chi tiết sai, đáng lẽ chiều hôm ấy-NKT] *thiêm thiếp tại bệnh viện Grant* [đáng lẽ Grall-NKT], Đông Hồ ra đi vào cõi vĩnh hằng" (Nguồn http://forum.tcnao.net/showthread.php?t=5484).

Trong bài "Phút cuối cùng trên bục giảng" của Bùi Văn Chúc, có đoạn: *"Các sinh viên dự lớp hôm ấy đều tin rằng: Khi đang bình giảng bài thơ "Trưng Nữ Vương" (…) của nữ sĩ Ngân Giang, vì quá xúc động trước vẻ đẹp của nhà thơ nên thầy Đông Hồ đã bị đột tử (tai biến mạch máu não) ngay trên bục giảng đường Đại học Văn Khoa Sài Gòn vào ngày 25/3/1969"* [Nữ sĩ Mộng Tuyết cho in lại trong "*Núi Mộng Gương Hồ*", quyển 2, nxb. Trẻ, 1998, tr.115-116].

Riêng Nguyễn Bá Hoa có kể một chi tiết khá trung thực:

"Sáng thứ ba hôm đó (...) trong chương trình giảng dạy của thầy cho lớp Chứng chỉ Văn Chương Quốc Âm có phần giảng về tác phẩm "Kim Thạch Kỳ Duyên" của Thủ khoa Bùi Hữu Nghĩa. Nhưng nhân dịp lễ Hai Bà Trưng năm đó, thay vì giảng tiếp tác phẩm "Kim Thạch Kỳ Duyên"(...), thầy giảng bài thơ Vịnh Hai Bà Trưng của nữ sĩ Ngân Giang in trong tập Tiếng Vọng Sông Hương..." (Tài liệu đã dẫn, tr.129).

Dựa vào các nguồn tư liệu dẫn trên, người viết xin ghi lại nguyên nhân cái chết của thầy Đông Hồ, như sau:

Vào sáng thứ Ba (25/03/1969), thầy Đông Hồ đến lớp giảng tác phẩm Kim Thạch Kỳ Duyên của Bùi Hữu Nghĩa cho sinh viên chứng chỉ Văn Chương Quốc Âm tại ĐHVKSG. Nhưng nhân dịp Lễ Hai Bà Trưng năm đó, thay vì giảng tiếp tác phẩm Kim Thạch Kỳ Duyên, còn vài mươi phút cuối, thầy Đông Hồ đã bình giảng bài thơ Trưng Nữ Vương của nữ sĩ Ngân Giang. Thầy đắc ý nhứt là bốn câu chót nên cất cao giọng ngâm mấy vần thơ:

Ải Bắc quân thù kinh vó ngựa
Giáp vàng, khăn trở lạnh đầu voi
Chàng ơi! Điện ngọc bơ vơ quá
Chênh chếch trăng tà bóng lẻ soi.

Vì quá cố gắng, và trong sự xúc động cao độ, thầy đã ngất (8) đi tại bục giảng trong vòng tay môn sinh. Mọi người đưa thầy vào bệnh viện Grall (9) để cấp cứu. Đến 19 giờ cùng ngày, thầy đã ra đi vĩnh viễn.

Có thể nói đây là hiện tượng có một không hai trong lịch sử văn học Việt Nam.

GS Bửu Cầm đã gởi tặng đôi câu đối phúng thật tuyệt:

Sông Thái ôm trăng, Lý Bạch thoát
Trường Văn nhả ngọc, Đông Hồ siêu.

Có lần đến thăm GS Bửu Cầm, tôi đã nghe thầy đọc đôi câu đối vừa kể.

Không hiểu sao có người đã trích dẫn *sai*:

*Sông Thái ôm trăng, Lý Bạch **quị***
*Trường Văn nhả ngọc, Đông Hồ **tịch.***

(Để ý hai chữ cuối câu: ***quị*** và ***tịch***, không theo đúng luật bằng trắc trong phép đối – NKT).

Nguồn:http://yume.vn/news/cate/subcate/thu-phap-dong-ho.35A7BC36.html).

Về sau, Chiêu Dương đã sáng tác mấy câu thơ:

Ai đem tang tóc vào thơ
Ngâm câu "Điện ngọc...", Đông Hồ ra đi.

Cái chết của thầy đã đi vào huyền thoại. Có người còn nói là cái chết đầy "bí ẩn"? Một cái chết thật đẹp - đúng như tiên đoán của GS Thanh Lãng và nhận xét của Nguyễn Hiến Lê! Đó là ý trời mà cũng hợp với ý thầy, như câu của Lương Khải Siêu: "*Chiến sĩ tử ư sa trường; học giả tử ư giảng tọa*".

Thầy được an táng tại nghĩa trang Mạc Đĩnh Chi, Sài Gòn (nay là công viên "Lê Văn Tám"). Trên mộ bằng cẩm thạch Ý Đại Lợi có khắc hai câu thơ lục bát, không biết do môn sinh TĐHX Hà Tiên hay ĐHVKSG sáng tác:

Ân sâu, nghĩa nặng tình dài
Khóc thầy, khóc mãi, biết đời nào nguôi!

Đến ngày 30/06/1983, nữ sĩ Mộng Tuyết đã di quan về Hà Tiên, cải táng trên núi Tô Châu. Đây là nơi an nghỉ cuối cùng của thầy Đông Hồ.

***Thay lời kết**

Thầy Đông Hồ đã ra đi vào cõi vĩnh hằng để lại niềm tiếc thương vô hạn của môn sinh, đồng nghiệp, văn thi hữu cũng như của người bạn đời, bạn thơ của thầy: nữ sĩ Mộng Tuyết.

Nguyễn Hiến Lê, từ năm 1970, đã ao ước những câu thơ sau đây của thầy Đông Hồ "*được khắc trên phiến đá Ngũ Hành Sơn mà dựng trước di chỉ Trí Đức Học Xá ở Hà Tiên hoặc khắc lên bảng đồng trong phòng diễn giảng ở Đại học Văn Khoa Sài Gòn:*

"Hồn Đại Việt, giọng Hàn Thuyên
"Nền móng văn chương cổ điển
"Đặt xây viên đá đầu tiên
"Xây dựng tương lai còn hẹn".

(Tiếng Việt huy hoàng - 1967).

Nhân dịp *Lễ kỷ niệm húy nhật đệ nhị chu niên* của cố thi sĩ Đông Hồ, do trường Trung học Nguyễn Trung Trực Kiên Giang và nhóm môn sinh tổ chức vào ngày 28/03/1971 tại Kiên Giang, GS Thanh Lãng đã phát biểu: "*Trong khi ở trung tâm thủ đô, văn thi sĩ lơ là với Đông Hồ bao nhiêu thì ở miền cực Nam, văn thi sĩ say sưa với Đông Hồ bấy nhiêu*". Theo Giáo Sư, "*Nếu Nhất Linh đã làm đẹp mặt miền Bắc, thì ít ra Đông Hồ cũng làm đẹp mặt miền Nam*". Cuối cùng, "*GS đề nghị với ông Tỉnh trưởng và Hội Đồng tỉnh Kiên Giang nên đặt tên đường Đông Hồ trong thị xã, và đề nghị với ông Đổng Lý chủ tọa dành một cái gì cho thi sĩ Đông Hồ, tốt hơn hết là đổi tên đường Lam Sơn trước nhà cố thi sĩ thành đường Đông Hồ*" [(10)].

Viết bài tường thuật buổi lễ kể trên để đăng ở Tạp chí *Nghiên Cứu Văn Học*, tôi chợt nghĩ đến việc đặt một tấm bảng đồng ghi mấy dòng chữ tại giảng đường ĐHVKSG: "*Nơi đây, người thầy tuyệt vời Đông Hồ, một người thiết tha yêu tiếng Việt đã ngã xuống*".

Giờ đây, ước mơ của Nguyễn Hiến Lê và tâm nguyện của người viết vẫn chưa thành hiện thực. Nhưng đề nghị chánh đáng của GS Thanh Lãng đã được thực hiện. Hiện nay, theo chỗ chúng tôi được biết, có một số đường đã đổi tên thành đường Đông Hồ, như ở quận Tân Bình và quận Tám, Sài Gòn cũ, hay ở thị xã Hà Tiên, tỉnh Kiên Giang.

Riêng người học trò xuất sắc ở TĐHX, người bạn đời tri kỷ của thầy Đông Hồ- nữ sĩ Mộng Tuyết, đã thực hiện tâm nguyện của thầy khi còn sống. Ngoài việc tập hợp các bài giảng của thầy ở ĐHVKSG để in thành sách (*Văn Học Miền Nam*), tác giả "*Nàng Ái Cơ Trong Chậu Úp*" còn xuất bản tập "*Núi Mộng Gương Hồ*" để tưởng nhớ đến người thầy tuyệt vời, người chồng yêu kính của mình. Chưa hết, Mộng Tuyết Thất Tiểu Muội còn lập nên "***Nhà Lưu Niệm Đông Hồ***" (ở số 46, đường Đông Hồ, thị xã Hà Tiên) – tức trên nền cũ TĐHX - để lưu giữ các kỷ vật, bút tích, di ảnh, tác phẩm của nhà thơ. Có thể nói, trong "Hà Tiên Tứ Tuyệt" (gồm Đông Hồ, Lư Khê, Trúc Hà, Mộng Tuyết) thì đôi uyên ương Đông Hồ - Mộng Tuyết chiếm hết hai. Nói theo Huy Cận: "*Đông Hồ - Mộng Tuyết là duyên văn tự, mà cũng là tình duyên, tình đời, thấm đượm tình non nước*".

Noi tấm gương sáng của thầy, người viết cũng tập tễnh làm

thơ, viết văn, làm báo rồi nghiên cứu văn học với sự nghiêm cẩn học được ở thầy. Trong khoảng thời gian dạy học, đã thể hiện phần nào tình-yêu-tiếng-Việt, tình-yêu-say-sưa-văn-học-miền-Nam mà thầy thường nung đúc (như giảng Ca dao miền Nam, Văn chương chữ Quốc ngữ, thơ văn Nguyễn Đình Chiểu, v.v… cho sinh viên Đại học Cần Thơ và Đại học Hòa Hảo, rồi cho sinh viên Lớp Quê Hương Mến Yêu tại Montréal, Canada)). Nhưng môn sinh của thầy không bao giờ tạo nên nổi "*cái không khí của giáo sư Đông Hồ, của thầy đồ Đông Hồ*" được.

Để kết thúc, người viết xin chép lại mấy câu thơ khóc thầy trên mộ chí ở nghĩa trang Mạc Đĩnh Chi ngày nào:

Ân sâu, nghĩa nặng tình dài
Khóc thầy, khóc mãi, biết đời nào nguôi!

Montréal, Xuân Quý Tỵ 2013 – Kỷ niệm ngày giỗ thứ **44** của thầy Đông Hồ.

Chú thích:

(1) Nhà thư pháp Trụ Vũ, trước học viết thư pháp chữ Hán, sau có duyên may được gặp gỡ thầy Đông Hồ, đem lòng yêu mến nét chữ, nên đã thể hiện cái hồn của thi pháp Hán bằng chữ Quốc ngữ. Về sau, Tăng Hưng - nhiếp ảnh gia, học trò ruột và được đích thân thầy Đông Hồ chỉ dạy cho cách viết thư pháp Việt. Phong trào thư pháp Việt trở nên phổ biến rộng rãi nhờ sự phối hợp ăn ý của Kiến trúc sư Nguyễn Thanh Sơn và nhà thư phápTrụ Vũ.

(2) Nguyễn Hữu Hào (?-1713) người làng Gia Miêu, huyện Tống Sơn, Thanh Hóa, là danh sĩ, danh tướng thuộc chúa Nguyễn ở Đàng Trong thời Lê Trung Hưng. Ngoài vai trò cầm quân và an dân, ông còn là tác giả tác phẩm *Song Tinh Bất Dạ (Truyện Song Tinh)* và một số thơ nôm.

(3)*Truyện Song Tinh*, theo GS Hoàng Xuân Hãn gồm 2396 câu thơ lục bát, có xen vài bài Đường luật, thư và văn tế bằng văn xuôi (Nxb. Văn Học, Hà Nội 1987).

(4) Mạc Thiên Tích có công trong việc phát triển kinh tế, ngoại giao, quốc phòng và văn hóa Hà Tiên. Đặc biệt về văn hóa, Tổng binh Đại đô đốc họ Mạc đã: "*khuyến khích dân chúng theo đạo Phật và đạo Nho bằng cách cho xây cất chùa chiền, lập miếu thờ Khổng Tử*" (Xem Nguyễn Kiến Thiết: *Tánh Cách Đặc Thù Của Ca Dao Miền Nam*. Luận án Cao Học Văn Chương Việt Nam, Đại học Văn Khoa Sài Gòn, 1972, tr.198-206).

(5) Nhiều tác giả: *250 năm Tao đàn Chiêu Anh Các (1736-1986*), Sở Văn hóa Thông tin Kiên Giang xb.1987, tr.237.

(6) Thầy Đông Hồ ngâm ít nhứt 8 câu thơ lục bát. Tôi đã quên gần hết nên chỉ chép được có 4 câu. Bạn nào còn nhớ, xin vui lòng bổ sung. Thành

thật cám ơn! Về sau, Nguyễn Hiến Lê- bạn tri kỷ của Đông Hồ - trong bài "*Hồn Đại Việt, Giọng Hàn Thuyên*" viết ở Sài Gòn ngày 1.3.1970, nhân ngày giỗ đầu của thầy Đông Hồ, có nhắc đến tập thơ "Đào lý xuân phong". Đây là tập thơ in Ronéo trên giấy đánh máy dày, chỉ gồm 12 trang. Bìa in typo màu vàng, phía trước có dấu son "Lâm Đông Thủy Cổ Nguyệt" và hàng chữ "Tuyển lục ít vần thơ Đại học". Tập gồm 9 bài (8 bài thơ và 1 đoản văn làm từ 1965 đến 1967). Đáng để ý nhứt là các bài *Xuân phong ngâm*; *Vàng son hoa nở hai mùa*; *Tiếng Việt huy hoàng*… (Trích theo Nguyễn Hiến Lê, "*Mười câu chuyện văn chương*", nxb. Văn Nghệ, Hoa Kỳ 1986). Tôi may mắn được thầy Đông Hồ tặng tập thơ "Đào lý xuân phong" nầy, có chữ ký và triện son của tác giả; nay đã thất lạc.

(7) Có người nhạo báng Đông Hồ là "*nhà văn Bắc Kỳ*" và "*không có tính cách Nam Bộ*". Riêng Nguyễn Hiến Lê cho rằng "Ông là nhà văn, nhà thơ trong Nam, bắc cầu Nam - Bắc". Một số văn thi sĩ, nhà nghiên cứu phê bình văn học miền Bắc (như Huy Cận, Xuân Diệu, Phạm Quỳnh, Nguyễn Đình Thi, Hoài Thanh - Hoài Chân) đều có mối cảm tình nồng hậu với Đông Hồ, như gọi Đông Hồ là "*nhà thơ chí sĩ*" (Nguyễn Đình Thi). Những chi tiết sau đây cần được soi sáng: "*Việc ông* [Đông Hồ-NKT] *cho Ban Tuyên Huấn Xứ Ủy Nam Bộ sử dụng Yiễm Yiễm Thư Trang (…) để làm cơ sở hoạt động sau Hiệp định Genève, cũng chính từ tấm lòng đó đối với đất nước*"*(?)* (Võ Văn Nhơn. Nguồn: http://khoavanhoc-ngonngu.edu.vn). Theo Wikipedia: "*Năm 1945,* [ông] *tham gia kháng chiến chống Pháp một thời gian…*". Nhưng theo Đoàn Dự thì: "*Năm 1945, Nhựt đảo chính Pháp, nhà thơ Đông Hồ tham gia tổ chức Quốc gia chống Nhật ở Hà Tiên*" (*Thời Báo* số 106 ngày 29/09/2006, tr.106).

(8) "Ngất": chữ dùng rất đắc của Nguyễn Hiến Lê. Trước kia, tôi có dùng chữ "ngã gục". Đoàn Dự dùng từ "ngất xỉu, gục xuống". Nhiều người dùng những từ sau đây, e không hợp: "đứt mạch máu não"; "bị đứt gân máu"; "tai biến mạch máu não"; "đột tử" (chết đột ngột, chết ngay) v.v…

(9) Bệnh viện Grall (Đồn Đất), xưa là bệnh viện do Hải quân Pháp xây năm1862. Đến ngày 01/06/1978 đổi tên thành Bệnh viện Nhi Đồng 2 (tọa lạc tại số 14, đường Lý Tự Trọng, P. Bến Nghé, Q.1, Sài Gòn).

(10) Nguyễn Kiến Thiết: "*Lễ kỷ niệm húy nhật cố thi sĩ Đông Hồ tại Kiên Giang*". Tạp chí *Nghiên Cứu Văn Học*, bộ mới, số 2, ngày 15/04/1971 tr.121-122.

NGUYỄN VĂN SÂM - NGƯỜI ĐẦU TIÊN GIỚI THIỆU VÀ CHÚ GIẢI TRUYỆN THƠ U TÌNH LỤC

***Lời người viết:** *Theo lẽ thường, khi nhận định phê bình một tác phẩm, ai nấy đều có xu hướng "khen hết lời" và "kiệm tiếng chê". Nghĩa là họ "mặc áo thụng vái nhau" vì đọc chưa kỹ hoặc sợ mất lòng nhau. Đôi khi sự thẳng thắn góp ý của người phê bình thể theo yêu cầu của tác giả, dầu rằng với tinh thần xây dựng, khách quan vẫn bị phản tác dụng! Đối với tôi, nếu ai phát hiện được những sai sót trong tác phẩm của mình "với tinh thần xây dựng, khách quan", tôi sẽ vô cùng biết ơn và trân quý tấm lòng của họ. Đặc biệt đối với những góp ý "có lý có tình", những phản hồi tích cực "nói có sách mách có chứng", tôi sẽ thành tâm lắng nghe để học hỏi. Nói khác đi sẽ "tâm phục khẩu phục" khi nhận ra chân lý. Bài viết dưới đây về một tác phẩm tâm đắc của đồng môn đàn anh Nguyễn Văn Sâm cũng trên tinh thần đó.*

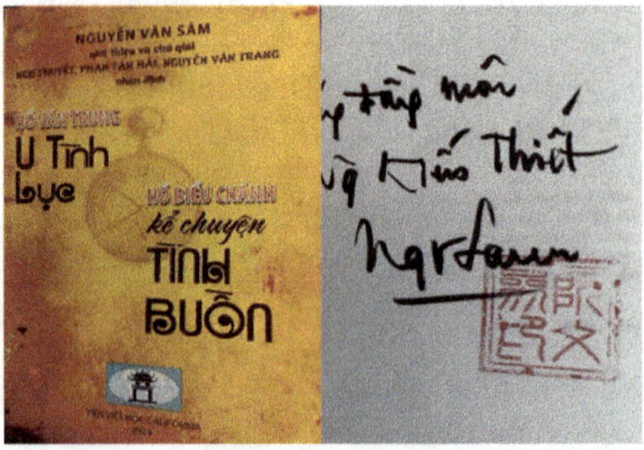

*Hình trái: *Bìa 1 sách "U Tình Lục / Kể Chuyện Tình Buồn"*
*Hình phải: *thủ bút của tác giả "Tặng đồng môn Ng Kiến Thiết".*

Truyện thơ do Hồ Biểu Chánh viết năm 1910
[đáng lý 1909], xuất bản năm 1913.

幽 情 錄
U TÌNH LỤC
ROMAN ANNAMITE
par
HỒ VĂN-TRUNG
Nouvelle édition
TOUS DROITS RÉSERVES
SAIGON
IMPRIMERIE F.-H. SCHNEIDER
1913
www.vietnamvanhien.net

Trên bầu trời văn học, cái tên Nguyễn Văn Sâm đã tỏa sáng từ trong nước trước 1975 và tại hải ngoại, cho tới ngày nay. Ngoài **sáng tác**, ông còn **biên khảo** nhiều tập sách văn học có giá trị cũng như biên soạn cuốn *Tự Điển Chữ Nôm Trích Dẫn* (soạn chung với một nhóm học giả). Với hơn mười cuốn sách biên khảo, ông đặc biệt chú trọng **Phiên âm từ sách Nôm**, hầu hết do Viện Việt Học California Hoa Kỳ xuất bản. Đó là: *Trương Ngáo* (2008); *Tội Vợ Vợ Chịu* (2010); *Người Hùng Bình Định* (2012); *Mà Lòng Tôi Thương* (2013); *Tỉnh Mê Một Cõi* (2015); *Thạch Sanh Lý Thông* (2019); *Báo Ứng Nhân Quả* (Gió Việt, 2016), v.v... Riêng trong hai cuốn **Chú giải sách xưa,** tôi muốn nói tới quyển *U Tình Lục* của Hồ Văn Trung mà Nguyễn Văn Sâm đã dày công chú giải và giới thiệu (Viện Việt Học California Hoa Kỳ xuất bản, 2014).

Trước tiên, người đọc được "mở đường khai lối" với ba Nhận định sắc bén của ba nhà văn: Ngự Thuyết viết *U Tình Lục, đứa con đầu lòng của Hồ Biểu Chánh* (các trang 25-32), Phan Tấn Hải với bài *Đọc "Kể Chuyện Tình Buồn, 2013*" (các trang 34-46) và Nguyễn Văn Trang qua bài *U Tình Lục của Hồ Biểu Chánh: Tình Đất, Tình Người* (các trang 47-54). Đây là những nhận định công phu, súc tích, "biểu đồng tình" với Nguyễn Văn Sâm. Nó tiếp tay tác giả giới thiệu, phân tích đặc điểm nổi bật về nội dung, hình thức và bước đầu đánh giá truyện thơ cũng như phần chú giải rất công phu của người giới thiệu. Độc giả có thể làm quen, hiểu và cảm được "chuyện tình buồn" qua "lối viết nôm na, bộc trực" nhưng "không phải nhất thiết là dở" của Hồ Biểu Chánh.

Ngự Thuyết dẫn dắt người đọc "nhập truyện" qua tóm tắt cốt chuyện bằng văn xuôi mà một số người vẫn thường làm. Ông cũng không quên dẫn "U Tình Lục chịu ảnh hưởng Truyện Kiều", cho rằng "cái bóng lớn của Truyện Kiều trùm lên U Tình Lục" (tr.29). Và ông đã kết luận: *"Phần chú giải rất công phu của Nguyễn Văn Sâm đã giúp cho U Tình Lục (Kể Chuyện Tình Buồn) trở thành một tài liệu giá trị và hữu ích cho việc nghiên cứu văn học Việt Nam đầu thế kỷ 20"* (tr.32). Còn Phan Tấn Hải phân tích vấn đề tự do luyến ái vì đã "thấy tức khắc" U Tình Lục "đã đụng vào một số cấm kỵ thời đầu thế kỷ 20" (tr.34). Sau cùng ông đã nhìn nhận: *"U Tình Lục là một truyện thơ xuất sắc, cốt truyện ly kỳ gay cấn, ngôn ngữ điển hình Nam Bộ và đã mang nhiều tư tưởng cấp tiến, đặc biệt là gỡ rào cho phụ nữ - tới mức độ, ngay bây giờ, cũng sẽ có nhiều bậc ba mẹ không hài lòng*" (tr.45). Sau cùng nhận định của Nguyễn Văn Trang nhằm giới thiệu cái "thông điệp" của người chú giải qua phân tích từ khóa "Tình Đất, Tình Người" trong U Tình Lục. Theo ông, "toàn bộ nội dung, tình tiết và chữ nghĩa đều xuất phát và gắn kết với vùng đất này" (tr.47). Đó là Đất Phương Nam. Đó là "Tình Đất" của người dân Nam Kỳ Lục Tỉnh. Còn về "Tình Người", ông cho rằng "trong một xã hội giao thời, Hồ Biểu Chánh vẫn lấy cái gốc đạo lý của dân tộc ta: Thiện thắng Tà, Nhân-Quả nhỡn tiền, để răn thói đời và hậu thế" (tr.50). Ông còn đi xa hơn khi viết: "*Vấn đề cốt lõi của U TÌNH LỤC là nêu lên chân dung của đạo đức xã hội từ thời xa xưa mà có lẽ tác giả không ngờ nó vẫn tồn tại và xuống cấp thảm hại như ngày nay*" (tr.54), v.v...

Bằng cách nhập đề lung khởi trước khi giới thiệu và chú giải truyện thơ, nhà chú giải Nguyễn Văn Sâm nêu rõ lý do, mục đích và phương pháp làm việc của mình qua 17 trang giấy (tr.7-23) với tiêu đề: "***U Tình Lục, thí nghiệm về đất trời phương Nam***". Có 6 điểm đáng lưu ý:

1. Đất trời phương Nam ẩn chứa trong các tác phẩm của vùng nẩy mà không phải lúc nào ta cũng thấy được. Ngôn từ tác giả sử dụng và con người được mô tả giống với ca dao hay những tác phẩm bình dân đã đi vào lòng người Nam Kỳ Lục Tỉnh. Ông nêu lên hai vấn đề chánh làm trở ngại cho sự thưởng ngoạn. Một là "Có quá nhiều chữ được viết theo giọng đọc Nam Kỳ thời đó, hiểu theo ngày nay thì là sai chánh tả và sai cả âm Hán Việt chuẩn". Hai là vì được sáng tác theo lối văn vần, bác học nên không tránh khỏi "sự đòi hỏi của vần điệu, điển tích cũng như thành ngữ xưa mà ngày nay không phải ai cũng có điều kiện để biết..." (tr.10). Trong tập sách *U Tình Lục/Kể Chuyện Tình Buồn*, Nguyễn Văn Sâm đã tìm cách khắc phục hai trở ngại đó khi chú giải tác phẩm.

1.Tác giả giải thích cái tựa "U Tình Lục, kể lại mối tình buồn, mối tình không giải tỏa được". Với sự khiêm tốn cố hữu, với lòng mong muốn tác phẩm tới tay đông đảo người đọc, Nguyễn Văn Sâm đã "xin vô phép với tác giả để gọi lại *U Tình Lục* của Hồ Văn Trung là *Kể Chuyện Tình Buồn* của Hồ Biểu Chánh cho có nhiều người biết hơn, nhiều người để ý hơn..." (tr.12). Ông cũng đề cập đến ý hướng chủ đạo là viết văn răn đời, ý hướng "văn dĩ tải đạo" của tác giả mà ông lấy làm tâm đắc.

3. Độc giả sẽ thích thú với chữ "bắt giò". Nguyễn Văn Sâm rất thành thật khi thú nhận trong phần chú thích Kể Chuyện Tình Buồn chắc chắn sẽ có, và có thể có nhiều "hạt sạn" (những chi tiết mình chưa biết, chưa truy cứu được hoặc không đọc được). Ông tự binh vực: "*Thôi thì hoàn mỹ tất nhiên là quý, bất toàn một chút cũng chẳng sao, người sau có lý do thúc đẩy để bắt tay làm lại công việc của người đi trước, có dịp để* ***bắt giò*** *người đi trước, bắt giò không vì ghét, vì phách lối, tự cao tự đại, mà để cùng nhau hiểu hơn những ngõ ngách của lâu đài văn hóa kỳ bí của dân tộc*" (tr.15)

4. Đến đây Nguyễn Văn Sâm chú trọng đề cập đến nội dung và nghệ thuật tác phẩm. Về nội dung, "*Kể Chuyện Tình Buồn* có cái đặc sắc là Nam Kỳ Lục Tỉnh trong nhân vật, trong thời đại và trong tình tiết". Đó là con người Việt bình dân sống, di chuyển trên quê hương mình, "từ Mỹ Tho lên Sài Gòn, từ Nam ra Bắc, từ Bắc vô Nam". Họ sanh trưởng trên quê hương Việt, có đời sống Việt miền Nam. Nếu họ có giàu lên thì của cải không tính bằng vàng ngàn lượng bạc trăm xe mà là "*ruộng đo kể dặm, lúa đong kể vàn*" (c.46). Về hình thức, *Kể Chuyện Tình Buồn* sử dụng loại văn chương thuần Việt, chữ viết thuần Việt mà người dân thường dùng trong cuộc sống bình nhựt.

5. Người chú giải nêu ra hai điểm đáng chú ý: *Chữ dùng* và *Cách nói Nam Kỳ.* Về *Chữ dùng*, ông cho rằng quyển sách chứa đựng nhiều *âm của vùng đất cực Nam;* phong phú những *từ riêng của Nam Kỳ Lục Tỉnh;* chứa nhiều *từ xưa* khó thấy trong những tác phẩm sau này. Ông định nghĩa *âm của vùng đất cực Nam* là những âm khác với âm chuẩn đã có ở vùng khác, hay âm đã được sử dụng trong cả nước. Ông đã dẫn chứng hàng trăm thí dụ mà Hồ Biểu Chánh đã sử dụng trong *Kể Chuyện Tình Buồn*, như:

bôn chon, chê dè, trướng huê, bịt bùng, phưởng phất, căn dươn, thày lay, ướm lòng, bưng khuâng, nhập tràng, vó cu, xét lợi, bất nhứt, héo liễu xù đào, lu lờ, công toại danh thiềng, tiu hiu, nần nì, bất bường, lá lay, héo don, trở bườm, nhúm bịnh, hún hín, vẹn tuyền…

Về *Cách nói Nam Kỳ*, theo ông, là những cách thế diễn tả mà chỉ có tác giả dùng hay những tác giả Nam dùng, ta không thấy người miền Bắc Trung sử dụng cách nói nầy. Chúng có thể bị chê là quê kệch, miệt vườn, nhà quê... nhưng chúng hiện diện như một sự đứng thẳng xác định **thế đứng của ngôn ngữ** của vùng. Ông cũng dẫn hàng trăm thí dụ, như: tranh thế cạnh thì, hiếm kẻ, thói cải lương, lòng son nẻ, dạ mực băng, non nhớt, trong ngoài khít khao, lân la qua lại, bậu bạn, dạ nọ lăm le, lời nói thẳng băngdùn thẳng, còn đương xẩn bẩn, hơi gió chen lòn, làm phường gái lanh, lụy ứa thâm bâu, việc lăng quẳng, quân bình bồng, xúp lê giục giã, ruột xàu như dưa, v.v...

6. Tóm, ông cho rằng *Kể Chuyện Tình Buồn* có sự **vừa phải** trong mô tả nhân vật, tình cảm được "diễn tả sương sương, nhẹ nhàng không bi thiết". Còn về hình thức, nó mang được cái "không khí nhẹ nhàng lãng đãng" trong từng câu thơ mà phần tiếng Nôm chiếm đa số đã lấn át phần gốc chữ Hán thiểu số. Về việc sửa lỗi chánh tả truyện thơ, ông đã "sửa lại theo chánh tả thông dụng" vì sợ người đọc quen với chánh tả ngày nay hiểu lầm cách viết xưa. Ông kết luận: "*Người đọc chỉ cần lướt qua Kể Chuyện Tình Buồn mà thấy trân quí U Tình Lục thì chúng tôi đã đạt được kỳ vọng trong việc làm của mình*" (tr.23).

Phần trọng tâm của tập sách vẫn là **Giới thiệu và chú giải** cuốn *U Tình Lục* (Hồ Văn Trung) / *Kể Chuyện Tình Buồn* (Hồ Biểu Chánh) của Nguyễn Văn Sâm như trên bìa sách có ghi.

*** Về việc giới thiệu:** Nguyễn Văn Sâm chép 1790 câu "thượng lục hạ bát" của truyện thơ *U Tình Lục*, kể cả bốn bài thơ Đường luật thất ngôn bát cú xướng-họa giữa Lê Tấn Nhơn và Triệu Luân. Hai bài xướng ở giữa các câu 1540 và 1541; còn hai bài họa ở giữa hai câu 1542 và 1543. Dựa vào câu "người đọc có thể dò kiểm lại theo bản in xưa năm 1913" (tr.203), văn bản nầy được ông "đánh máy lại" để giới thiệu. Do một cơ duyên, lúc phụ trách Tòa soạn tạp chí *Nghiên Cứu Văn Học*, chúng tôi được đọc một bản *U Tình Lục*, một truyện thơ gồm 1790 vần thơ lục bát không kể 4 bài thơ Đường luật thất ngôn bát cú xướng-họa của các nhân vật, được *Hồ Văn Trung viết năm 1909 và do "Imprimerie F.-H. Schneider" in năm 1913, "nouvelle édition"*; nơi trang hai có lời đề tặng như sau:

À mes deux amis P.D. Thiệu et Đ.T. Phong,
Je dédie ce poème.
Sàigòn, Trung thu 1909
Hồ Văn Trung.

Bản nầy do GS Phạm Việt Tuyền cho tôi mượn để tham khảo lúc làm "thầy cò" sửa morasse bài viết của ông để đăng trên tạp chí *Nghiên Cứu Văn Học,* tại nhà in.

***Về việc chú giải**: Đây là công việc bạc bẽo khô khan, đòi hỏi nhiều thời gian, công sức và niềm đam mê không ngừng nghỉ của Nguyễn Văn Sâm. Như kiếp tằm vẫn cứ nhả tơ phục vụ cho đời. Tuy vậy, nó cũng có nhiều điều thú vị và hấp dẫn, ít ra đối với người có tâm huyết muốn mang một "thông điệp" gởi tới người đọc. Cái thông điệp đó là việc giới thiệu một tác phẩm hoàn toàn Việt Nam, xuất hiện ở vùng Đất Phương Nam, mô tả con người với đầy đủ cá tánh, bản chất Nam Kỳ Lục Tỉnh trong buổi giao thời Cũ-Mới. Giữa Hồ Biểu Chánh và Nguyễn Văn Sâm hình như có *sự đồng điệu* của sợi đàn tâm để ngân lên những cung bậc của hòa điệu, hòa hợp. Tác phẩm ra đời trên 100 năm ít người biết hầu như đã chìm sâu vào quên lãng, giờ đây được lôi ra ánh sáng, được khai thác/chú giải cặn kẽ để độc giả thấy được cái diện mạo, vóc dáng đáng yêu của vùng đất phương Nam, của tình người Lục tỉnh. Nguyễn Văn Sâm cho biết: vẫn giữ nguyên cách phát âm xưa của miền Nam Kỳ Lục Tỉnh; tôn trọng từ xưa; chỉ sửa lỗi chánh tả; không sửa chữ mình cho là vô lý hay khác ngày nay; các chữ đã chỉnh sửa được **in đậm** (tr.203). Từ đây *U Tình Lục* của Hồ Văn Trung đã "lột xác" trở thành *Kể Chuyện Tình Buồn* của Hồ Biểu Chánh do bàn tay phù phép "nhào nặn" của người chú giải - tôi mạn phép gọi là *nhà Nam Kỳ học* Nguyễn Văn Sâm.

Với 761 chú giải đã chứng tỏ sự cần cù mẫn cán và kiến thức uyên bác của Nguyễn Văn Sâm. Ông đã vận dụng ca dao, thành ngữ, cổ văn - đặc biệt vốn Hán Nôm thâm cứu để *chú giải rạch ròi từ chân tơ kẽ tóc* những từ, ngữ, câu cú khó hiểu hoặc không thông dụng để người đọc dễ tiếp cận và yêu thích tác phẩm (xin xem 761 chú giải trong tập sách). Làm công việc "đãi cát tìm vàng", Nguyễn Văn Sâm đã thâu lượm được cả khối *vàng ròng*. Tuy nhiên, nói theo Baudelaire "*Tác phẩm đã hoàn thành chưa hẳn đã hoàn tất*" (Une oeuvre faite n'était pas nécessairement finie), ngoài việc "khen hết lời", tôi muốn mạo muội có đôi lời **góp ý** thật thà, thẳng thắn với nhà Nam Kỳ học Nguyễn Văn Sâm. Việc thật thà góp ý nầy không phải "bắt giò", cũng không phải "sửa lưng". Đó là công việc "đãi vàng tìm cát" để thỏi *vàng thiệt* không còn sót hột cát nhỏ li ti nào. Tuy nhiên thói thường hễ "trung ngôn" lại bị "nghịch nhĩ", *lời nói thẳng, nói phải* của mình dễ làm *nghịch lỗ tai, chướng tai khó nghe*, nên chúng tôi thành thật xin lỗi trước.

Giữa Nguyễn Văn Sâm (NVS) và Nguyễn Kiến Thiết (NKT) tôi có nhiều điểm gần giống nhau: cùng được đào tạo chánh quy tại Đại học Văn Khoa Sài Gòn, cùng nghiên cứu về Văn học Miền Nam - Nam Kỳ Lục Tỉnh. NVS tốt nghiệp Cử nhân Triết học Tây Phương, Cao học Văn Chương Việt Nam, NKT tốt nghiệp Cử nhân Văn chương, Cao học Văn chương Việt Nam. Ngoài tình đồng hương, chúng tôi còn có *tình đồng điệu* nên dễ dàng trao đổi đối thoại, đọc và hiểu nhau - nếu không muốn nói là *tâm đắc*. Tôi có "duyên" và "nợ" với Nguyễn Văn Sâm. Cái "duyên" được cùng một vị thầy khả kính, một trí thức khoa bảng - tức Giáo sư Linh mục Thanh Lãng - bảo trợ soạn Luận án Cao học và Tiến sĩ văn chương cùng chung một mảng văn học Nam Kỳ Lục Tỉnh; nhưng bị dở dang vì vận nước tháng Tư năm ấy. Bởi được đào tạo chánh quy nên hầu hết các đầu sách từ sáng tác đến phiên âm sách Nôm và chú giải sách xưa, NVS đã miệt mài làm việc với tinh thần khoa học nghiêm cẩn, "nói có sách mách có chứng" ngõ hầu chiếm trọn lòng tin của người đọc. NVS xứng đáng là đàn anh của NKT về mọi phương diện: từ tuổi tác, nghề nghiệp đến văn nghiệp. Tôi còn mang nặng trong lòng bởi hai món "nợ tinh thần" đối với Nguyễn huynh. Một là nhận sách *U Tình Lục/Kể Chuyện Tình Buồn* do Viện Việt Học CA xuất bản, 2014 với Lời đề tặng, chữ ký và triện son của tác giả: "*Tặng đồng môn Nguyễn Kiến Thiết*"; nhưng từ lúc nhận sách vào đầu năm 2021 đến nay vẫn chưa viết được lời nào cho phải phép. Hai là anh đã vui vẻ nhận lời viết *Lời Tựa* cuốn *Những Trang Văn Đời Tôi* của NKT tôi mặc dầu đa đoan với biết bao việc (1). Bài nầy không ngoài mục đích đáp tạ phần nào món nợ tinh thần ấy.

Nhận xét chung

Hồ Biểu Chánh viết *U Tình Lục* là vì ông muốn cho «*người mình đọc chuyện xẩy ra ở nước mình bằng chữ nước mình*». Cốt chuyện xoay quanh chủ đề "có hậu", nêu cao mệnh trời và khuyên lành răn ác. Ngay từ 1909, Hồ Biểu Chánh vẫn để cho hai nhân vật chánh, sống vào cuối thế kỷ XIX được *tự do luyến ái* và có những *hành động táo bạo* ngoài khuôn khổ lễ giáo phong kiến (tiền dâm hậu thú). Ông tìm cách dung hòa cái mới và cái cũ bởi lẽ cái mới và cái cũ đều có ưu điểm riêng của nó. Theo Bùi Đức Tịnh thì "*mặc dầu thơ có nhiều câu chững chạc, khá trau chuốt nhưng sự mô phỏng quá sát sao một tác phẩm đã phổ biến rộng khiến U Tình Lục chưa vượt khỏi giai đoạn sáng tác **ấu trĩ***" (2). Phạm Việt Tuyền đã có nhận định sắc sảo đăng trên tạp chí *Nghiên Cứu Văn Học*: "*Với U TÌNH LỤC, Hồ Văn Trung đã chứng tỏ khả năng làm thơ viết văn của ông. Và, sau khi "tốt nghiệp học viện" Đoạn Trường Tân Thanh của Nguyễn Du với "mảnh bằng" U TÌNH LỤC, Hồ Biểu Chánh đã thi thố thiên tài trong suốt nửa thế kỷ, với một văn nghiệp vô cùng phong phú mà phần tiêu biểu nhất là hơn 60 cuốn tiểu thuyết bình dân viết bằng văn xuôi đã xứng làm hồi hộp bao nhiêu thế hệ nông dân và công nhân ở miền Nam này*" (3).

Người viết rất đồng ý với Võ Võ Văn Nhơn qua nhận định: "*U Tình Lục chịu nhiều ảnh hưởng từ Truyện Kiều của Nguyễn Du và cũng rất gần với Lục Vân Tiên của Nguyễn Đình Chiểu trong mọi phương diện như đề tài, ngôn ngữ nghệ thuật, bố cục, khuynh hướng tư tưởng*". Tuy nhiên chúng tôi muốn nói thêm: ***U Tình Lục chẳng những chịu ảnh hưởng Truyện Kiều và Lục Vân Tiên***

mà còn rất gần với Song Tinh Bất Dạ của Nguyễn Hữu Hào về mọi phương diện. Tôi còn một nghi vấn: **Phải chăng *Truyện Song Tinh* có trước *Truyện Kiều*?** Có 2 lý do để giải thích:

Nguyễn Hữu Hào (?-1713) viết *Truyện Song Tinh* vào thế kỷ XVIII, trong những năm làm trấn thủ Quảng Bình (1704-1713). Đây là tác phẩm diễn nôm từ truyện *Định Tình Nhân* (những người có tình gắn bó) của một tác giả không rõ tên, người Trung Hoa sống vào khoảng cuối nhà Minh đầu nhà Thanh. Tác phẩm nầy từng bị thất lạc trong nhiều năm. Đầu thế kỷ XX, nhà nho Lâm Hữu Lân phát hiện được bản in năm Gia Long thứ nhứt (1802) nhan đề *Song Tinh Truyện* và phiên âm. Đến năm 1962, cháu ông là nhà thơ Đông Hồ đã cho công bố bằng quốc văn tại Sài Gòn [(4)]. Nhưng đó là bản chưa sát với bản Nôm. Phải đến năm 1987, Hoàng Xuân Hãn mới công bố tiếp bản phiên âm chính xác hơn [(5)]. Chính Hoàng Xuân Hãn đã viết trong *Lời tựa* của bản phiên âm *Truyện Song Tinh* như sau: "*Văn Nôm cổ rất hiếm... Nếu còn tồn tại mà lại biết gốc tích, thời đại và tác giả, thì lại càng hiếm. TRUYỆN KIỀU thuộc loại này, được ta coi là của quý bậc nhất trong kho văn phẩm. Thế mà trước truyện ấy chừng* **một trăm năm** [tôi tô đậm], *ta còn biết một truyện khác có đủ các tính cách trên; tuy không hay bằng, (...) Ấy là TRUYỆN SONG TINH*" (tr.5).

Theo Wikipedia Tiếng Việt, Nguyễn Du viết *Truyện Kiều* sau khi đi sứ Trung Hoa (1814–1820). Lại có thuyết nói ông viết trước khi đi sứ, có thể vào khoảng cuối thời Lê đầu thời Tây Sơn. Thuyết sau được nhiều người chấp nhận hơn [(6)]. Truyện dựa theo bộ truyện văn xuôi *Kim Vân Kiều Truyện* của Thanh Tâm Tài Nhân, lấy bối cảnh Trung Hoa thời vua Gia Tĩnh Đế đời nhà Minh (1521-1567). Đây được xem là truyện thơ nổi tiếng nhứt và xếp vào hàng kinh điển trong văn học Việt Nam. Tác phẩm được viết bằng chữ Nôm, theo thể lục bát, gồm 3254 câu. Như vậy phải nhìn nhận **Truyện Song Tinh *có trước* Truyện Kiều và có trước *hàng trăm năm*.** Vấn đề đặt ra là Truyện Song Tinh/Nguyễn Hữu Hào đã ảnh hưởng đến Truyện Kiều/Nguyễn Du, hay ngược lại? Ước mong các bậc thức giả lên tiếng để nghi vấn nầy được sáng tỏ. Chúng tôi cũng tin rằng một khi *U Tình*

Lục chịu ảnh hưởng *Truyện Kiều* thì đương nhiên phải chịu ảnh hưởng của *Truyện Song Tinh*.

Nguyễn Văn Sâm chú giải *Kể Chuyện Tình Buồn* với *lời lời châu ngọc*, trước và sau ông không ai có thể làm hơn được. Với lòng mong muốn viên ngọc "*Kể Chuyện Tình Buồn*" được sáng rỡ, tôi chỉ làm cái việc phủi những hột bụi bám nhỏ li ti một cách tự nguyện với tất cả thành tâm thiện ý, qua một vài góp ý nho nhỏ.

1. Một số lỗi chánh tả được **in đậm**, theo thiển ý *nên chua thêm chữ sai* của bản gốc ở kế bên để độc giả tiện so sánh khỏi mất thời gian truy tìm bản gốc.

2. Có mấy hột bụi nhỏ. Chúng tôi tra cứu hai bộ tự điển: *Đại Nam Quấc Âm Tự Vị (TV* -1895) và *Việt Nam Tự Điển* (*VNTĐ* -1931).

- Thuyền/**thoàng** (ch 503): đáng lý nên viết là "thuyền/**thoàn**" (*TV*, tr.406; *VNTĐ* tr.571).
- **Giồi** dập (c 1145): viết đúng là "**dồi** dập" (*TV*. Dồi, tr.240: đưa lên, quăng lên).
- **Giở** xem (c 122): đáng lý phải sửa là "**Dở** xem" (*TV*, tr.238; *VNTĐ* tr.157).
- **Giãi** nắng (c 413): viết đúng là "**dãi** nắng" (*TV*, tr.216: dan ra ngoài nắng).
- *Đại Nam* **Quốc** *Âm Tự Vị* (tr.225) tên quyển Tự điển nên chép nguyên văn, tức *Đại Nam* **Quấc** *Âm Tự Vị*.
- **Sôi** kinh nấu sử (c198). Thành ngữ nguyên gốc là "**xôi** kinh nấu sử" hoặc "nấu sử **xôi** kinh", để chỉ việc khổ công học tập kỹ lưỡng nhiều lần như nấu cơm, đồ xôi cho thật chín. Tuy nhiên, cách ghi "xôi/sôi" vẫn chưa thống nhứt.

. ***Xôi*** (*TV* tr.587): Lấy hơi nước sôi mà làm cho chín, nếp đã nấu chín cách ấy.

Xôi kinh nấu sử: chuyện việc học hành.

. ***Sôi*** (tr.304): Trào lên, nổi bọt, tiếng nước xao động, khí xao động.

. ***Xôi*** (*VNTĐ* tr.657):Thứ đồ ăn bằng gạo nếp nấu cách thủy: *Thổi xôi. Mâm xôi. Cố đấm ăn xôi.*

. **Sôi** (tr.494): Nói về nước đun nóng, sủi sùng sục lên. *Sôi gan. Sôi nổi*

Tôi chọn ***xôi kinh nấu sử*** vì nhiều lẽ.

1.- Người miền Bắc ***khi phát âm*** ít phân biệt được X/S, TR/CH; người miền Nam khi phát âm thường lẫn lộn Hỏi Ngã, V/D. Chẳng hạn: *Sinh* ***xôi*** *nảy nở* (*VNTĐ*). Đáng lẽ phải viết *Sinh* ***sôi*** *nảy nở.*

2.- Về cấu trúc của ***Nấu sử xôi kinh***, đây là câu tiểu đối: Nấu – xôi (động từ) và sử - kinh (danh từ). Ở đây *Nấu sử* và *xôi kinh* cũng đều là nấu / thổi / xôi từ trạng thái đang "sống" chuyển qua "chín". Hiểu theo nghĩa bóng, từ cái không biết, ù ù cạc cạc chuyển qua học thuộc/ thuộc làu làu, tức sức học đã "chín".

3.- Khi còn đi học, giáo sư trước 1975 đều dạy *Nấu sử xôi kinh.* Đến lúc đi dạy tôi vẫn sử dụng y chang thành ngữ nầy. Nói khác đi "***Nấu sử xôi kinh***" đã thấm vào máu. Tôi chưa hề nghe nói "*Nấu sử* sôi *kinh*".

4.- Trong *Lục Vân Tiên*, cụ Đồ Chiểu đã viết: "*Theo thầy nấu sử* ***xôi*** *kinh*" (c.11). Các nhà nghiên cứu Nguyễn Quảng Tuân, Nguyễn Khắc Thuần cũng có viết: "*Người ta vẫn dùng thành ngữ* ***Nấu sử xôi kinh*** *để chỉ sự cần mẫn học hành*" (*Từ điển truyện Lục Vân Tiên*, nxb. TP/ HCM 1989, tr.221).

Tóm, *U Tình Lục/Hồ Văn Trung* mặc dầu có một số hạn chế nhứt định nhưng đã có một chỗ đứng đặc biệt trên văn-thi đàn Việt Nam buổi giao thời cũ-mới. *Kể Chuyện Tình Buồn/Hồ Biểu Chánh* với phần giới thiệu súc tích và dày công chú giải của nhà Nam Kỳ học Nguyễn Văn Sâm đã có diện mạo sáng sủa hơn trước để dễ dàng đến tay số đông người đọc. Xin cám ơn anh Nguyễn Văn Sâm rất nhiều.

Montréal, Trung Thu 2023

Chú Thích:

(1) Xem Nguyễn Văn Sâm: Nợ Văn Chương (trích Nguyễn Kiến Thiết. *Những Trang Văn Đời Tôi*. Văn Học Mới, Hoa Kỳ xuất bản, 2021, tr. 11-13).

(2) Bùi Đức Tịnh: *Những bước đầu của báo chí, tiểu thuyết và thơ mới (1865-1932).* nxb TP/HCM Hồ Chí Minh, 1992.

(3) Phạm Việt Tuyền: Đọc truyện diễn ca "U Tình Lục". Tạp chí *Nghiên Cứu Văn Học* (Bộ mới) số 2, tháng 4/1971, tr.85-112.

(4) *Truyện Song Tinh*, nhà xuất bản Bốn Phương, Sài Gòn, 1962, gồm 2216 câu.

(5) *Truyện Song Tinh*, nhà xuất bản Văn Học, Hà Nội 1987. Bản nầy gồm 2396 câu thơ lục bát (còn thiếu đoạn cuối), có xen vài bài Đường luật, thư và văn tế bằng biền văn.

(6) Nguyễn Lộc, mục từ "Truyện Kiều" in trong *Từ điển văn học* (bộ mới), nhà xuất bản Thế Giới, 2004, tr.1844.

NGUYỄN VY KHANH VỚI "VĂN HỌC QUỐC NGỮ THỜI ĐẦU & MIỀN NAM LỤC TỈNH"

Gần hai thập niên nay cái tên Nguyễn Vy Khanh đã rực sáng trên vòm trời văn học Việt Nam tại hải ngoại về lãnh vực biên khảo và phê bình văn học. Theo lẽ thường, một tác giả viết về nơi mình xuất thân, về các tác gia có gốc gác tại địa phương của mình, dầu rằng hết sức trung thực, với tinh thần nghiêm cẩn khách quan vẫn bị ngộ nhận là mang nặng đầu óc địa phương, phe nhóm. Nguyễn Vy Khanh không phải xuất thân từ Lục tỉnh nhưng đã mạnh dạn nói thay cho người dân Nam Kỳ *chánh hiệu* về nỗi đau đáu khôn nguôi: "*Cả một thế hệ văn học bị bỏ quên*" *(tr.89)* qua tác phẩm ***"Văn Học Quốc Ngữ Thời Đầu & Miền Nam Lục Tỉnh"*** (Nhân Ảnh, 2021).

Đây là cuốn sách tôi vô cùng *tâm đắc* bởi Tiểu sử của tác giả, bởi sự đồng điệu ở nội dung, chủ để của tác phẩm. Nguyễn Vy Khanh chắc sanh ra trong một gia đình khá giả, được may mắn sống chung với cha mẹ ở thủ đô Sài Gòn để xôi kinh nấu sử, không *nặng nợ áo cơm* nên "đường vân trình" rộng bước thênh thang như đã dẫn trên. Phải là người thông minh xuất chúng, có ý chí cầu tiến, cộng thêm "số đỏ", sinh viên Nguyễn Vy Khanh mới chiếm được mỗi năm một mảnh bằng danh giá. Chưa hết, ra hải ngoại, sau khi tạm ổn cuộc sống, thừa thắng xông lên, ông tốt nghiệp Cao học Thư viện và Khoa học Thông tin (1978) rồi trở thành chuyên viên Thư viện từ năm 1978 cho đến khi về hưu. Ngoại trừ nhiều bài viết đăng rải rác đây đó, trong khoảng thời gian "nở rộ" về văn nghiệp (1997-2021), ông đã trình làng 10 cuốn sách biên khảo, dịch thuật và nhận định văn học có giá trị - trong đó có cuốn sách đồ sộ và nặng ký: ***"44 Năm Văn Học Việt-Nam Hải Ngoại"*** (7 tập, thực hiện chung với Khánh Trường và Luân Hoán; San Jose CA: Mở Nguồn, 2019). Có thể nói trong ba yếu tố quyết định hoặc tác động đến sự thành bại của một đời người: Thiên thời – Địa lợi – Nhân hòa, Nguyễn Vy Khanh chắc được đẻ bọc điều nên đã chiếm trọn. Và ở lãnh vực nào, ông cũng thành công. Nhiều người cho rằng, ở Đại học

Văn Khoa Sài Gòn trước năm 1975, Nguyễn Vy Khanh là đệ tử ruột của GS Nguyễn Văn Trung. Điều nầy hoàn toàn đúng. Bởi lẽ ông đã tắm gội trong dòng suối ngọt ngào của tình nghĩa thầy-trò, tiếp nhận, thừa hưởng trọn vẹn "y bát" của GS Nguyễn Văn Trung, từ trong nước ra tới hải ngoại, như được đỡ đầu để soạn Luận án Cao học Triết Tây, được chuyển giao nhiều tài liệu quý hiếm mà nếu có tiền muôn bạc vạn cũng không thể nào sở hữu được. Trong khoảng thời gian gần 20 năm công tác tại các Thư viện ở Montréal và Québec, với môi trường vô cùng thuận lợi, hằng ngày trong giờ làm việc, Nguyễn Vy Khanh đã hít thở không khí sách, làm bạn với sách nên nghiền ngẫm, nung nấu ý chí trở thành một nhà biên khảo phê bình văn học. Do vậy, độc giả sẽ không lấy làm ngạc nhiên khi thấy ông đã trình làng một loạt 10 cuốn sách như đã kể.

Về tiểu sử và tác phẩm đã xuất bản của ông, độc giả có thể tham khảo ở các trang mạng Internet cũng như ở Bìa 4 cuốn sách nầy. Ngoại trừ nhiều bài viết đăng rải rác đây đó, trong khoảng thời gian "nở rộ" về văn nghiệp (1997-2021), ông đã trình làng hàng chục cuốn sách biên khảo, dịch thuật và nhận định văn học có giá trị - trong đó có tập sách đồ sộ và nặng ký: ***"44 Năm Văn Học Việt-Nam Hải Ngoại"*** như đã dẫn. Người viết muốn bắt chước nhà thơ Luân Hoán qua việc "*Dựa Hơi Bè Bạn*" để nhận định về một tác giả qua tác phẩm đã "gãi đúng chỗ ngứa" cho mình.

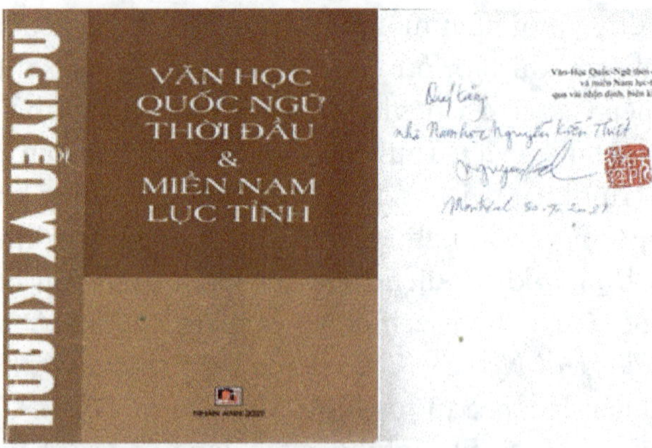

*Hình trái: bìa sách "*Văn Học Quốc Ngữ Thời Đầu & Miền Nam Lục Tỉnh*" *của Nguyễn Vy Khanh*
*Hình phải: *thủ bút của Nguyễn Vy Khanh "Quý tặng nhà Nam học Nguyễn Kiến Thiết"*

Tập sách ***"Văn Học Quốc Ngữ Thời Đầu & Miền Nam Lục Tỉnh"*** gồm 20 đề mục, mỗi đề mục là một *mảnh vụn văn học* được tác giả khéo lồng ghép một cách có dụng ý, tập trung vào trọng tâm của chủ đề. Trong *Lời mở đầu*, tác giả khiêm tốn cho rằng cuốn sách nầy *"không phải là một công trình phê bình văn học hay văn học sử đúng nghĩa"* mà chỉ là *"ghi lại một số cảm tưởng về một số hiện tượng văn hóa, văn học, về một số tác giả và tác phẩm, về khuynh hướng của một thời cũng như nhận định, cổ võ những cố gắng làm mới văn học và dân tộc của một số tác giả, của một vài tập thể"* (tr.9). Để hiểu phần nào nội dung của tác phẩm, ngoài Lời mở đầu, độc giả có thể lướt qua Mục lục và tham khảo các đề mục, cụ thể là:

-013 Văn-Học chữ quốc-ngữ thời đầu; -061 Miền Nam khai phóng; -107 Miền Nam đạo lý; -141 Văn-học yêu nước;-201 Tiếng Việt qua một số tác-phẩm chữ quốc-ngữ thời đầu; -225 Báo-chí từ thời bình minh văn-học chữ quốc-ngữ đến buổi qua phân 1954; -325 Về Nguyễn Đình Chiểu và lý-luận văn-học; -335 Trương Vĩnh Ký và các tác-phẩm văn xuôi tiền-phong; -381 Huình Tịnh Paulus Của; -407 Trương Minh Ký; -427 Nguyễn Trọng Quản, Hồ Biểu-Chánh và Ảnh hưởng Âu-Tây trong thể-loại tiểu-thuyết thời đầu; -507 Ngôn-ngữ của tiểu thuyết Hồ Biểu-Chánh (...); -569 Đôi nét về Văn-học Công Giáo Việt-Nam, v.v…

Ngay Lời mở đầu, tác giả xác định Văn học miền Nam một phần được giới hạn ở tính "miền Nam lục-tỉnh" để từ đó đưa ra một số nhận định như sau:

-Văn-học chữ quốc-ngữ đã khởi đầu từ Miền Nam Lục-tỉnh (Nam kỳ, Cochinchine), từ 1869 với Gia Định Báo - là tờ báo chữ Quốc-ngữ đầu tiên ở Việt-Nam, từ ngày 15-4-1865.

-Nền văn-học chữ quốc-ngữ này xuất hành từ báo chí: các truyện kể, truyện ngắn, thơ, vè, bút ký, nghị luận đã xuất hiện trên các báo thời đầu này trước khi được xuất bản và được gọi là tác phẩm văn học:

-Tác phẩm văn xuôi mang tính văn học đầu tiên được xuất bản là Chuyện Đời Xưa của Trương Vĩnh Ký năm 1866, 74 văn bản bằng chữ Quốc-ngữ, sau đó đến tác phẩm của Trương Minh

Ký và Huình Tịnh Của;

-Tiểu-thuyết chữ Quốc-ngữ đầu tiên được xuất bản là truyện Thầy Lazaro Phiền của tác giả tiên phong Nguyễn Trọng Quản vào năm 1887;

-Văn bản kịch nói đầu tiên được xuất bản là Tuồng Joseph của Trương Minh Ký, vào năm 1887;

-Thể loại tự truyện xuất phát với Chơn Cáo Tự Sự (1910) của Michel Tinh (tr.10).

Để tránh bị hiểu lầm là phân biệt vùng miền, kỳ thị địa phương, tác giả đã biện minh: "*Văn-học là một phần quan trọng của văn-hóa và lịch sử một dân tộc và phê bình, nghiên cứu đặc tính địa lý được nhiều nhà phê bình văn học Âu Mỹ xem trọng*", và "*chúng tôi làm công việc văn-học sử, mục-đích phân tích và nhận định, chớ không nhắm kỳ thị địa phương hay đề cao, hạ giá tác-giả nào cả!*" (tr.11). Nguyễn Vy Khanh đã "nhứt quán" trong việc khẳng định "miền Nam đi trước", mọi lãnh vực đều "khởi sự/khởi xướng ở miền Nam": Từ báo chí, tác phẩm văn xuôi, tiểu thuyết rồi thơ, thơ mới, dịch thuật (đặc biệt truyện Tàu) đến văn nghệ kháng chiến, tự truyện, kịch nói [tức thoại kịch – NKT], … nhứt nhứt đều bắt đầu tại Miền Nam Lục tỉnh bằng dẫn chứng xác đáng của mình với tinh thần nghiêm cẩn khoa học với ước vọng sẽ làm hài lòng đông đảo độc giả khó tánh và kỳ thị địa phương. Xin dẫn vài thí dụ cụ thể:

***Nguyễn Vy Khanh**: "*Miền Nam đã có tờ Gia-Định Báo được xem là tờ báo đầu tiên bằng chữ Quốc-ngữ*" (tr. 63). "*Miền Nam đã tiếp nhận văn hóa Tây-phương sớm hơn miền ngoài*", "*Nguyễn Hữu Hào viết truyện Song Tinh, là tác phẩm văn học dài hơi đầu tiên của miền đất mới và cũng là tiểu-thuyết văn vần đầu tiên của Việt-Nam*" (tr.62). "*Chính miền Nam là đất nẩy mầm, bắt gốc của báo chí, tiểu thuyết văn xuôi và cả phong trào Thơ Mới mà các sách văn học sử xuất bản từ gần thế kỷ nay thường bỏ qua hoặc đánh giá không đúng mức*" (tr.62-63). "*Phong trào Thơ Mới cũng đã xuất phát từ Sài-Gòn*" (tr.64). "*Kháng chiến chống Pháp khởi xướng ở miền Nam-bộ*" (tr.54). "*Miền Nam kháng chiến trước miền Bắc hơn một năm!*" (tr.147). Tiểu thuyết chữ quốc ngữ đầu tiên là truyện *Thầy Lazaro Phiền* của Nguyễn Trọng Quản xuất bản năm 1887 "*không được nhiều nhà văn học sử trước nay nhắc tới và sự đóng góp của tác giả Nguyễn Trọng Quản đã không được đánh giá công bằng*" (tr. 69).

Ngoài ra, ông còn trích dẫn một số nhận định của một số nhà văn, nhà biên khảo khác trong tập sách nầy:

. **Vũ Ngọc Phan** trong bộ *Nhà Văn Hiện Đại* (1941- tr.37) đã nhìn nhận: "*người Nam kỳ là những người Việt-Nam đã dùng chữ Quốc-ngữ trước nhất*" (tr.75).

. **LM Thanh Lãng** trong *Bảng Lược Đồ Văn Học Việt Nam*, Quyển Hạ (1967- tr.32) đã xem Trương Vĩnh Ký là "ông tổ văn học mới", "bậc chỉ đạo của thời này, là linh hồn của thế hệ 1862, ông thầy khai đường mở lối cho thế hệ đến sau tức thế hệ 1913" (tr.77).

. **Nguyễn Văn Xuân** trong tập *Khi Những Lưu Dân Trở Lại* (Thời Mới xuất bản, Sài Gòn 1969) đã nhận ra rằng "*miền Nam vốn có một địa vị văn nghệ và có ảnh hưởng sâu rộng trong quảng đại quần chúng lan tràn đến cả miền Trung lẫn miền Bắc*" (tr. 78-79). Ông nhận định từ năm 1862 đến 1932 thì miền Nam đã vọt lên vai trò tiền phong của cả hai miền: "Định lại giá trị văn học miền Nam, chính là trở về sự thật, chính là biết tỏ lòng yêu quý và lo lắng cho đời sống tinh thần của dân miền Nam trong hoàn cảnh hiện tại, đó là lực lượng chủ yếu của mọi thăng trầm" (tr.79).

. **Phan Khôi** trong "Chữ Quốc-ngữ ở Nam Kỳ với thế lực của phụ nữ". *Phụ-Nữ Tân-Văn*, số 28, 7-11-1929, tr.8-10 đã khẳng định: "*Tôi muốn nói xứ Nam Kỳ là thầy dạy chữ Quốc-ngữ cho cả và dân Annam cũng không phải là quá đáng*" (tr.590)…

Văn Học Quốc Ngữ Thời Đầu & Miền Nam Lục Tỉnh là một tập sách có giá trị, sử dụng nhiều nguồn tư liệu quý, hiếm được soạn thảo công phu - đặc biệt vô số chú thích với tinh thần nghiêm cẩn khoa học "nói có sách, mách có chứng" của Nguyễn Vy Khanh. Một quyển sách nên có trong Tủ Sách Gia Đình của những ai yêu quý sách - đặc biệt là các nhà nghiên cứu phê bình văn học, các nhà viết văn học sử. Sau hết, để biện minh cho việc làm của mình, nhà biên khảo Nguyễn Vy Khanh đã viết: "*Chúng tôi viết bài này đưa ra một số sự kiện bị bỏ quên cũng như những thiếu sót, bất công trong quá khứ với hy vọng công việc viết văn học sử Việt-Nam từ nay và về sau sẽ công bằng hơn, "của Cesar trả cho Cesar" và đối với công lao người đi trước, kẻ hậu sinh cần phải biết ơn, ghi nhận. Độc giả đọc bài này, xin vô tư, đừng thiên kiến, đừng kẻ thắng kẻ thua, đừng phe phái, bỏ chiếu trên chiếu dưới, hãy quên mình gốc Bắc hay Nam, hãy rời xa những "quan điểm Tống Nho", "văn-hóa Bắc Hà" ,... sẽ không thấy chúng tôi lý luận vì mặc cảm hoặc kỳ thị địa phương*" (tr.99).

. **Nguyễn Kiến Thiết** tôi xin mạo muội góp thêm một số nhận định để biểu đồng tình với tác giả:

- Trong bài "Từ Một Tấm Ảnh Cũ Nhớ Về Đông Hồ" đăng trên Đặc san Giáo chức *Québec* Xuân Quý Tỵ 2013, khi đề cập đến *Truyện Song Tinh*, tôi có viết: "*Truyện Song Tinh được xem là truyện thơ nôm đầu tiên của văn học viết Việt Nam đến nay còn lưu truyền văn bản* (...) Đây là tập truyện ra đời trước cả Truyện Kiều khoảng 100 năm".

- Trong Luận án Cao học Văn chương *Tánh Cách Đặc Thù Của Ca Dao Miền Nam* in năm 1972, tr.159, tôi có trích Tô Ngọc - một tác giả miền Bắc đăng trên báo *Chọn Lọc* số 51: "Đi tiên phong *trong phong trào dịch truyện Tàu phải nói tới mấy ông Nam kỳ - Sách của nhà Tín Đức Thư Xã*".

***Một vài góp ý:**

Để đáp ứng lời mời gọi của tác giả: "*Chúng tôi mong tiếp tục được quí độc giả chỉ giáo những sai lầm và thiếu sót...*" (tr.11), tôi không dám "chỉ giáo" nên có vài góp ý. Việc "góp ý" nầy chỉ nhằm bổ sung hoặc biểu đồng tình với tác giả vì cái *tình đồng điệu* mà thôi.

- *Về Thơ và phong trào Nói thơ*. Nguyễn Vy Khanh đã nhận xét về truyện *Lục Vân Tiên*: "*Lục Vân Tiên đơn sơ gần gũi người đọc hơn là truyện Kiều phức tạp, bác học*" và cho rằng "*Truyện của Nguyễn Đình Chiểu được viết ra để đọc và có thể nói nặng phần trình diễn hơn là để ngâm nga, tra cứu một mình*" (tr.82). Ông có đề cập đến một số chữ dùng rất đắc như: "thơ", "nói thơ Vân Tiên" (chú thích trang 333: "*Thơ Vân Tiên*" *thường được* "*nói*" *trước người khác hay đám đông chứ không* "*ngâm thơ*" *một mình như* "*ngâm Kiều*") mà *ít* nhấn mạnh đến phong trào "nói thơ" rộng khắp Nam kỳ. Đặc biệt đối với các tập thơ có nội dung phản kháng chế độ - như *Thơ Sáu Trọng, Thơ Thầy Thông Chánh,* khiến thực dân Pháp phải ra lịnh tịch thâu các cuốn thơ đã xuất bản, cấm lưu hành tàng trữ và cấm chỉ triệt để những ai nói thơ. Chúng tôi đã viết trong Luận án dẫn trên: "*Thơ, đối với người bình dân miền Nam, là những bài văn vần, thể lục bát. Người bình dân miền Nam rất sành điệu nói thơ Vân Tiên*" (...) *Lối* "*nói thơ*" *nầy ngày càng lan rộng và làm mầm mống cho những loại thơ Sáu Trọng, thơ Sáu Nhỏ, thơ Thầy Thông Chánh, v.v...*" (tr.161). Trong Nam không ai nói "ngâm thơ Vân Tiên" mà chỉ nghe "nói thơ Vân Tiên". Giai điệu Nói thơ cũng nằm trong *hệ thống ngũ cung oán* và ít nhiều chịu ảnh hưởng điệu hát bài chòi ở Bình Định. Trước năm 1975, một số nhà văn, nhà nghiên cứu văn học đã đề cập đến hai tập thơ bình dân nầy. Chẳng hạn Phạm Long Điền viết "*Hai Tập Thơ Bình Dân Đã Làm Rung Rinh Chế Độ Thực Dân Miền Nam Vào Đầu Thế Kỷ 20*" (Giai phẩm *Bách Khoa* số 412 ra ngày 30/8/1974); Nguyễn Văn Hầu với bài "*Thơ Trong Phong Trào Nói Thơ Miền Nam Với Một Số Tác Phẩm Mang Tính Chất Đối Kháng*" (*Bách Khoa* số 415 ra ngày 27/9/1974, và số 416 phát hành ngày 19/10/1974). Ngoài ra, học giả Vương Hồng Sển và nhà văn Sơn Nam cũng có nói tới các tập thơ kể trên, nhưng "trích dẫn một cách chắt mót". Trong những chuyến đi "điền dã" sưu tầm văn hóa dân gian ở các tỉnh Đồng bằng sông Cửu Long, nhóm chúng tôi có sưu tập gần hai trăm câu *Thơ Thầy Thông Chánh* với các đoạn rời rạc, chắp vá; nhưng chưa kịp phổ biến bởi biến cố tháng 4/1975. Giai phẩm *Văn Học,* số 188 chủ đề Chế Lan Viên ra ngày 20/8/1974, Nguyễn Hữu Hiệp đã giới thiệu 75 câu *Thơ Thầy Thông Chánh.* Chúng tôi may mắn có trong tay copy bổn đánh máy "Thơ Thầy Thông Chánh" do nhà văn Sơn Nam trao tặng tại tòa soạn nhựt báo *Tia Sáng* ngày 25/8/1974. Tập thơ nầy gồm 262 câu lục bát (thiếu 4 câu chót). Ông Sơn Nam cho biết "do một bạn văn tặng bổn thơ nầy". Dựa vào nội dung tư liệu, tôi có thể xác nhận "bạn văn" ấy chính là Nguyễn Hữu Hiệp, đã "tìm được trong dân gian, do bà Đào Thị Mười, một nhân sĩ ở Thủ Thừa, Long An" kể. Sau 1975, Huỳnh Ngọc Trảng trong *Vè Nam Bộ* (nhà xuất bản TP HCM, 1988) có giới thiệu nhưng chưa đầy đủ tập *Thơ Thầy Thông Chánh* nầy (gồm 242 câu). Theo Huỳnh Ngọc Trảng, bổn thơ nầy do ông Lê Quang Năm ở Hưng Phong, Giồng Trôm, Bến Tre kể (sách đã dẫn, các trang 315-324).

- *Một nhà văn hóa bị bỏ quên*. Về giai đoạn **Văn Học Miền Nam 1954-1975** (tr.91-101), khi phân loại ba dòng văn học tại miền Nam, trong đó có một (dòng) thuần Nam, họ Nguyễn đã liệt kê 10 tác giả "*từ Trương Vĩnh Ký qua Hồ Biểu Chánh đến Phi Vân, Bình-Nguyên Lộc, Sơn Nam, Vương Hồng Sển, Trang Thế Hy, Lê Xuyên, Phương Triều, Thanh Việt Thanh*" (sách đã dẫn, tr.92). Hình như ông đã *quên* một nhà văn, nhà sưu khảo nổi tiếng thời bấy giờ. Đó là Nguyễn Bá Thế (1925-1996) bút hiệu Nhất Tâm, Thế Nguyên, Nam Xuân Thọ, người gốc Cần Thơ, đã có gần 30 đầu sách do nhà Tân Việt và Nguồn Sáng xuất bản tại Sài Gòn. Năm 1973, ông còn Chủ biên tạp chí *Miền Tây Thăng Hoa* được 3 số thì đình bản. Chưa hết, nhà sưu khảo Nguyễn Bá Thế còn là tác giả hai bộ sách giá trị: *Từ Điển Nhân Vật Lịch Sử Việt Nam* và *Từ Điển Nhân Vật Lịch Sử Trung Quốc*. Đây là những công trình tâm huyết được ông bắt tay biên soạn từ lúc ông 30 tuổi (1955), mãi đến 20 năm sau (1975) mới hoàn thành. Vì nhà nghèo không đủ phương tiện xuất bản, lại thêm **quá tin người** nên hai bộ sách quý của ông lần lượt bị thiên hạ "đoạt" gần hết. Chỉ nói về bộ *Từ Điển Nhân Vật Lịch Sử Việt Nam* được nhà xuất bản Khoa Học Xã Hội ấn hành lần đầu tiên năm 1991 (1094 trang), sau đó tái bản hơn mười lần. Oái oăm thay tác giả lại là Nguyễn Q. Thắng - Nguyễn Bá Thế (ông Thế đứng sau ông Thắng). Thật ra trong điện thư gởi cho chúng tôi ngày 22/10/2022, nhà phê bình Nguyễn Vy Khanh đã viết: "*Tôi không bàn đến thời 1954-75, chỉ là nhắc qua loa ở phần đó, các trang 91+... Khi phân chia các khuynh hướng thì chỉ là gợi ý và thiên về văn-chương hơn là biên khảo. Nếu nhắc tên ông NB Thế thì phải dài dòng cả mấy chục danh xưng khác*"). Mời bạn đọc tham khảo bài biên khảo của chúng tôi trong tập sách nầy.

- *Một số nhà xuất bản và tạp chí văn học bị bỏ quên.* Cũng trong giai đoạn văn học 1954-1975 nầy, nhà biên khảo Nguyễn Vy Khanh có nhắc tới một số nhà xuất bản và nhiều tạp chí thuộc dòng văn học "miền Nam cộng hòa". Nhưng không thấy nhắc đến các nhà xuất bản như: Tân Việt (in nhiều đầu sách của Nguyễn Bá Thế, Nhất Tâm, Thế Nguyên, Nam Xuân Thọ); và Cánh Bằng (in hàng loạt sách "Xưa và Nay" của Huỳnh Minh - trong đó có nhiều đầu sách do Nguyễn Bá Thế soạn nhưng không được đứng tên tác giả). Nhà phê bình Nguyễn Vy Khanh cũng *quên* kể đến tạp chí *Nghiên Cứu Văn Học* bộ cũ (1971) do nhà văn Thế Nguyên (nhóm Trình Bày) làm Thư ký Tòa soạn, và bộ mới (1971-1972) do Tổng Thơ ký Tòa soạn Nguyễn Kiến Thiết phụ trách. Cả hai bộ đều do LM Thanh Lãng Chủ nhiệm kiêm Chủ bút.

Tôi lấy làm sung sướng có trong tay tập sách nầy. Tôi cũng vô cùng tâm đắc bởi sự đồng điệu với tác giả, mặc dầu họ Nguyễn không phải xuất thân từ Nam Kỳ Lục tỉnh nhưng đã nói lên nỗi đau đáu khôn nguôi của mình: "*Cả một thế hệ văn học bị bỏ quên*" *(tr.89). Để* phản bác lập luận cho rằng *"Miền Nam không có dĩ vãng văn hóa"* (Trần Thanh Hiệp*)*, chúng tôi muốn bổ sung trong việc biểu đồng tình với Lời kêu gọi của báo *Đồng Nai Văn Tập: "Viết lại bộ Văn học sử Việt Nam trong đó các cụ miền Nam có chỗ ngồi đầy đủ và xứng đáng"* (Tạp chí đã dẫn, số 5, tháng Tư, 1966, tr.7).

Tóm, chúng tôi xin dẫn nhận định của nhà phê bình Nguyễn Hưng Quốc để kết thúc bài viết: "*Nhiệm vụ chính của nhà phê bình không phải là viết cho đúng mà, trước hết, theo tôi, nằm ở chỗ: họ dám thách thức lại những điều mọi người đều cho là đúng. Có thể nói mục tiêu lớn nhất của phê bình không phải là bảo vệ cái trật tự hiện có. Một điều mà nhà phê bình cần làm hơn chính là tranh đấu cho một trật tự mới, cái trật tự vừa mới chớm, chưa được nhiều người thấy và chưa được ủng hộ. Làm công việc đó, nhà phê bình có thể ít nhiều gây ra sự bất an. Nhưng đó không phải là điều đáng lo lắng. Không có bất an thì sẽ không có sáng tạo*" (*Nhiệm vụ của nhà phê bình*). Trên tinh thần đó, chúng ta sẽ không lấy làm ngạc nhiên với một Thanh Lãng đã hết lời ca ngợi Trương Vĩnh Ký là "ông tổ văn học mới", xem "*Đông Hồ như Nhất Linh của miền Nam*"; một Nguyễn Văn Trung đã phản tỉnh về việc đánh giá lại Trương Vĩnh Ký, tha thiết với *Lục Châu Học*; một Nguyễn Văn Xuân đã khẳng định vai trò *tiền phong* của văn nghệ miền Nam… để đối lại "một cái nhìn mang tính xã hội-chính trị" của ai đó khi đã xóa tên mười "biệt kích" văn nghệ!

Montréal, cuối Thu 2022

VÀI NÉT VỀ CÂU HÁT HUÊ TÌNH Ở NAM KỲ

Hát huê tình nghĩa là gì? Đã có những tác giả nào giới thiệu, nhận định về câu hát huê tình? Nội dung và Nghệ thuật gồm những đặc điểm gì. Chúng tôi sẽ lần lượt bàn đến trong bài "Vài Nét Về Câu Hát Huê Tình Ở Nam Kỳ" như dưới đây.

***Định nghĩa:**

Huê tình - còn gọi Hoa tình: "*Lẳng lơ trai gái*" (*Việt Nam Từ Điển*, tr.239), là "*Lời trai gái chọc ghẹo nhau, dâm từ, những câu hát ghẹo*" (*Đại Nam Quốc ÂmTự Vị* [*ĐNQATV*], tr.428). Hát huê tình là "*hát lời nói xa gần làm cho cảm động ý nhau, cùng là chọc ghẹo nhau*" (*ĐNQATV*, tr.410).

Gặp lúc trăng thanh gió mát
*Thú nào vui bằng thú **hát huê tình***
Trời xui hội ngộ hai đứa mình kết duyên.

Người miền Bắc gọi lối hát nầy là Tự tình, Hát hoa tình hoặc Hát trao tình tức là "*những bài hát hoa tình giữa trai và gái trao đổi nhau những khi có dịp gặp nhau*" [(1)].

Toan Ánh cũng gọi lối hát nầy là Hát trao tình. Hát trao tình gồm có hát ví, hát quan họ, hát trống quân và những biến thể của nó tùy từng vùng, từng nơi như hát ở hội, hát giải, hát vận, hát đố, hát cò lả, hát các phường (phường vải, phường củi, phường cấy, phường buôn), hát giặm (hát giặm ứng khẩu, hát giặm thời sự, hát giặm vè) và hò Huế (hò mái nhì, mái đưa, mái đẩy), hò miền Nam (hò cấy, hò chèo thuyền). Riêng ở các tỉnh vùng trung châu Bắc Việt, những giọng hát trao tình nầy gồm có ba loại chánh là Hát ví, Hát quan họ, Hát trống quân và những biến thể của nó [2]. Theo Thuần Phong, Hát huê tình thông dụng nhiều nhứt ở miền Nam, còn gọi là hát đố, hát đối đáp, hát chèo ghe [3].

Chúng tôi có thể cắt nghĩa như sau: Hát Huê tình ở Nam Kỳ là hát đối đáp trao đổi nhau giữa đôi trai gái hay giữa hai phe nam nữ "những khi có dịp gặp nhau" trên sông rạch, trong những lúc cùng làm việc ngoài đồng áng, trên sân nhà, trong các lễ hội, trong những dịp thi tài cao thấp. Hát huê tình ở đây là "hát lời nói xa gần làm cho cảm động ý nhau", không hẳn là "lẳng lơ trai gái" cùng không dùng những "dâm từ" để "chọc ghẹo nhau". Từ "cảm động ý nhau" sẽ dẫn tới tình bạn rồi tình yêu và hôn nhân là lẽ đương nhiên. Nam Kỳ Lục Tỉnh là vùng đất mới mầu mỡ phì nhiêu, với ruộng đồng "cò bay thẳng cánh", với cây lành trái ngọt, sông nước hữu tình, cho nên mặc dầu nơi đây không có nhiều hội mùa như ở miền Bắc [4], nhưng những câu hò điệu hát - đặc biệt là hát huê tình - đã phát triển không ngừng và tạo thành một loại hình dân ca độc đáo ở miền Nam. Câu hát huê tình phát triển mạnh ở Miệt Vườn đồng bằng sông Cửu Long, *nằm trong hệ thống ngũ cung hơi Nam giọng Oán và phảng phất hơi hướm ca dao miền Trung*. Ta có thể tìm được sự liên hệ giữa điệu hát bài chòi (Trung) và điệu nói thơ Vân Tiên (Nam), giữa điệu hò mái đẩy (Trung) và các điệu hò ở Cái Bè, Cai Lậy (Nam) [5].

***Thư mục:**

Câu Hát huê tình ở miền Nam thật dồi dào phong phú, nhưng vì nó là một thứ dân ca truyền khẩu nên khi lưu hành, biên soạn đã bị *tam sao thất bổn* khá nhiều. Một số lớn câu hát đã bị chìm sâu vào trong quên lãng. Để làm sống lại những câu hát đang ngoắc ngoải chờ ngày tắt nghỉ cũng như nhằm mục đích bảo vệ cái di sản lý thú của ông cha, một vài bậc thức giả đã để công *sưu tầm, biên soạn, phổ biến* câu hát huê tình. Chúng tôi thử thiết lập một thư mục sau đây mặc dầu chưa đầy đủ hoặc tồn nghi.

- Đặng Lễ Nghi: *Câu Hát Huê Tình,* 1907 (?).
- Văn Tư: *Câu Hát Huê Tình,* 1923.
- Đinh Thái Sơn: *Câu Hát Huê Tình*. Sài Gòn, Xưa Nay xb.1928.
- Nguyễn Công Chánh: *Câu Hát Huê Tình*: có ý vị và có tình

nghĩa, bổn **cũ** soạn lại. Chợ Lớn, Thuận Hòa xb. 1956, 18 trang.
- Đinh Thái Sơn: *Câu Hát Huê Tình*. Chợ Lớn, Thuận Hòa xb. 1966, 18 trang (Chúng tôi có trong tay và sử dụng văn bản nầy).

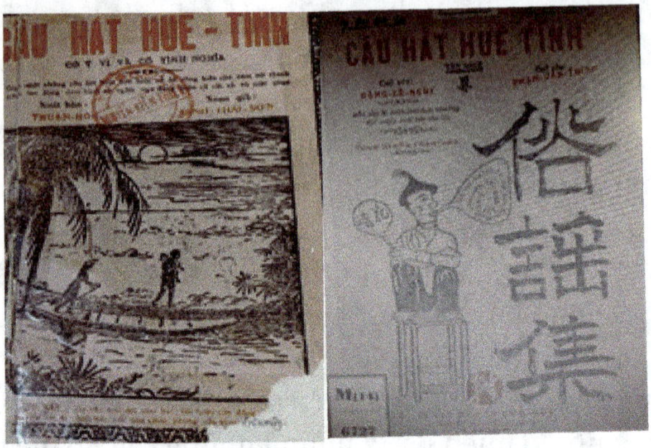

**Hình trái: do tác giả cung cấp.*

**Hình phải: trích https://tieulun.hopto.org. Thành thật cám ơn chuyên viên thư viện Phạm Lệ-Hương rất nhiều.*

Nơi bìa 1 có ghi hàng chữ nêu rõ mục đích của người soạn: *CÂU HÁT HUÊ TÌNH, có ý vị và có tình nghĩa. Góp nhặt những câu hát hoặc kim hoặc cổ để cống hiến cho nam nữ thanh niên lao động cơn hành sự ngâm nga đặng quên cả vất vả và mệt nhọc.*

Cuối bìa 1 có ghi:
CÂU HÁT: *Cần câu trúc sợi nhợ bạc, cái lưỡi câu đồng*
Nầy bớ bạn ôi! Anh móc mồi con chim phụng câu rồng trên mây.
- Đặng Lễ Nghi: *Câu Hát Huê Tình* (Tân Soạn). SG, Xưa Nay
60-64 Boulevard Bonard Saigon (Nguyễn Háo Vĩnh)
8e Indochine Pièce, 1932
Chủ bút: Đặng Lễ Nghi
Bổn nầy M. Đinh Thái Sơn nhường đứt quyền xuất bản cho tôi
[Đặng Lễ Nghi]
Chủ bổn: Phạm Văn Thình
.Sách dày 18 tr. Đầy đủ 361 câu
.In lần thứ ba Mỗi cuốn 0$30
.Bìa 1: *Thôi thôi đây anh hát huê tình*
Đêm thanh trăng rạng, bạn mình đối chơi.

DEPOT LEGAL INDOCHINE No.17226.
- Khấu Võ Nghi: *Hát Huê Tình Đối Đáp,* 1933 (?).
- Nguyễn Kiến Thiết: Câu Hát Huê Tình Ở Miền Nam. *Nghiên Cứu Văn Học,* số 8 tháng 10/1971, tr.76-102.
- Nguyễn Kiến Thiết: *Tánh Cách Đặc Thù Của Ca Dao Miền Nam* (mục Hát Huê Tình). Luận án Cao học Văn chương. Đại học Văn Khoa Sài Gòn 1972, tr.103-111.
- Nguyễn Tấn Bi: Tiếng Hát Huê Tình Trên Ruộng Đồng Miền Nam. *Đồng Nai-Cửu Long,* số 9 tháng 9/2008, tr.273-280.
- Hà Phương Hoài. Sưu Tầm Tài Liệu và Web Design *Câu Hát Huê Tình* (http://e-cadao.com), 2003.
- Huỳnh Ngọc Trảng – Phạm Thiếu Hương: *Tổng Tập Văn Học Dân Gian Nam Bộ - Ca Dao-Dân Ca Nam Bộ*. Quyển 4. Nxb Tổng Hợp TP/HCM, 2022.

Nhìn chung, những công trình của các tác giả trên đây chỉ *góp nhặt, sưu tầm* và *phổ biến* Câu hát huê tình. Các ông Đinh Thái Sơn, Đặng Lễ Nghi, Nguyễn Công Chánh đã *giới thiệu* đầy đủ 361 câu hát huê tình.

Các tác giả Huỳnh Ngọc Trảng - Phạm Thiếu Hương (Nhóm HNT) đã *sao chép* đầy đủ 361 câu hát huê tình của Đinh Thái Sơn (sách đã dẫn). Có mấy chi tiết đáng để ý:

1.- Trong Lời giới thiệu, Nhóm HNT đã viết: *"Các văn bản được chọn đưa vào sách đều giữ nguyên bản trừ một số trường hợp thấy cần phải chỉnh lý (...). Rất mong nhận được sự chỉ bảo của bạn đọc"* (tr.10). Thay vì *mặc áo thụng vái nhau,* chúng tôi không dám "chỉ bảo" mà chỉ mạo muội góp vài ý kiến nho nhỏ. Chẳng hạn như Nhóm nầy khi sửa lỗi chánh tả hoặc "chỉnh lý" đã không ghi chú những chữ *sai* hoặc tùy ý thêm/bớt một, hai chữ. Sự thiếu cẩn trọng nầy sẽ gây khó khăn cho giới nghiên cứu trong việc tham khảo. Thí dụ:

.Câu 361: *"Tại thiên nguyện tác* ***bỉ*** *dực điểu / Tại địa nguyện* ***tác liêng*** *lý chi"* (nguyên văn bản gốc *CHHT*). Đây là một trong những trường hợp "tam sao thất bổn". Dân gian hát huê tình (hoặc người biên soạn) vì "nghe lóm" nên đã đổi chữ **tỷ** thành chữ **bỉ** ở câu đầu, cũng như đổi chữ **vi** thành **tác** và in sai chánh tả chữ **liên** (không phải **liêng**) ở câu sau.

Thật ra đây là hai câu thơ lấy trong bài *Trường hận ca* của Bạch Cư Dị, nguyên văn là:

*Tại thiên nguyện tác **tỷ** dực điểu,*
*Tại địa nguyện **vi** liên lý chi.*"

在天願作比翼鳥
在地願為連理枝。

Trường hận ca là một danh tác của Bạch Cư Dị (772-846), một nhà thơ nổi tiếng thời Đường. Trong bài nầy, ông sử dụng bút pháp ước lệ tự sự, đem lịch sử cùng điển tích văn học, thông qua câu chuyện giữa vua Hán Võ Đế (Lưu Triệt) và Lý phu nhân, nhưng dụng ý miêu tả câu chuyện tình yêu giữa Đường Huyền Tông (tức Đường Minh Hoàng) và Dương Quý Phi.

Nhóm Huỳnh Ngọc Trảng đã "tam sao" *cái sai* của bản gốc *CHHT,* nghĩa là trong câu 7 chữ (trên) không đổi chữ **bỉ** thành chữ **tỷ** cho đúng câu thơ của Bạch Cư Dị (sách đã dẫn, tr.230). Đó là chưa kể Nhóm nầy đã biến câu 7 chữ (dưới) thành câu **8** chữ bằng cách *tự ý* thêm hai chữ **tác** và **bỉ** (đáng lẽ là **vi**). Thành ra câu 361 "tam sao" của Nhóm HNT lại biến thành: "*Tại thiên nguyện tác **bỉ** dực điểu; Tại địa nguyện **tác bỉ** liên lý chi*".

2. Cũng câu 361: "***E** là **e** đó đa nghi, bớ anh ôi, Đây anh quyết giữ, trọn nghì sắt son*" (nguyên văn *CHHT*). Nhóm HNT đã tự ý sửa lại là "***Em** là đó đa nghi*" (bớt hai chữ "**e**", thế bằng chữ "**Em**"; vì vậy câu 6 chữ nầy chỉ còn **5** chữ), v.v...

Còn Nguyễn Tấn Bi nhận xét sơ khởi về Câu hát huê tình và gọi Tiếng hát huê tình là "Những câu đối lắt léo" (chữ "câu đối" ở đây chưa hoàn toàn đúng). Toàn bài báo 8 trang (tr.273-280) của ông đã đi *xa đề* khi bàn về *Câu đối, Hát/**Hò** đối đáp* và thể *nói lái* (ông gọi là *nói **láy***) và dẫn hầu hết ca dao miền Nam (khoảng 99%). Ông chỉ dẫn **một** câu trong 361 câu hát huê tình mà **không** ghi số thứ tự. Đó là câu 301: "*Con cá đối **nằm** trên cối đá; Con mèo đuôi cụt nằm mục đuôi kèo / Anh mà đối đặng dẫu **có** nghèo em cũng ưng*" (tr.276). So với bản gốc *CHHT* in là: "*301 – Con cá đối **để** trên cối đá; mèo đuôi cụt nằm mục đuôi kèo, **bớ anh ôi**, Anh mà đối đặng **dẩu** [dẫu] nghèo cũng ưng*" (tr.15).

Chỉ Nguyễn Kiến Thiết (NKT) đã để ý *nhận định* và *phân tích sơ khởi* về Nội dung và đặc điểm Nghệ thuật của Câu hát huê tình. Ông cũng ghi rõ *xuất xứ* từ nguyên bản gốc tập sách mà ông may mắn có trong tay. Khi dẫn các câu hát huê tình, NKT ghi số thứ tự hẳn hoi cũng như sửa một số lỗi chánh tả và chú thích rõ ràng. Thí dụ:

Câu 18: *Ngày ngày qua lại em anh, bớ bảy ôi, có* ***su*** *có lúi mới thành gió trăng.* Ông đã chú thích chữ "su": đáng lẽ phải viết "**xu**" (tr.80, báo đã dẫn). Có thể nói NKT là người *đầu tiên* nhận định, đánh giá về Câu hát huê tình từ năm **1971**. Tuy nhiên đây là công việc *tiên phong*, tài liệu/văn bản còn hạn chế nên chưa đủ độ sâu, rộng của một bài biên khảo văn học. Cho tới nay chúng tôi không hoặc chưa thấy tác giả nào khác biên khảo về Câu hát huê tình theo đúng nghĩa của nó. Ước mong các bậc thức giả vui lòng bổ khuyết. Xin đa tạ.

***Đặc điểm về Nội dung và Nghệ thuật:**

Để tránh khiếm khuyết dẫn trên, nhằm mục đích giúp cho giới nghiên cứu phê bình văn học (**không/chưa có** văn bản in trong tay) tiện việc tham khảo, chúng tôi không ngần ngại giới thiệu bài biên khảo nầy. Chúng tôi sử dụng bản *CÂU HÁT HUÊ TÌNH* của Đinh Thái Sơn, Chợ Lớn, Thuận Hòa xb. 1966, 18 trang (nơi dưới câu 361 có in chữ "**CHUNG**") để phân tích về Nội dung và đặc điểm Nghệ thuật. Trong khi phân tích Nội dung đã mặc nhiên nói đến Nghệ thuật, cái nầy bổ sung cho cái kia; và ngược lại.

Hát Huê tình là hát đối đáp trao đổi nhau giữa trai và gái "những khi có dịp gặp nhau". "Dịp gặp nhau" đó có khi là để "đối chơi" cho vui (*Đêm thanh trăng rạng, bạn mình đối chơi*); có khi để "ngâm nga đặng quên cả vất vả và mệt nhọc" trong khi lao động. Và cũng có khi để "kết duyên", như duyên bạn bè, duyên chồng vợ (*Thú nào vui bằng thú hát huê tình; Trời xui hội ngộ hai đứa mình* ***kết duyên***). Hát Huê tình cũng giống hát Quan họ là "một loại hình dân ca phong phú về giai điệu", nhưng có điểm khác biệt là trai gái quan họ mặc dầu để ý thương nhau nhưng chỉ xem nhau như bạn bè (bạn hát) và các "liền anh", "liền chị" thường là *không được phép* cưới hỏi nhau. Trái lại chung cuộc của Hát Huê tình vẫn là tình yêu nam nữ. Tình yêu đôi lứa của người dân Lục tỉnh thể hiện ở nhiều cung bậc, dạng thức khác nhau. Bối cảnh là nông thôn Nam Kỳ. Nói khác đi đó là thứ tình yêu thôn dã. Nơi bắt đầu của tình yêu thôn dã thường là trong lao động sản xuất, từ trong sân nhà (xay lúa, giã gạo), trên đồng ruộng bao la (cấy lúa, gặt lúa) đến sông nước hữu tình giữa "trai thương hồ" và "gái bán vàm" (*Hai đứa mình ngồi xuống một ghe; Khoan khoan ngớt mái để nghe huê tình*). Cũng có khi qua những cuộc hò hát đối đáp trong một *vạn cấy,* trong mùa gặt, trong các *cuộc thi* hò hát đối đáp, các chàng trai - cô gái có dịp gặp gỡ, trò chuyện, để ý *thương* nhau: "*Sông sâu sóng bủa láng Cò; Thương em vì bởi câu hò có duyên*" ...

Để bạn đọc tiện theo dõi, chúng tôi theo các quy tắc sau đây:

1.-Đánh số câu trích dẫn và ghi ở đầu hàng.

2.- Cuối các câu 4 - 5 – 6 – 7 chữ phải xuống hàng.

3.- Như vậy các chữ đầu câu của hàng kế tiếp đều viết chữ hoa.

4.- Chữ đầu mỗi "cụm" tiếng đệm như "bớ em ôi", "bớ bậu ôi", "bớ quân tử ôi" đều viết hoa và mỗi "cụm" đều **in đậm, chữ nghiêng.**

5.- Những chữ *sai* chánh tả đều được **sửa đúng, in đậm, chữ nghiêng** và chú giải cẩn thận. Riêng các chữ còn gây tranh cãi hoặc sử dụng theo thói quen từng vùng miền hay phương ngữ thì vẫn giữ nguyên (dươn, nguơn, ngãi, ngỡi, quới, thoàn, kiểng ...).

6.- Các địa danh, nhân danh trong bản gốc sẽ **bỏ gạch nối**, được **in đậm, chữ nghiêng** và đều **in chữ hoa.** Chẳng hạn: (câu 29). *Năm canh qua lăn lộn phòng loan*

Bớ em ôi, *Bậu về* ***Vĩnh Long*** *nọ dặm đàng xa* ***xuôi*** (nguyên bản in sai "Vĩnh-long").

7.-Trường hợp sách **in sai** từ Hán-Việt, cách ngôn Khổng-Mạnh hoặc điển tích đều được sửa lại, ***in đậm, chữ nghiêng*** và ghi chú hẳn hoi.

Cũng như ca dao cả nước, cái "tôi" trữ tình trong Câu

hát huê tình thể hiện những cảm xúc "chủ đạo", tinh tế và đa dạng. Từ "tôi"/ "tui" dẫn đến những cặp nhân xưng đại từ đối xứng trong cách xưng hô của người bình dân: "tui"/"mình", "qua"/"bậu", "anh/em", "chàng"/"thiếp", "quân tử", "anh hùng"/"thuyền [**thiền**] quyên", "người nghĩa", "nhơn tình", "cựu tình" ...

Một vài thí dụ:

- (câu 7) "qua"/"bậu": *Bây giờ cầu xây nọ nó thôi xây,*
Thời qua với bậu dứt dây **cang** *thường* (nguyên bản:"*can*").
-(câu 285) "***Thiền*** quyên"/"anh hùng":
Thân em mỏng mảnh, quê cảnh lạ lùng,
Thiền *quyên mong sánh anh hùng,*
Bớ anh ôi, *Lại e như nàng Kiều nọ, bạn cùng Thúc* **Sanh**
(nguyên bản: "*Thuyền*").

Điều đáng lưu ý là Câu hát huê tình được làm theo mọi thể loại thơ: từ tứ tự, ngũ ngôn, lục ngôn đến lục bát, lục bát biến thể rồi đến song thất, song thất biến thể hoặc hỗn hợp hai ba thể trên một cách phóng túng. Những tiếng đệm như: *bớ mình ôi, bớ anh ôi, bớ bậu ôi, bớ ai ôi, bớ em ôi, bớ nàng ôi, bớ nhơn tình ôi,* v.v... được lồng vào trong câu hát một cách ý vị và duyên dáng:

- ***Bớ bậu ôi*** (câu 12): *Chỉ tơ đứt mối thình lình*
Bớ bậu ôi, *Vì nghèo nên phải xa mình sanh phương.*
- ***Bớ nhơn tình ôi*** (câu 42): *Tiếc công anh vun quén cây tùng*
Bớ nhơn tình ôi, *Anh săm soi trên ngọn, dưới gốc sùng không hay...*

Hát huê tình là một loại hát đối đáp giữa nam và nữ; nhưng tại sao trong những câu do chính người bình dân hát lại có những từ Hán-Việt, cách ngôn Khổng Mạnh và điển tích Trung Hoa?

Như chúng ta đã biết, Nam Kỳ là vùng đất mới, nhưng mọi lãnh vực đều "khởi sự/khởi xướng" ở miền Nam: Từ chữ quốc ngữ, văn học chữ quốc ngữ, báo chí, tiểu thuyết rồi thơ, thơ mới, dịch thuật (đặc biệt sách Tàu, truyện Tàu) đến văn nghệ kháng chiến, tự truyện, thoại kịch... nhứt nhứt đều *bắt đầu* tại Lục Tỉnh. Nói khác đi Nam Kỳ đã đóng vai trò *tiền phong* của văn nghệ miền Nam. Khi phân tích Câu hát huê tình, chúng tôi muốn nhấn mạnh vai trò **chữ quốc ngữ** và phong trào dịch **sách**

Tàu, **truyện Tàu** (ra chữ quốc ngữ) vào đầu thế kỷ XX đã ảnh hưởng rất lớn đến hò hát.

Chữ quốc ngữ - tức tiếng Việt viết theo mẫu tự Latin - được truyền sang nước ta vào cuối thế kỷ XVII do các giáo sĩ phương Tây nhằm mục đích phục vụ cho truyền giáo; và "*người Nam kỳ là những người Việt Nam đã dùng chữ Quốc ngữ trước nhất*" (Vũ Ngọc Phan: *Nhà Văn Hiện Đại*, 1941, tr.37). GS Thanh Lãng cũng đã khẳng định: "*Chữ quốc ngữ được công nhận và phổ biến trước nhất ở miền Lục tỉnh...*" (6). Các dịch giả **Sách Tàu** sang quốc ngữ tiêu biểu có Đoàn Trung Còn dịch *Minh Đạo Gia Huấn* do Trình Di đời nhà Tống biên soạn; Trương Vĩnh Ký phiên dịch *Minh Tâm Bửu Giám* được biên soạn từ cuối đời nhà Tống. **Truyện Tàu** - tức tiểu thuyết chương hồi hay "tiểu thuyết cổ điển" của Trung Hoa. Dịch giả truyện Tàu sang chữ quốc ngữ đầu tiên là một người Pháp, Canavaggio, chủ báo *Nông Cổ Mín Đàm* dịch *Tam Quốc Chí Tục Dịch* đăng từ số báo ra mắt (1/8/1901). Nhưng theo Vương Hồng Sển trong *Thú Chơi Sách,* người dịch Truyện Tàu đầu tiên chính là cụ Dũ Thúc Lương Khắc Ninh (1862-1943). "Những tay dịch thuật trứ danh ở Nam Kỳ" với số lượng nhiều nhứt chính là ba ông **Nguyễn Chánh Sắt, Trần Phong Sắc** và **Nguyễn An Khương.** Nhà phê bình văn học Nguyễn Vy Khanh (dẫn sách của Bằng Giang) cho rằng: **Nguyễn Chánh Sắt** đã dịch *Tây Hớn* rồi *Đông Hớn, Chung Vô Diệm, Tam Quốc Chí, Ngũ Hổ Bình Tây, Nhạc Phi, Mạnh Lệ Quân...;* còn **Trần Phong Sắc** dịch *Truyện Nhạc Phi* (xuất bản tại Sài Gòn, 1905), đồng dịch với Phụng Hoàng San, sau một mình dịch thêm 18 truyện Tàu (hơn 5000 trang) như: *Tam Hạ Nam Đường Diễn Nghĩa, Phong Thần Diễn Nghĩa* (1906), *Tiết Đinh San Chinh Tây...*; và **Nguyễn An Khương** dịch *Phấn Trang Lầu Diễn Nghĩa, Thủy Hử Diễn Nghĩa, Vạn Huê Lầu Diễn Nghĩa,* v.v... Ngoài ra còn có Nguyễn Liên Phong và Nguyễn An Cư dịch *Tam Quốc Diễn Nghĩa* do nhà Tín Đức Thư Xã tại Sài Gòn in từ 1927-1928 gồm 31 cuốn (7). Có thể nói có chữ quốc ngữ mới có phong trào dịch sách Tàu, truyện Tàu để phổ biến rộng rãi trong đại chúng. Từ đó phong trào mê truyện Tàu bùng phát khắp Nam Kỳ: người người "mê" truyện Tàu, nhà nhà "mê" truyện Tàu, "mê" nghe "nói truyện" Tàu. Những cách ngôn Khổng-Mạnh, những tấm gương trung hiếu tiết nghĩa, những điều thường thức về nhân – nghĩa - lễ - trí -tín, về tam cang ngũ thường được người bình dân tình cờ tiếp thu từ sách, truyện Tàu, đợi có dịp đem ra thi thố. Cũng có khi qua những cuộc "đấu trí" của các bậc văn nho, thầy đồ trong các dịp giỗ chạp, ma chay, cưới hỏi hay hội hè đình đám mà người dân quê "nghe lóm" được rồi đem ra áp dụng trong ca dao, hò hát. Trong Luận án về *Ca Dao Miền Nam*, chúng tôi đã nhận định: "*Ca dao miền Nam thường dùng những tiếng Hán-Việt hay những câu chữ Hán để làm nhập đề, để gợi hứng mà gieo vần hay để biện minh cho một tư tưởng, một tình cảm. Những bài hát hò như trên gọi là* ***hát chữ*** *(...) tức là những bài dùng cách ngôn Khổng-Mạnh lấy trong Minh Tâm Bửu Giám hay Minh Đạo Gia Huấn để gợi ý đưa vào đề*" (sách đã dẫn, tr.176). Hát huê tình đối đáp – một bộ phận của ca dao miền Nam, cũng nằm trong mô-típ (motype) nói trên. Tuy nhiên với cố tật "xấu hay làm tốt", "dốt hay nói chữ" của người bình dân Nam Kỳ, nên khi "hấp thụ" sách, truyện Tàu là họ đem ra ứng dụng, "thi thố" ngay, nhiều khi vô thưởng vô phạt. Một nhà văn "chuyên trị" Miệt Vườn *đã nhận* định: "*Thật bực mình khi nghe những câu hò dẫn chứng nhiều điển tích sai lạc, vô nghĩa hoặc nhiều cách ngôn của Khổng Tử, Tư Mã Ôn Công, với danh từ lẫn lộn, ép vận, sai văn phạm cổ văn*" (8).

Từ những nhận định kể trên, chúng tôi có thể nói câu hát huê tình đối đáp gồm một số đặc điểm về Nghệ thuật như: **hát chữ, hát tích** và **hát đố/hát đối đáp.** "*Khi cuộc hát đã đến lúc hào hứng, hễ bên trai "buộc vào", thì bên gái "mở ra", bên trai "bẻ vô" thì bên gái "xô ra", bên nầy* ***hát chữ, hát tích*** *thì bên kia tìm cách đối lại; bên nầy dùng những câu* ***hát đố*** *hóc búa, thì bên kia tìm câu* ***hát đáp*** *lại một cách tài tình*" (Nguyễn Kiến Thiết, sách đã dẫn tr.107).

- **Hát chữ**: dùng thành ngữ nước ta hoặc cách ngôn của Khổng-Mạnh (thường lấy trong sách *Tam Tự Kinh, Minh Tâm Bửu Giám* hoặc *Minh Đạo Gia Huấn*) để gợi hứng gieo vần. Thí dụ:

.(câu 157): ***Chữ* tích ác có ngày phùng ác*****

Hễ mưu thâm ắt họa diệt **thâm****
Vì anh không dạ tu tâm
*Anh theo người hoang **đãng**, anh phải cầm đề lao.*
*Sách *CHHT* in sai: *Chử; Hể; thăm, đảng.*
**Dẫn ý sách *Minh Đạo Gia Huấn*, tr.53: *Tích thiện phùng thiện; Tích ác phùng ác.*
.(câu 261): ***Tửu phùng tri kỷ thiên bôi thiểu***
Thoại bất đầu cơ bán cú đa*
Miễn* cho anh nói thiệt thà*
***Anh ôi,** Dầu cho Hồ Việt một nhà lạ chi.*
*Trích *Minh Tâm Bửu Giám* (tr.271): Rượu gặp bạn biết mình, ngàn chén cũng còn ít; Lời nói chẳng gài máy lập mưu, dầu có nửa câu cũng đã nhiều.
**Nguyên bản *CHHT* in sai: *Miểng.*

- **Hát tích**: dùng điển tích của sách vở Trung Hoa hoặc các truyện thơ Việt Nam vừa để gợi hứng gieo vần hay nêu câu hỏi. Những bộ **truyện Tàu** như: *Tam Quốc, Tây Du, Phong Thần, Thủy Hử, Tiền Đường, Hậu Tống, Tây Hớn, Nhạc Phi,* v.v... được lồng vào trong các câu hò điệu hát cùng với phong trào dịch truyện Tàu sang quốc ngữ nở rộ ở Nam Kỳ đầu thế kỷ XX. Khi khảo sát về điển tích trong ca dao (thiên về ca dao miền Bắc), GS Thanh Lãng đã viết: "*Văn chương bình dân rất **kỵ** những điển tích (...) Tuy nhiên đôi khi ta cũng thấy nhà văn bình dân dùng điển*" (9). Trong những chuyến đi "điền dã" sưu tầm, nghiên cứu Ca dao miền Nam, chúng tôi có thể khẳng định: Hát huê tình, một bộ phận của Ca dao miền Nam rất "**sính**" dùng điển tích. Phạm Văn Đang, một tác giả gốc miền Bắc cũng đã nhìn nhận: "*Có điều đáng chú ý là ca dao miền Nam lại **sính** dùng thành ngữ điển tích **hơn** cả ca dao miền Bắc*" (10). Một vài thí dụ:

- Điển tích lấy từ **Truyện Tàu:**
. (câu 283): *Chẳng thà em chịu đói chịu rách*
Học theo cách bà Mạnh, bà Khương
Chẳng thèm như chị Võ Hậu đời Đường
***Anh ôi,** Làm cho bại hoại, cang thường hư danh.*
. (câu 300): *Trương Lương, Anh Bố, **Hàn** Tín*, Tiêu Hà*
Bốn ông giúp Hớn nên nhà

Em ôi, *Văn hay* ***võ**** *giỏi, em đà hiểu chưa?*
* và **: Sách *CHHT* in sai: *Hàng* và *vỏ*.
Các truyện thơ Việt Nam Nam như: *Truyện Kiều, Lục Vân Tiên, Lâm Sanh-Xuân Nương, Phạm Công-Cúc Hoa,* v.v... cũng được sử dụng trong hát huê tình.
- **Truyện Kiều:**
. (câu 285): đã dẫn trên.
. (câu 286): *Cái lòng của qua chắc thật*
Không phãi ***bậc**** *phong lưu*
Dốc cho tròn ***chữ hảo**** *cừu*
Tỷ như chàng Kim Trọng, không phải đồ Sở Khanh
** và **:* Sách *CHHT* in sai*:* *bật, chử, hạp.*
- **Truyện Lục Vân Tiên:**
. (câu 287): *Quân vi thần cang*
Phụ vi tử cang
Phu vi thê cang
Cố viết Tam cang
Bớ anh ôi, *Lòng em* ***giữ**** *trọn như* nàng Nguyệt Nga.
*Sách *CHHT* in sai: *giử* (dấu hỏi).
. *(câu 288): Nhơn, Nghĩa, Lễ, Trí,* Tín
Thị vị ngũ thường
Em ôi, Đây anh cũng *dốc, sánh* ***bường*** *Vân Tiên.*
- **Truyện** Lâm Sanh-**Xuân Nương:**
. (câu 290): *Chàng* ***Lâm Sanh**** *hiếu hạnh*
Dẫu hiu quạnh chi sờn
Bớ anh ôi, *Trước sao, sau vậy như đờn lên dây.*
*Sách *CHHT* in: *Xuân-Sanh.*

Ngoài ra Câu hát huê tình đã nhắc đến *địa danh* hoặc *tên các triều đại* trong lịch sử Trung Hoa để nói về tình yêu đôi lứa cũng như sự xa cách, chia lìa trong tình yêu, như: Hồ, Hớn (c.108), Tề, Sở, Đằng (câu 325), Châu Trần (c.331), Tấn, Tần (c.317), Trụ, Châu (c.170), hoặc ở dạng đối sánh như: Tần - Tấn (câu 316), Hớn - Hồ (c.108), Hồ-Việt (c.261), hay kết hợp với các địa danh có tính ước lệ khác như: *duyên Tần Tấn, Châu Trần* (câu 317), *kẻ Tấn người Tần* (câu 316), *phản Trụ đầu Châu...*

Tên *nhân vật* và các *sự kiện lớn* trong lịch sử Trung Hoa hay các *thành ngữ* có tính ước lệ cũng có mặt rất nhiều trong Câu hát huê tình: *Nguyệt lão* (c.80), *Tơ Nguyệt* (c.222), *ông Tơ bà Nguyệt* (c.355), *dây tơ đỏ* (c.359), *Ngô Khởi* (c.295), *Tống Hoằng* (c.296), *Thái Ung* (c.277), *Mạnh Quang* (c.276), *Tể Ngã, Phàn Trì* (c.282), *Võ Hậu, bà Mạnh bà Khương* (c.283), *Thầy Tăng, thầy Lộ, Vương Khải-Thạch Sùng* (c.284), *Tử Cầm, Tử Cống ...* (c.299), *Trương Lương, Anh Bố...* (c.300), *loan phụng* (cc.115-349), *tào khang* (cc.121-296), *tào khương* (c.125), *Tam cang ngũ thường* (cc.287-288), *xướng tùy* (c.251), *đạo phu thê* (c.75), *thung huyên* (c.117), *xuân huyên* (c.273), *đồng thinh (thanh)-đồng khí* (c.229), *v.v...*

Các cuộc "hôn nhân dị chủng" do quá trình giao lưu Hoa-Việt đã phản ảnh phần nào khuôn mặt xã hội Nam Kỳ thời bấy giờ. Thí dụ:

. (c. 168): *Căn nợ đâu xe thấu tới bên* ***Tàu***
Bớ mình ôi, *Hay là mình thấy* ***Chệt*** *giàu mình mê.*

. *(c.173): Thân em lấy* ***Khách*** *không suy*
Chàng rể kêu cha vợ tao mi anh thấy thường.

Thứ đến, các cuộc "hôn nhân dị chủng" giữa "người Tây" và "An Nam" (c.234) trong giao lưu văn hóa Pháp-Việt:

. (c.41): ***Bạc-lê vẽ, sửa*** *(?) em giận đứa* ***măn-tơ***
Làm sao mà nghi ngại bá vơ
Châu Thành *em dạo cảnh, nó nghi ngờ em bán duyên.*

Bạc-lê: Parler (nói); vẽ, sửa (có thể hiểu): mentir (nói dối); măn-tơ: menteur (người nói dối). Châu Thành: sách *CHHT* in *Châu-thành*).

. (c.98): ***Ô-rờ-hoa*** *đây giã bạn ra về*
Bớ ai ôi, *Căn duơn chưa bén mựa hể* ***phát-sê****.*

Ô-rờ-hoa: Au revoir (chào tạm biệt); phát-sê: fâcher (buồn giận).

Ngoài ra còn có ***xúp-lê***: souffler (thổi):

. (c.13): *Nhìn anh nước mắt rưng rưng*
Bớ anh ôi, Xúp-lê *xe chạy, em ngó chừng theo xe.*

Và ***A-lơ-măn:*** Allemand (người Đức):

. (c.188): *Trách* ***A-lơ-măn*** *nó* ***lăng xăng**** *làm loạn*
Thiếp đưa chàng lai láng ***dòng**** *châu.*

* Sách CHHT in: *lăn xăn, giòng* (tr.10).

Câu hát huê tình còn thể hiện "dấu ấn" của văn hóa vật chất của Pháp với những tiến bộ của văn minh công nghiệp như *xe lửa/ga (cc.10-218), tàu (c.144), tàu lặn/xe hơi (c.33), Nhà hát bóng/Sở chụp hình (c.9)*, hoặc các vật dụng cần thiết trong sinh hoạt hằng ngày như *đồng bạc (c.348), đồng bạc đầu hình (c.327), tiền bạc giấy tờ (c.328), vài cặp hột/ít lượng vàng/nhiễu lụa (c.246), chuỗi đeo tay (c.356)* cùng những sinh hoạt giải trí và tệ nạn xã hội buổi giao thời như: *thuốc phiện (cc.162-164), bài cào/á phiện (c.311), ghiền (c.164), đèn hồng, liều nhựa (c.160), ngáp dài/mua nhựa (c.162), sa mê tửu sắc (c.313), mảng mê cờ bạc (c.103), bài cạc-tê/tứ sắc (c.312), tào kê (c.194), lầu xanh (cc.52-63), bán hoa cho Chà (c.177), bán lý buôn đào (c.199)...*

Sau cùng, nét đặc thù về ngôn ngữ trong Câu hát huê tình đã phản ảnh phần nào quá trình ra đời và phổ biến chữ quốc ngữ thời kỳ đầu ở Nam Kỳ như: chánh tả tiếng Việt (nguyên bản *CHHT* có **vô số** lỗi chánh tả và **rất nhiều** dẫn chứng cách ngôn Khổng-Mạnh sai); một số từ Việt cổ: *mựa, mảng* (cc.103-202), khá nhiều chữ kiêng húy, nhiều từ địa phương đọc trại và phương ngữ: ***bường*** (c.288*), kết **ngãi*** (c.25), ***ngŏi** xưa* (c.46), ***trước** mai* (c.11), *căn **dươn*** (c.57), *vô **nghì*** (c.24), *phú **quới*** (c.78), ***quờn quới*** (c.121)...

- Hát đố/Hát đối đáp:

Hát đối đáp là một loại hát huê tình giữa trai và gái "những khi có dịp gặp nhau". Nam Kỳ là vùng đất mới, vùng "đất phước" với đồng ruộng bao la, cây lành trái ngọt, sông nước hữu tình đã nổi tiếng là miền trù phú bậc nhứt nước Nam. Những dịp gặp gỡ của chàng trai-cô gái khi diễn ra trên đồng ruộng, lúc trên sông nước. Nhưng nhiều nhứt là trên những dòng sông hiền hòa thơ mộng giữa "trai thương hồ" và "gái bán vàm" để diễn ra cuộc hát đố/đối đáp lý thú. Đại thể, mỗi cuộc hát đối đáp thường chia làm ba giai đoạn : **Hát chào mời** (bắt đầu chào hỏi, mời mọc) ; **Hát đối đáp** (đáp câu đố, nêu câu đố mới, khen tặng) ; **Hát tiễn** (từ giã, xe kết). Khi cuộc hát đã đến lúc hào hứng, hễ bên trai "buộc vào" thì bên gái "mở ra", bên trai "bẻ vô" thì bên gái "xô ra", bên nầy **hát chữ**, **hát tích** thì bên kia tìm cách đối lại; bên nầy dùng những **câu đố** hóc búa, lắt léo thì bên kia kiếm **câu hát đáp** lại một cách cân xứng (11). Xin tạm dẫn một vài thí dụ.

. Gái (hát đố): dùng các thuật ngữ **nhiều/ít, non/già.**
(câu 303): Bánh ***nhiều*** *quá sao kêu bánh* ***ít***
Chuối ***non*** *nhớt cũng gọi chuối* ***già***
Trượng phu đối đặng mới là đáng khen.
. Trai (hát đáp): dùng các thuật ngữ **chua/ngọt, cao/lùn**.
(c.304): *Canh* ***chua*** lét sao kêu canh ***ngọt***
Cây ***cao*** *nghệu cũng nói cau* ***lùn***
Đối chơi với bậu anh hùng há thua.
. Gái: sử dụng **nói lái** *hát đố:*
(c.301): *Con* ***cá đối*** *để trên* ***cối đá***
Mèo đuôi cụt *nằm* ***mục đuôi kèo***
Bớ anh ôi, *Anh mà đối đặng,* ***dẫu**** *nghèo cũng ưng.*
*Sách *CHHT* in sai: *dẩu.*
. Trai dùng **nói lái** *hát đáp lại:*
(c.302): *Con* ***mỏ kiến*** *đậu trong* ***miếng cỏ***
Chó ***vàng lông*** đáp dựa ***vồng lang***
Bớ em ôi, Đây anh đối đặng e nàng chẳng ưng...

Cuộc hát đối đáp giữa trai thương hồ và gái bán vàm cứ thế mà tiếp diễn. Nhờ sự ứng đối tài tình, họ bắt đầu để ý, cảm mến nhau và tình yêu bắt đầu chớm nở giữa hai người. Cũng có khi vì bên trai, hay bên gái bị "buộc vào" mà không tìm được cách "xô ra", nên cuộc hát đối đáp mất đi phần hào hứng. Dĩ nhiên sự gặp gỡ giữa đôi nam nữ sẽ không đi tới đâu. Và lúc bấy giờ cuộc hát đối đáp chỉ để "giải sầu", "cầu vui": "*Hát mấy trăm câu* ***giải sầu*** *chư vị; Việc hát hò có ý* ***cầu vui***" (c.227).

Kết**: Tập sách mỏng chỉ vỏn vẹn 18 trang với 361 câu thơ lục bát biến thể, *Câu Hát Huê Tình* – một bộ phận của ca dao miền Nam – đã phản ảnh trung thực bức tranh xã hội Nam Kỳ buổi giao thời Pháp-Việt. Mặc dầu người sưu tầm chỉ với mục đích khiêm tốn là "để cống hiến cho nam nữ thanh niên lao động cơn hành sự ngâm nga đặng quên cả vất vả và mệt nhọc"; nhưng độc giả có thể tìm thấy **Nội dung** "văn dĩ tải đạo" bàng bạc trong tác phẩm. Đó là đạo quân thần (quân xử thần tử), lòng ái quốc, đạo hiếu (ơn cha nghĩa mẹ, xuân huyên, thung đường), đạo phu thê, tình nghĩa vợ chồng (chữ xướng-tùy, lòng chung thủy, dạ sắt son), trọng nghĩa khinh tài (kiến nguy vô dõng, tiền tài như phấn thổ/nhơn nghĩa tợ thiên kim), làm lành lánh dữ (tích thiện phùng thiện/tích ác phùng ác). Đó là tất cả cái "điệu nghệ" (đạo nghĩa) của người Lục tỉnh. Thỉnh thoảng phê phán "thói hư tật xấu" (cờ bạc, tửu sắc, á phiện, lầu xanh), thói mê tín dị đoan (tam hạp, tứ hành xung) và "hôn nhân dị chủng" (Tây-Tàu-Khách-Thanh-Chệt-Chà //An Nam, Việt). Nhưng phê phán là để xây dựng: vạch ra cái xấu, cái dở để gián tiếp đề cao cái tốt, cái hay nhằm giáo dục khuyên răn người đời. Về **Nghệ thuật,** hát huê tình đối đáp thiên về "diễn xướng" cần phải "câu giờ" để "bẻ lại" câu hát lắt léo, hóc búa, phải sử dụng *tiếng đệm, tiếng láy cũng* như vận dụng kiến thức và khả năng sẵn có của mình để thi tài cao thấp. Vì vậy câu hát huê tình sử dụng gần như *nguyên xi* lời ăn tiếng nói của dân gian Lục tỉnh: lời lẽ bình dị, mộc mạc, không trau chuốt nên dễ đi sâu vào lòng người. Chúng ta sẽ không thấy những câu hát *tròn trịa mềm mại* thể sáu tám trong Câu hát huê tình, nói riêng và trong Ca dao miền Nam Lục Tỉnh, nói chung. Trong một bài nghiên cứu về Ca dao miền Nam, chúng tôi đã nhận định: *Hò hát đi trước ca dao; và* ***ca dao lục bát thành hình sau hò hát. Người sưu tầm/phổ biến (Đinh Thái Sơn) mặc dầu phải "tam sao thất bổn" do sự giao lưu văn hóa, do "trình độ văn hóa"; nhưng đã đạt được thành tựu đáng kể trong việc bảo tồn cái di sản lý thú của ông cha. Chúng tôi tin rằng *Câu Hát Huê Tình* là một văn bản quý hiếm cho các nhà nghiên cứu văn hóa dân gian, các nhà ngôn ngữ học, xã hội học và văn học sử. *Câu Hát Huê Tình* chính là *bản sao* thâu gọn của ca dao Nam Kỳ Lục Tỉnh vậy.

Chú Thích:

(1) Thanh Lãng: *Văn Chương Bình Dân*. In lần II. Sài Gòn, Văn Hợi xb. 1957, tr.90.
(2) Toan Ánh: *Cầm Ca Việt Nam*. SG, Lá Bối xb. 1969, tr.92.
(3) Thuần Phong: *Ca Dao Giảng Luận*. Kỳ II, SG, Á Châu xb.1970.
4) Xem Lê Văn Hảo: *Một số cổ tục của người Việt Nam qua các hội* mùa. Đại Học số 37 (tháng 2/1964); 39 (tháng 6/1964); 40 (tháng 8/1964).

(5) Sơn Nam: *Văn Minh Miệt Vườn*. Sài Gòn, An Tiêm xb. 1970, tr.61-62.
(6) Thanh Lãng: *Thay Lời Bạt. Văn Học Miền Nam* của Đông Hồ. Sài Gòn, Quìnhh Lâm xb, 1970.
(7) Xin xem Nguyễn Vy Khanh: *Văn Học Quốc Ngữ Thời Đầu & Miền Nam Lục Tỉnh*. Hoa Kỳ, Nhân Ảnh xb. 2021, tr.110-111; và Bằng Giang: *Văn Học Quốc Ngữ Ở Nam Kỳ 1865-1930*. Nxb Trẻ, 1992, tr.237.
(8) Sơn Nam: *Nói Về Miền Nam*. SG, Lá Bối xb. 1967, tr.59.
(9) Thanh Lãng: *Văn Chương Bình Dân*. In lần II. Sài Gòn, Văn Hợi xb. 1957, tr.118.
(10) Phạm Văn Đang: *Nghệ Thuật Xây Dựng Từ Hoa Trong Ca Dao Việt Nam*. Luận án Cao học Văn chương ĐH Văn Khoa Sài Gòn, 1965, tr.149 150.
(11) Xin xem Nguyễn Kiến Thiết (sách đã dẫn, tr.107-111).

VÀI NÉT VỀ HÒ MIỀN NAM

Tôi là người dạo kiểng lê viên
Tới đây gặp gái thuyền **[thiền]** *quyên nên rủ hò.*

***Tổng quan:**

Hò là "điệu hát bình dân đồng quê, đặt lối lục bát biến thể, có khi một câu có năm sáu vế, hò lên một mình hay đối đáp giữa đông người ở nhà xay, nhà cối, ở sân đạp lúa, ở ruộng đồng, sông rạch cho vui tai, quên mệt; giọng thì mỗi địa phương mỗi khác, mỗi hoàn cảnh mỗi khác" (1). Mặc dầu câu hò, câu hát không phải là liều thuốc bổ trị dứt cơn mệt nhọc hoặc thâu ngắn công việc lại, nhưng khi cất tiếng hò có lẽ người ta sẽ cảm thấy cơn nhọc nhằn dường như tan biến, sức chịu đựng có phần dẻo dai hơn, sự hăng hái hoạt động mãnh liệt hơn nhờ tánh chất hào hứng của câu hò, điệu hát. Trong bài nầy, chúng tôi muốn giới thiệu "Vài Nét Về Hò Miền Nam" để hầu bạn đọc.

Trước năm 1975, hầu hết tác giả trong Nam đều mặc nhiên gọi "miền Nam", ngầm hiểu là "Nam Kỳ Lục tỉnh" hoặc "Lục tỉnh" hay "Nam Kỳ". Lục tỉnh Nam Kỳ được phân chia dưới thời nhà Nguyễn, dựa vào một câu cổ ngữ: "*Khoái mã gia biên vĩnh định giang hà*" (phóng ngựa ra roi giữ yên non nước). Cụ thể vào năm Nhâm Thìn (**1832**), vua Minh Mạng bãi bỏ Gia Định Thành, đổi các trấn thành tỉnh, chia 5 trấn của Gia Định Thành trước đây thành 6 tỉnh (**Lục tỉnh**) gồm: Phiên An [sau đổi Gia Định], Biên Hòa, Định Tường, Vĩnh Long, An Giang, Hà

Tiên. Hai năm sau (Giáp Ngọ, 1834), vùng Lục tỉnh thuộc Gia Định Thành trước đây được gọi chung là Nam Kỳ. Từ đó có tên gọi là **Nam Kỳ Lục tỉnh** cho tới khi toàn cõi Nam Kỳ rơi vào tay thực dân Pháp. Đương thời, người Pháp gọi Nam Kỳ Lục tỉnh bằng cái tên Basse-Cochinchine (tức vùng Cochinchine "hạ"). Chánh quyền Pháp bỏ tên Lục tỉnh nhưng còn giữ lại hai chữ Nam Kỳ, gọi là Cochinchine, phân biệt với Bắc Kỳ (Tonkin) và Trung Kỳ (Annam). Người Anh, Mỹ cũng gọi Nam Kỳ là Cochinchina. Nam Kỳ còn đươc gọi **"Nam Bộ" từ năm 1945** nhưng ít phổ biến ở vùng Quốc Gia. Đến năm 1946, Pháp thành lập chánh phủ Cộng hòa tự trị Nam Kỳ, còn gọi "Nam Kỳ Quốc". Nam Kỳ / Nam Bộ còn được gọi là Nam Phần hay Nam Việt từ 1948 tới 1975 thời Quốc gia Việt Nam và Việt Nam Cộng Hòa. Từ sau Cách mạng Tháng Tám năm 1945 cho đến nay, chánh quyền Việt Nam Dân Chủ Cộng Hòa rồi Cộng Hòa Xã Hội Chủ Nghĩa Việt Nam vẫn tiếp tục sử dụng và thống nhứt cách gọi Nam Bộ. Các tác phẩm của Lê Thị Minh: *Hò Miền Nam* (Phạm Văn Tươi – 1958), của Sơn Nam như: *Nói Về Miền Nam* (Lá Bối – 1967), *Lịch Sử Khẩn Hoang Miền Nam* (Đông Phố -1973), của Nguyễn Văn Hầu qua loạt bài *Hò Miền Nam* (*Bách Khoa* các số 135 và 136, năm 1962), v.v... đã sử dụng tiếng "Miền Nam" được ngầm hiểu là "Nam Kỳ" hay "Nam Kỳ Lục Tỉnh" theo ý nghĩa đã dẫn giải trên. Chúng tôi đã xác định: "*Tiếng "Miền Nam" chúng tôi dùng trong tiểu luận nầy* [tức "*Tánh Cách Đặc Thù Của Ca Dao Miền Nam* –1972] *được hiểu là vùng địa bàn từ Biên Hòa tới Hà Tiên, tức Nam Kỳ Lục Tỉnh*" (tr.8).

Miền Nam Lục tỉnh là vùng "Đất phước" với ruộng đồng cò bay thẳng cánh, sông nước hữu tình nên ta thấy nơi tâm hồn họ một cái gì dễ dãi, một cái gì sung mãn, phóng túng. Nguyễn Văn Xuân đã nhận xét thật chí lý: "*Cái lợi lớn nhứt của miền Nam là được thu nhận một nền giáo dục Khổng Mạnh như miền Trung song ít khắt khe hơn mà đồng thời nhờ sinh hoạt xa triều đình lại ở vào khu vực cây ngọt trái lành, vườn rộng đồng xanh thênh thang nên tình cảm cũng nẩy nở hơn nhiều lắm*" (2). Một khi tình cảm cởi mở, họ có thể gởi gấm qua câu hò, điệu hát thứ tình cảm dồi dào phóng khoáng như tâm hồn họ. Người dân Lục tỉnh tánh tình vốn thiệt thà, chất phác, ngay thẳng, cùng căn bản *Nói* và *Trình diễn* của văn học miền Nam nên họ đã bày tỏ lòng mình một cách chân thành, bộc trực, thiết tha và cảm động qua tiếng hát, câu hò. Nhìn chung, hò ở nước ta thường được phân loại theo *đặc điểm tự nhiên của địa lý*; đó là *hò trên sông nước* và *hò trên cạn*. Nếu miền Trung có Hò Huế với những loại hò như : hò xay lúa, hò nện, hò bài thai, hò đánh bài chòi, hò nghé ngọ, hò đẩy nốt, hò ô, hò ru con, hò giã gạo, hò mái nhì (3) thì ở miền Nam, các loại hò rất là phong phú tùy từng vùng, từng nơi, tùy theo công việc làm và hoàn cảnh của người hò. Chẳng hạn như: **hò địa phương** (hò Tân An, hò Gò Công, hò Mỹ Tho, hò Vĩnh Long, hò Cần Thơ, hò Bến Tre, hò Sa Đéc, hò Đồng Tháp, v.v...), **hò đối đáp** (hò văn, hò truyện, hò mép), **hò cấy lúa, hò chèo ghe, hò xay lúa**, **hò lờ**... Theo Phạm Duy, Hò miền Nam thường có vẻ thanh nhàn và mang tính chất hội ngộ, vui chơi, và cũng như Trần Văn Khê, ông cho rằng *giai điệu hầu hết đều nằm trong ngũ cung hơi Nam giọng oán.*

***Làm thế nào phân biệt được những câu hò địa phương Lục tỉnh?**

Hơn 50 năm trước, người viết đã giới thiệu về Hò miền Nam trong quyển *Tánh Cách Đặc Thù Của Ca Dao Miền Nam* (1972), nhưng còn dưới dạng khái quát. Trong một buổi thuyết giảng về Ca dao miền Nam tại Lớp Quê Hương Mến Yêu (Montréal–1994) cũng như tại Trung Tâm Văn Hóa Giáo Dục Hồng Đức (Montréal – 2001), có người đã đặt câu hỏi: *"Làm thế nào phân biệt được những câu hò địa phương Lục tỉnh?"*. Chúng tôi đã trả lời đại khái là *"Giới thiệu về Hò miền Nam dưới cái nhìn của người nghiên cứu văn học hơn là khai thác chuyên sâu về âm nhạc"* và hứa sẽ tiếp tục nghiên cứu để trả lời thỏa đáng khi có dịp. Từ đó, câu hỏi trên mãi ám ảnh trong tôi từ năm nẩy sang tháng khác... May mắn làm sao, trong một buổi nói chuyện của GS Trần Văn Khê về *Dân ca miền Nam* tại Montréal năm 2001, tôi đã đặt câu hỏi dẫn trên với nhà âm nhạc học lừng danh nẩy. Một tuần lễ sau, Giáo sư đã giải đáp tường tận. Để rộng đường dư luận, nhằm cung cấp tư liệu hiếm quý về Hò miền Nam, và bởi lẽ câu trả lời của GS Trần Văn Khê quá dài nên chúng tôi chỉ xin trích lược một số chi tiết như sau:

"Trong một bài hò luôn luôn có những câu như ***câu kể*** *và* ***câu xô****. Câu kể do người hò gọi là hò mái, hò cái. Câu xô là hò con. Câu kể và câu xô tức cái với con, cũng như âm với dương.* ***Câu xô mỗi nơi mỗi khác.***

Câu xô trong hò Đồng Tháp: ***Hòa hơi...****không có chỗ nào có.*
Câu xô trong hò Bến Tre: Ờ ớ ơ ơ, ớ ơ...

Ngoài ra, câu xô ở Bến Tre còn có điệu hò lý. Hết một câu thì tất cả câu xô:

Hò xự xang hò xang xê cống
Cống xê xang (là) xang xế hò
Hò xự xang.

Câu xô trong hò Cần Thơ giọng không lên cao tức ***hò liu.***
Câu xô khác nhau làm cho người ta biết được câu hò đó ở tỉnh nào*. Đại khái cấu trúc của nó cũng lọt vô tiếng hát ru của bà mẹ. Rồi rốt cuộc hò Đồng Tháp, hò Bến Tre tới chừng đi ra câu kể thì nó cũng gần giống như điệu hát ru. Có điều khác hơn: Hát ru thì* ***hò xang*** *mà câu hò thì* ***hò xư****.*

Thành ra câu hò vùng nầy vùng kia khác nhau vì hai lý do:
-Thứ nhứt: tại câu xô (nhiều nhứt)
-Thứ hai: Phong cách hát mỗi vùng mỗi khác.
Hò Đồng Tháp nó lên cao xuống thấp xự xề xang xê ho.
Tất cả những cái đó là những cái cá biệt trong mỗi một chỗ nhưng chung quy những câu hò đối đáp trên sông, trên cạn gì cũng căn cứ trên tiếng hát ru của bà mẹ.
Cái cấu trúc: Hò xự xang xê cống
(Xự lên cao thành xư; xang thì già mà rung; cống thì non).
Hệ thống đó gọi là hệ thống điệu Nam hơi Oán" (ngưng trích).

Về hò Đồng Tháp, có người đã nhận định: "*Đây là một âm điệu đặc biệt được hò ở tốc độ chậm, buông lơi, nhịp điệu lúc nhặt, lúc khoan, lúc trầm, lúc bổng, có lúc thì thật thấp, có lúc thì thật cao chót vót. Nó có sức lôi cuốn, hấp dẫn mọi người một cách kỳ lạ*" (Nguồn: *Nhớ Điệu Hò Đồng Tháp* https://dotchuoinon.com/2015/01/16/dan-ca-dan-nhac-vn-ho-mien-nam/). Đặc biệt hò Cần Thơ – cái nôi của văn hóa Hậu Giang – nhiều nhà nghiên cứu văn hóa, âm nhạc đã nhận định sắc sảo. Nguyễn Văn Hầu cho rằng điệu hò Cần Thơ có "*cái giọng ử ư cong quớt như đưa hơi thở về đỉnh non cao*". Theo Phạm Duy, "*hò Cần Thơ câu dài và có tính chất nghệ thuật cao hơn, giai điệu nằm trong ngũ cung hơi Nam giọng oán*". Còn Trần Văn Khê đã nhận xét: "*Câu xô trong hò Cần Thơ giọng không lên cao, tức* ***hò liu***" và thuộc "*hệ thống điệu Nam hơi oán*".

***Hò đối đáp:**

Ngoài loại **hò đơn lẻ** do chàng trai hoặc cô gái tức hứng trước cảnh đồng ruộng bao la, sông nước hữu tình mà cất tiếng rao hò để giải bày tâm sự, còn có **hò đối đáp.** Hò đối đáp là loại hò được xướng lên do một đôi nam nữ hoặc hai phe nam nữ đối đáp nhau trong những buổi sinh hoạt chung như cấy hái, xay giã, bơi chèo hoặc trong một *hò trường*, trong một *phiên hò hội* để thi tài cao thấp. Hò đối đáp có *tính tập thể* và *tính thi đua*. Như đã phân tích, trong một bài hò đối đáp luôn có những câu như **câu kể** và câu xô, giống như âm với dương. Hò đối đáp bắt đầu bằng hai tiếng "Hò ơ..", "Hòa hơ..." và thường tiếp theo bằng hai câu:

Tiếng đồn anh hay chữ
Em hỏi thử đôi lời...
và cứ thế mà tiếp tục cho đến hết.

Nhà văn Toan Ánh đã viết về hai tiếng "*Hò ơ*" đó như sau: "*Đêm khuya thanh vắng cũng như ban ngày giữa đồng ruộng, chúng ta còn được nghe những tiếng hò ơ… bắt đầu một câu hò. Hai tiếng hò ơ có thể kéo dài như vô tận trước khi bước vào câu hò chính thức. Những tiếng hò ơ tiêu biểu của hò miền Nam cũng là những tiếng để nói lên cái tinh thần đoàn kết bất diệt của dân Việt Nam*" (4). Chẳng hạn như:

-Nữ: Hò ơ... Tiếng đồn anh hay chữ
Em hỏi thử đôi lời
Tây giăng dây thép giữa trời làm chi?
-Nam: Hò ơ... Nghe lời hỏi tức, anh đáp phứt cho rồi
Tây giăng dây thép giữa trời
Cho anh có dịp trao lời với em!

Đôi khi hò đối đáp không bắt đầu bằng "công thức" "*Tiếng đồn anh hay chữ; Em hỏi thử đôi lời*" mà trái lại được đôi trai gái xướng lên với một hình thức khác.

Hò ơ... Tới đây chẳng hát thì hò
Chẳng phải con cò mà ngóng cổ nghe

Có những tay "hò chiếng" khi bị đối thủ chọc tức đã vội vàng vỗ ngực đáp trả:

Câu hò tôi đựng một nia
Chị em nào thích tôi chia cho hò...

Cũng có nghệ nhân bị lâm vào *thế bí* bèn ca bài *tam thập lục kế* để rút lui trong danh dự:

Câu hò tôi đựng một khạp da bò
Tôi quên đậy nắp nó bò hết trơn!

Giống như hát huê tình, mỗi cuộc **hò đối đáp** ở Nam Kỳ thường chia làm ba chặng/ba giai đoạn:.

Chặng đầu: **Hò chào mời** (bắt đầu chào hỏi, mời mọc, hò dạo). Nói khác đi, đó là *cuộc hò được gầy đầu* (Nguyễn Văn Hầu), là *khúc nhạc dạo đầu* của hò.

. ***Chặng giữa***: **Hò** đối đáp (đáp câu đố, nêu câu đố mới, kết bạn, xe duyên). Đây là phần trọng tâm của một *cuộc hò*. Cuộc tranh tài cao thấp của các nghệ nhân được đánh giá ở chặng nầy. Như chúng tôi đã có dịp đề cập, nếu hát huê tình đối đáp có hát chữ, hát tích, hát đố thì trong hò đối đáp – theo Sơn Nam - có **hò văn, hò truyện, hò mép** (còn gọi **hò môi**). Trong quyển *Tánh Cách Đặc Thù Của Ca Dao Miền Nam,* chúng tôi đã phân tích về ba loại hò nầy, từ trang 127 đến 135. Khi *cuộc hò* đã đến lúc hào hứng, hễ bên trai "*buộc vào*" thì bên gái "*mở ra*", bên trai "*bẻ vô*" thì bên gái *"xô ra"*, bên nầy "*bỏ*" vận hò thì bên kia "*bắt*" lấy, giọng hò bên nầy bị "*đứt*" thì bên kia tìm cách "*nối*" lại. Đặc biệt, chàng vận dụng **hò** văn, hò truyện, hò mép thì nàng tìm cách hò đối lại; chàng dùng những **câu hò đố** hóc búa, lắt léo thì nàng kiếm **câu hò đáp** lại một cách cân xứng, tài tình! (5). Và cuộc hò cứ thế mà tiếp diễn (nếu không bị *đứt*), có khi thâu đêm suốt sáng. Khi gặp người *đồng điệu* và hơn nữa, *đồng tình, cuộc hò* càng tăng thêm phần hào hứng, sôi nổi. Bấy giờ các nghệ nhân hò đã trở thành "bình dân thi sĩ" và đa số thính giả đa tài, "biết xét đoán *âm giai*, biết phê bình *vần điệu*" và "biết sự *buông bắt, ứng đối cao thấp dở hay*" (*Bách Khoa* số 136, tr,15)

.*Chặng cuối*: **Hò giã biệt** (tiễn đưa, xe kết, hứa hẹn) để khép lại một cuộc hò. Khác với cuộc hát quan họ, các "liền anh", "liền chị" chỉ xem nhau như "bạn hát" và thường là *không được phép* cưới hỏi nhau. Còn chung cuộc của Hò miền Nam thường dẫn tới tình yêu đôi lứa "*Trời xui hội ngộ hai đứa mình kết duyên*".

Nhìn chung, *Tiết điệu* và *Âm vận* trong Hò miền Nam biến đổi khá nhiều, song theo Nguyễn Văn Hầu, có thể hiểu gom được trong hai điệu chính: *hò huê tình* tức tiếng hát chậm mà hơi dài ra, và *hò lăn* tức tiếng hát mau mà hơi ngắn lại. Tuy nhiên, dầu là *hò huê tình* hay *hò lăn,* dầu có hằng chục điệu hát hò dị biệt của mỗi địa phương, *người mộ hò* bao giờ cũng phải biết sành cung đoạn, âm giai thì mới được hạng đàn anh đàn chị trong giới nhận cho là *khách đồng thuyền.* (*Bách Khoa* số 136, tr.15). Gần đây có dịp sưu tầm trên mạng, chúng tôi thấy có nhiều "nhà văn hóa" đề cập đến Hò văn, Hò truyện, Hò mép, Hò huê tình, Hò lăn, v.v..., nhưng không nói tới "xuất xứ", mặc nhiên tự xem mình là "tác giả". Điều nầy gây khó khăn cho những người nghiên cứu về sau?!

Hò *đối đáp là m*ột thể loại dân ca, nhưng tại sao trong những câu do chính người bình dân hát lại có những từ Hán-Việt, cách ngôn Khổng Mạnh và điển tích Trung Hoa? Như chúng ta đã biết, Nam Kỳ là vùng đất mới, nhưng mọi lãnh vực đều "khởi sự/khởi xướng" ở miền Nam: Từ chữ quốc ngữ, văn học chữ quốc ngữ, báo chí, tiểu thuyết rồi thơ, thơ mới, dịch thuật (đặc biệt sách Tàu, truyện Tàu) đến văn nghệ kháng chiến, tự truyện, thoại kịch... nhứt nhứt đều *bắt đầu* tại Lục Tỉnh. Nói khác đi Nam Kỳ đã đóng vai trò *tiền phong* của văn nghệ miền Nam. Khi phân tích Hò miền Nam, chúng tôi muốn nhấn mạnh vai trò **chữ quốc ngữ** và phong trào dịch **sách Tàu, truyện Tàu** (ra chữ quốc ngữ) vào đầu thế kỷ XX đã ảnh hưởng rất lớn đến hò hát. Để tiện việc tham khảo, mời bạn đọc xem bài "*Vài Nét Về Hát Thuê Tình Ở Nam Kỳ*" đăng trong tập sách nầy.

Trong phần dưới đây, chúng tôi thử điểm qua hò văn, hò truyện và hò mép trong *chặng giữa* một cuộc hò đối đáp ở Nam Kỳ Lục Tỉnh.

-**Hò Văn:** (còn gọi **hò chữ**) dùng thành ngữ nước ta hoặc cách ngôn của Khổng-Mạnh (thường lấy trong sách *Tam Tự Kinh, Minh Tâm Bửu Giám* hoặc *Minh Đạo Gia Huấn*) để gợi hứng gieo vần. Chẳng hạn như:

Hò ơ... Tay cầm quyển sách Minh Tâm anh đọc
Thiện ác đáo đầu chung hữu báo
Cao phi viễn tẩu dã nan tàng*
Từ khi anh xa cách con bạn vàng
Cơm ăn chẳng đặng như con chim phượng hoàng bị tên.

*Tạm dịch: Lành dữ lúc cùng có quả báo; Cao bay xa chạy, vậy khó trốn.

-**Hò Truyện**: (còn gọi **hò sách**) dùng điển tích của sách vở Trung Hoa hoặc các truyện thơ Việt Nam vừa để gợi hứng gieo vần hay nêu câu hỏi. Những bộ **truyện Tàu** như: *Tam Quốc, Tây Du, Phong Thần, Thủy Hử, Tiền Đường, Hậu Tống, Tây Hớn, Nhạc Phi,* v.v... được lồng vào trong các câu hò điệu hát cùng với phong trào dịch truyện Tàu sang quốc ngữ nở rộ ở Nam Kỳ vào đầu thế kỷ XX. Trong những chuyến đi "điền dã" sưu tầm, nghiên cứu Ca dao miền Nam, chúng tôi có thể khẳng định: Hò đối đáp, một bộ phận của Ca dao miền Nam rất "**sính**" dùng điển tích. Phạm Văn Đang, một nhà giáo gốc miền Bắc cũng đã nhìn nhận: "*Có điều đáng chú ý là ca dao miền Nam lại **sính** dùng thành ngữ điển tích **hơn** cả ca dao miền Bắc*" (6).

*Hò thời **hò truyện, hò thơ***
Ai mà hò bậy mẻ ơ lên đầu!

Tuy nhiên với cố tật "dốt hay nói chữ" của người bình dân Nam Kỳ, nên khi "hấp thụ" sách, truyện Tàu là họ đem ra ứng dụng, "thi thố" ngay. Một vài thí dụ:

Truyện Tam Quốc:

Hò ơ... Đó anh thạo văn thơ
Đây em chờ thử sức
Ông không Giựt sao kêu Giựt Đứt (Dực Đức – tức Trương Phi)
Ông rất Minh sao gọi Khổng Minh
Truyện xưa Tam Quốc lưu truyền
Đố anh đối đặng bạn hiền ngợi khen.

Tổng hợp nhiều Truyện Tàu:
Hò ơ... Anh ví vậy còn sai
Em thấy hoài thiệt quá
Hễ khi hút đã như Hành Giả loạn thiên
Gặp buổi hết tiền như Lưu Huyền chạy giặc
Em có nói một hai lời làm mặt Trương Phi
Hươi Hỏa tiêm thương dường Na Tra xuất trận
Nằm chình chòng như Tôn Tẫn xem thơ
Mắt lim dim như ông Khổng nghiệm binh thơ
Phà hơi khói như Kinh Kha oán khí
Vui thú yên hà toại chí phong lưu.

Sau hết là các truyện tích lấy từ các truyện thơ Việt Nam.

Truyện Kiều
Hò ơ... Thân em mỏng mảnh
Huê cảnh lạ lùng
Thuyền mong sánh anh hùng
Lòng em lại e như ***Túy Kiều*** *nọ bạn* cùng Thúc Sanh [Sinh].

(Túy Kiều : Đáng lẽ phải viết Thúy Kiều. Người bình dân Lục tỉnh ưa đọc trại ra như vậy. Bằng chứng là có truyện thơ xuất bản nhan đề *Túy Kiều Phú* (Chợ Lớn, Thuận Hòa xuất bản, 1967, số thứ tự 33 trong tổng số 94 truyện thơ ấn hành cùng năm).

Truyện Lục Vân Tiên
Hò ơ... Nhơn Nghĩa Lễ Trí Tín
Thị vị ngũ thường
Nẩy Nguyệt Nga em bậu ôi
Đây *anh gìn lòng chung thủy* sánh ***bường*** *anh Vân Tiên.*

-**Hò mép**: (còn gọi **hò môi** hoặc hò môi hò mép). Loại hò nẩy lời lẽ nôm na quê kịch, không dùng chữ Hán, cũng không sử dụng cách ngôn, điển tích. Hò mép ít phổ biến sâu rộng trong đại chúng. Hình thức hò mép quá cao, ít người làm. chỉ dành riêng cho những người có chân tài, những *thầy dạy hò*. Nhà văn chuyên trị miệt vườn Sơn Nam đã nhận xét chí lý: "*Trước ánh sáng của nghệ thuật, loại hò mép nôm na (không điển tích, không chữ Hán) vẫn là hình thức cao nhứt, khó thành công nhứt, dành riêng cho những người có chân tài, những người trầm tĩnh*" (7).

Trong khi hò mép, nhiều người có chân tài, có trí nhớ dai,

phản ứng nhạy đã "môi" những câu hò có sẵn với hình thức của lối hát bắt vần. Lối hát bắt vần nầy chẳng qua chỉ là lối *hát vè* trẻ con thường hát khi chơi đùa (*Vè Tập Tầm Vông*). Người bình dân miền Nam đã áp dụng lối hát vè có cả biểu diễn nghệ thuật bắt vần và "môi" những câu hò có sẵn vừa làm tăng phần lý thú vừa gây được sự chú ý của người nghe: "*Môi tức là kéo dài thêm câu hát, cộng thêm nhiều đoạn lóng vô thưởng vô phạt hoặc có dụng ý*" (8). Thí dụ:

Hò ơ... Em thấy anh tương tư bịnh chắc
Em rước ông thầy thuốc bắc
Em sắc hai chục chén; còn lại bốn phân
Bỏ thêm một lát gừng sống; một đống gừng lùi
Một nùi chuối hột; một hộp đơn quy
Một ki trái táo; năm sáu chục trái cà na
Thần sa một lượng; khoai sượng một chục
Măng cụt một trăm; rau răm một đám
Cám một bao; con gái rao rao mười hai đứa
Sứa lửa vài trăm
Huỳnh liên, huỳnh bá, huỳnh cầm
Uống vô ba thang mà anh không mạnh thì em đào hầm chôn luôn!

Cũng như Câu hát huê tình, Hò miền Nam đã nhắc đến *địa danh* hoặc *tên các triều đại* trong lịch sử Trung Hoa để nói về tình yêu đôi lứa cũng như sự xa cách, chia lìa trong tình yêu hay kết hợp với các địa danh có tính ước lệ khác. Tên *nhân vật* và các *sự kiện lớn* trong lịch sử Trung Hoa hay các *thành ngữ* có tính ước lệ cũng có mặt rất nhiều trong câu hò, điệu hát dân gian Lục tỉnh.

Hò miền Nam còn thể hiện "dấu ấn" của văn hóa vật chất của Pháp với những tiến bộ của văn minh công nghiệp như *xe lửa, tàu Tây, nhà lầu, nhà máy, kinh xáng, chữ Quốc ngữ, tân trào, Lang-sa*... Một vài thí dụ (Hầu hết các câu hò miền Nam thường bắt đầu bằng hai tiếng "Hò ơ..."):

Chừng nào ***xe lửa*** *Mỹ* bung vành*
Tàu Tây *kia liệt máy anh mới đành bỏ em!*

*Xe lửa Mỹ: xe lửa Mỹ Tho (thuộc tuyến Sài Gòn - Mỹ Tho) được Pháp xây dựng vào năm 1881. Không phải xe lửa Hoa Kỳ. Wikipédia gọi là "đường sắt".

Hoặc: ***Kinh xáng*** *mới đào,* ***tàu Tây*** *mới chạy*
Thương thì thương đại, đừng nghi đừng ngại, bớ điệu chung tình
Con nhạn bay cao khó bắn còn con cá ở dưới ao quỳnh khó câu.
Và: *Làm thơ* **Quốc ngữ**, *để chữ* **tân trào**
Thứ tư **tàu** *lại gởi vào thăm em.*

Ngoài ra các vật dụng cần thiết trong sinh hoạt hằng ngày như *đồng bạc con cò, vàng vòng, chuỗi đeo tay, tiền tháng bạc ngày* cùng những sinh hoạt giải trí và tệ nạn xã hội buổi giao thời như: *dọn bàn, bành tô, áo thun, ô-rờ-hoa, khăn mu-xoa*... cũng được xuất hiện trong câu hò Lục tỉnh. Xin tạm dẫn vài thí dụ:

Chớ tham ***đồng bạc con cò***
Bỏ dân bỏ nước theo phò ***Lang-sa.***
hoặc: *Anh sắm trước một con heo bỏ cũi, vài lượng* ***chuỗi đeo tay***
Xin cho sum hiệp mặt mày
Dẫu cho ***tiền tháng bạc ngày*** *cũng lo.*
và: *Đèn* ***nhà lầu*** *hết dầu đèn tắt*
Lửa ***nhà máy*** *hết cháy còn than*
Chị em ơi, lấy chồng lựa chỗ cho sang
Lấy chi ***thằng điếm dọn bàn*** *Tây ăn!*
vân vân...

Sau cùng, nét đặc thù về ngôn ngữ trong Hò miền Nam đã phản ảnh phần nào quá trình ra đời và phổ biến chữ quốc ngữ thời kỳ đầu ở Nam Kỳ như: chánh tả tiếng Việt (**vô số** lỗi chánh tả và **rất nhiều** dẫn chứng cách ngôn Khổng-Mạnh sai); một số từ Việt cổ: ***mựa, mảng***, khá nhiều chữ kiêng húy, nhiều từ địa phương đọc trại và phương ngữ: ***bường,*** *kết* ***ngãi, ngỡi*** *xưa*, ***trước*** *mai*, *căn* ***dươn***, *vô* ***nghì***, *phú* ***quới***, ***quờn quới***...

Kết**: Hò miền Nam – một bộ phận của ca dao Lục tỉnh – là thơ, là nhạc, nhưng cũng là tình. Nó thể hiện rõ nét bản *trường/tình ca bất tận* của người bình dân lao động, nhiều nhứt là tình yêu đôi lứa giữa "trai hai huyện, gái miệt vườn", giữa "trai thương hồ, gái bán vàm". Ngoài ra, hò miền Nam đã phản ảnh trung thực bức tranh xã hội Nam Kỳ buổi giao thời Pháp-Việt. **Nội dung** "văn dĩ tải đạo" được thể hiện trong câu hò, tiếng hát. Đó là đạo quân thần, lòng ái quốc (quân xử thần tử), đạo hiếu (ơn cha nghĩa mẹ), trọng nghĩa khinh tài (kiến nguy vô dõng, tiền tài như phấn thổ/nhơn nghĩa tợ thiên kim), làm lành lánh dữ (tích thiện phùng thiện/tích ác phùng ác). Đó là tất cả cái "điệu nghệ" (đạo nghĩa) của người dân Lục tỉnh. Thỉnh thoảng phê phán "thói hư tật xấu" (cờ bạc, tửu sắc, á phiện, lầu xanh), thói mê tín dị đoan (tam hạp, tứ hành xung) và "hôn nhân dị chủng" (Tây-Tàu-Khách-Thanh-Chệt-Chà //An Nam, Việt). Nhưng phê phán là để xây dựng: vạch ra cái xấu, cái dở để gián tiếp đề cao cái tốt, cái hay nhằm giáo dục khuyên răn người đời. Về **Nghệ thuật,** Hò miền Nam thiên về "diễn xướng" nên các "bình dân thi sĩ" phải "câu giờ" để "bẻ lại" câu hò lắt léo, hóc búa, phải sử dụng *tiếng đệm, tiếng láy* cũng như vận dụng nghệ thuật '*bỏ/bắt*', "*đứt/nối*" cũng như kiến thức và khả năng của mình để thi tài cao thấp – đặc biệt *hò môi hò mép,* trong các *hội hò.* Do vậy hò miền Nam sử dụng gần như *nguyên xi* lời ăn tiếng nói của dân gian Lục tỉnh: lời lẽ bình dị, mộc mạc, không trau chuốt nên dễ đi sâu vào lòng người. Trong một bài nghiên cứu về Ca dao miền Nam, chúng tôi đã nhận định: *Hò hát đi trước ca dao; và* ***ca dao lục bát thành hình sau hò hát. Chúng ta sẽ không ngạc nhiên vì Hò miền Nam sử dụng hầu hết *lục-bát-cắt-vụn* bởi tiếng đệm, tiếng láy hơn là những câu *tròn trịa mềm mại* thể sáu tám. Từ hơn một thập kỷ nay đã xuất hiện *trường phái thơ tân hình thức*. Phải chăng các thi sĩ thuộc trường phái nầy đã trở về nguồn trong *nghệ-thuật-cắt-vụn-thơ lục bát,* trong cách *ngắt nhịp* như một *"trò chơi chữ nghĩa tùy hứng"* (Du Tử Lê). Bàn về cách *ngắt nhịp* nầy, chúng tôi đã viết: *"Cách ngắt nhịp thơ sáu tám (...) nhằm cắt đứt mạch thơ để diễn tả hoặc nhấn mạnh đến nhiều dạng cung bực khác nhau của tình cảm. Hình như cách ngắt nhịp bỏ lửng, mạch thơ bị đứt thường diễn tả tâm trạng uất nghẹn, tức tưởi, con đường thơ trở nên khúc khuỷu, gập ghình"* (9). Chúng tôi tin rằng *Hò miền Nam* là một văn liệu quý hiếm cho các nhà nghiên cứu văn hóa dân gian, cho các nhà ngôn ngữ học, xã hội học và văn học sử.

Montréal, IX.2024

Chú Thích:

(1) Lê Văn Đức: *Tự Điển Việt Nam.* Sài Gòn. Khai Trí xb. 1970, tr.613.
(2) Nguyễn Văn Xuân: *Khi Những Lưu Dân Trở Lại.* Sài Gòn, Thời Mới xb. 1969, tr.51.
(3) Xem Lê Văn Chưởng: *Hò Huế.* Luận án Cao học Văn chương Việt Nam. ĐH Văn Khoa Sài Gòn,1971, tr.97-129.
(4) Toan Ánh: *Cầm Ca Việt Nam.* Sài Gòn, Lá Bối xb. 1969, tr.195-196.
(5) Xem Nguyễn Kiến Thiết: *Tánh Cách Đặc Thù Của Ca Dao Miền Nam.* Luận án Cao học Văn chương. ĐH Văn Khoa Sài Gòn, 1972, tr.107-111.
(6) Phạm Văn Đang: *Nghệ Thuật Xây Dựng Từ Hoa Trong Ca Dao Việt Nam.* Luận án Cao học Văn chương. ĐH Văn Khoa Sài Gòn, 1965, tr.149-150.
(7) Sơn Nam: *Nói Về Miền Nam.* Sài Gòn, Lá Bối xb. 1967, tr.58-59.
(8) Sơn Nam: *Nói Về Miền Nam.* sách đã dẫn, tr.61.
(9) *Kỷ Niệm Về Hoàng Xuân Sơn. Văn Học Mới* số **33** tháng 10/2024, tr.191-192.

ĐỌC "VĂN XUÔI TỰ SỰ QUỐC NGỮ NAM BỘ CUỐI THẾ KỈ XIX ĐẦU THẾ KỈ XX – NHỮNG GÓC NHÌN"

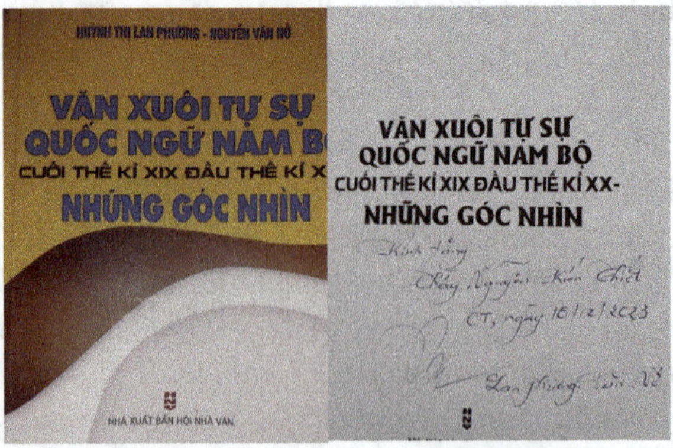

*Hình trái: *Bìa 1 sách "Văn Xuôi Tự Sự Quốc Ngữ..."*
*Hình phải: *Thủ bút của tác giả "Kính tặng Thầy Nguyễn Kiến Thiết" (CT, ngày 18/12/2023).*

"*VĂN XUÔI TỰ SỰ QUỐC NGỮ NAM BỘ CUỐI THẾ KỈ XIX ĐẦU THẾ KỈ XX – NHỮNG GÓC NHÌN*" (gọi tắt là *Văn Xuôi Tự Sự Quốc Ngữ*) do nhà xuất bản Hội Nhà Văn ấn hành. Sách dày 462 trang, không kể các trang bìa. Độc giả có thể nhận biết sách được in năm 2023, ghi ở trang cuối. Căn cứ vào bìa 4, đồng tác giả theo thứ tự là: HUỲNH THỊ LAN PHƯƠNG - Thạc sĩ văn học Việt Nam (1999), Giảng viên chính (2004) và NGUYỄN VĂN NỞ - Tiến sĩ Ngữ văn (2008), Phó Giáo sư Ngôn ngữ học (2011), Giảng viên Cao cấp (2015). Chúng tôi gọi Nhóm Huỳnh Thị Lan Phương hoặc Nhóm tác giả để thay thế nhị vị tác giả. Đây là cuốn sách thứ 5 được ấn hành của Nhóm tác giả.

Tập sách *Văn Xuôi Tự Sự Quốc Ngữ* gồm 22 đề mục (trừ Lời Nói Đầu), mỗi đề mục là một *mảnh vụn văn học* được Nhóm tác giả khéo lồng ghép một cách có dụng ý, xoay quanh trọng tâm của chủ đề. Đó là:

1.- Đặc điểm văn xuôi tự sự

2.- Vai trò của chữ Quốc ngữ

3.- Tính giao thời – nét đặc trưng của văn học

4.- Vấn đề xác định thể loại ***Truyện Thầy Lazarô Phiền***

5.- Nghĩ về những điểm mới trong ***Người bán ngọc*** của Lê Hoằng Mưu

6.- Cảm nhận về đoản thiên tiểu thuyết của Sơn Vương

7.- Thành ngữ cải biến trong tác phẩm Sơn Vương

8-22.- Các tác giả dành 15 đề mục (8-22) từ trang 171 đến trang 462 để khai thác về nhiều đề tài trong ***tiểu thuyết Hồ Biểu Chánh*** như: Ngôn ngữ - Người kể chuyện – Điểm nhìn trần thuật – Phản ánh hiện thực – Cảm hứng thế sự - Đời sống văn hóa ở nông thôn – Nam Bộ trong buổi đầu giao lưu văn hóa với phương Tây – Tìm hiểu văn hóa giao tiếp của người Nam Bộ - Sự kế thừa và đổi mới quan niệm về con người – Cái nhìn của Hồ Biểu Chánh về người nông dân Nam Bộ - Thân phận người nông dân Nam Bộ - Tính cách người nông dân Nam Bộ - Ý thức nữ quyền qua kiến tạo nhân vật nữ - Vấn đề du học và nhân vật người thanh niên du học - Chị Đào, chị Lý – Một tiểu thuyết ra đời ở giai đoạn sáng tác cuối của Hồ Biểu Chánh.

***Nhận định**

Đây là quyển sách thôi thúc độc giả *phải đọc*, và *đọc kỹ* để đi đến một vài nhận định khách quan.

Ngay Lời Nói Đầu, các tác giả khẳng định: "*Văn học Quốc ngữ Nam Bộ, đặc biệt là văn xuôi tự sự là bộ phận đi* **tiên phong** *trong quá trình hiện đại hóa văn học Việt Nam*" (...) "*Những con số tổng kết lượng tác phẩm đã xuất bản; những thể tài mà văn xuôi tự sự Quốc ngữ Nam Bộ đã "dàn trận"; những tên tuổi nhà văn với đủ các thế hệ, nhiều thành phần, có cả nữ giới... chứng minh cho sự hùng hậu về lực lượng sáng tác, cũng như những đóng góp của họ về mặt nội dung và nghệ thuật*" (tr.7). Tập sách nầy gồm những bài viết của đồng tác giả "*đã được đăng trên các tạp chí chuyên ngành, trong các kỉ yếu hội thảo khoa học trong khoảng hơn 15 năm qua. Đó có thể nói là kết quả từ quá trình giảng dạy , nghiên cứu, đặc biệt là với lòng yêu quý văn chương Nam Bộ*"... Nhóm tác giả đã giới hạn "những góc nhìn" của mình qua việc "*chỉ tìm hiểu, khảo sát và tập trung khai thác một số giá trị tiêu biểu từ sáng tác của các nhà văn nổi bật, trong giai đoạn này như: Nguyễn Trọng Quản, Sơn Vương, Lê Hoằng Mưu, đặc biệt là Hồ Biểu Chánh – cây bút sáng giá nhất của văn xuôi tự sự đầu thế kỉ XX*" (tr.8).

Về *Đặc điểm văn xuôi tự sự*, Nhóm tác giả muốn "*khẳng định vị thế của văn học Nam Bộ*" (...), bởi lẽ "*vẫn còn đó cách nhìn thiếu khách quan, những đánh giá chưa công bằng, hợp lí về văn xuôi tự sự Quốc ngữ Nam Bộ*" (tr.9). Về "Vai trò của chữ Quốc ngữ", tập sách khẳng định "*chữ Quốc ngữ... có vai trò tích cực trong hoạt động phiên âm, dịch thuật*" (tr.54) và đóng "*vai trò sáng tạo mới trong buổi bình minh của văn xuôi tự sự hiện đại ở Nam Bộ*" (tr.54). Cũng như một số nhà nghiên cứu khác, các tác giả đã đề cao "*Người đầu tiên, có công lao lớn trong việc truyền bá chữ Quốc ngữ là Trương Vĩnh Kí* [**Ký**] (...). *Bên cạnh ông còn có Huỳnh* [**Huình**] *Tịnh Của*" (tr.48) và đi đến kết luận: "*Chữ Quốc ngữ được hình thành từ công lao các giáo sĩ phương Tây. Nhưng nó chứa đựng cái hồn của nước Việt*" (tr.63). Từ đó "*phổ biến hiện tượng tồn tại song song cái cũ và cái mới trên nhiều yếu tố*" (tr.73) – tính giao thời. Bàn về vai trò *bản lề* của văn học, các tác giả bày tỏ mối ưu tư: "*Làm sao để hội nhập mà không mất gốc, đổi mới mà không bạc tình với quá khứ?*" (83).

Nơi đề mục 4, sau khi thừa nhận "*Truyện thầy Lazarô Phiền là một sáng tác văn xuôi tự sự Quốc ngữ ra đời sớm nhất Việt Nam*" (tr.85), Nhóm tác giả dành 25 trang (85-109) để bàn về Vấn Đề Xác Định Thể Loại "Truyện Thầy Lazarô Phiền". Theo đồng tác giả, "*Truyện thầy Lazarô Phiền là một tác phẩm mang đặc điểm khá phức tạp*" (tr.106) .... "*chứa đựng trong nó bao nhiêu điều mới mẻ, từ nội dung đến hình thức nghệ thuật*" (tr.108). Không thể xếp tác phẩm vào *truyện ngắn, truyện dài, tiểu thuyết* hoặc *tiểu thuyết hiện đại* – mặc dầu Nguyễn Trọng Quản gọi là **truyện** - mà nên "*dành cho tác phẩm của ông một cách gọi phù hợp: **truyện vừa***" (tr.109). Và cũng chính với tác phẩm nầy của nhà văn tiền phong Nguyễn Trọng Quản đã "*ảnh hưởng tích cực đến các nhà tiểu thuyết Nam Bộ, tiêu biểu nhất là Hồ Biểu Chánh*" (tr.108).

Phần cốt lõi của quyển sách là bàn về ***tiểu thuyết Hồ Biểu Chánh.*** Với 15 đề mục (8-22) chiếm hai phần ba tập sách, Nhóm tác giả dành trọn 292 trang sách (từ trang 171 đến trang 462) để khai thác rất nhiều đề tài trong *tiểu thuyết Hồ Biểu Chánh,* như đã dẫn. Điều nầy khiến độc giả nghĩ đến một cuốn sách *biên khảo luận đề*, một *Luận án tốt nghiệp* sau Đại học về Hồ Biểu Chánh. Huỳnh Thị Lan Phương và Nguyễn Văn Nở chắc hẳn là người *mê* tiểu thuyết Hồ Biểu Chánh số một nên mới có hứng khởi và dành rất nhiều thời gian, công sức để hoàn thành tác phẩm nầy. Chúng tôi muốn biểu đồng tình với nhị vị tác giả bởi cái *ghiền* tiểu thuyết Hồ Biểu Chánh – cũng như *mê* Truyện Tàu (1). Nói theo một nhà văn Mỹ, William Faulner: "*Viết lách bao gồm 99% là mồ hôi, và 1% là cảm hứng*", người viết có thể nói nguồn cảm hứng của các tác giả *Văn Xuôi Tự Sự Quốc Ngữ* chiếm tới **5%.** Thật bất ngờ khi được biết Huỳnh Thị Lan Phương với đề tài Luận văn tốt nghiệp Thạc sĩ "*Đặc trưng văn học Việt Nam giai đoạn 1900-1930*"; còn Nguyễn Văn Nở với Luận án Tiến sĩ "*Biểu trưng trong tục ngữ Việt Nam*", lại có "duyên nợ" với Hồ Biểu Chánh bởi nguyên quán Gò Công. Chính cái nôi Gò Công, "*một vùng quê nghèo khó, với nước mặn đồng chua, lắm gò, ít được thiên nhiên ưu đãi*" đã "*khơi gợi cho Hồ Biểu Chánh một* *nguồn cảm hứng bất tận*" (tr.339).

Chúng tôi muốn lan man ghi vội những *cảm xúc* về các đề mục mình *tâm đắc.*

Trước hết *ngôn ngữ, khẩu ngữ* "*Hồ Biểu Chánh đã làm nên một phong cách ngôn ngữ trong tiểu thuyết của mình*" (tr.172). Chẳng hạn hiện tượng rút ngắn độ mở của nguyên âm: *nghĩa nhơn/ nghĩa nhân; huê viên/ hoa viên; phước/ phúc; bịnh/ bệnh; hun/ hôn; chơn/ chân;* **huờn** (không phải hườn)/ *hoàn; nưng/ nâng*...(tr.173). Thí dụ: - "*Cậu mợ làm* ***phước*** *cho ít đồng xu mua cơm ăn*" (***Khóc thầm,*** tr.67).

Những biến thể phát âm về phụ âm đầu như: *mắc/ đắc; hửi/ ngửi; nhỏ mức/ nhỏ rức; nhắm nhía/ ngắm nghía; day/ quay...* Thí dụ:

- "*Tối ngày* ***hửi*** *mùi hôi dưới đường mương hoài*" (***Chút phận linh đinh***, tr.06).

Nhiều từ ngữ quen thuộc phổ biến ở vùng đất Nam Bộ "ngồn ngộn chất sống và giàu màu sắc địa phương" như: *nín khe, buồn hiu, lạ hoắc, xí được, khoái chí, mừng quýnh, cứng cát, riu ríu, lục đục, đi riết, không dè, om sòm, lật đật, coi bộ, lung lắm...* Thí dụ:

- "*Mợ dằn lòng nhịn thua mà* ***coi bộ*** *tức giận* ***lung*** *lắm*" (***Con nhà nghèo,*** tr.155).

Nhiều từ địa phương phải dựa vào *văn cảnh* mới hiểu. Chẳng hạn*: đụng*: nam nữ lấy nhau; *để vợ, để chồng:* ly dị; *dòm, coi:* xem; *trọng*: khá lớn; *dè*: ngờ; *riết:* nhanh; *xăng xớm*: (đi) mau; *trằn*: giữ, níu lại...

Từ láy được vận dụng nhiều, như: *láo liên, lựng khựng, lằng nhằng, tả tơi, lơn tơn, lăng xăng, nhùng nhục, xẻn lẻn, chơm bơm, xẩn bẩn...* Thí dụ:

- "*Anh ta mặc một cái áo đen màu* ***nhùng nhục****, một cái quần vắn lai đứt* ***tả tơi***" (***Cha con nghĩa nặng***, tr05).

Bàn về "*Nam Bộ trong buổi đầu giao lưu văn hóa với phương Tây*", tác giả cho rằng: Nam Bộ là vùng đất mới, là xứ thuộc địa, là nơi tiếp xúc với văn hóa phương Tây buổi đầu với nhiều "biểu hiện tiêu cực". Con người dễ dàng bị sa ngã, hư hỏng do sự "xui khiến" của "thị dục" thấp hèn. Liệt kê những "biểu hiện tiêu cực" (cụ thể ở Sài Gòn), như: "*ca quán, vũ trường, tửu điếm mọc lên san sát, phô trương vẻ lộng lẫy, hào nhoáng, lúc nào cũng sẵn sàng mời gọi, tiếp rước khách phong lưu...*" (tr.285) bằng dẫn chứng: "*Trong Chợ Lớn còn nhiều chỗ kêu là "nhà xét" bày lập ra để người có tiền đến đó ăn chơi, muốn hút á phiện sẵn có mâm đèn, muốn ăn uống thì đủ thứ cao lương, muốn thưởng hoa nguyệt thì sẵn có gái xinh, muốn đánh bạc thì cũng sẵn có tay chơi*" (***Một đời tài sắc,*** tr.74).

Nơi tiếp xúc với văn hóa phương Tây buổi đầu dẫn đến nhiều hệ quả. *Vấn đề du học phương Tây* để bao thanh niên có cơ hội đến với chân trời mới nhằm học hỏi, tích lũy kiến thức của xã hội văn minh hiện đại ngõ hầu "mang tri thức về để thật sự phục vụ cho việc cải cách đất nước". Nhưng "cũng không phải ai học cao, biết rộng cũng là sống tốt". Chẳng hạn như: "*Vĩnh Thái trong **Khóc thầm** học giỏi, biết nhiều mà cũng lắm toan tính để có cách chiếm đoạt, bóc lột tá điền thật tinh vi*" (dẫn tr.287).

Ngôn ngữ Pháp đã làm thay đổi văn hóa giao tiếp của người Việt. Đó là một thứ "văn hoá nói bằng ngôn ngữ pha trộn" Tây-Việt, lai căng. Thuần trong ***Đoạn tình*** đã nói: "*Ma-phăm có nghén không đi đám cưới được, còn moa thì công việc đa đoan mệt quá...*" (tr.18).

Lối sống tự do theo phương Tây gây nên "mâu thuẫn giữa khát vọng tình yêu tự do của tuổi trẻ và lễ giáo phong kiến khắt khe, cực đoan". Ngoài nam giới, "*phụ nữ cũng được đi du học (...) Phụ nữ có học thức càng được tôn vinh*". Chẳng hạn cô Xuân Hương thi đậu bằng "Brevel Supe-rieur"(?), lập tức được "*các nhựt báo đều khen ngợi lại đăng chơn dung của cô lên mặt báo cho công chúng biết*" (***Một đời tài sắc***, tr.30).

Ngoài ra, trong tiểu thuyết Hồ Biểu Chánh, "*công việc làm báo có phần tự do*" (nếu không muốn nói báo chí ra đời sớm nhứt ở Nam Kỳ - NKT), "dân Nam Bộ có thói quen đọc báo", từ người lớn tới trẻ con. Nhằm "*kích hoạt thương nghiệp, thực dân Pháp thực hiện nhiều chủ trương phát triển thành thị*". *Vấn đề trang phục* được Hồ Biểu Chánh miêu tả tỉ mỉ. Cô Bạch Yến "*bận một đồ lụa mỏng màu trứng gà, trao dồi thiệt khéo, trang điểm thiệt đẹp*" (***Từ hôn***, tr.80). *Thực phẩm* thời hội nhập trở nên ca dạng, tiện dụng: Rambon, xúc xích, patê... Nhưng loại thực phẩm từng làm nên đặc thù văn hóa ẩm thực *miệt vườn*: đó là "mắm". Chẳng hạn anh Trần Văn Sửu "*phành gói cơm ra mà ăn. Một tay cầm con* ***mắm*** *sặc, một tay bốc cơm nguội, trên đầu trời nắng, dưới chơn lấm bùn mà anh ta ăn cơm coi bộ ngon lắm*" (***Cha con nghĩa nặng***), vân vân...

*__Góp ý__:

Việc mong muốn đón nhận sự "góp ý" của độc giả không thấy nhắc tới trong tập sách – điều mà đại đa số tác gia khác vẫn thường làm. Chẳng hạn, tôi có viết: "*Chúng tôi thành khẩn đón nhận những sự chỉ bảo...*" (2). Nguyễn Vy Khanh cũng viết: "*Chúng tôi mong tiếp tục được quí độc giả chỉ giáo những sai lầm và thiếu sót...*" (3). Nguyễn Văn Sâm đã tự biện minh cho sự "bắt giò" Hồ Văn Trung / Hồ Biểu Chánh qua việc chú giải cuốn *U Tình Lục*: "***Bắt giò*** *không vì ghét, vì phách lối, tự cao tự đại, mà để cùng nhau hiểu hơn những ngõ ngách của lâu đài văn hóa kỳ bí của dân tộc*" (4). *Văn Xuôi Tự Sự Quốc Ngữ* đã "gãi đúng chỗ ngứa" của người viết, nên thay vì chỉ "mặc áo thụng vái nhau", chúng tôi xin có đôi lời **góp ý** thật thà, thẳng thắn với nhị vị tác giả. Đành rằng hễ "trung ngôn" thường gây "nghịch nhĩ", nhưng đây là việc *phải* làm nên chúng tôi thành thật xin lỗi trước.

1.- Về tên gọi "**Nam Bộ**". Trước năm 1975, hầu hết tác giả trong Nam đều mặc nhiên gọi "miền Nam", ngầm hiểu là "Nam Kỳ Lục tỉnh" hoặc "Lục tỉnh" hay "Nam Kỳ". Lục tỉnh Nam Kỳ được phân chia dưới thời nhà Nguyễn, dựa vào một câu cổ ngữ: "*Khoái mã gia biên vĩnh định giang hà*" (phóng ngựa ra roi giữ yên non nước). Cụ thể vào năm Nhâm Thìn (**1832**), vua Minh Mạng bãi bỏ Gia Định Thành, đổi các trấn thành tỉnh, chia 5 trấn của Gia Định Thành trước đây thành 6 tỉnh (**Lục tỉnh**) gồm: Phiên An [sau đổi Gia Định], Biên Hòa, Định Tường, Vĩnh Long, An Giang, Hà Tiên. Hai năm sau (Giáp Ngọ, 1834), vùng Lục tỉnh thuộc Gia Định Thành trước đây được gọi chung là Nam Kỳ.Từ đó có tên gọi là **Nam Kỳ Lục tỉnh** cho tới khi toàn cõi Nam Kỳ rơi vào tay thực dân Pháp. Đương thời, người Pháp gọi Nam Kỳ Lục tỉnh bằng cái tên Basse-Cochinchine (tức vùng Cochinchine "hạ"). Chánh quyền Pháp bỏ tên Lục tỉnh nhưng còn giữ lại hai chữ Nam Kỳ, gọi là Cochinchine, phân biệt với Bắc Kỳ (Tonkin) và Trung Kỳ (Annam). Người Anh, Mỹ cũng gọi Nam Kỳ là Cochinchina. Nam Kỳ còn đươc gọi **"Nam Bộ" từ năm 1945** nhưng ít phổ biến ở vùng Quốc Gia. Đến năm 1946, Pháp thành lập chánh phủ Cộng hòa tự trị Nam Kỳ, còn gọi "Nam Kỳ Quốc". Nam Kỳ / Nam Bộ còn được gọi là Nam Phần hay Nam Việt từ 1948 tới 1975 thời Quốc gia Việt Nam và Việt Nam Cộng Hòa. Từ sau Cách mạng Tháng Tám năm 1945 cho đến nay, chánh quyền Việt Nam Dân Chủ Cộng Hòa rồi Cộng Hòa Xã Hội Chủ Nghĩa Việt Nam vẫn tiếp tục sử dụng và thống nhứt cách gọi Nam Bộ. Các tác phẩm của Lê Thị Minh: *Hò Miền Nam* (Phạm Văn Tươi – 1958), của Sơn Nam như: *Nói Về Miền Nam* (Lá Bối – 1967), *Lịch Sử Khẩn Hoang Miền Nam* (Đông Phố -1973), của Nguyễn Văn Hầu qua loạt bài *Hò Miền Nam* (*Bách Khoa* các số 135 và 136, năm 1962), v.v... đã sử dụng tiếng "Miền Nam" được ngầm hiểu là "Nam Kỳ" hay "Nam Kỳ Lục Tỉnh" theo ý nghĩa đã dẫn giải trên. Chúng tôi đã xác định: "*Tiếng "Miền Nam" chúng tôi dùng trong tiểu luận nầy được hiểu là vùng địa bàn từ Biên Hòa tới Hà Tiên, tức Nam Kỳ Lục tỉnh*" (5).

Nhóm Huỳnh Thị Lan Phương đã thận trọng khi viết: "*Nam Bộ được hiểu là Nam kì trước đó*" (tr.271). Phải đọc kỹ mấy trăm trang sách mới thấy chi tiết nầy. Thiết nghĩ câu nầy nên được đưa vào Lời Nói Đầu để người đọc dễ nhận biết.

2.- **Về cách gọi "điền chủ" hay "địa chủ".**

Huình-Tịnh Paulus Của trong *Đại Nam Quấc Âm Tự Vị* đã cắt nghĩa: Địa: đất (tr.293) [không có Địa chủ]; Điền: ruộng; Chủ điền: chủ ruộng (tr.296) [không có Điền chủ].Theo *Hán Việt Từ Điển Giản Yếu* của Đào Duy Anh, ý nghĩa hai từ nầy có chút khác nhau:

.Địa chủ (地 主): người chủ có đất (tr,184);

.Điền chủ (田 主): người chủ có đất ruộng (tr.188). Trong tiếng Pháp hai từ này đều gọi chung "propriétaire foncier".

Điền chủ là những chủ ruộng lúa để phân biệt với những loại chủ khác. *Điền chủ / Chủ điền* cũng được dùng khá phổ biến trong các tài liệu thành văn thời Pháp thuộc ở Nam Kỳ cũng như trong hầu hết tiểu thuyết của Hồ Biểu Chánh. Nhưng đồng tác giả lại gọi *địa chủ* (tr.263, 446...) thay vì *điền chủ / chủ điền.*

3.- Nhóm tác giả không nói rõ "***Cuối Thế Kỉ XIX Đầu Thế Kỉ XX***", cụ thể là từ năm nào tới năm nào. Có nên giới hạn ở giai đoạn 1887-1930 (từ tác phẩm đầu tiên *Truyện Thầy Lazarô Phiền*) hay giai đoạn 1900-1930 (giai đoạn Nhóm tác giả tập trung khai thác tiểu thuyết Hồ Biểu Chánh)?

Như chúng ta đều biết, Hồ Biểu Chánh với sự nghiệp văn chương đồ sộ, trong đó có tới 64 tiểu thuyết đã xuất bản (cuốn đầu tiên: "***Ai làm được***" – 1912; cuốn cuối cùng: "***Chị Đào, chị Lý***" – 1957). Nhóm tác giả cho biết: "*Có thể khẳng định, ở 30 năm đầu thế kỉ XX* [tức1900-1930 – NKT], *Hồ Biểu Chánh là người đi tiên phong trong việc hiện đại hóa tiểu thuyết Việt Nam, theo con đường chủ nghĩa hiện thực*" (tr.270). Thật ra giai đoạn 1900-1930 chỉ có **17** cuốn tiểu thuyết của Hồ Biểu Chánh đã xuất bản (1 phần 3), trong khi tập sách tham khảo nhiều cuốn trong tổng số **47** tiểu thuyết còn lại (2 phần 3) thuộc giai đoạn sau (1931-1957). Như vậy có nên đổi tựa sách thành: "***Cuối Thế Kỉ XIX* Tiền Bán *Thế Kỉ XX***"?

4.- **Về việc trích dẫn**: Theo lẽ thường khi trích dẫn *phải* tôn trọng nguyên tác. Nghĩa là tên tác giả, tác phẩm, câu văn trích dẫn phải ghi *đúng* nguyên văn (kể cả gạch nối, chữ nghiêng và các chữ có thể hiểu sai chánh tả) – đặc biệt đối với tác phẩm biên khảo, phê bình văn học. Không nên tùy tiện *sửa* bất cứ chữ nào của nguyên tác. Bởi lẽ "*sách báo sau sao chép lại sách báo trước và bằng cách nào đó đã từng bước gia tăng những chỗ sai lệch nhiều đến mức rối như tơ vò*" (6). Tôi lấy một thí dụ. Câu thơ đầu tiên trong bài *Qua Đèo Ngang* của Bà Huyện Thanh Quan là: "*Bước tới đèo Ngang bóng **đã** tà*" (7). Sách giáo khoa đã tùy tiện đổi chữ "đã" thành chữ "**xế**". Từ đó học trò cứ học "xế", thầy cứ tà tà dạy "xế", sách báo về sau cứ vô tư trích dẫn "xế" từ năm nẩy sang tháng khác. Chúng tôi tôn trọng nguyên tác nên đã trích nguyên văn "Cuối Thế ***Kỉ*** XIX Đầu Thế ***Kỉ*** XX", mặc dầu luôn viết "Thế ***Kỷ***" (Y dài).

Đồng tác giả *Văn Xuôi Tự Sự Quốc Ngữ Nam Bộ* đã tôn trọng nguyên tắc nẩy. Tuy nhiên, một viên ngọc quý giá vẫn có chút tì vết. Đó là những hạt bụi nhỏ li ti bám vào, nên vì cái tình *đồng điệu*, chúng tôi muốn làm cái việc đánh bóng cho viên ngọc được sáng rỡ.

- *Tên tác giả, tên các nhân vật* nên ghi đúng: Trương Minh *Ký*/Trương Vĩnh *Ký/Huình* Tịnh Của (thay vì Trương Minh Kí/ Trương Vĩnh Kí/Huỳnh Tịnh Của – tr.15, 16, 49). *Pellerin* (thay vì Pelerin, thiếu chữ "***l***" – tr.289). Khi phiên âm Brevel Supe-rieur ở trang 293 (chúng tôi chưa đọc được nguyên tác của Hồ Biểu Chánh), thiết nghĩ nên chua thêm [Breve**t** Sup**é**rieur]. Tương tợ như vậy, A-mia-ranh-cuộc-bê (tr.42) nên chua thêm tiếng Pháp cho người đọc dễ hiểu, tức [**Amiral Courbet**]. Thật ra Amiral là đô đốc, tương đương đại tướng 5 sao; tên đầy đủ là Anatole-Amédée-Prosper-Courbet (1827-1885), một đô đốc Pháp, chỉ huy quân viễn chinh Pháp ở Đông Á.

- Tên *tác phẩm*: ***Nhơn*** *Tình Ấm Lạnh* (thay vì ***Nhân*** *Tình Ấm Lạnh* – tr.256); *Thông* ***Loại*** *Khoá Trình* (không phải *Thông* ***Thoại*** *Khóa Trình* – tr.13); *Nam* ***Kỳ*** *Địa Phận* (thay thế *Nam* ***Kì*** *Địa Phận* – tr.13).

- *Nguyên tác sai chánh tả,* thiết nghĩ nên chua chữ *đúng* trong dấu [ ] và in **chữ đậm**. Một vài thí dụ: ngàn năm văn dật [**vật**] (tr.246); đổi chát [**chác**] (tr.256, 277); mắm sặc [**sặt**] (tr.274); xiết cổ [**siết**] (tr.363), v.v... Về vấn đề nầy, chúng tôi đã từng góp ý với Nguyễn Văn Sâm trong cuốn *U Tình Lục*.

- *Ngôn ngữ pha trộn Tây-Việt lai căng* được phiên âm nên chua chữ Pháp, in **đậm** trong dấu [ ]: canô [**canot**] - xalông [**salon**] – quali [**valise**] – mù soa [**mouchoir**] – manda [**manda**t] – ram bon [**jambon**] - xúc xích [**saucisse**] - patê [**pâté**] (tr.267), v.v...

5.- **Về ngôn ngữ, khẩu ngữ** có chi tiết khá lý thú không thể bỏ qua; đó là *Kiêng húy / Kỵ húy*. *Đại Nam Quốc Âm Tự Vị* đã cắt nghĩa: *Húy*: giấu, cữ. *Phạm húy*: phạm nhằm chữ cấm; nói xách mé nhằm tên ai (tr.451). Kiêng húy là cách viết hay đọc trại một từ nào đó do bị kiêng kỵ trong ngôn ngữ văn tự xã hội thời phong kiến Việt Nam, bắt nguồn từ thời Trần Thái Tông. Dưới thời các vua Nguyễn, Húy kỵ đã được nâng lên thành *Quốc luật*, làm thay đổi một phần ngôn ngữ. Chúng tôi có viết: "*Người bình dân miền Nam còn sử dụng một số tiếng đọc trại đi vì kiêng húy* *các bậc vua, chúa, thánh, thần...*" (Nguyễn Kiến Thiết: sách đã dẫn, tr.76). Dương Quảng Hàm cũng ghi nhận điều đó như sau: "*Trong Nam thì tiếng* ***hoàng*** *đọc là* ***huỳnh*** *vì kiêng tên một chúa (Nguyễn Hoàng); tiếng* ***phúc*** *đọc là* ***phước*** *vì kiêng tên một chữ thuộc về chữ họ của bản triều (họ Nguyễn Phúc); tiếng* ***hoa*** *đọc là* ***huê*** *vì kiêng tên bà Hoàng quí phi về đời Thiệu Trị; tiếng* ***hồng*** *đọc là* ***hường*** *vì kiêng tên vua tự Đức (Hồng Nhậm). Cũng vì sự kiêng tên ấy mà có nhiều chữ nho ta đọc sai chính âm đi, như chữ* ***tông*** *đọc là* ***tôn****, chữ* ***thật*** *đọc là* ***thiệt*** *hoặc thực, chữ* ***thì*** *đọc là* ***thời****, v.v...*" (sách đã dẫn, tr.200). Hồ Biểu Chánh đã sử dụng một số ngôn ngữ húy kỵ trong hầu hết tác phẩm của mình.

Tóm, *Văn Xuôi Tự Sự Quốc Ngữ* là một tập sách có giá trị, được soạn thảo công phu với tinh thần nghiêm cẩn khoa học của các Giảng viên Đại học – những trí thức khoa bảng Huỳnh Thị Lan Phương và Nguyễn Văn Nở. Mặc dầu còn một số "*hạt sạn sót lại trong nồi cơm mới thơm lừng*" (tr.381), nhưng quyển sách nầy xứng đáng đặt trên kệ Tủ Sách Gia Đình của những ai yêu quý sách. Rất cám ơn nhị vị tác giả đã tặng sách và xin giới thiệu đến tất cả bạn đọc – đặc biệt những người chưa đọc đầy đủ tiểu thuyết Hồ Biểu Chánh.

Nguyễn Kiến Thiết - Montréal, IV.2025

Chú thích:

"*Nhờ một duyên may, tôi đã đọc được mấy bộ Truyện Tàu nổi tiếng và vài cuốn tiểu thuyết Hồ Biểu Chánh do ông Tám – em ông Nội tôi, mướn ở Sài Gòn đem về cho Ba tôi mượn đọc*" (Nguyễn Kiến Thiết: *Những Trang Văn Đời Tôi*, Văn Học Mới Hoa Kỳ xb. 2021, tr.129).

Nguyễn Kiến Thiết: Tánh Cách Đặc Thù Của Ca Dao Miền Nam. Đại học Văn Khoa Sài Gòn 1972, tr.282.

Nguyễn Vy Khanh: *Văn Học Quốc Ngữ Thời Đầu & Miền Nam Lục Tỉnh*. Nhân Ảnh Hoa Kỳ xb. 2021, tr.11.

Nguyễn Văn Sâm (giới thiệu và chú giải): *U Tình Lục*. Viện Việt Học CA xb. 2014, tr.15.

Nguyễn Kiến Thiết: sách đã dẫn, tr.8.

Bằng Giang: *Sương Mù Trên Tác Phẩm Trương Vĩnh Ký*, Văn Học xb. 1994, tr.12.

Dương Quảng Hàm: *Việt Nam Văn Học Sử Yếu*, Trung Tâm Học Liệu, Bộ Quốc Gia Giáo Dục Sài Gòn tái bản, 1968 – chúng tôi không có bản in lần đầu tại Hà Nội, 1943.

NGHĨ VỀ GIẢI THƠ VĂN HỌC MỚI 2024

Sau hơn nửa năm phát động, **GIẢI THƠ VĂN HỌC MỚI 2024** đã chánh thức khóa sổ vào tháng Năm vừa qua. Theo thông báo của Ban Tổ chức, Lễ Phát Giải sẽ diễn ra vào cuối tháng Sáu năm 2024. Ban Giám khảo (BGK) được mời đã nhận được đầy đủ các thi phẩm của 104 Tác giả (TG) dự thi cũng như Quy định/ Bảng điểm chấm thi. Chúng tôi **không** nhận được thi phẩm của TG#62. Là một thành viên BGK, tôi có mấy nhận xét *sơ khởi* trong bài viết dưới đây.

Trước hết, tôi muốn dành một điểm son cho *Văn Học Mới (VHM)* đã đi *tiên phong* trong việc tổ chức một Giải Thơ cho một tạp chí văn học ở hải ngoại (1). Thư ký thường trực của Giải Thơ nầy là nhà thơ Hà Nguyên Du (HND), Chủ biên tạp chí, đồng thời là Giám đốc nhà xuất bản Văn Học Mới tại Hoa Kỳ. Lại thêm BGK đều là những người có uy tín, đã thành danh về các lãnh vực thi ca, sáng tác, biên khảo và phê bình văn học từ trong nước tới hải ngoại, trước và sau năm 1975. Theo Thông báo của Ban Tổ chức đăng trên *Văn Học Mới* số 27 (tháng 10, năm 2023), thành phần BGK gồm "Những Nhà Văn, Nhà Thơ, Nhà Biên Khảo Như Sau: Nguyễn Vy Khanh, Nguyễn Văn Sâm, Nguyễn Kiến Thiết, Nguyễn Minh Triết, Hoàng Xuân Sơn, Nguyễn Đức Tùng, Đức Phổ, Hà Nguyên Du". Về sau còn bổ sung nhà văn Quyên Di trong BGK (*VHM* số 29, tháng 02, Xuân Giáp Thìn 2024), tổng cộng **9** người. Trong số **9** vị trong BGK (2) có một số nhà giáo đã dày dặn kinh nghiệm trong việc "cầm cân nẩy mực". Có vài vị đã từng là Giám khảo Cuộc thi văn học của một cơ quan ngôn luận hay một đoàn thể. Đã có "hô" phải có "ứng". Tính ra có tới 104 bạn làm thơ, những người yêu thơ và những "chuẩn thi sĩ" khắp mọi miền đất nước tại Việt Nam cũng như ở hải ngoại đã nhiệt tình hưởng ứng Lời mời gọi của Ban Tổ chức và đã hăng hái gởi bài dự thi.

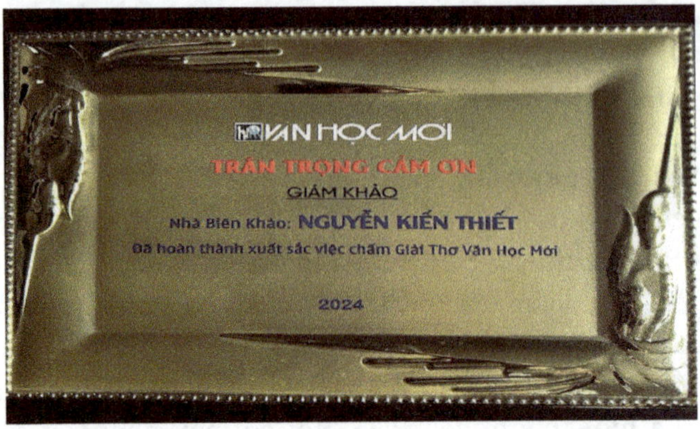

**Thành thật cám ơn Ban Tổ Chức Giải Thơ Văn Học Mới 2024.*

Nhìn chung về **Nội dung,** các "tác phẩm" dự thi đã sử dụng Để tài rất *thoáng,* thi nhân tha hồ phóng bút. Đó là tình yêu quê hương, tình tự dân tộc (TG#10 (3); 3; 11, 56...), tình cảm gia đình như ông/bà Nội, công Cha nghĩa Mẹ (TG#10; 24; 45; 47; 71; 72, 81...), nhiều nhứt là tình yêu đôi lứa, tình nghĩa vợ chồng (TG#10; 11; 82; 92...). Thỉnh thoảng có tác giả đề cập đến tháng tư, "đất nước tôi nhức nhối những đoàn viên" (TG#80), rồi số phận thuyền nhân (TG#22), cuộc vượt biển, nạn hải tặc hãm hiếp (TG#87), thân phận kẻ "ngụy", "vô sản", "định cư" xứ người (TG#87). Có người luận về "tử sinh, hủy diệt, có-không vô thường" (TG#31), rồi Kẻ sĩ (TG#57) đến Hào khí (TG#73). Các địa danh lần lượt nhắc tới không riêng gì khắp mọi miền đất nước Việt Nam mà còn rải rác ở vài nơi trên thế giới. Thỉnh thoảng chúng ta còn bắt gặp một vài nhà văn, nhà thơ như Sơn Nam, Bà Huyện Thanh Quan (TG#30), một vài nhân vật trong truyện thơ nước ta như Lưu Bình-Dương Lễ (TG#26). Đôi khi còn là nỗi canh cánh bên lòng với "Nỗi hoài hương" (TG#56), nhớ về "Bạc Liêu ký ức" (TG#4) và lắng "Nghe đàn Vọng Cổ trên sông Hậu" (TG#67); có lúc "về thăm Huế" (TG#92), thăm "Quê Hội An", "Về Hà Tân", hóng "Gió bên cầu Giao Thủy" (TG#11), thơ thẩn bên "cầu Hiền Lương", rồi lang thang "bên hồ con Rùa" (TG#103), dưới "Mưa Sài Gòn" và "Trời Văn Khoa" (TG#104), v.v... Đó là *tiếng lòng* của người yêu thơ, là *tình cảm* chân thật nhưng vô cùng cảm động của con người được thể hiện bằng ngòi bút của người yêu thơ.

Về **Hình thức**, các "thi phẩm" dự giải được sử dụng rất đa dạng, không phải tuân thủ một thể loại thơ nào. Đọc suốt 104 "thi phẩm" dự giải, chúng tôi ghi nhận như sau: Từ thơ hai chữ, ba chữ, bốn chữ rồi thơ năm chữ, sáu chữ, bảy chữ đến thơ tám chữ, chín chữ; đôi khi hỗn hợp các thể thơ kể trên một cách phóng túng. Phần đông các TG gởi đúng 10 "thi phẩm" dự thi, trung bình 5-6 bài. Có một TG gởi **1** bài dự thi (TG#64). Còn TG#11 gởi tới **27** bài chiếm kỷ lục về số lượng. Duy có một người gởi "*Tản thơ*" (một hình thức văn xuôi/thơ) với ba bài và 7 bài thơ để dự thi (TG#81). Đa phần các tác giả "sính" dùng thơ tự do, thơ tân hình thức (các TG#1; 2; 5; 6; 7; 8; 21; 25; 31; 33; 61, v.v...) hơn là thể thơ mềm mại lục bát (các TG#3; 22; 24; 30; 93; 94, v.v..) hoặc song thất lục bát. Ngoài thể thơ thất ngôn tự do (TG#10; 12; 32; 92, v.v...) còn có thơ Đường luật thất ngôn bát cú. Hai "tác giả bát cú" nầy (TG#26 và TG#73) thay vì bước trên con đường bằng phẳng lại "tìm chỗ đoạn trường mà đi". Bởi lẽ đi trên "chỗ đoạn trường" nầy phải tuân thủ những quy luật nghiêm ngặt của thể thơ Đường luật bát cú như Bố cục, Niêm, Luật, Vần, Đối; sơ suất một chút là dễ bị phát hiện ngay. Chúng tôi đánh giá cao các bài thơ luật của hai TG#26 và TG#73.

Thật khó đánh giá thơ *tân hình thức* và thơ *tự do* bởi tiết tấu và vần điệu. Các tác giả nầy gieo vần đôi khi khá *tùy tiện*, quá *cách tân?* Nhưng về *thơ mới*, các thi phẩm dự giải khi thì sử dụng *vần ôm*, lúc *vần liền* (vần liên tiếp), có lúc lại *vần chéo* hoặc hỗn hợp các cách gieo vần kể trên. Về cách *ngắt nhịp* thơ sáu tám mà chúng tôi gọi là *lục-bát-cắt-vụn,* một số tác giả dự thi đã thử "cắt vụn" thơ lục bát, khi thì một chữ, lúc hai chữ, có khi hai, ba chữ nhằm cắt đứt *mạch thơ* để diễn tả hoặc nhấn mạnh đến nhiều dạng cung bực của tình cảm (TG#90). Họ muốn nối gót đàn anh đã thành công (chẳng hạn Hà Nguyên Du, Hoàng Xuân Sơn) về cách *ngắt nhịp/cắt vụn* thơ lục bát hoặc thơ tân hình thức, điều mà Du Tử Lê gọi là "một thứ trò chơi chữ nghĩa tùy hứng".

Với tư cách người tuyển chọn, với tất cả sự vô tư khách quan, tôi *đánh giá cao* cho hai nhà thơ Đường luật bát cú (TG#26 và TG#73), và TG#81, TG#10, TG#2, TG#61, TG#71, TG#88 cũng như trên 15 TG khác. Đặc biệt bài bát cú "**Dụng Mèo**" (4) của TG#26 thật "tuyệt cú mèo" bởi Niêm, Luật, Vần, Đối chỉn chu, chứng tỏ TG am hiểu phép làm thơ Đường luật. Bất giác tôi liên tưởng tới Học Lạc (1842-1915) - nhà thơ trào phúng Nam Kỳ - qua bài thơ luật "Chó chết trôi" với "cái giọng thống thiết, đau đớn" (Thanh Lãng). Còn TG#73, với bài bát cú "**Hào khí**" mặc dầu Đối chưa chỉnh nhưng vẫn gây chú ý. Tuy nhiên kết quả chung cuộc tùy thuộc vào thang điểm của **6** thành viên còn lại trong BGK. Nếu chẳng may một trong hai bài thơ bát cú nầy không được sự đồng thuận của BGK thì thật đáng tiếc!

Trước khi kết thúc bài viết, chúng tôi muốn nhắn nhủ các "chuẩn thi sĩ" mấy điều sau đây:

Các bạn có thể chọn bất cứ đề tài nào, bất cứ thể loại thơ nào cũng được, miễn là *thơ hay và có hồn* có sức lay động lòng người;

Đối với thơ Đương luật thất ngôn bát cú (gọi tắt là thơ Đường luật, thơ luật hoặc thơ bát cú) phải tuân thủ nghiệm ngặt quy tắc có phần khắt khe như Niêm, Luật, Vần, Đối. Đành rằng trên thực tế đã có những nhà thơ lớn ở nước ta đã "vi phạm" các nguyên tắc nầy (gọi là "*phá cách*"), nhưng thơ vẫn hay và có hồn. Những nhà thơ "phá cách" đó có thể kể là: Hồ Xuân Hương với bài Đèo Ba Dội (thất luật), Nguyễn Bỉnh Khiêm với **Dĩ Hòa Vi Quý** (thất niêm), Bà Huyện Thanh Quan với **Qua Đèo Ngang** (cưỡng vận), Nguyễn Khuyến với **Thu Vịnh** (lạc vận), Vũ Hoàng Chương với **Nghe Hát** (thất đối), Phan Văn Trị với **Vịnh Hát Bội** (khổ độc), vân vân...

Để cho viên-ngọc-thơ không có tì vết, nên **tránh** dùng chữ gây phản cảm như "điện thoại cầm tay" (TG#13), "sờ **l.**" (TG #42), **"**sexy" (TG#68), "phượt ngày" (TG#75), v.v...

Nên tra cứu cẩn thận để **hạn chế tối đa Lỗi chánh tả.** Một số từ có thể chấp nhận tùy cách phát âm và thói quen từng vùng, miễn như: "dày xéo/giày xéo" (TG10), "dòng/giòng" (TG 51), "xá gì/sá gì" (TG42), "Hoàng Xa/Hoàng Sa" (TG100), v.v... Thật ra viết **đúng** chánh tả là: "**giày** xéo", "**dòng** sông", "**sá** gì", Hoàng **Sa**". Rất nhiều Lỗi chánh tả như: "Ô Thướt" (TG#26), "nổi buồn", "chổ dấu", "cỏi hư không" (TG#36), "mãnh đời" (TG#48), "vô vàng", "tắt liệm" (TG#55), "mõi cánh" (TG#58), "nổ lực" (TG#61), "cây cầu bắt qua" (TG#63)... Viết **đúng** chánh tả là: "Ô **Thước**", "**nỗi** buồn", "**chỗ giấu**", "**cõi** hư không", "**mảnh** đời", "vô **vàn**", "tắt **lịm**", "**mỏi** cánh", "**nỗ** lực", "cây cầu **bắc** qua", v.v...

Tránh Lạc vận. Thông thường đối với những thể thơ có vần như **yêu vận** (vần lưng), **cước vận** (vần chân/vần cuối) phải tuân theo cách gieo vần như: **vần chánh** (vần có âm hoàn toàn giống nhau) hoặc **vần thông** (vần có âm na ná giống nhau) và tuyệt đối **tránh lạc vận** (lạc: rụng), tức vần không hoàn toàn hiệp nhau. Đa phần các TG sử dụng vần chánh (các TG#3; 19; 22; 24; 26; 63; 73; 93; 94...), một số TG gieo vần thông, rất ít TG lạc vận (các TG#27; 35; 36; 44; 68).

Về phía Ban Tổ chức, thay vì chỉ *mặc áo thụng vái nhau,* người viết cũng muốn lượm lặt những lời "bàn ra tán vào" để đóng góp một vài ý kiến nho nhỏ hầu rút tỉa kinh nghiệm. Nhưng theo lẽ thường, hễ "trung ngôn" dễ bị "nghịch nhĩ", chúng tôi thành thật xin lỗi trước về những "Lời thật" vô tình làm "Mất lòng"!

1.- Việc công bố Bảng điểm chấm thi trên FB của **tất cả** Giám Khảo chưa đầy đủ 100%.

2.- Để kết quả Cuộc thi hoàn toàn vô tư, khách quan, tránh gây xôn xao dư luận, thiết tưởng việc chấm thi phải đi từ vòng "Sơ khảo", sau đó mới đi đến "Chung khảo". Ở vòng "Chung khảo" nầy, các Giám khảo sẽ bỏ phiếu "**kín**" để chọn thí sinh trúng giải.

Tóm, với thành phần BGK *có tầm có tâm*, với sự hưởng ứng nồng nhiệt của 104 TG gởi bài dự thi, ***mặc dầu còn một số hạn chế nhứt định (khách quan, chủ quan) có khi gây "dư luận xôn xao" như phần đông các cuộc thi khác, chúng tôi tin rằng GIẢI THƠ VĂN HỌC MỚI 2024 sẽ thành công tốt đẹp.***

Nguyễn Kiến Thiết – Montréal, Canada ngày Quốc Khánh Québec (24.VI.2024)

Chú thích:

(1) Thật ra ở trong nước, Tạp chí NHÀ VĂN & TÁC PHẨM (Tổng Biên tập Nguyễn Trí Huân) đã tổ chức thành công **Cuộc Thi Thơ** 2017-2018.

(2) Giờ chót các GK Nguyễn Văn Sâm và Nguyễn Vy Khanh đều xin rút

tên (người thì vì lý do sức khỏe, người vì lý do riêng).

(3) TG#10 đã gởi 10 bài thơ dự thi gồm thơ lục bát, thơ thất ngôn, thơ mới... Nhưng không hiểu vì sao cuối cùng "nhà thơ" lại xin rút tên. Chúng tôi tôn trọng quyết định ấy. Thơ anh hay và có hồn, giàu tính nhân văn, vần điệu chỉn chu. Đặc biệt thơ mới bảy chữ có hơi hướm "Hoa trắng thôi cài trên áo tím" của Kiên Giang rất được đánh giá cao. Thật đáng tiếc.
(4) Để bạn đọc tiện tham khảo, xin dẫn bài thơ bát cú "**Dụng Mèo**" của TG#26:

Lắm chó can chi phải dụng mèo
So tài đọ sức khó mà theo
Rừng sâu núi thẳm chưa lần đến
Bếp rộng kho đầy mặc sức leo
Lúc đói đi rình quanh xó chạn
Hồi no nhảy tót ngủ đuôi kèo
Thì ra được cái rành ăn vụng
Thịt cá giàn cao mấy cũng trèo.

Nguyễn Kiến Thiết

NGUYỄN KIẾN THIẾT

BUỔI NÓI CHUYỆN CỦA NHÀ VĂN NGUYỄN THỊ HOÀNG TẠI ĐẠI HỌC VĂN KHOA SÀI GÒN NĂM 1971 - Kỳ 2

**Mời các bạn xem từ Kỳ 1 trên Văn Học Mới số 46, tháng 11/2025*

***Vào lời của Nguyễn Thị Hoàng**

Thật ra, trong thời gian làm báo *Nghiên Cứu Văn Học* (1971-1972), tôi được dịp tiếp xúc với một Nguyễn Thị Hoàng "bằng xương bằng thịt" để xin bài – tặng báo – nhận bài viết mới. Lúc bấy giờ *NCVH* đăng nhiều kỳ truyện dài *Bóng Tối Cuối Cùng** của bà. Viết tới đây, chúng tôi muốn bổ sung một chi tiết về bài đăng của Thụy Khuê trên Viet's Herald (26 novembre 2024). Thụy Khuê đã viết: "*Cũng trong thời gian này, bà tổ chức cho chồng trốn lính, sau đó, bị truy nã, gia đình lánh về Long Xuyên, ở một nơi hẻo lánh, lập Trại Đá Mềm...* ***bà chỉ trở lại Sài Gòn khoảng 1975.*** *Sau 1975 là thời gian dài im lặng...*". Thật ra Nguyễn Thị Hoàng trở lại Sài Gòn từ năm 1967 đến năm 1975. Từ tháng 11/1967, bà cùng chồng là Nguyễn Phúc Bửu Sum lập nhà xuất bản Hoàng Đông Phương. **Chúng tôi đã đến gặp nữ sĩ tại nhà riêng ở Sài Gòn** để "nhận bài – tặng báo" ***NCVH*** **cũng như liên lạc tổ chức buổi nói chuyện của nữ sĩ tại ĐHVKSG năm 1971**. Tưởng cũng nên biết lúc bấy giờ bà là Phó Tổng Thư ký Trung Tâm Văn Bút Việt Nam tại Sài Gòn. **Sau 1975, bà bị đi kinh tế mới khoảng hai năm** được bà so sánh "giống như đi đày nhưng rất thích" (theo Jimmy TV, tháng 3/2025). Mặc dầu vẫn biết những xì-căng-đan (scandale) về cuộc đời và cuốn tiểu thuyết đầu tay *Vòng Tay Học Trò (VTHT)* của bà, nhưng trong những lần tiếp xúc ấy, tôi tránh đề cập đến những vấn đề tế nhị và nhạy cảm nầy. Chúng tôi tán thành có chừng mực với Nguyễn Văn Lục trong việc tiết lộ những "thâm cung bí sử" cũng như dựa vào phân tâm học để lý giải về cuộc đời và tác phẩm *VTHT* của bà.

Đến đây, chúng tôi muốn **Nhận xét sơ khởi** về nội dung bài nói chuyện của nữ sĩ Nguyễn Thị Hoàng (NTH). Tiếp theo lời giới thiệu của giáo sư Thanh Lãng, nhà văn Nguyễn Thị Hoàng đã *ứng khẩu* suốt một tiếng đồng hồ buổi nói chuyện của mình (từ 16 giờ 20 tới 17 giờ 10). Sau nghi thức xã giao, bà giới thiệu vắn tắt vài điểm về cuộc đời, những nguyên do hay ảnh hưởng trong việc sáng tác cũng như tương quan giữa đời thật và tác phẩm. Bà sanh ra ở Huế năm 1939, vào Nha Trang năm 1957. Từ năm 1960, bà vào Sài Gòn để theo học ở Văn Khoa và Luật Khoa. Nhưng phải dở dang để đi làm, đi dạy học. Bà hành *nghề tự do* (làm thư ký riêng cho một tỷ phú) bởi lẽ: "*Chính cuộc sống tự do nhưng nhiều khó khăn trên đã ảnh hưởng phần nào đến viết lách của tôi (...),* ***tác phẩm tôi không do một động lực nào bên ngoài xã hội hay ảnh hưởng từ văn chương ngoại quốc như một vài người đã lầm tưởng*****".**

Từ 1966 đến 1971, chỉ vỏn vẹn 5 năm mà tác phẩm của nữ sĩ đã đạt kỷ lục **30 cuốn** (gồm 20 cuốn đã in và gần 10 cuốn đang in hoặc đang đăng trên các báo). Tưởng cũng nên biết, Nguyễn Thị Hoàng **khởi đầu** văn nghiệp năm 25 tuổi, **với cuốn đầu tay là Vòng Tay Học Trò**. Đó chỉ là **cuốn truyện tình cờ**, ngoài những tác phẩm viết theo chương trình và dự định. Theo Jimmy TV, từ năm 1963 tại Sài Gòn, bà đã viết xong bản thảo cuốn *Vòng Tay Học Trò* trong vòng một tháng. Đây là "**bản thảo viết tay**" bị xếp vào ngăn kéo, đến năm 1964, "có người" đem đăng ở *Bách Khoa*, nhưng **chỉ có ba phần đầu**. Mặc dầu chính miệng bà thốt ra **nhưng không đúng** (có lẽ bà đã quên). Chúng tôi có cơ duyên được hai cựu đồng nghiệp tặng **426** số báo *Bách Khoa* (đóng tập mạ vàng và USB) nên xin khẳng định: Trước khi giao cho nhà Kim Anh xuất bản (1966), nữ sĩ Nguyễn Thị Hoàng đã **đăng trọn bộ** tác phẩm đầu tay *Vòng Tay Học Trò* (ký Hoàng Đông Phương) trên 22 kỳ báo *Bách Khoa* (từ số 169 ngày 15/1/1964 đến số 192 ngày 1/1/1965, có gián đoạn hai số 172 và 174). Riêng số ***Bách Khoa*** **số 192, bà ký tên thật là Nguyễn Thị Hoàng**...Thật ra trên số báo Kỳ **1**, chúng tôi đã khẳng định: chính bài thơ đầu tiên số I tựa "Nắng Trưa", thể ngũ ngôn đã **khởi đầu** sự nghiệp văn chương của bà (*Bách Khoa* số **63**, ngày 15/8/1959, tr.87). Bà cho biết lối viết của mình thì "quá bừa bãi, vội vàng", (nếu không muốn nói là cẩu thả", nhưng nhờ vậy giữ được "phần nào nóng bỏng, nguyên vẹn cảm xúc và ý tưởng".

Có thể nói bà không thể làm việc tùy hứng, cũng không ép buộc giờ giấc nào. Với máy chữ, mỗi ngày bà lóc cóc liên miên tối đa **40 trang đánh máy**, ít nhứt cũng được 20 trang (chi tiết nầy không trùng khớp với "bản thảo viết tay" đã dẫn trên). Đối với bà, "không viết là cảm thấy hao hụt, thiếu thốn, mất mát một điều gì, bất kể giờ giấc". Bà "**viết như thở ra, và khó mà đếm nhớ được những nhịp thở ra của mình**", và chỉ "**viết được nếu bị thúc bách, và có nhiều công việc phải làm cùng một lúc**".

Về vấn đề phê bình, Nguyễn Thị Hoàng cho rằng có thể nhận diện được **bốn** loại người phê bình tiêu biểu: Đó là **Nhà phê bình giá trầu; Nhà phê bình theo lập trường của đảng phái hay chính sách; Nhà phê bình mang tinh thần đồng đội; Nhà phê bình không vì đảng phái, lập trường phe nhóm... mà bà gọi là *anh phê bình ba phải.*** Bà cho biết còn có **loại thứ năm (nhưng không có) là nhà phê bình có đủ kiến thức, lương tâm, điều kiện làm việc phê bình đúng mức**. Bà nhấn mạnh: "***Giữa những người phê bình và người viết luôn luôn là một khoảng cách mênh mông.*** *Tôi không thể nào đọc hiểu họ cũng như họ đã không đọc và hiểu tôi vậy*".

Dưới đây là nội dung buổi nói chuyện của nữ sĩ Nguyễn Thị Hoàng:

"*Thưa các anh các chị, Trước hết tôi xin chân thành cám ơn linh mục Thanh Lãng đã dành cho tôi một giờ hôm nay để tiếp xúc với các anh chị. Sau nữa, tôi xin quý mến cảm ơn các anh chị đã bớt thời giờ học hành, chờ đợi và tiếp đón tôi tại đây. Cuối cùng, tôi xin dành một lời cám ơn nhỏ cho phần* ***người đàn bà gia đình*** *của tôi đã cho phép* ***người đàn bà viết lách*** *đến nói chuyện với các anh các chị. Tôi cũng thành thực xin lỗi nếu đã và sẽ làm các anh các chị thất vọng phần* ***nhìn thấy*** *cũng như* ***nghe nói*** *hôm nay. (Vừa có mấy chị nói, khi tôi đến, đọc tôi quá nhiều nhưng chưa trông thấy tôi bao giờ, vậy các chị đến để nhìn thấy, chứ không hẳn chỉ nghe nói)* [chúng tôi in chữ đậm]. *Trước khi nói đến phần viết lách cũng như trường hợp sáng tác, tôi xin giới thiệu vắn tắt vài điểm về cá nhân tôi, đã sống thế nào, những nguyên do hay ảnh hưởng trong việc sáng tác, tương* *quan giữa đời thực và tác phẩm.*

Tôi sinh ở Huế, trải qua một thiếu thời quá đẹp ở đó, cho đến năm 57 vào Nha trang, với di chuyển của gia đình, học ở đó vài năm, rồi vào đại học Văn Khoa và Luật khoa ở Sàigòn. Tôi không may mắn như các anh chị được học hết những năm đại học. Sự không may tự ý chọn lựa. Tôi chỉ học một vài năm lỡ dở ở mỗi phân khoa, rồi đi làm, đi dạy học. Cuối cùng là con đường không làm cho ai và cũng chẳng hợp tác với nơi nào. Qua vài năm thử thách, con đường riêng tìm thấy đó lôi cuốn và ràng buộc tôi lại lâu dài. Tôi sẽ không bao giờ ra khỏi con đường lựa chọn, là dù thế nào cũng nên thảnh thơi và tự do thoát ra ngoài những công việc có tính cách công thức và khuôn khổ cố định của xã hội.

Chính cuộc sống tự do nhưng nhiều khó khăn trên đã ảnh hưởng phần nào đến viết lách của tôi. Ngoài phản ảnh một phần đời sống và tâm hồn mình, tác phẩm tôi không do một động lực nào bên ngoài xã hội hay ảnh hưởng từ văn chương ngoại quốc như một vài người đã lầm tưởng. Vì có những người đã phê bình tôi, thay vì nghiên cứu để phê bình, chỉ đọc lướt qua như một lối kiểm kê, chỉ nhận xét theo thành kiến hay dụng ý và mục đích riêng của bài phê bình mà không rõ gì về người viết và tác phẩm. Vả lại, tôi nghĩ là khi viết một tác phẩm gởi ra cho đám đông, tùy trình độ và tâm hồn, ai cho đi được gì sẽ đón nhận đúng mức chừng đó, còn phê phán, một lối phê phán đúng nghĩa thì không thể tìm kiếm thấy và đòi hỏi được ở xứ ta. Có thể nhận diện được ***bốn*** *loại người phê bình tiêu biểu.*

– ***Nhà phê bình già trầu****, nghĩa là một người mang tất cả kiến thức và thành kiến của những thời đại nào trước, đúc lấy một khuôn mẫu duy nhất cho phê bình, nhìn bất cứ tác phẩm và tác giả nào cũng dưới cặp kính cũ kỹ của mình. Những tiêu chuẩn và mục đích của bài phê bình do đó tất nhiên theo khuôn thước của họ, của thời đại đã qua, không ăn nhập gì với những biến tính và biến thể của tâm hồn hay đời sống đang luân lưu trước mặt.*

– ***Nhà phê bình theo lập trường của đảng phái hay chính sách****. Họ là những người đứng trong đoàn thể, phê bình có nghĩa*

là đập một người nào, không phải vì cá nhân đó, mà vì cá nhân đó đứng vào trong thành phần của đối phương.

*– **Nhà phê bình mang tinh thần đồng đội,** phê phán một người nào, khen hay chê, tuỳ người đó có ở trong băng, trong nhóm của mình hay không. Có nghĩa là bốc hay đập một người nào, mục đích là duy trì giá trị những cây viết trong băng nhóm mình, và tìm cách triệt hạ đối thủ, nếu cảm thấy đối thủ đó có cơ bay lên, làm lu mờ tên tuổi và giá trị của người trong băng nhóm mình.*

*– **Loại thứ tư thì không vì đảng phái, lập trường phe nhóm**, tiêu chuẩn đạo đức hay nhân danh một cái gì cả, ngoài những thúc đẩy giản dị và hồn nhiên là nhu cầu một tô phở, một chút tiền đi chơi, hút sách, hay gì gì đó, tóm lại, ai thuê viết thì viết, đúng như ý muốn của người ra chủ đề, bốc hay đập người này, người nọ, đó là anh **phê bình ba phải.***

*– **Loại thứ năm là một nhà phê bình có đủ kiến thức, lương tâm,** điều kiện làm việc phê bình đúng mức. Nhưng loại đó không có. Hay nếu có, vì lẽ này hay lẽ khác, họ không hề đặt bút phê bình một ai trên giấy.*

Cho nên không thể đặt vấn đề phê bình quanh một tác phẩm, có nghĩa là tác giả cũng như quần chúng không tiện căn cứ vào bài phê bình để đánh giá một tác phẩm. Vấn đề còn lại chỉ là thưởng thức (ở những người nhìn ngắm được tinh thần hay nội dung tác phẩm) và chưởi bới (ở những nhà phê bình kiểu kể trên).

Tôi vẫn ngạc nhiên khi có người đọc một bài phê bình nào đó về tôi và hỏi dò ý kiến hay phản ứng. Bởi vì tôi không hề theo dõi, trừ phi có người nhắc nhở hay tìm bài đem cho tôi đọc. Giữa những người phê bình và người viết luôn luôn là một khoảng cách mênh mông. Tôi không thể nào đọc hiểu họ, cũng như họ đã không đọc và hiểu tôi vậy.

Về phần ảnh hưởng thì chúng ta cũng nên nhắc đến phim ảnh, cũng như du lịch, là nguồn ảnh hưởng và niềm hứng khởi cho sáng tác. Nhưng loại phim có nội dung giá trị quá hiếm hoi, như vài ba phim của Fellini chẳng hạn. Hình ảnh và nội dung của phim vẫn khêu gợi được vài ý tưởng mong manh làm khởi điểm le lói cho một cốt truyện nào đó.

Tác phẩm tôi từ 1966 đến nay gần 30 cuốn, gồm 20 cuốn đã in và gần 10 cuốn đang in hoặc đang đăng trên các báo. ***Tôi khởi đầu*** *viết khoảng 25 tuổi,* ***với cuốn đầu tay là Vòng Tay Học Trò****. Đó chỉ là* ***cuốn truyện tình cờ****, ngoài những tác phẩm viết theo chương trình và dự định.*

Càng viết nhiều càng cảm thấy thất vọng và nên làm việc nhiều, nhanh và vẫn chưa đạt được phần nhỏ nào trong những dự định lớn. Đa số những cuốn trên, vì đã viết trong những hoàn cảnh khó khăn, giờ giấc vội vàng, không đủ để được chín mùi **[muồi]** *sau một thời gian cưu mang và hàm dưỡng nó. Xem như tôi chưa được viết và viết được gì hết. Về lối viết của tôi thì quả bừa bãi, vội vàng, tuy nhiên nhờ thế, được phần nào nóng bỏng, nguyên vẹn cảm xúc và ý tưởng... Phần nhiều những cuốn đã viết hoặc đăng báo ngày góp nhặt lại, hay vừa viết vừa giao cho nhà in in dần dần cho đến khi xong sách. Chưa có cuốn nào hoàn toàn đầy đủ trước khi đăng báo hay đem in. Sở dĩ công việc kịp thời và trôi chảy là vì tôi viết được nhanh, mỗi cuốn tối đa trong vòng một tháng, nếu làm việc liên tục. Tuy nhiên, trong thời gian một tháng, không phải tôi chỉ bỏ hết thì giờ cho việc viết lách, mà còn thường xuyên đảm đương những việc tạp nhạp khác cùng lúc với viết, như lo nhà xuất bản và bao nhiêu công việc phức tạp, nhỏ nhoi, bề bộn của đời sống gia đình như săn sóc con cái, nấu nướng, chỉ vẽ cho người làm, thu xếp tiêu nong, tính toán những việc liên hệ, xã giao phải chăng, đối đãi khách khứa...*

Những nhà văn lão thành hay những người làm việc có nguyên tắc, chuyên môn, thường sáng tác với những mẫu mực và kỷ luật chặt chẽ.

Với một ý tưởng chính yếu, họ lập cái sườn chi tiết cho nội dung cốt truyện triển khai thành đoạn, thành chương. Họ sáng tác công phu, chừng mực, theo một giờ giấc nhất định như mỗi ngày làm việc từ giờ nào đến giờ nào, trong khung cảnh như thế nào hoặc viết tùy hứng, chỉ những lúc nào cảm thấy vui thích muốn viết.

Với tôi, viết là công việc chính, thường xuyên hàng ngày. Những sách đã in ra chưa cuốn nào ưng ý và chuẩn bị đúng như mong muốn, mà đã phải viết vội vàng, cẩu thả, vì công việc thường bị thúc bách. Tôi không thể làm việc tùy hứng mà cũng không ép buộc giờ giấc nào mà mỗi ngày viết đều đều, tối đa là 40 trang đánh máy, ít nhất cũng được 20 trang. Với máy chữ, mỗi ngày tôi lóc cóc liên miên, theo thói quen, không viết là cảm thấy hao hụt, thiếu thốn, mất mát một điều gì, bất kể giờ giấc. Cũng chen kẽ những ngày lười biếng, không muốn làm bất cứ gì, nghĩ đến điều gì. Khi viết, không phải trang nào cũng đều tay, bởi nhiều lúc chán nản, buồn bực ghê gớm. Trái lại, nhiều khi hăng say mê mải, không phải tùy thuộc vào những điều phải viết mà do trạng thái tâm hồn bất thường chịu ảnh hưởng từ những điều kiện sinh hoạt hàng ngày.

Trước khi khởi đầu một truyện nào, tôi nuôi nấng một ý tưởng cho nó lớn dần, như mang thai đứa con. Nó lớn dần cho đến khi có đủ hình hài thành câu truyện ở vào cái thế không viết không được, cứ ấm ức như chịu đựng một thứ mụt cương mủ, nhức nhối không được nặn chích đi cho vỡ toang nên đau đớn, bứt rứt vô cùng. Khi câu truyện đã chín muồi trong ý nghĩ thì ý muốn được thực hiện ngay tức khắc, những ý tưởng và nhân vật như vậy. Đã ngồi lại viết, ý tưởng kia nhập vào xác hồn mình, ngồi như một người bị đồng nhập, không còn hay biết đến xung quanh, bất chấp cả mọi tiếng ồn ào và sinh hoạt khác, cứ đánh máy triền miên không ngưng nghỉ, vội vã, cuống quít không kể cả những lỗi sai khi đánh máy, miễn là trút ra được những gì căng đầy trong trí, cùng lúc, cho thật nhiều, thật nhanh. Càng nhiều, càng nhanh, càng kịp tốc độ ý nghĩ càng tốt. Tôi như mê đi khi viết nên không nhận ra mình đang viết, đang nghĩ gì. Chỉ khi đọc lại sách đã in, cảm tưởng như đọc của một người nào khác. Tôi chỉ đọc lại khi đã in, và đánh máy xong không đủ thì giờ xem lại một đoạn hay một tác phẩm toàn thể mà phải đưa ngay cho nhà in rồi. Cho nên mỗi lần đọc lại một truyện mới in là kinh hoảng vô cùng. Kinh hoảng vì mình đã làm việc với tốc độ dữ dội, và vì vậy bừa bãi quá, mà kết quả lại bất ngờ... Nghĩa là kỳ tới sẽ viết kỹ lưỡng hơn, nhưng giờ giấc và công việc hàng ngày cứ lôi cuốn theo dòng không đổi. Cho nên một thì giờ rảnh rỗi đủ để viết một truyện theo cách cuộc và nguyên tắc mong muốn không bao giờ có. Đành chấp nhận hủy bỏ tất cả mọi nguyên tắc. Và rồi thành thói quen, đến có theo một qui luật viết nào đó, thì không thể làm ra gì được nữa.

Một cuốn truyện ba bốn trăm trang không đáng kể bằng giây phút bắt gặp một ý tưởng khởi điểm nào đó, mầm mống và nền tảng cho nội dung cuốn truyện. Phần cảm hứng để đón nhận cái hạt đầu tiên nảy mầm thành cuốn sách không phải ngẫu nhiên mà có. Bởi thế nhiều khi từ 1966 đến giờ, có khi hàng năm tôi không viết một chữ nào, có khi trong vòng hai ba tháng viết hai ba cuốn. Từ đầu năm tới nay, sau chuyến đi Hội nghị ở Đàiloan và Đại Hàn tôi viết quá nhiều, đến năm cuốn một lúc và hiện có sáu cuốn đang in. Trong thời gian này, sở dĩ đã viết được nhiều vì tìm thấy mầm mống ý tưởng kia để cưu mang thành tác phẩm. Không bắt gặp được thoáng mầm mống ý tưởng chính yếu kia, dù có viết cả ngàn trang thì truyện cũng chỉ là khoảng không và sách cũng chỉ là mớ giấy lộn mà thôi.

Tôi xin dẫn chứng để anh chị nào đã mất hay sẽ mất thì giờ đọc sách tôi có thể phân biệt được hai loại:

*– **Loại tượng trưng** với nội dung nặng nề nghiêng về đời sống tâm thức và vô thức như "Ngày qua bóng tối", "Trời xanh trên mái cao", một số truyện ngắn mà người đọc thường than là đọc không hiểu gì hết.*

*– **Loại tả chân** với những tâm trạng và mẫu đời qua các khía cạnh chiến đấu như: "Cho đến khi chiều xuống", "Tiếng hát lên trời", "Tiếng chuông gọi người tình trở về", "Vực nước mắt" ...*

*Tôi không nhớ rõ những gì đã viết, tên truyện và thời gian sáng tác theo thứ tự. **Tôi viết như thở ra, và khó mà đếm nhớ được những nhịp thở ra của mình**... Dù cuốn truyện dày hay mỏng, điều mong muốn là vẫn diễn tả đủ và đúng phần ý tưởng chính yếu với những nhân vật và khung cảnh là nền tảng sân khấu. Phần ý tưởng chính yếu đó là tia ánh sáng duy nhất chiếu dọi lên toàn thể phần sân khấu kia, vì tia sáng quá mong manh nên ít người tìm thấy. Người ta chỉ nhìn thấy ở các tác phẩm tôi phần sân khấu, gồm nhân vật và khung cảnh, và ít khi nhận ra chút le lói ánh sáng ấy. Trong khi chính tôi nếu không có chút ánh sáng kia chiếu lên sân khấu, tôi không thể nào tạo dựng nổi toàn bộ một sân khấu tiểu thuyết.*

Tôi chỉ viết lúc nào cần mà lúc nào cũng cần trên thực tế

cũng như tinh thần, nên lúc nào cũng phải viết. Ngồi lại với một xấp giấy, giấy phải nhiều và sạch, cứ đánh máy cho đến khi mỏi tay hay một công việc khác quá cấp bách kêu gọi mới có thể dừng lại được. Việc viết đối với tôi giản dị, bất kể ngày đêm. Mọi người đều quan niệm viết bất cứ gì, tình cảm, tư tưởng đều đòi hỏi những điều kiện như khung cảnh thích hợp với trạng thái tâm hồn lúc viết, có đầy đủ thì giờ và thoát hẳn ra ngoài mọi công việc thực tế, không bị điều gì ám ảnh hay quấy rối. Tóm lại, khi viết phải được rảnh rang, thanh tĩnh, ngoài khung cảnh như trong tâm hồn.

Tôi viết trong những điều kiện trái ngược trên. Nếu bị giam giữ trong ngôi nhà xinh đẹp hay khung cảnh nên thơ tách rời khỏi đời sống gia đình và sinh kế, tôi sẽ không viết được nổi một trang nào. ***Tôi chỉ viết được nếu bị thúc bách, và có nhiều công việc phải làm cùng một lúc****. Càng có nhiều việc làm cùng một lúc, càng viết được nhiều, thiếu không khí làm việc, náo nhiệt, rộn ràng, thúc đẩy, nhất định là tôi không viết được. Những việc song song với viết lách như thế thường lại tương phản nhau, và khó chấp nhận nổi nhau: một trang tiểu thuyết lãng mạn, một món ăn đang nấu dở trên bếp, một đứa con đang khóc đòi bế, đòi ăn níu kéo quanh chân. Trẻ con vẫn thường la khóc cùng lúc với những nhân vật trong tiểu thuyết đang lên tiếng mắng nhiếc hay tự tình với nhau. Hai đám, một ngoài đời, một trong tiểu thuyết, đôi khi đánh lộn thường xuyên như thế. Khi nào cuộc giao tranh giữa hai đám người trong truyện và ngoài đời cùng đòi tôi kịch liệt chừng nào tôi lại càng bị dồn đuổi thiêu đốt, càng viết mạnh, nhanh và nhiều chừng đó, và như vậy cuộc hòa giải giữa đôi bên sẽ chóng kết thúc.*

Đúng ra, đàn bà chỉ nên làm việc bếp núc và nếu dự phần gì trong đời sống rộng lớn hơn, thì là tạo cho người đàn ông bên cạnh đủ điều kiện để họ thực hiện và chu toàn vai trò và nhiệm vụ đàn ông tùy theo cấp bực và khả năng của họ có thể thực hiện trong đời sống lớn là xã hội. Tôi muốn đóng một lúc tất cả những vai trò con người, bất kể là đàn ông hay đàn bà, có thể thực hiện và đóng góp vào đời sống. Và vì vậy, không bao giờ cảm thấy được sống đủ nếu thiếu một trong 3 sinh hoạt: gia đình, xã hội, nghệ thuật. Điều khó khăn là làm thế nào cho một công việc của mình lại có kết quả tốt đẹp cho cả 3 phía đó: tài chánh đầy đủ cho gia đình, ảnh hưởng tốt đẹp cho xã hội, giá trị lâu dài cho văn chương.

Tôi không bao giờ viết một truyện suông sẻ [**suôn** sẻ] *từ đầu chí cuối. Thường phải viết ba bốn truyện một lúc, và vì vậy thỉnh thoảng phải bỏ ngang đoạn cuối của truyện này để nhảy sang đoạn khác của truyện kia, khâu vá những khoảng cách bỏ dở. Chẳng hạn, khi nhà in đến lấy bài, dở ra nếu tiêu mất trang 28, tôi phải viết lại ngay trang đã mất. Viết lại, ráp nối bằng cách đọc lại chút xíu phần cuối trang 27, phần đầu trang 29 và vá ngay đoạn mất…*

Khi viết cũng có lúc chán bỏ ngang. Như đã viết "Bóng người thiên thu", bối cảnh là Đài Loan thì những nhân vật tình tiết cảm xúc câu truyện này đánh lộn với một truyện khác là "Tình yêu, địa ngục". Đó là trường hợp những nhân vật và ý tưởng của một truyện khác bỗng trồi lên kêu gọi thiết tha, mãnh liệt hơn những nhân vật và ý tưởng truyện đang viết. Nếu một chương nào trong "Bóng người thiên thu" hấp dẫn quá, thì các nhân vật trong đó lại đánh bạt những nhân vật trong truyện "Tình yêu, địa ngục" ra khỏi tâm trí tôi, thì Tình yêu, địa ngục bị bỏ rơi tức khắc… Đôi khi gặp một khúc truyện nào không thích, tôi bỏ ngang, có khi một lúc rồi tiếp tục, có khi hai ba ngày. Nhiều khi không bị nhà in thúc hối, tôi ghét cả đoạn truyện đó hàng tháng. Khúc chót của truyện thứ nhất bị bỏ, tôi sang khúc đầu của truyện thứ hai, thứ ba hay thứ tư, và cứ thế, khi cần hoàn thành thực sự một truyện nào trong thời gian hạn định thì lại phải làm lại công việc chắp vá, ráp nối, như đạo diễn làm phim. Công việc ráp nối cũng có lợi là có thể cắt bỏ bớt những khúc không ưa thích hay không ổn thỏa và thêm những ý tưởng mới nẩy mầm về sau. Tính tham lam, tôi chỉ thích thêm và ít khi chịu bớt… Khi nhà xuất bản cần cuốn nào, tôi chỉ đưa cho họ khúc có sẵn của mỗi cuốn. Trong thời gian kiểm duyệt, tôi vá ráp thêm những đoạn còn thiếu. Đó là cách vừa làm được nhiều, vừa đúng hẹn. Rồi thì mọi chuyện đã trở thành thói quen, tôi thích làm việc cách đó, không thể khác nữa, dù có được điều kiện để thay đổi cách khác.

Tôi nói không đâu vào đâu đã nhiều. Bây giờ xin các anh chị cứ nêu câu hỏi, nếu cứ nói mãi lung tung về viết lách, nhà cửa, bếp núc như tôi, có mấy ngày cũng không đến đâu hết".

Sau đó, Linh mục Thanh Lãng tiếp lời: "*Xin cám ơn nữ tiểu*

thuyết gia Nguyễn thị Hoàng đã cho chúng tôi kinh nghiệm quý báu về công việc viết lách, nhất là viết trong những trường hợp hết sức đặc biệt. Bây giờ để công việc học hỏi được linh động hơn và cũng là ý muốn của chính nữ tiểu thuyết gia, tôi mời các bạn có câu hỏi xin nêu ra".

Montréal, tháng X.2025

Người ghi: **NHUỆ HƯƠNG**

Sưu tầm, nhận định, trích đăng: **NGUYỄN KIẾN THIẾT**

Xin xem tiếp kỳ **3**: Thắc mắc, Giải đáp.

Chú thích: *

Nghiên Cứu Văn Học. Bộ mới, số **1** tháng 3/1971 (tr.115-120)

TRỊNH Y THƯ

Nghìn thu từ độ

1.

Giật mình tiếng khánh nhẹ khua
ngẩn ngơ chiếc lá chuyển mùa bay sang
duềnh quyên bóng động hai hàng
nghìn thu từ độ vẫn bàng hoàng trôi.

2.

Nghe trong cô quạnh tiếng mưa
rơi thầm vào những bến bờ mù tăm
rừng xưa lỡ hẹn trăm năm
ngoảnh trông mộ chí chỗ nằm mộng dư.

3.

Chỗ sâu có vũng nước xanh
hai đầu khuya trắng vin cành trộm xem
từ khi nhặt được bóng em
tôi đêm áo trắng dưới rèm ngủ quên.

4.

Trông ra bờ bụi cồn sương
từ trong cô tịch cuối đường vô âm
đòng đòng một dải mưa dầm
đau đau vạt cỏ âm thầm nước non.

5.

Trăng ma mộ khép ơ hờ
biển xanh đi biệt biết giờ nơi nao
từ đây cất một tiếng chào
vọng về cõi ấy buốt vào nghìn thu

TRỊNH Y THƯ

ĐỨC PHỔ

SƯƠNG CỦA MÙA THU CŨ

30 độ F trong đêm
Sáng ra thấy đá đông trên cỏ
Em chỉ là sương của mùa thu cũ
Giờ cuối thu rồi sương đã hóa thành băng.

Em chỉ là sương trên những cọng cỏ mong manh
Nên hình hài em mỏng tanh như tờ giấy ướt
Cũng muốn ấp yêu bóng hình thuở trước
Mà bây giờ xiêu lạc tuổi hoa niên.

Cũng muốn quay về nơi chốn bình yên
Nơi có lũy tre và luống cày vỡ đất
Nơi có tiếng gà gáy lúc rạng đông
Và mẹ già ngồi nhai trầu trước cửa.

Nơi có em của thời mười sáu
Có gã học trò vừa tròn mười bảy
Yêu vô ngần đọt nắng ban mai
Và giọt sương long lanh trên nhành dương liễu.

Bây giờ gã học trò xưa trở về
Hồn lặng câm dưới ngôi trường cũ
Tuổi 60 sương rớt trắng tóc rồi
Gặp lại nhau ngỡ như tình vừa nụ…

ĐỨC PHỔ

VŨ HOÀNG THƯ

Buổi sớm xuân

Chừng như
dậy giữa cơn mồng
nguồn reo
suối mở
khơi hồng mạch xuân
người có bên?
hương trầm gần?
mà tôi bỗng
nhịp muôn phần xuân ca
bật nguồn âm lời quê xa
ngày tích dấu
điệu rất nhà
thân quen
buổi sương sớm
có nhúm nhen
cơn gió thoảng
cửa hờ then
thuận tùy
em má chúm
rộng vòng khuy
xuân về trổ hội
chân đi dậy nguồn
tôi như chao
một cánh chuồn
đậu ngày vô lượng vỡ bùng nguyên xuân

VŨ HOÀNG THƯ

HUỲNH LIỄU NGẠN
ĐỊA CHẤN Ở CALI

Anh gởi một lá thư
qua đường bưu điện
để gặp lại một dòng sông
gặp lại
một trăm năm thiên cổ

thuở em còn là ánh trăng
chưa tan vào biển
anh gởi một lá thư
một dấu chấm
một dấu hỏi

và một nỗi đợi chờ
trên tháp chuông ngày
thứ bảy

lúc cơn mưa
vừa đếm từng giọt xuống
lề đường
đếm từng giọt về tiền kiếp
chảy vào hồn anh tha hương

khi anh vừa nhảy qua
cơn địa chấn
lúc hai giờ rưỡi sáng
kịp tiếng còi xe lửa ở ngã tư
chở khách lãng du
về bản địa
núi rừng

kịp mùa lũ dâng lên
đôi mắt em ướp lạnh nỗi tư tình
cuối tháng gió mù nên không thấy
biên giới của cánh tay
vẫy
về hư không.
HUỲNH LIỄU NGẠN

LÊ HỮU MINH TOÁN.
THẮP SÁNG NIỀM TIN

Đêm xiêu đổ ngả nghiêng
Lùa men cay vào mắt
Ôm tuổi đá buồn phiền
Ta đi hoài đi mãi

Môi khô từng giọt đắng
Cơn khát đến hoành hành
Xót xa nhìn thân phận
Sầu bủa lưới vây quanh

Tiếng chuông nào ngân vang
Lời ca nào thanh thót
Ta cúi mặt kêu thầm
Niềm tin xưa đã mất

Vì sao khuya đỏ rực
Làm đuốc sáng soi đường
Linh hồn giờ thức giấc
Lê từng bước trong sương

Nghìn ánh nến chập chùng
Nghìn hào quang chói rọi
Đêm huyền nhiệm vô cùng
Mừng Ngôi Hai cứu rồi

Ta ôm ghì Tượng Chúa
Tin yêu xưa trở về
Lạy quỳ bên Máng Cỏ
Lời khẩn cầu thiết tha

Xin chấp tay hối tội
Xin thắp sáng linh hồn
Đời đã nhiều gian dối
Xin giữ vững niềm tin

@.LÊ HỮU MINH TOÁN.

TUỆ TRUNG

GIAO MÙA

Cùng năm tháng, người thay áo mới
Đông về lạnh giá những nụ hoa
Xuân sang, chim trời cũng bay vội
Ngả nghiêng tôi, ngọn gió giao mùa.

Sợ đêm tối, bóng đen vây phủ
Áng mây chiều run rẩy buồn trôi
Như mịt mùng của ngày xưa đó
Những nỗi đau theo nhau kéo dài.

Đánh cược với đời, chưa tỉnh giấc
Tự nhủ mình nếm thử đắng cay
Giọt long lanh sâu trong đôi mắt
Ngây ngất tôi, hơi men nồng say.

Lẩn trốn không biết đâu hư thực
Ẩn thân trong dầy đặc sương mù
Hỏi tôi còn bao nhiêu day dứt
Lơ lửng treo trên những hận thù.

Người không còn gì để tiếc nuối
Ai cản chân ai những dặm đường
Để lại chứa chan buồn vời vợi
Chất ngất tôi, bao nỗi yêu thương.

Nàng tiên nga lấy người trần tục
Nhân vật của vở kịch bi hài
Vẫn tươi cười khi đang phải khóc
Có phải ai đó đã nhập vai?

Ngây ngô trẻ thơ không tì vết
Muốn nghe hoài tiếng mẹ à ơi
Nên vẫn mong trở về tiền kiếp
Đưa mình ra khỏi đời nổi trôi.

Như một đám bụi tro câm lặng
Tự nghìn năm trước của hoang sơ
Người đã buông mình trong hoài cảm
Giao mùa, còn lại tôi ngẩn ngơ.

TUỆ TRUNG

Truyện ký

NGUYỄN ĐÌNH TỪ LAM

Hoanh, Tôi và Thiền, Cùng Đà Lạt

(Tiếp theo VHM số 46)

Hoanh, tôi và Thiền

Bây giờ nhớ lại những ngày ấy, những ngày tôi và Thiền còn đang lúc "Gừng cay muối mặn" thương nhau đằm thắm. Tôi có Thiền như có cả một đất trời Đà Lạt mộng mơ, tôi yêu đời, tôi thương yêu tất cả…Phần Hoanh, bạn tôi cứ thui thủi một mình, chưa có một cô bạn gái lấy thảo, thấy thương và tội nhiệp nó. Một hôm sau khi ăn xong cơm chiều, trung đội 8 chúng tôi chuẩn bị ba lô, súng đạn đi ứng chiến ở "tiền đồn" tức là đi gát đêm tại nữ trung học Bùi Thị Xuân ở ngay trước quân trường không xa. Tôi nói nhỏ với Hoanh:

-Nầy Hoanh! Hay tối nay, mầy thả thơ cho "em bà Bùi" may ra có được người yêu.

Nó trả lời nhát gừng, mặt mày cau có:

-Tao không tìm bạn gái bằng cách như mầy nghĩ đâu. Nếu hay, sao mầy không làm đi.

Tôi nói:

-Trước đây, tao có thử đôi lần, nhưng chưa đến vận may, hoặc chưa có duyên nợ đó thôi. Hơn nữa nay tao đã có em rồi nên bỏ kế hoạch…

Kể từ đó, tôi không còn đề cập với Hoanh về chuyện để thơ dưới hộc bàn Bùi Thị Xuân nữa.

Tính nết bạn tôi là thế, mỗi khi làm việc gì cũng đắn đo, có bài bản chứ không hời hợt, cầu may.

Hôm ấy, tôi và Hoanh đi phép cuối tuần. Không như những lần trước, Hoanh thường chỉ thích đi một mình, nay lại rủ tôi cùng đi dạo phố; thật là chuyện lạ. Hai chúng tôi bận bộ đồ west dạo phố mùa đông jass-pê bằng dạ màu mận chín, áo trong sơ mi trắng tinh bằng vải "ny-phân", thắt cà vạt đen, mang giày da màu đen đánh xi bóng lộn, đầu đội kết-pi đính huy hiệu quân trường. Hai đứa cùng song hành ra khỏi cổng Anh Đào của trường, theo đường Võ Tánh, xuống thẳng đường bờ hồ Xuân Hương, đi rão vòng vòng.

Đà Lạt đang vào tiết Nguyên Đán, đất trời bớt lạnh. Trên mấy con đường quanh bờ hồ, người người ăn mặc quần áo ấm áp, lắm màu nhiều sắc thong dong thả bước. Bên kia hồ là rừng thông xanh, thân cây thẳng vút, rải rác những ngôi biệt thự cổ, trên nóc có cột ống vươn cao, nhả từng cuộn khói trắng bay lên, bay lên, loãng dần rồi tan biến.

Trên Đồi Cù, ở một vài bãi đất trống, những đám thanh thiếu niên quần áo sặc sỡ, chơi đánh cù, đánh vụ, rộn ràng tiếng nói cười vang vang.

Trên sườn đồi, ở đỉnh đồi từng cặp trai gái ăn bận đồ tây thanh lịch, đầu đội mũ nỉ rộng vành, ung dung ngồi trên lưng ngựa, gò cương bước từng bước đều đặn.

Dưới hồ, nhiều người quần áo thể thao đỏ vàng…rạng rỡ, thong dong đạp pédal l'eaux (pedalo), lướt nhẹ nhàng trên mặt nước như trượt trên thảm cỏ xanh.

Quanh bờ hồ, ở vệ đường, trên rìa đồi thông, hoa anh đào nở rộ, hoa chen chúc đầy cành. Màu hồng hoa lan tràn mặt nước, trãi nhẹ trên đường, nhuộm hồng cả một góc trời.

Trên mặt hồ, khói sóng nghi ngút bốc lên quyện lấy sương mù rây rắc, mây trắng lững lờ. Trời đất như cận kề, ôm ấp, giao hòa ân ái. Mọi người đắm chìm vào sương khói ràng rạng một màu nguyệt bạch, tâm hồn lâng lâng ảo huyền như đang lạc vào cõi Đào Nguyên tiên giới.

Thấy cảnh thấy người, thơ mộng hạnh phúc quá, tôi đâm ra ước ao rồi tiếc nuối. Nếu tôi với Thiền tình cảm đến nay vẫn nguyên vẹn. Nên chăng, bây giờ ở đây, chúng tôi cũng tràn đầy niềm vui đôi lứa như ai. Tôi đang chìm trong mông lung, chợt nghe Hoanh lên tiếng:

-Bây giờ bọn mình xuống Trần Hưng Đạo, ngắm anh đào, tiện thể vào tiệm tắm nước nóng tắm táp, xong vào Café Tùng ngồi. Mầy thấy sao?

- Ừa! Tao đồng ý.

Ở tiệm cà phê Tùng chỉ còn một bàn hai ghế trống ở một góc trong cùng. Hoanh gọi hai ly cà phê đen, hai điếu thuốc.

Hút thuốc là phá luật của SVSQ đang thụ huấn ở quân trường. Hoanh là người mẫu mực, mà hôm nay đổ ra hư, phá lệ. Thế là nó có chuyện to rồi. Vui hay buồn chưa biết được.

Hai ly cà phê bốc khói, hơi người ngồi chật, lò sưởi củi than cháy âm ỉ đỏ hồng , tiếng than củi nổ lách tách, những bản nhạc Trịnh Công Sơn mở nho nhỏ, tiếng hát Khánh Ly khàn khàn trầm đục…Tất cả như để sưởi ấm khắp phòng, khắp mọi người. Hoanh rút một điếu thuốc trong cái bao ruby đã mở sẵn đặt trên chiếc dĩa kiểu, kẹp vào hai ngón tay đưa lên miệng, tay kia lấy quẹt lữa ZIPPO xoay một vòng, nắp quẹt bật ra, liền một ngọn lữa nhỏ cháy lên. Bạn tôi đốt thuốc, nhàn nhã điệu đà hút từng hơi một, từng vòng khói trắng chập chờn bay lên trần. Đặt điếu thuốc xuống cái gạt tàn, Hoanh nhấp thêm một ngụm cà phê nữa. Đôi mắt bạn như vui như cười nhìn tôi, nó nói:

- Tao có bạn gái rồi, và đến nay em đang dành cho tao một tình cảm khá đặc biệt.

Ngưng một lát, nó tiếp:

-Chuyện nầy, tau định nói với mấy để mấy có ý kiến gì không, nhưng mãi đến giờ mới tiện.

Nghe bạn có bồ, tôi thầm mừng cho nó.

-Dù gì, muốn tao có ý kiến, ít ra mấy nên nói qua lai lịch nàng, mới đúng.

.Nghe vậy, bạn tôi nói liền một mạch:

-Em từng học ở thủ đô, là nữ sinh trường Marie Curie và là đứa bạn học cùng trường với em gái tao. Cách đây hơn năm, em theo gia đình chuyển lên Đà Lạt. Hiện tại em đang học ở một trường nữ trung học nổi tiếng Đà Lạt. Tau quen được em là nhờ con em gái tao viết thơ lên giới thiệu…

Nó uống tiếp một ngụm cà phê, rít thêm một hơi thuốc lá, nhả khói rồi tiếp lời, giọng nhỏ nhẹ nhưng nghe phấn khởi lắm:

-Về phần ba má em, có lần hỏi tao về gốc gác, biết tao cùng người Sài Gòn, học trung học Lê Qúy Đôn, rồi đại học…Nói tóm lại, hiện giờ tao với em đều tâm đầu ý hợp, thuận buồn xuôi gió. Và tao định sẽ xin phép trường cùng làm đám cưới tập thể trước ngày tốt nghiệp. Lúc ấy mấy nhớ làm phụ rễ cho tao nghe!…À, à! Đợt đi phép cuối tuần lần sau, nếu mấy không bận, hai đứa cùng mẩy lên thăm nhà nàng, để mẩy diện kiến, để mừng cho tao với.

Nhà người yêu của Hoanh ở trên một ngọn đồi thông, để tới đó phải đi vòng vo, dọc đường khá nhiều hoa dại vừa bum búp nụ đủ màu. Khi hai đứa tới sân, bất chợt tôi thấy dáng một người con gái phía trong một cánh cửa kính, hình bóng ấy, nhất là mái tóc quen quen. Tôi nghĩ, con gái Đà Lạt nhiều em giống như thế. Bỗng nhiên, Hoanh đập nhẹ vai tôi, nói nhỏ:

-Ông cụ nhà em sống theo lề lối xưa nên hơi nghiêm.

Hoanh bước vào nhà, để tôi đứng chờ ngoài sân. Tôi nghe tiếng người đàn ông:

-Cháu mới đến đấy à! Ai đứng ngoài, bạn hả? Mời vào nhà đi.

Tôi và Hoanh lại ngồi nơi bàn khách ở gian phải ngôi nhà. Không bao lâu, người con gái ở phòng trong bước ra, tôi vừa ngước lên nhìn, vội cuối đầu ngó xuống ngay. Tôi nghe bước chân nàng khựng lại; sau đó nghe tiếng Hoanh:

-Em lại ngồi nói chuyện cho vui. Đây là thằng bạn anh chứ có ai xa lạ đâu mà em ngại

Khi tôi ngước lên nhìn người con gái, mới biết chắc là Thiền. Gặp tình huống nầy thật bất ngờ, ít nhiều trớ trêu, lòng dạ bồi hồi. Tôi một mực yên lặng, chỉ một cái gật đầu thay vì lời chào hỏi. Hoanh nét mặt tươi tắn vẽ hãnh diện, vồn vã bắt chuyện cùng người yêu. Không lâu sau, Thiền mặt hết tái, tươi tỉnh, vui cười chuyện trò thân thiện cùng Hoanh. Tình thế như vầy, tôi nghĩ mình phải gắng tỉnh táo. Thế là tôi nhập cuộc với hai người, nói năng vô thưởng vô phạt. Chỉ vài phút sau, tôi đưa tay đập nhẹ vai Hoanh, nói:

-Giờ hai người cứ tự nhiên, tôi ra ngoài ngắm cảnh một lát.

Tôi cứ đi loanh quanh trên đồi, nghĩ ngợi câu chuyện giữa tôi, Hoanh và Thiền, thấy lòng mình chát đắng, thêm buồn cho tình người bạc bẽo. Đã là bạn thân, là người yêu, nỡ nào đối xử với nhau tệ mạt lắm thế…Thôi, tâm can hai người nầy đã là thế, chi bằng quên phức họ đi cho đỡ nặng lòng.

Nầy Thiền! Giờ đây, em còn đó, nhưng em không có hình dáng, không tình cảm trong anh, nên em không phải là người của anh nữa. Em là sương khói Đà Lạt, nó mong manh hư huyền…

Mãi đến lúc gần mãn buổi chiều, mới thấy Hoanh đi ra bảo:

-Mầy mau vào chào ông cụ, rồi về lại trường, kẻo trễ.

Đang khi xuống đồi, Hoanh hỏi tôi:

-Trước đây mầy từng quen với Thiền phải không?

Nghe vậy, tôi tức lắm, nghẹn lời.

Hai đứa im lặng đếm bước. Được một lúc, tôi vội đi lên trước rồi quay lại, đứng chận bước Hoanh. Tôi gằn giọng:

-Mầy biết thế, sao còn cặp bồ với Thiền. Không biết xấu hổ với tao sao? Thiền trước đây là người của tao mà!

Biết tôi nổi giận, nó vẫn một mực bình tĩnh:

-Trong lúc mầy quen với Thiền, tao đâu biết. Chỉ biết mầy có bạn gái nào đó, chứ ai biết là Thiền.

-Mầy vừa nói, biết tao quen với Thiền mà.

-Biết, vì Thiền mới kể với tao hôm nay.

Nói đến đây, mặt mày Hoanh buồn buồn, để lộ vẻ đăm chiêu.

Hai đứa tôi một mực im lặng chăm chăm bước trên mấy con đường Đà Lạt về chiều vắng vẻ. Mãi đến khi sắp về tới trường, không biết Hoanh nghĩ gì mà nhắc lại câu chuyện của tôi với nó, đã xảy ra trước đây:

-Chắc mầy nhớ, lúc tiểu đoàn mình đi công tác về thủ đô tham quan để tìm hiểu, học tập. Đêm nọ, hai đứa đang đi dạo phố, may nhờ có mầy cứu mạng tao. Nếu không, ngày nay tao đâu còn sống để làm quen với Thiền.

Khi nghe Hoanh nhắc lại chuyện cũ, tôi nhớ ra: Lần đó tôi và Hoanh đang đi trên hè phố đường Trần Hưng Đạo Sài Gòn, gần rạp chiếu bóng Hào Huê. Đột nhiên nó gặp lại cô bạn gái là nữ sinh trung học Gia Long, nên cả hai vui mừng, say sưa tâm sự. Thấy vậy, tôi cố ý đi chậm lại, dành chỗ riêng tư cho "anh chị". Một lúc sau thì sự cố xảy ra: Một chiếc xe van chở hàng lạc tay lái băng lên lề, phóng về phía bạn tôi. Như một phản xạ tức thời, tôi lao về phía trước, lấy hết sức lực, gồng hai tay đẩy thật mạnh cả hai giạt xa ra , lấy đường cho chiếc van chạy tuột qua, tránh xãy ra tai nạn đáng tiếc.

Thấm thoát ngày mãn khóa đến nơi, buổi sáng là lễ tốt nghiệp, được cử hành long trọng và hoành tráng tại Vũ Đình Trường. Buổi chiều tiệc khoản đãi. Đến buổi tối là tiệc liên hoan dành cho các tân sĩ quan, chúng tôi có người diện đồ lễ, hay mặc còm-lê dạo phố, kể cả y phục làm việc mùa Đông, mùa hè…Ai thích gì mặc nấy, không có qui định.

Trước tiệc liên hoan một tuần, tôi và Hoanh đều có gởi thiệp mời cho Thiền đến dự.

Buổi tiệc thật nhộn nhịp, thức ăn ngon sang do nhà thầu phục vụ, có đoàn văn nghệ biệt khu thủ đô lên cùng ban văn nghệ của trường phối hợp trình diễn. Chúng tôi vừa ăn uống vừa thưởng thức văn nghệ. Mỗi lần mấy ca sĩ gạo cội trình bày những ca khúc chúng tôi ưa thích, nhiều tân sĩ quan đứng dậy, điệu đà dìu người yêu hoặc bạn gái…ra sàn khiêu vũ giữa Đại Giãng Đường. Hoanh và Thiền tay trong tay, thoăn thoắt chân lui chân bước dìu dắt nhau theo từng lời ca tiếng nhạc bản Nắng Chiều của Lê Trọng Nguyễn. Tiếp đó là tôi với Thiền bản Con Thuyền Không Bến của Đặng Thế Phong.

Sáng hôm sau, các tân sị quan chúng tôi tập trung về hội trường bốc thăm về đơn vị phục vụ. Hoanh trúng tiểu đoàn bộ binh, phần tôi về địa phương quân. Nghe đâu, hơn một năm sau bạn tôi cưới vợ người Sài Gòn. Vợ bạn tôi chẳng phải là Thiền. HẾT

NGUYỄN ĐÌNH TỪ LAM

ĐOÀN TAM KỲ
Cuối Thu

Nếu mai lỡ nắng không về nữa
mưa bão vô tâm nổi thất thường
người thương lên phố quên hẹn thề
thu tàn lũ ngập đau lắm thay

cuối thu sương đẫm hương mùa cũ
gió lạnh bão lũ ngập mọi nơi
bầu trời u ám mây đen kịt
người dân chỉ còn mơ mưa qua nhanh

thu vàng cuối vụ sao giận dữ
bến cũ đâu còn nước xóa nhòa
con đường đến lớp xưa còn đó
nắng quá xa mờ gió hững hờ

Vô duyên ngơ ngác tình dang dở
bão lũ cuối tiết trở mùa
"không bồi, mãi lở sông ngầu đục
lá mục vườn thơ… gió bấc lùa"

ĐOÀN TAM KỲ

VIÊN DUNG

MƯA MƯỜI MỘT

gửi Hoàng Xuân Sơn

Mạo trời
biến đổi cơ ngơi
long đong. người không nên lời
cơn mưa lý lịch
ướt người bỏ đi

mưa tháng mười một
đông thì
đắng cay quỵ lụy chung qui
màu trăng hiểu sự
qui y mây nào

trăng treo
thù cũ bỏ nhau
soi ngăn ngắt bóng bôn đào
ngõ hồng quê lệch
chiêm bao ước rằm

mưa mười một cửa, lòng thăm

VIÊN DUNG
(cửa)
chữ Hoàng Xuân Sơn

VIÊN DUNG

CHIỀU ĐÔNG, LẠ

Thân vàng ngọc em
lỡ trớt
thân
gìn giữ quê
cũng quớt
trăng theo đào khách
chửa rớt bóng tình

chỗ thâm căn
em giấu mình
mà lòng
yêu vẫn đinh ninh
cuối chiều đông
lạ
vóc hình liêu trai

ngọn tình
níu
ngại tàn phai
chừng như vạt nắng lan dài
lung linh thơ dại
rựng ngày
rất thơ

ôm tôi chưa vẹn bến bờ

VIÊN DUNG

SA CHI LỆ

THU TRONG MẮT EM

Thu trải lá vàng trong mắt em
Ngỡ ngàng chớp mắt gió thu mềm
Sương lay mi ngộp len lén đợi
Tiếng thở vô minh nhẹ bên thềm

Ta cúi đầu nắng rơi buồn lãng đãng
Xanh xao gầy gõ nhịp rớt bên sông
Em chớp mắt tình xưa đang vẫy gọi
Hồn ta say tóc rối nở môi hồng

Sương thu ướp mộng quỳnh hoa thở
Mở cửa tương tư đổ bóng chiều
Lá vàng bẽn lẽn vương vương nhớ
Mắt em chiều lịm dáng nghiêng nghiêng

Ta níu hồn thu đang lạc bước
Ái luyến ngân buông lướt cung đàn
Gieo mầm tiếc nuối quanh tà áo
Em về đâu mỗi khắc lạnh thu tàn…

SA CHI LỆ

THU TORONTO THÁNG-10-2025

QUẢNG XUÂN

MẸ

Làm sao? níu được thời gian
Làm sao? níu được tuổi vàng mẹ trao
Làm sao? giữ mãi ngọt ngào
Nâng niu mẹ vuốt thì thào bên con

Làm sao? giữ tuổi măng non
Lẩn quẩn bên mẹ nhạc hồn ngây thơ
Làm sao? giữ được dại khờ
Mẹ la mẹ dạy mẹ rờ cái roi

Làm sao? có thể nguôi ngoai
Thiêng liêng mẫu tử… eo oai vào đời
Làm sao? về lại chân trời
Gia đình cha mẹ một thời nở hoa

Làm sao tôi trở lại nhà
Ngôi nhà thơ ấu ông bà tổ tiên
Làm sao? giữ được thiêng liêng
Hồn người hồn nước láng giềng thân yêu
Làm sao? tiếng Hạc đừng kêu
Còn mãi bên mẹ vẫn điều hôm xưa.

QUẢNG XUÂN
November 9th 2025

NGUYỄN THỊ KHÁNH MINH

MỘT VÀI

(Cảm xúc thi phẩm Lục Bát Ba Câu của cố thi sĩ Nguyễn Tôn Nhan)

Cảm xúc sểnh ngõ câu thơ
Xua tôi, con chữ, ngu ngơ lạc bầy
Liệu có còn tôi không đây

Cảm xúc hóa vàng câu thơ
Tàn tro con chữ còn ngờ lời đau
Tôi bây giờ tôi ở đâu

Cảm xúc hóa mộng câu thơ
Tôi, con chữ, giữa hai bờ thực hư
Gần xa. Ngó lại. Dường như…

Cảm xúc hóa sinh câu thơ
Tôi-Con chữ ở lửng lơ kiếp lời
Một-vài trời-đất rong chơi

NGUYỄN THỊ KHÁNH MINH
2008

LƯU NGUYỄN TỪ THỨC
NỖI LÒNG DU SINH

Một sáng thu, trời chưa kịp nắng
Ta một mình lặng lẽ bước đi.
Chỉ có gió đưa hương đất mẹ,
Và tiếng chim tiễn bước biệt ly.
        Ta đi, không ngoảnh lại sau lưng,
        Phố cũ, nhà quen, hồn rưng rưng.
        Một bước rời xa miền ấm áp,
        Vào nơi sương tuyết chốn lạ lùng.
Không trống giục, không cờ hoa rực,
Chỉ con tim nhịp đập rộn ràng
Một mình bước vào miền thách thức,
Với va-li nhỏ làm hành trang.
        Ta đi, không phải vì trốn chạy
        Mà gói trong tim một chữ "vì".
        Vì đất mẹ, vì tương lai rộng,
        Vì giấc mơ một thuở khắc ghi.

Ly khách đường xa dài vạn dặm,
Gió Mỹ lạnh hơn gió quê nhà.
Tiếng nói lạ, người quen chẳng có,
Chỉ còn ý chí với bao la.
        Ta biết phía trước là khổ nhọc
        Là những đêm dài, học trắng đêm
        Là sách chất chồng cao như núi
        Là giã từ ngày tháng êm đềm.
Thành phố lạ, phố phường ngất ngưỡng
Trên vĩa hè bước chân dập dồn
Tiếng người vang đủ loại ngữ ngôn
Ta như lạc vào nơi hoang tưởng.
        Buổi học đầu ta như co lại,
        Cô đơn ngồi giữa chẳng ai quen
        Giáo trình dày, chữ như rừng rậm,
        Mỗi trang sách, lạc chốn không tên..

Bước vào lớp, môi chưa kịp nói,
Tiếng Anh như gió lạ ngoài hiên.
Giáo sư giảng nhanh hơn nhịp thở,
Ta ngồi lặng, mắt rối, tim nghiêng.

Thư viện mở suốt đêm không ngủ,
Quyển sách dày vách núi vực sâu.
Tham khảo mãi, đầu quay như bão,
Óc mê muội, chữ nghĩa đâu đâu.

Có những lúc mỏi lưng, đau mắt,
Cà phê đắng hơn cả nỗi buồn.
Nhớ gia đình chốn quê ấm áp
Ta một mình giữa chốn mưa tuôn!

Có những đêm, không ai trò chuyện,
Chỉ tiếng gió đập cửa từng hồi
Lòng ngẩn ngơ ném tung sách vở
Gục xuống bàn, hồn phách tả tơi.

Đường học về, bước đi lầm lũi,
Tuyết đầy trời phủ kín nơi nơi,
Nhiều lần muốn bỏ ngang về nước,
Nhưng nhũ lòng phải giữ mộng đời.

Ta vẫn biết, đường xa ngại núi,
Muốn vươn cao, phải chịu dấn thân
Tương lai sáng, đâu dành kẻ yếu,
Phải qua thử thách mới thành nhân.

Lại đứng lên, gạt đi mỏi mệt,
Lại cầm sách, lại đọc, lại ghi.
Mai trở về, quyết mang ánh sáng
Cùng tri thức, con tim xuân thì.

Quê hương ơi, dẫu xa muôn dặm
Tim ta vẫn hướng một phương về
Trồng tri thức vào tim thế hệ
Trả ơn đất nước, đáp lời thề.

(Để ghi nhớ những ngày đầu du học
tại New York City, 1971)

LƯU NGUYỄN TỪ THỨC

KHẾ IÊM

Nghe Đàn

(riêng nhà biên khảo Nguyễn Kiến Thiết)

Gánh về
một quải nắng trong
Chiều ra
hít thở
cho lòng trống trơn

Thoảng đâu
có một tiếng đờn
Nghe qua ngờ ngợ
cái hờn
thâm u

Ngoài trăng gió bãi
thổi vù
Thấy ma trên núi
ngồi tu
quặn lời

Kinh xưa một lá
tờ rơi
Trăm năm hỏi giấc
mộng người
có không.

KHẾ IÊM

Trích từ sách "Thanh Xuân"

NGƯỜI SÔNG HẬU
CUỐI NĂM TRÊN ĐÈO HẢI VÂN

Dựa lưng vào Bạch Mã
Ngẩng đầu hướng biển Đông
Trùng trùng cơn sóng bạc
Lớp lớp màu mây trong.

Trên con đường thiên lý
Đâu dấu vết tiền nhân
Cuộc trường chinh vạn dặm
Mở cõi về phương Nam.

Cheo leo từng bậc đá
Tay chạm vào "Ải Mây"
Phong rêu đồn lũy cũ
Ráng hồng vừa qua đây.

Giữa lưng chừng nắng gió
Ai hát Lý qua đèo
Chuyện tình trăm năm trước
Nhật nguyệt còn dõi theo.

Giữa tầng tầng ký ức
Lịch sử bước sang trang
Băng qua làn sóng dữ
Biển xanh quá dịu dàng.

Đèo cao mây trắng phủ
Dải lụa bắc ngang trời
Ai xuôi Nam ngược Bắc
Có buồn khi chiều rơi.

NGƯỜI SÔNG HẬU

LÃNG THANH

MÙA LÊN LỘNG LẪY

Nắng vàng pha mắt biếc xanh
Gấm hoa cẩm tú long lanh đất trời
Bồng bềnh bọt nước trùng khơi
Mùa lên lộng lẫy cõi người mộng mơ

Đam mê từ thuở tình cờ
Thời gian lãng đãng đến giờ chưa tan
Chao ơi, rực rỡ địa đàng
Mình say túy lúy vì nhan sắc này

Muôn màu nhuộm thắm rừng cây
Xạc xào vàng ruộm gót giày nhẹ êm
Bí ngô ngộ nghĩnh ngoài thềm
Nõn nà trinh bạch nửa đêm hoa quỳnh

LÃNG THANH
Ất Lăng thành, 0925

HỒ XOA

Góc trời không định vị

Cám ơn chiều vẫn còn góc phố
Lá cứ vô tư rụng xuống sông hàn
Những mảng đời với nước hòa tan

Cám ơn những chiếc cầu
Mặc định những sang ngang
Đời cứ tự do đi qua rồi đi lại

Vẫn còn những khoảng trời nho nhỏ
Nơi Google quên không định vị
Về yêu loài mây trắng lang thang

Cám ơn phố những ngày không nắng
Tôi đem dạ dày vào xếp ngăn đông
Với những nụ hôn ảo tưởng ấm nồng

Cám ơn mùa thu cộng với mùa đông
Những miền đất buồn phiền giấu mặt
Phù sa thơ lại nở hoa hồng

HỒ XOA

HỨA HIẾU
Và Từ Đó

Tỉnh lỵ chúng ta có biển
Lắm lọn sóng vướng lên mặt em
Còn tôi thì không
cứ trôi giạt trên ghềnh đá rêu phong

Thị trấn chúng ta có núi
Như mái hiên che khuất bão giông
Còn tôi thì không
đời tợ cụm mây
không che mát nổi một bến sông

Nên từ đó em đã bỏ đi thật xa
như biển chiều rút đi thật cạn
Tôi cặm cụi xe hoài những viên cát hạnh ngộ
nước ròng

Thành phố chúng ta bấy giờ không núi không biển
Những ngọn sóng vỗ vào đời điên
lắm bèo bọt quay quắt muộn phiền

Hò hẹn năm xưa không hạnh ngộ
như hạnh phúc cuối cùng một tình yêu
Nên chúng ta thà như
những dấu chân tình nhân
Trên bờ bãi nước ròng

Rồi từ đó
chúng ta đã lạc mất đời nhau
Như thị xã đã vội vã di tản vào rừng sâu
Còn tình yêu thì mãi mãi
chỉ là tình yêu

Tình yêu chúng ta có núi có biển
Như một nơi chốn
để níu lấy đời nhau
Còn thành phố thì không
Không một kỷ niệm nào còn nguyên
để lây lất nỗi niềm riêng

Và từ đó,
chúng ta đã biệt tích luôn niềm tin
Như ký ức đã lặng lẽ nhạt phai

Nhưng tình yêu
thì mãi đó trên bờ bãi
quạnh hiu.

HỨA HIẾU

NGUYỄN AN BÌNH

THÁNG MƯỜI HAI, NHỮNG CƠN MƯA MUỘN

Chào tháng mười hai những ngày nắng rớt
Thả xuống đời người từng ngọn gió bay
Em có cùng ta tìm trong bất chợt
Một chút yên bình sương khói trên tay.

Chào tháng mười hai những cơn mưa muộn
Lất phất bên trời – triền dốc xanh rêu
Nhặt đóa phù dung vừa phai cánh mỏng
Rớt xuống muôn trùng – gõ nhịp thương yêu.

Chào tháng mười hai mùa đông rét mướt
Nghe thật mơ hồ hương cốm quẩn quanh
Bát ngát hồ sen - ươm đầy mật ngọt
Trong vắt tiếng cười một thuở xuân xanh.

Chào tháng mười hai – bao mùa lận đận
Người không đợi người – níu bước thời gian
Có nhớ gì nhau những ngày mưa trắng
Lặng lẽ hao gầy trong khói sương tan.

Vẫy tay chào tháng mười hai em nhé
Nắng rớt bên thềm trôi giấc mơ nghiêng
Cơn mưa muộn qua đời nhau rất nhẹ
Nhớ nụ hôn xưa thơm ngát môi mềm.

NGUYỄN AN BÌNH

NGUYỄN HỒNG LINH

LỜI TÌNH MÙA ĐÔNG

Bài ca ôi chơi vơi người ơi!
Mùa sang bên kia sông sầu khơi
Dường như hương xưa trôi xa vời
Lời yêu sao ra đi buồn phơi

Bàn tay ai buông lơi niềm đau
Mùa đông đôi uyên ương tìm nhau
Tàn đêm bông hoa nào phai màu
Người đi em đơn côi ngày sau

Đời say sao quên mau tình ta
Vòng tay đêm chênh chao miền xa
Buồn ơi! Vần thơ rơi hiên nhà
Chiều nghiêng mong manh tình phôi pha

Đường xa nghe chênh vênh vì sao?
Hồn say mang cô đơn tìm trao
Tìm đâu cơn mưa bay hôm nào
Vườn xưa còn mình ta buồn đau…

NGUYỄN HỒNG LINH

TÔN NỮ MỸ HẠNH
TRÊN NGỌN SẦU THÁNG MƯỜI HAI

Se se gió chướng
Mùa trở ngọn đến tự bao giờ
Bụi cúc tần ngoài kia vẫn mỡ màng xanh mướt
Luống cải vàng ngồng trổ từ đâu
Dậy mùi bùn non phơn phớt khúc sông chờ
Con vện biết có còn mừng rỡ
Vẫy đuôi chào tôi ngày trở lại
Thêm một lần tháng mười hai
Biền biệt đi.

Ngày tôi qua sông con thuyền đầy gió
Cánh đồng ngã màu chiều rực rỡ
Vạn thọ trổ mấy chiếc lá đầu tiên
Đợi giêng hai gieo mùa hoa vàng mật
Tôi nhìn lại chiếc cầu cũ kỷ
Trong nỗi đau hoài niệm.

Tháng mười hai mai hồng
Tháng mười hai ngọc bích
Tháng mười hai mắt biếc
Tháng mười hai trên những ngón tay ngoan
Tháng mười hai đi qua bao mùa thương nhớ
Tôi soi mình qua dòng nước màu vẩy cá
Dưới ánh trăng non treo dại khờ không nói
Màu sương trắng giăng đầy con sông ngày ấy
Chỉ còn lại tôi trên con thuyền độc mộc
Đang lặng lẽ trôi.

TÔN NỮ MỸ HẠNH

NGUYỄN ĐẠI DUẪN

Vinh Quang Nghề Giáo

"Người lái đò" đứng trên bục giảng
Cất giọng nói êm tựa lời ru
Trang sách hồng mở người gieo chữ
Gieo mầm tri thức cho em thơ

Nắng mưa chẳng quản đường xa ngái
Tấm áo sờn vai vẫn tươi cười
Phấn trắng rơi theo mái đầu bạc
Là bụi thời thời gian của một đời

Dẫu cuộc sống còn nhiều gian khó
Vẫn giữ trong tim ngọn lửa hồng
Thắp sáng ước mơ bao thế hệ
Đưa con đò tri thức sang sông

Mỗi học trò là niềm tin hy vọng
Là hoa thơm kết trái ngọt tương lai
Nghề cao quý chẳng màng vinh hiển
Chỉ mong trò rạng rỡ ánh sao mai

Xin kính tặng những người gieo chữ
Trọn một đời tận tụy vì yêu thương
Ơn thầy - cô biển trời sâu nặng
Lòng sáng trong như ánh nắng quê hương

NGUYỄN ĐẠI DUẪN

LÂM BĂNG PHƯƠNG

THÁNG MƯỜI HAI CUỐI ĐÔNG

Tháng Mười Hai rồi đó
Cây gầy guộc bên đường
Chan hòa cùng ngọn cỏ
Hớn hở đùa gió đông.

Tháng Mười Hai cuối đông
Chiếc lá khô xoay vòng
Ngày đi cùng tháng tận
Có chút gì bâng khuâng.

Mười hai tháng thăng trầm
Niềm vui thì nho nhỏ
Điều không may vẫn có
Hãy buông bỏ nhẹ lòng.

Tháng Mười Hai ngóng trông
Một bóng hình nơi xa
Ngày xưa từng kề má
Nụ hôn đầu thiết tha.

Tháng Mười Hai... vội vã
Bước chân người đã qua
Đông lạnh tràn con phố
Khép cửa...hồn xót xa.

LÂM BĂNG PHƯƠNG

NHẬT KÝ VĂN HỌC

LỊCH – VHNT THÁNG 12 / 2025

Sự kiện : Penshow Việt Nam 2025
Thời gian : 6 –7/12/2025 -

Địa điểm: Văn Miếu – Quốc Tử Giám, Hà Nội
Triển lãm Ảnh Nhật Bản
Thời gian : Đến 14/12/2025
Địa điểm: 27 Quang Trung, Hà Nội

Sự kiện : Ngày hội Thơ Thăng Long
Thời gian : Tháng 12 (dự kiến)
Địa điểm: Cung Văn hóa Lao động Hữu nghị

Sự kiện : Đêm thơ–nhạc Tao Đàn
Thời gian : Tháng 12 (dự kiến)
Địa điểm: TP. Hồ Chí Minh

Sự kiện : Giao lưu thơ Hội Nhà văn Hà Nội
Thời gian : Tháng 12 (dự kiến)
Địa điểm: Hà Nội

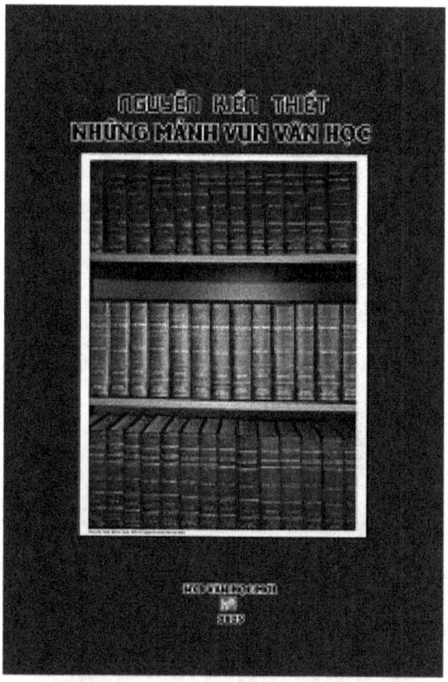
NGUYỄN KIẾN THIẾT
NHỮNG MẢNH VỤN VĂN HỌC

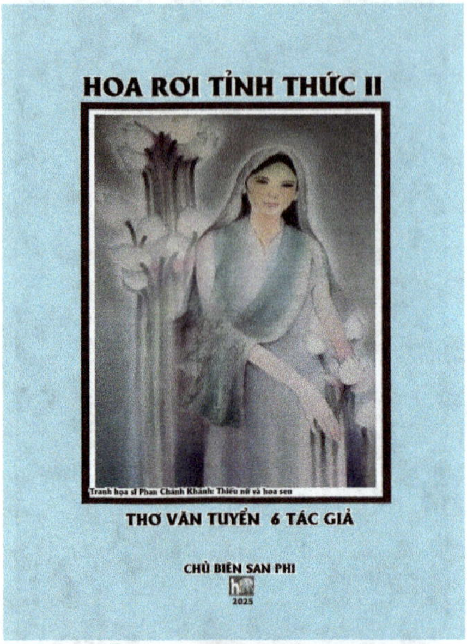
HOA RƠI TỈNH THỨC II
Tranh họa sĩ Phan Chánh Khánh: Thiếu nữ và hoa sen
THƠ VĂN TUYỂN 6 TÁC GIẢ
CHỦ BIÊN SAN PHI
2025

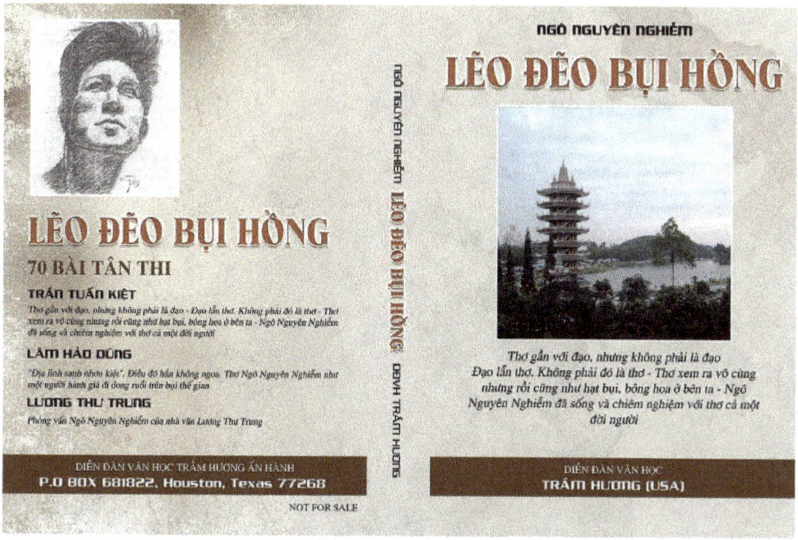

TRÂN TRỌNG GIỚI THIỆU

NGÔ NGUYÊN NGHIỄM

THI TẬP

LÊÕ ĐÊÕ BỤI HỒNG

Diễn Đàn Văn Học Trầm Hương ấn hành

P.O Box 681822 - Houston - TX 77268

Not for sale

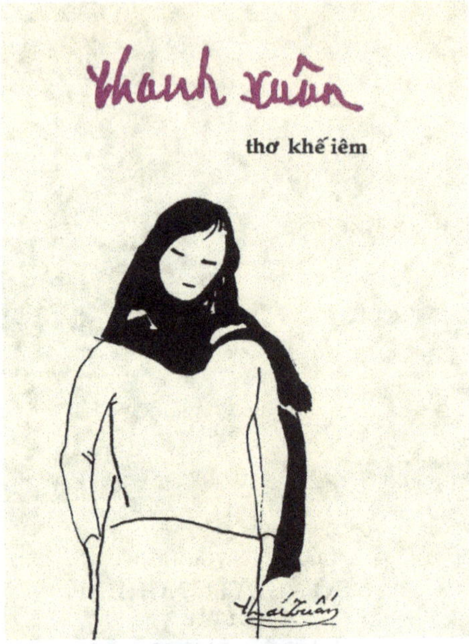

TRÂN TRỌNG GIỚI THIỆU

THƠ KHẾ IÊM

THANH XUÂN

Tạp chí Văn ấn hành 1992

Tác giả tái bản 2025

Mẫu bìa tranh Thái Tuấn

Phụ bản Duy Thanh, Thái Tuấn

Sách dầy 111 trang

Liên lạc tác giả:

Email: tapchitho2022@gmail.com

NGÃ PHƯƠNG HUYỀN
MỖI KỲ VỚI CA KHÚC MỚI SÁNG TÁC
Thư Tòa soạn

Quí thân hữu và độc giả thân mến...

Đã bao lần có sự để nghị về việc mở ra một tiết mục quan trọng có liên quan đến lãnh vực văn hóa, nghệ thuật nói chung … đó là: "*Mỗi Kỳ Với Ca Khúc Mới Sáng Tác*" … Nhưng BBT/VHM nhận thấy rằng việc đó mang tính "nhạy cảm", là dễ gây ra những ngộ nhận, không khéo sẽ đưa đến những "mất lòng" nhau một cách khó biện giải trong nội hay ngoại giới!!. Vì thế, chúng tôi đã khép lại những để nghị như đã nêu trên…

Nhưng lại một lần nữa được mở ra với những để nghị cũ… do từ một cơ duyên rất "may mắn" là từ những dây mơ rễ má của tình thâm thân hữu, dẫn đến một niềm vui và hạnh phúc khôn tả, đó là được: Nhạc sĩ Từ Công Phụng phổ bài thơ: "Người Muôn Thuở" của tôi thành nhạc, với tên mới " *Gửi Người Muôn Thuở*" (Bài thơ này của tôi nằm ở trang 156-157 trong tập thơ "*Anh Biết, Em Yêu Dấu*" được Nhà sách Tự Lực xuất bản & phát hành năm 2001…

Từ những yếu tố "*kích hoạt*" như kể trên, chúng tôi quyết định thực hiện ngay "*Mỗi Kỳ Với Ca Khúc Mới Sáng Tác*" " bao gồm đăng một, hai sheet nhạc và những bài viết về âm nhạc mang tính nghiên cứu, thảo luận, kể cả những tản mạn đóng góp vào loại hình nghệ thuật dùng âm thanh để diễn đạt, mang nặng tính quần chúng đám đông hơn cả này !! Tiểu mục do **Ngã Phương Huyền phụ trách ...**

Thưa quí thân hữu ...

Thật lòng mà nói rằng, mọi thứ trên đời đều không vượt thuyết tương đối … Việc tương tác thuần tính công tâm, bình đẳng cũng chỉ vững vàng được trong chủ quan đầy niềm tự tin, mới mong mạnh bước với những diễn tiến tốt đẹp, mang niềm vui và hạnh phúc đến với mọi người…

Trân trọng.

*** Kỳ thứ XIV**

1, Tiếc Như Dòng Sông_thơ Hà Nguyên Du_nhạc Trường Hải

(Đăng để tưởng nhớ Nhạc sĩ Trường Hải - Một người Anh mà tôi rất trân quý qua nhiều kỷ niệm để đời)

Tiếc Như Dòng Sông

Thơ Hà Nguyên Du

Nhạc Trường Hải

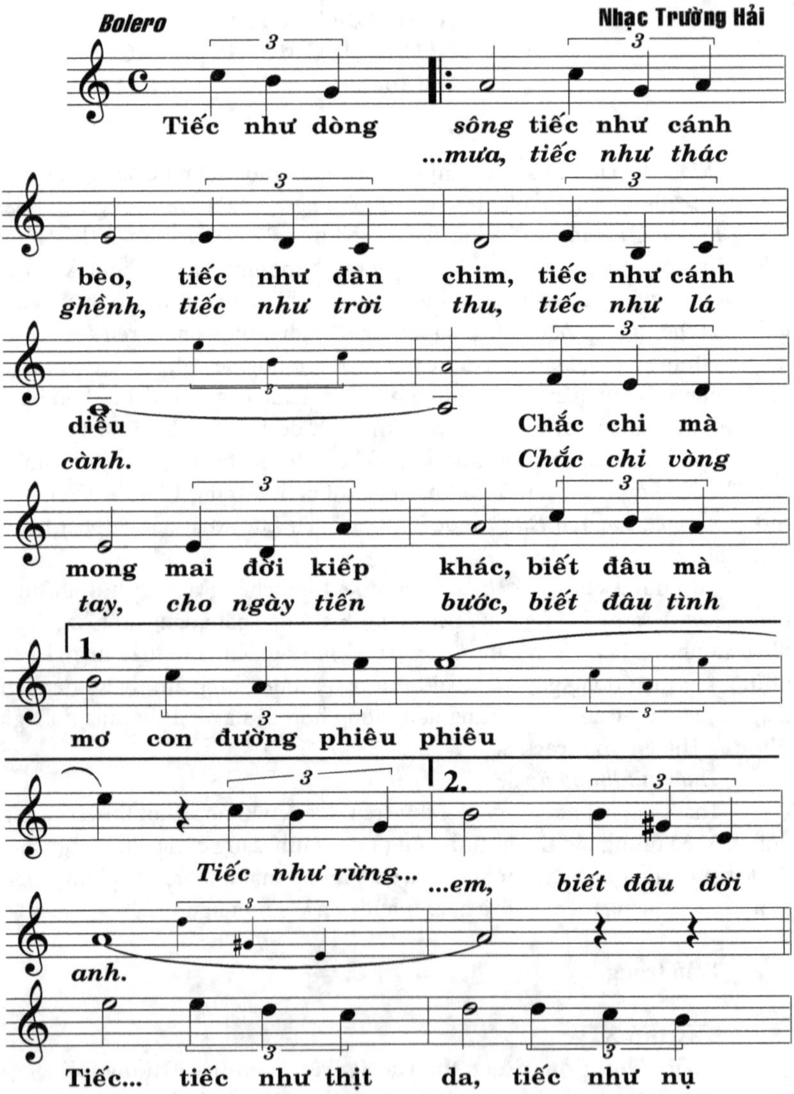

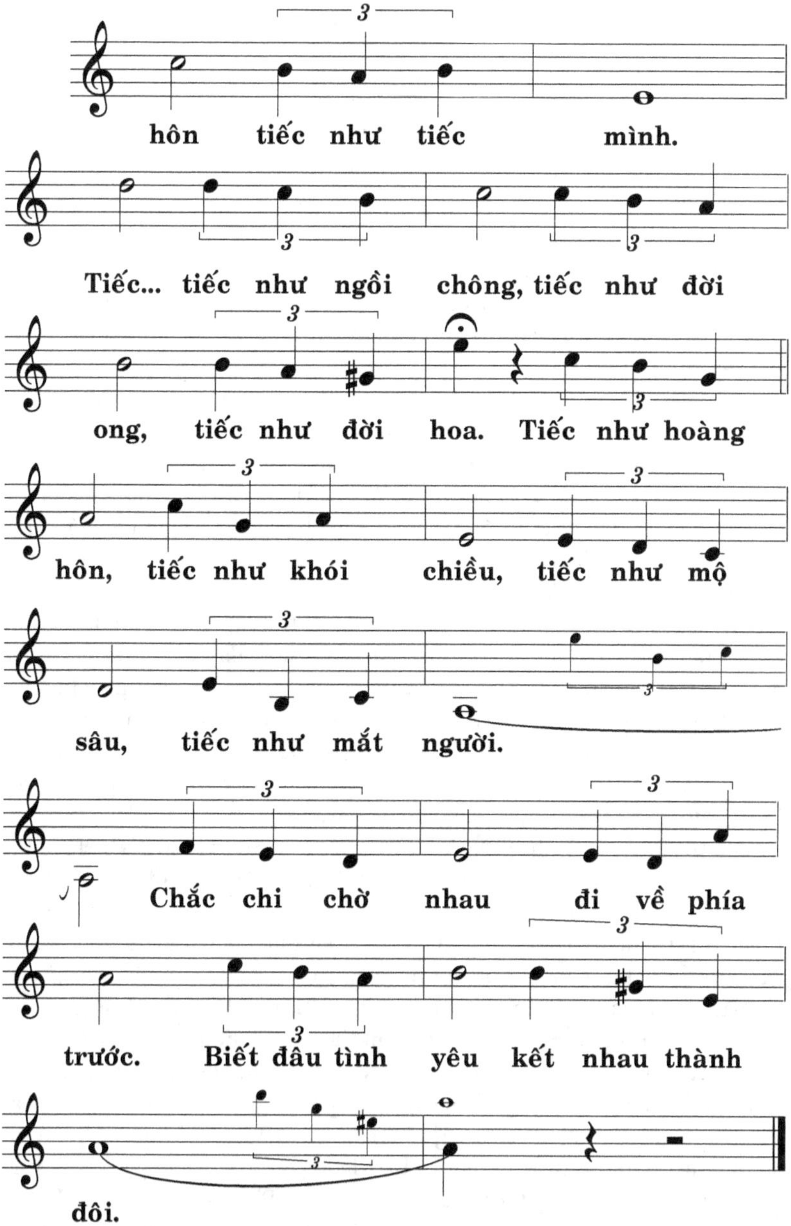
hôn tiếc như tiếc mình.
Tiếc... tiếc như ngồi chông, tiếc như đời
ong, tiếc như đời hoa. Tiếc như hoàng
hôn, tiếc như khói chiều, tiếc như mộ
sâu, tiếc như mắt người.
Chắc chi chờ nhau đi về phía
trước. Biết đâu tình yêu kết nhau thành
đôi.

TRẢ LỜI THƯ TÍN

1/ Tòa soạn Văn Học Mới, xin chân thành cảm ơn quí thân hữu là Nhà thơ, Nhà văn, Nhà Phê Bình, Biên khảo đã hết lòng ủng hộ..

Rất cảm ơn quí vị đã vì yêu mến VHNT nên không chút lo ngại khi nhiệt tình mua báo dài hạn.

Một niềm hạnh phúc nồng nàn đầy chất khích lệ là gia hạn sự ủng hộ cũng như tiếp tục đóng góp bài vở thường xuyên ... của quí tác giả, quí mạnh thường quân...

Tòa soạn VHM cũng không quên cảm ơn quí vị mua tạp chí của chúng tôi trên Amazon, kể cả mua trong những nhà sách ...

1/Con đường "Lập Đức" của tạp chí VHM vẫn luôn là việc ưu tiên hàng đầu. Vì thế "tiếng thơm đồn xa". Vẫn có lai rai thành viên mới cộng tác, cũng do từ anh em thành viên cũ có quá trình "làm ăn khấm khá với VHM nên giới thiệu cho bạn bè của họ!! Từ đó trong VHM số 20 kỳ đã bắt đầu gia tăng tác giả mua báo dài hạn

2/ VHM một mực thể hiện tình yêu thương quí trọng đến những tác giả đã một đời sống chết với Văn Học Việt Nam, đã để lại nhiều tác phẩm đóng góp.!! (Không phải riêng vì đã cộng tác với VHM mà chúng tôi mới làm số đặc biệt tưởng niệm ...) Mà là thể hiện sống theo đạo lý của dân tộc Việt mình là "Ăn trái nhớ kẻ trồng cây hay uống nước nhớ nguồn..

Có thể kể từ khi VHM ra đời, đã làm số đặc biệt tưởng niếm đến: (Số 2) tưởng niệm nhà thơ/ nhà biên khảo văn học Trần Văn Nam. (Số 6) tri ân nhà thơ/nhà văn/nhạc sĩ Nguyễn Đình Toàn. (Số 8) là số đặcbiệt coi như vinh danh Giai Phẩm Chủ Đề do nhà văn Nguyễn Trung Hối điều hành. (Số 10) tưởng niệm hai nhạc sĩ Nguyễn Hiền và Trầm Tử Thiêng. (Số 13) tưởng niệm Thi sĩ Giáo sư Trần Hồng Châu. Số 16) tưởng niệm nhà thơ Kim Tuấn... Và đến số 20, tưởng niệm nhà thơ/nhà văn Hoài Ziang Duy, một tác giả cộng tác đắc lực với tạp chí Văn Học Mới...Đến số 21 là số không chủ đề gì ...

3/ Trong trang Trả Lời Thư Tín thường kỳ, bổn báo xin giữ nguyền 2 phần trả lời 1& 2. Mục đích để có sự liên tục khi nói đến gồm có bao nhiêu số mà VHM đặc biệt tưởng niệm đến những VNS mà chúng tôi đã làm trong mấy năm qua. Chúng tôi sẽ thông báo trước ít nhất 2 số, về dự trù cho những số tiếp theo sẽ là số tưởng niệm và bài viết chuyên đề về Ký giả / Nhà văn / Thi sĩ Hoài Trinh (trong thời kháng chiến chống Pháp, có in trong cuốn "Thi Nhân Việt Nam Hiện Đại Quyển 1 - Do Phạm Thanh biên soạn - NXB Sống Mới 1959). Nhưng sau khi thảo luận với các nhà biên khảo thì bị trở ngại, bởi 1 lý do thiết yếu và duy nhất là Thi sĩ Hoài Trinh, dù nổi tiếng trong những thập niên trước của thời ông sinh hoạt, nhưng chí có nhiều bản thảo về truyện và thơ mà chưa bung ra đời bằng sách xuất bản. Từ đó kêu gọi người viết thì thiếu hẳn tài liệu. Chính vì thế chúng tôi sẽ tiếp tục tưởng niệm hay vinh danh những tên tuổi dưới đây:

Số 28 Vinh danh Nhà Văn Nguyễn Văn Sâm
Số 31 Tưởng niệm Nhà văn Nguyễn Xuân Hoàng
Số 32 Tưởng niệm Nhạc sĩ Đỗ Lễ
Số 33 Vinh Danh Nhà Thơ Hoàng Xuân Sơn
Số 34 Bắt đầu phát hành vào tháng 11.2024 - mỗi tháng ra 1 số báo ...
Số 47 Vinh Danh Nhà giáo, nhà văn. nhà biên khảo Nguyễn Kiến Thiết (60 năm đóng góp cho VHNT Việt Nam)

4/ VHM số 24 tưởng niệm Nhà văn Nguyễn Trung Hối

5/ Trong 2 tháng vừa qua, VHM làm hai số dồn một, tức là số "22 &23" thuộc số tháng 2 năm 2023 Xuân Quí Mão. Chính bổn báo cũng không ngờ rằng với chỉ mục đích là "Kỷ Niệm 5 Năm Phát Hành Văn Học Mới" thôi!! (Theo dự trù là nhắm giới thiệu sự nghiệp sáng tác của mỗi tác giả) nên dành nhiều trang để họ có dịp tỏ bày... Ngờ đâu rằng "phóng lao thì phóng theo lao" ... Số trang tăng vọt lên chưa từng có trong lịch sử của mọi thời, mọi tờ báo Văn Học. (tăng gần 8 trăm trang). Khiên tờ báo nặng ký như cuốn tự điển.... Phát hành xong, mỗi tác giả đều có trong tay, hẳn nhiên sự trố mắt nhìn và tấm tắc khen ngợi không tiếc lời!!

6/ Trong Văn Học Mối số 22 & 23 Xuân Quí Mão vừa qua, có số lượng tác giả gia hạn mua báo dài hạn cũng tăng đều đặn.... Bổn báo chân thành cảm ơn quí tác giả tích cực cộng tác với VHM và nhiệt tình ủng hộ báo dài hạn. Một hành động nhân quả tốt đẹp là một niềm khích lệ vô cùng lớn lao cho tờ báo thêm mạnh bước chân cứng đá mềm!!

7/ VHM số 27 & 28 đã công bố trước ngày bắt đầu của "Giải Thơ Văn Học Mới 2024" . Thật sự ngày tháng bắt đâu nhận bài là giữa tháng hai và kết thúc đến giữa tháng 5 > Tháng 6 mới công bố kết quả giải, nhưng từ khi bắt đầu công bố sớm trên VHM số 27, đã có hàng loạt người ở khắp nơi đã gửi bài dự thi trước rồi, Đó là một biểu hiện tích cực đầy lạc quan cho Giải Thơ mang tính đột phá và thăng hoa cho "dòng chảy VHNT" ở Hải Ngoại của chúng ta....Mãi cho đến VHM số 29 Xuân Giáp Thìn cận kề đến, số lượng người tham dự càng tiếp tục gia tăng hơn. Chúng tôi đang chuẩn bị đánh "số mật mã cho mỗi tác giả" để giữ công bằng và gửi đến mỗi giám khảo trong hội đồng chấm giải...

8/ Xin quý tác giả LƯU Ý , khi gởi bài cho Văn Học Mới - **Bộ mới phát hành mỗi tháng ra một số (1 Tháng / ra 1 số - "Nguyệt San Báo) :**
- Về thơ: Không quá 3 trang...

- Về Truyện ngắn: Không quá 12 trang, nếu hơn ... có thể đăng làm 2 kỳ) Kính gởi: Ban Biên tập Tạp chí Văn Học Mới,

Tôi là : Vũ Khắc Tế, hiện có một số truyện ngắn và thơ muốn gửi đăng trên tạp chí. Rất mong Ban Biên tập cho tôi biết các tiêu chí tuyển chọn cũng như yêu cầu về nội dung, độ dài và hình thức bản thảo để tôi có thể hoàn thiện và gửi đúng quy định.

Xin chân thành cảm ơn và kính chúc Tạp chí ngày càng phát triển.

Chào anh Vũ Khắc Tế,

Ban Biên tập Tạp chí Văn Học Mới rất cảm ơn sự quan tâm và thiện ý cộng tác của anh. Chúng tôi luôn hoan nghênh và trân trọng những đóng góp của các tác giả yêu văn chương. Dưới đây là một số thông tin chi tiết về việc gửi bài cộng tác mà anh có thể tham khảo:

1. Nội dung và Thể loại

Tinh thần sáng tác: Tạp chí của chúng tôi ưu tiên những tác phẩm thuộc lĩnh vực văn học nghệ thuật và sáng tạo tự do. Chúng tôi tìm kiếm những bài viết có giá trị thẩm mỹ, giàu cảm xúc, có phong cách độc đáo và mang hơi thở cuộc sống.
Thể loại: Chúng tôi nhận đăng tải truyện ngắn và thơ. Truyện vừa tiểu luận vv…

Phạm vi: Tạp chí không nhận đăng tải các bài viết có nội dung liên quan đến chính trị và tôn giáo.

2. Độ dài Quy định

Truyện ngắn: Độ dài lý tưởng là không quá 2.500 từ (khoảng 6-8 trang A4, cỡ chữ 12, cách dòng đơn).

Thơ: Tùy thuộc vào thể loại, nhưng nên giữ độ dài vừa phải để đảm bảo tính cô đọng và dễ tiếp cận với độc giả.

3. Hình thức Bản thảo

Định dạng: Bản thảo nên được gửi dưới dạng file .doc hoặc .docx (Microsoft Word).

Thông tin: Anh vui lòng ghi rõ tên tác giả (hoặc bút danh) và thông tin liên hệ (email/điện thoại) ở cuối bài viết.

Về qui định Cộng tác

Chúng tôi xin thông báo rõ:

Việc cộng tác với Tạp chí Văn Học Mới được thực hiện trên tinh thần chia sẻ và niềm đam mê văn nghệ là chính.

Ban Biên tập không có chính sách trả nhuận bút hay tặng báo biếu cho các tác phẩm được chọn đăng. Chúng tôi mong anh hiểu và thông cảm cho điều này. Tác phẩm của anh sẽ được giới thiệu đến cộng đồng độc giả yêu văn học trên nền tảng của Tạp chí.

Chúc anh luôn dồi dào sức sáng tạo và hy vọng sớm nhận được những tác phẩm tâm huyết từ anh.

Trân trọng,

Ban Biên tập Tạp chí Văn Học Mới

Vào 10:45 T.4, 1 Th10, 2025

Khac Te vu <khactevu@gmail.com> đã viết

BÀI VỞ GỞI VỀ VĂN HỌC MỚI:

Gởi sáng tác, xin kèm theo địa chỉ, tên thật (có thể), số phone và Email. Gởi đến Văn Học Mới xin vui lòng đừng gởi báo khác. ***Nay Văn Học Mới phát hành theo định kỳ mỗi tháng ra 1 số. Như vậy trong vòng 1 tháng sau đó mà không thấy đăng, thì quí vị có quyền đăng báo khác. Điều quan trọng Văn Học Mới muốn nhắn nhủ đến quí tác giả là: Chúng tôi không đăng bài đã: 1/Đăng trên Facebook. 2/ Hoặc bất cứ đâu. 3/ Không nhận bài vở viết tay...***

Văn Học Mới xin quí vị lưu ý: là tạp chí **không có qui định trả tiền nhuận bút cho bất cứ tác giả nào cộng tác.** *(Vì vậy, mỗi tác giả trong nước khi gởi bài đăng , dưới tác phẩm thơ / văn, ngoài bút danh với tên thật hay điện thoại là tốt... Nhưng xin đừng ghi như bên VN là CMND và tài khoản ..v..v..*

Bài vở đánh máy trên một mặt giấy. Xin dùng Microsoft Word với công cụ đánh chữ **Uni Code hay Unikey** là tốt nhất. Nên dùng Font chữ thông dụng nhất là **Time New Roman.** *Bài vở không đăng chúng tôi không gởi trả lại. Theo nguyên tắc chờ một số mà không thấy đăng, số kế tiếp nếu có đăng thì chúng tôi sẽ thông báo, để quí vị không đăng báo khác...*

TẠP CHÍ VĂN HỌC MỚI
PHÁT HÀNH 12 SỐ /NĂM
BẮT ĐẦU SỐ 34 / PHÁT HÀNH VÀO THÁNG 11/2024

NHẬN BÀI TỪ NGÀY 1 ĐẾN NGÀY 15
NẾU AI GỬI TRỄ - SẼ DỜI LẠI SỐ SAU

Gửi bài vở cho tạp chí Văn Học Mới theo 3 hộp thư:
vanhocmoi4@gmail.com
hanguyendu@gmail.com
ntlthu1016@gmail.com

Ngân phiếu/ chí phiếu mua báo dài hạn, xin đề:
HA NGUYEN
10291 Arundel, Ave
Westminster, CA 92683 - 5821 - USA

Một cách rất tiện lợi và nhanh nhất là gởi trả qua công cụ có sẵn trong mỗi. ngân hàng là ; Zelle. (khi tác giả nào cần trả qua Zelle hãy email trước cho biết , sẽ cho số phone , kèm theo tên Ha Nguyen nữa là xong.
Liên lạc mua báo trong nước : ntlthu1016@gmail.com

GIÁ BIỂU BÁO DÀI HẠN 12 SỐ / NĂM

HOA KỲ / MỘT NĂM / $ 240.00 . HAI NĂM $ 460.00

MUA______/ NĂM

CANADA / AUSTRALIA / PHÁP / ĐỨC
MỘT NĂM $ 280.00 . HAI NĂM / $540.00

MUA______/ NĂM

GIÁ BÁN TẠI CÁC NHÀ SÁCH US $20.00

GIÁ BIỂU BÁO DÀI HẠN 12 SỐ / NĂM

HOA KỲ / MỘT NĂM / $ 240.00 . HAI NĂM $ 460.00

MUA______/ NĂM

CANADA / AUSTRALIA / PHÁP / ĐỨC
MỘT NĂM $ 280.00 . HAI NĂM / $540.00

MUA______/ NĂM

GIÁ BÁN TẠI CÁC NHÀ SÁCH US $20.00

Chúng tôi NHẬN in ấn tác phẩm thuộc VHNT

NHÀ XUẤT BẢN VĂN HỌC MỚI

Phát hành toàn cầu qua hệ thống Amazon.
Sẽ giao đến tận nhà quí vị. Trên
tinh thần ủng hộ quí Văn Nghệ Sĩ
và thân hữu trong giới sáng tác
Liên lạc Hà Nguyên Du

vanhocmoi68@gmail.com
hanguyendu@gmail.com

Tranh bìa: Ảnh Nhà biên khảo Nguyễn Kiến Thiết

Trình bày Bìa & Nội dung: HÀ NGUYÊN DU

*

www.ingramcontent.com/pod-product-compliance
Lightning Source LLC
LaVergne TN
LVHW052244200926
848481LV00002B/268